GIÁO HỘI PHẬT GIÁO VIỆT NAM

HỘI ĐỒNG PHIÊN DỊCH TAM

ĐẠI TẠNG KINH VIỆT NAM

THANH VĂN TẠNG

Tập 12

KINH BỘ XII

TĂNG NHẤT A-HÀM

Quyển 3

(Đại Chánh No. 99)

Hán dịch:

TAM TẠNG CÙ-ĐÀM TĂNG-GIÀ-ĐỀ-BÀ

Việt dịch & Chú thích:

TUỆ SỸ - THÍCH ĐỨC THẮNG

HỘI ĐỒNG HOẰNG PHÁP

PL 2565 – DL 2022

ĐẠI TẠNG KINH VIỆT NAM
THANH VĂN TẠNG - Tập 12 - KINH BỘ XII
TĂNG NHẤT A-HÀM, QUYỂN 3
Việt dịch & chú: TUỆ SỸ - THÍCH ĐỨC THẮNG

Ban Báo Chí & Xuất Bản Hội Đồng Hoằng Pháp
Ấn hành lần thứ nhất, quý II/2022

Trách nhiệm xuất bản: Thích Hạnh Viên

Sửa bản in: Thích Nguyên An,
Tâm Huy, Nguyên Đạo

Trình bày: Nguyên Đạo, Quảng Hạnh Tuệ

Thiết kế bìa: Quảng Pháp, Nhuận Pháp

https://hoangphap.org

MỤC LỤC PHÂN TÍCH

GIỚI THIỆU CÔNG TRÌNH PHIÊN DỊCH
ĐẠI TẠNG KINH VIỆT NAM

Yo vo, ānanda,
mayā dhammo ca vinayo ca desito paññatto,
so vo mamaccayena satthā. *

I. SƠ LƯỢC QUÁ TRÌNH PHIÊN DỊCH

Trước khi nhập Niết-bàn, đức Phật có di giáo tối hậu cho các chúng đệ tử: "Pháp và Luật mà Ta đã thuyết và quy định, là Đạo Sư của các ngươi sau khi Ta diệt độ." Phụng hành di giáo của đức Thế Tôn, các vị Trưởng lão A-la-hán đã thực hiện cuộc kiết tập lần thứ nhất tại thành Vương Xá, cùng hòa hiệp phúng tụng tất cả những điều đã được Phật giảng dạy trong suốt bốn mươi lăm năm giáo hóa; nền tảng của văn hiến Phật giáo mà về sau được gọi là Tam tạng được thành lập từ đó.

Kể từ đó, giáo pháp của đức Thích Tôn theo bước chân du hóa của các Thánh đệ tử lan tỏa khắp bốn phương. Nơi nào Giáo pháp được truyền đến, nơi đó bốn chúng đệ tử học tập và hành trì theo phương ngôn của bản địa, như điều đã được đức Phật chỉ giáo: *anujānāmi, bhikkhave, sakāya niruttiyā buddhavacanaṃpariyāpuṇitun"ti.* "Này các tỳ-kheo, Ta cho phép các ngươi học Phật ngôn bằng chính phương ngữ của mình." Y cứ theo lời dạy này, ngay từ khởi thủy Phật ngôn đã được chuyển thể qua nhiều phương ngữ khác nhau. Khi các bộ phái Phật giáo phát triển, mỗi bộ phái cố gắng thành lập Tam tạng Thánh điển theo phương ngữ của địa phương được xem là căn cứ địa. Khi mà hệ thống văn tự tại cổ

---

* Này *Ānanda*! Pháp và Luật mà Ta đã thuyết và qui định, là Đạo Sư của các ngươi sau khi Ta diệt độ.

Ấn Độ chưa phổ biến, sự lưu truyền Thánh điển bằng khẩu truyền là phương tiện chính. Do khẩu truyền, những biến âm do khẩu âm của từng địa phương khác nhau thỉnh thoảng cũng ảnh hưởng đến một vài thay đổi nhỏ trong các văn bản. Những biến thiên âm vận ấy trong nhiều trường hợp dẫn đến những giải thích khác nhau về một điểm giáo nghĩa giữa các bộ phái. Tuy nhiên, nhìn từ đại thể, các giáo nghĩa trọng yếu vẫn được hiểu và hành trì như nhau giữa tất các các truyền thống, nam phương cũng như bắc phương. Điều có thể được khẳng định qua các công trình nghiên cứu tỉ giảo về văn bản trong hai nguồn văn hệ Phật giáo hiện tại: Pali và Hán tạng. Các bản Hán dịch xuất xứ từ A-hàm, và các bản văn Pali hiện đọc được, đại bộ phận đều tương ưng với nhau. Do đó, những điều được cho là dị biệt giữa hai truyền thống nam và bắc phương, mà thường hiểu lệch lạc là Tiểu thừa và Đại thừa, chỉ là sự khác biệt bởi môi trường lịch sử văn minh theo các địa phương và dân tộc. Đó là sự khác biệt giữa nguyên thủy và phát triển. Phật pháp truyền sang phương nam, đến các nước Nam Á, nơi đó sự phát triển văn minh và các định chế xã hội chưa đến mức phức tạp, nên giáo pháp của Phật được hiểu và hành gần với nguyên thủy. Về phương bắc, tại các vùng đông bắc Ấn, và tây bắc Trung Quốc, nhiều chủng tộc dị biệt, nhiều nền văn hóa khác nhau, và do đó cũng xuất hiện nhiều định chế xã hội khác nhau. Phật pháp được truyền vào đó, một thời đã trở thành quốc giáo của nhiều nước. Thích ứng theo sự phát triển của đất nước ấy, từ ngôn ngữ, phong tục, định chế xã hội, giáo pháp của đức Phật cũng dần dần được bản địa hóa.

Thánh điển Tam tạng là nguồn suối cho tất cả nhận thức về Phật pháp, để học tập và hành trì, cũng như để nghiên cứu. Kinh tạng và Luật tạng là tập đại thành Pháp và Luật do chính đức Phật giảng dạy và quy định, là sở y cho tri thức và hành trì của Thánh đệ tử để tiến tới thành tựu cứu cánh Minh và Hành. Kinh và Luật cũng bao gồm những diễn giải của các Thánh đệ tử được thân truyền từ kim khẩu của đức Phật. Luận tạng, theo truyền thống Thượng tọa bộ nam phương, và cũng theo truyền thống Hữu bộ, do chính đức Phật thuyết. Nhưng các đại luận sư như Thế Thân (*Vasubandhu*), cũng như hầu hết các nhà nghiên cứu Phật học trên thế giới hiện đại, đều không công nhận truyền thuyết này, mà cho rằng đó là tập đại thành các công trình phân tích, quảng diễn, và hệ thống hóa những điều đã được Phật thuyết trong Pháp và Luật. Kinh và Luật tạng được thành lập trong một khoảng thời gian nhất định, trực tiếp hoặc gián tiếp từ kim khẩu của Phật, và là sở y chung cho tất cả các bộ phái Phật giáo, bao gồm cả Phật giáo Đại thừa, mặc dù có những sai biệt do vấn đề truyền khẩu với các khẩu âm và phương ngữ khác nhau, theo thời gian và địa vức.

Luận tạng là bộ phận Thánh điển phản ánh lịch sử phát triển của Phật giáo, bao gồm các phương diện tín ngưỡng tôn giáo, tư duy triết học, nghiên cứu khoa học, định chế và tổ chức xã hội chính trị. Tổng quát mà nói, đó không chỉ là phản ánh lịch sử phát triển của nội bộ Phật giáo, mà trong đó cũng phản ánh toàn bộ văn minh tại những nơi mà giáo lý của đức Phật được truyền đến. Điều này cũng được chứng minh cụ thể bởi lịch sử Việt Nam.

Mỗi bộ phái Phật giáo tự xây dựng cho mình một nền văn hiến Luận tạng riêng biệt, tập hợp các luận giải giáo nghĩa, bảo vệ kiến giải Phật pháp của mình, bài trừ các quan điểm dị học. Đây là nền văn hiến đồ sộ, liên tục phát triển trên nhiều khu vực địa lý khác nhau. Cho đến khi Hồi giáo bành trướng tại Ấn Độ, Phật giáo bị đào thải. Một bộ phận văn hiến Phật giáo được chuyển sang Tây Tạng, qua các bản dịch Phạn Tạng, và một số lớn nguyên bản Phạn văn được bảo trì. Một bộ phận khác, lớn nhất, gần như hoàn chỉnh nhất, văn hiến Phật giáo được chuyển dịch sang Hán tạng, bao gồm hầu hết mọi xu hướng tư tưởng dị biệt của Phật giáo phát triển trong lịch sử Ấn Độ, từ Nguyên thủy, Bộ phái, Đại thừa, cho đến Mật giáo.

Truyền thuyết ghi rằng Phật giáo được truyền vào Trung Hoa dưới đời Hán Minh Đế, niên hiệu Vĩnh bình thứ 10 (Tl. 65), và bản kinh Phật đầu tiên được dịch sang Hán văn là Kinh Tứ thập nhị chương, do Ca-diếp Ma-đằng và Trúc Pháp Lan. Nhưng truyền thuyết này không được nhất trí hoàn toàn giữa các nhà nghiên cứu lịch sử Phật giáo Trung Quốc. Điều chắc chắn là Khương Tăng Hội, quê quán Việt Nam, xuất phát từ Giao Chỉ (Việt Nam), đã đưa Phật giáo vào Giang Tả, miền Nam Trung Hoa. Các công trình phiên dịch và chú giải của Khương Tăng Hội đã chứng tỏ rằng trước đó, tức từ năm thứ 247 kỷ nguyên Tây lịch, thời gian được nói là Tăng Hội vào đất Kiến nghiệp, quy y cho Tôn Quyền,

Phật giáo đã phát triển đến một hình thái nhất định tại Việt Nam, cùng một số kinh Phật được phiên dịch. Điều này cũng được củng cố thêm bởi những điều được ghi chép trong Mâu Tử Lý Hoặc Luận. Có lẽ do hậu quả của thời kỳ Bắc thuộc, hầu hết những điều được tìm thấy trong hành trạng của Khương Tăng Hội và trong ghi chép của Mâu Tử đều bị xóa sạch. Chỉ tồn tại những gì được ghi nhận là truyền từ Trung Quốc.

Dịch giả Phạn Hán đầu tiên tại Trung Quốc được khẳng định là An Thế Cao (đến Trung Quốc trong khoảng Tl. 147 – 167). Tất nhiên trước đó hẳn cũng có các dịch giả khác mà tên tuổi không được ghi nhận. Lương Tăng Hựu căn cứ trên bản Kinh lục xưa nhất của Đạo An (Tl. 312 – 385) ghi nhận có chừng 134 kinh không rõ dịch giả; và do đó cũng không xác định trước hay sau An Thế Cao.

Sự nghiệp phiên dịch Phật kinh Phạn Hán liên tục từ An Thế Cao, cho đến các đời Minh, Thanh được tập thành trong 32 tập của Đại Chánh, bao gồm Thánh điển Nguyên thủy, Bộ phái, Đại thừa, Mật giáo, 1692 bộ. Những trước tác của Trung Hoa, từ sớ giải, luận giải, cho đến sử truyện, du ký, v.v., tập thành từ tập 33 đến 55 trong Đại Chánh, gồm 1492 tác phẩm. Số tác phẩm được ấn hành trong Tục tạng chữ Vạn còn nhiều hơn thế nữa. Đây là hai bản Hán tạng tương đối đầy đủ nhất, trong đó tạng Đại Chánh được sử dụng rộng rãi trên quy mô thế giới.

Sự nghiệp phiên dịch Kinh điển ở nước ta được bắt đầu rất sớm, có thể trước cả thời Khương Tăng Hội, mà dấu vết có thể tìm thấy trong *Lục độ tập kinh*. Ngôn ngữ phiên dịch của Khương Tăng Hội là Hán văn. Hiện chưa có phát hiện nào về các bản dịch Kinh Phật bằng tiếng quốc âm. Suốt trong thời kỳ Bắc thuộc, do nhu cầu tinh thông Hán văn như là sách lược cấp thời để đối phó sự đồng hóa của phương bắc, Hán văn trở thành ngôn ngữ thống trị. Vì vậy công trình phiên dịch Kinh điển thành quốc âm không thể thực hiện. Bởi vì, công trình phiên dịch Tam tạng tại Trung Hoa thành tựu đồ sộ được thấy ngay, chủ yếu do sự bảo trợ của triều đình. Quốc âm chỉ được dùng như là phương tiện hoằng pháp trong nhân gian.

Cho đến thời Pháp thuộc, trước tình trạng vong quốc và sự đe dọa bởi văn hóa xâm lược, văn hóa dân tộc có nguy cơ mất gốc, cho nên sơn môn phát động phong trào chấn hưng Phật giáo, phổ biến kinh điển bằng tiếng quốc ngữ qua ký tự La-tinh. Từ đó, lần lượt các Kinh điển quan trọng từ Hán tạng được phiên dịch theo nhu cầu học và tu của Tăng già và Phật tử tại gia. Phần lớn các Kinh điển này đều thuộc Đại thừa, chỉ một số rất ít được trích dịch từ các A-hàm. Dù Đại thừa hay A-hàm, các Kinh Luận được phiên dịch đều không theo một hệ thống nào cả. Do đó sự nghiên cứu Phật học Việt Nam vẫn chưa có cơ sở chắc chắn. Mặt khác, do ảnh hưởng ngữ pháp Phạn, các bản dịch Hán hàm chứa một số vấn đề ngữ pháp Phạn Hán khiến cho ngay cả các nhà chú giải Kinh điển lớn như Cát Tạng, Trí Khải cũng phạm phải rất nhiều sai lầm. Chính Ngạn Tông, người tổ chức dịch trường theo lệnh của Tùy Dạng đế đã nêu lên một số sai lầm này. Cho đến Huyền Trang, vì phát hiện nhiều sai lầm trong các bản Hán dịch nên quyết tâm nhập Trúc cầu pháp, bất chấp lệnh cấm của triều đình và các nguy hiểm trên lộ trình.

Ngày nay, do sự phát hiện nhiều bản Kinh Luận quan trọng bằng tiếng Sanskrit, cũng như sự phổ biến ngôn ngữ Tây Tạng, mà phần lớn Kinh điển Sanskrit được phiên dịch, nên nhiều công trình chỉnh lý được thực hiện cho các bản dịch Phạn Hán. Thêm vào đó, do sự phổ biến ngôn ngữ Pali, vốn được xem là ngôn ngữ Thánh điển gần với nguyên thuyết nhất, một số sai lầm trong các bản dịch A-hàm cũng được chỉnh lý, và tỉ giảo, khiến cho lời dạy của Đức Thích Tôn được thọ trì một cách trong sáng hơn.

Trên đây là những nhận thức cơ bản để Ban phiên dịch Đại Tạng Kinh Việt Nam y theo đó mà thực hiện các bản dịch. Trước hết, là bản dịch các kinh A-hàm đang được giới thiệu ở đây. Các kinh thuộc bộ A-hàm được dịch sang Hán rất sớm, kể từ thời Hậu Hán với An Thế Cao. Nhưng phần lớn các truyền bản này đều phát xuất từ Tây vực, từ các nước Phật giáo thịnh hành thời đó như Quy-tư, Vu-điền. Do khẩu âm và phương ngữ nên trong các truyền bản được nói là Phạn văn đã hàm chứa khá nhiều sai lạc. Điều này có thể thấy rõ qua sự so sánh các đoạn tương đương Pali, hay các dẫn chứng trong Đại Tì-bà-sa, Du-già sư địa. Thêm vào đó, các dịch giả hầu hết đều học Phật và học tiếng Sanskrit tại các nước Tây Vực chứ không trực tiếp tại Ấn Độ như La-thập và Huyền Trang, nên trình độ ngôn ngữ Phạn có hạn chế. Các vị ấy khi vừa đặt chân lên Trung Hoa, do khát vọng thâm thiết của các Phật tử Trung Hoa, muốn có thêm kinh Phật để học và tu, cho nên trong khi chưa tinh thông tiếng Hán, mà công trình phiên dịch lại được thôi thúc cần thực hiện. Vì không tinh thông Hán ngữ nên công tác phiên dịch luôn luôn qua trung gian một người chuyển ngữ. Quá trình phiên dịch đi qua nhiều giai đoạn mà chính người chủ dịch không thể quán triệt, cho nên trong các bản dịch hàm chứa những đoạn văn rất tối nghĩa, và nhiều khi nhầm lẫn. Trong tình hình như vậy, một bản dịch Việt từ Hán đòi hỏi rất nhiều tham khảo để hy vọng tiếp cận với nguyên bản Sanskrit đã thất lạc, và cũng từ đó mà hy vọng có thể tiếp cận với lời Phật dạy hơn, điều mà các bản Hán dịch do trở ngại ngôn ngữ đã không thể thực hiện được.

Đại Tạng Kinh Việt Nam chủ yếu căn cứ trên Đại Chánh Đại Tạng Kinh, Nhật Bản, gồm 100 tập, được biên tập khởi đầu từ niên hiệu Đại Chánh (Taisho) thứ 11, Tl. 1922, cho đến niên hiệu Chiêu Hòa (Showa) thứ 9, Tl. 1934, tập hợp trên 100 nhà nghiên cứu Phật học hàng đầu của Nhật Bản, dưới sự chủ trì của Cao Nam Thuận Thứ Lang (Takakusu Junjiro) và Độ Biên Hải Húc (Watanabe Kaigyoku). Để bản sử dụng là bản in của chùa Hải Ấn, Triều Tiên, được gọi là bản Cao-lệ. Công trình chỉnh lý văn bản căn cứ các khắc bản Tống, Nguyên, Minh, cùng một số khắc bản và thủ bản tại Hoa và Nhật khác như tả bản Thiên Bình, bản Liêu của Cung nội sảnh, bản chùa Đại Đức, bản chùa Vạn Đức, v.v. Một số bản văn được phát hiện tại các vùng trong Tây Vực như Vu Điền, Đôn Hoàng, Quy Tư, Cao Xương, cũng được dùng làm tham khảo. Nhiều đoạn văn từ Pali và Sanskrit cũng được dẫn dưới cước chú để đối chiếu đoạn Hán dịch mà người biên tập nghi ngờ là không chính xác hoặc thuộc về dị bản nào đó.

Nội dung Đại tạng Đại Chánh được phân làm ba phần chính: phần thứ nhất, gồm 32 tập, là các bản dịch Phạn Hán bao gồm Kinh, Luật, Luận, được thuyết bởi chính kim khẩu của Phật, hay được kiết tập bởi các Thánh đệ tử, hoặc được trước tác bởi các Luận sư. Phần thứ hai, từ Đại Chánh tập 33 đến tập 55, trước tác của Trung Hoa, bao gồm các sớ giải Kinh, Luật, Luận, và luận thuyết riêng biệt của các tông phái Phật giáo Trung Hoa, các sử truyện, truyện ký, du ký, truyền kỳ; các bản Hán dịch thuộc ngoại giáo như Thắng luận, Số luận, Ba tư giáo, Thiên chúa giáo, các tập ngữ vựng Phạn Hán, giáo khoa Phạn Hán, các Kinh lục. Phần thứ ba, từ tập 56 đến 85, tập họp các trước tác của Nhật Bản, gồm các sớ giải Kinh, Luật, Luận, phần lớn căn cứ trên các bản sớ giải Trung

Hoa mà giải nghĩa rộng thêm, và các luận thuyết của các tông phái tại Nhật Bản. Còn lại 12 tập sưu tập các đồ tượng, tranh ảnh, phần lớn là các đồ hình mạn-đà-la của Mật tông. 3 tập cuối, tổng mục lục, liệt kê nội dung các bản Đại tạng lưu hành.

Ban phiên dịch Đại Tạng Kinh Việt Nam chọn Đại Chánh tạng làm để bản, phiên dịch tất cả tác phẩm được ấn hành trong đó. Phàm lệ để thực hiện bản dịch tạm thời được quy định như sau:

1. Đại Tạng Kinh Việt Nam bao gồm tất cả các bản dịch tiếng Việt của Tam Tạng Kinh Điển Phật giáo đã xuất hiện ở nước ta từ trước đến nay, qua các thời kỳ với nhiều dịch giả khác nhau, để cho thấy quá trình hình thành Đại Tạng Kinh Việt Nam qua lịch sử.

2. Về bản đáy, bản dịch Việt căn cứ trên ấn bản Đại Chánh Tân Tu Đại Tạng Kinh 100 tập, mỗi tập trên dưới 1000 trang chữ Hán cỡ 10pt và sẽ được đánh số theo thứ tự của số ghi trong bản in Đại Chánh. Mỗi trang của bản in Đại chính được chia làm ba cột: a, b, c. Số trang và cột này đều được ghi trong bản dịch để tiện tham khảo.

3. Vì thế, một bản kinh chữ Hán có thể có nhiều bản dịch tiếng Việt, nên sau số thứ tự của Đại Chánh, sẽ đánh thêm các mẫu tự A, B, C... để phân biệt các bản dịch tiếng Việt khác nhau của cùng một bản kinh chữ Hán đó.

4. Về xử lý văn bản trong khi phiên dịch, phần lớn căn cứ công trình hiệu đính và đối chiếu của bản Đại Chánh. Ngoài ra, tham khảo thêm các công trình hiệu đính và đối chiếu khác.

5. Giữa các ấn bản có những điểm khác nhau, bản Việt sẽ lựa chọn hoặc hiệu đính theo nhận thức của người dịch.

6. Trong bản Hán, nếu chỗ nào xét thấy văn dịch hay từ ngữ không phù hợp với giáo nghĩa truyền thống phổ biến, người dịch sẽ tham khảo các Kinh, Luật, Luận cần thiết để hiệu chính. Những hiệu chính này được giải thích ở phần cước chú.

7. Bản Hán dịch thực hiện căn cứ phần lớn trên sự truyền khẩu. Do đó những từ phát âm tương tự dễ đưa đến ngộ nhận, như *sam* Pāli hay *sama* và *samyak*; *cala* và *jala*; *muti* và *muṭṭhi*, v.v... Trong những trường

hợp này, người dịch sẽ tham chiếu các kinh tương đương, các bản Hán biệt dịch, suy đoán tự dạng nguyên thủy có thể có trong Phạn bản để hiệu chính. Những hiệu chính này đều được ghi ở phần cước chú.

8. Do các truyền bản khác nhau giữa các bộ phái, để có nhận thức về giáo nghĩa nguyên thủy, chung cho tất cả, cần có những nghiên cứu đối chiếu sâu rộng. Công việc này ngoài khả năng hiện tại của các dịch giả. Tuy nhiên, trong trường hợp có thể, những điểm dị biệt giữa các truyền bản sẽ được ghi nhận và đối chiếu. Những ghi nhận này được nêu ở phần cước chú.

9. Bản Hán dịch được phân thành số quyển. Bản dịch Việt không chia số quyển như vậy, nhưng sẽ ghi ở phần cước chú mỗi khi bắt đầu một quyển khác.

10. Các từ Phật học trong một số bản Hán dịch nếu không phổ biến, do đó có thể gây khó khăn cho việc đọc và nghiên cứu, trong các trường hợp như vậy, tuy vẫn giữ nguyên dịch ngữ của bản Hán, nhưng dịch ngữ tương đương thông dụng hơn sẽ được ghi trong phần cước chú. Trong trường hợp có thể, sẽ ghi luôn dịch giả của những dịch ngữ này và xuất xứ của chúng từ bản dịch nào để tiện việc tham khảo.

11. Các kinh sách tham khảo trong cước chú đều được viết tắt theo quy định phổ thông của giới nghiên cứu quốc tế; xem quy định về viết tắt ở cuối mỗi tập của Đại tạng kinh Việt Nam.

II. PHƯƠNG ÁN THỰC HIỆN

Dự án thực hiện bao gồm các công trình phiên dịch, biên tập, và ấn hành, một Hội Đồng phiên dịch Đại Tạng Kinh Việt Nam được thành lập, được điều phối bởi Tổng biên tập, với các nhiệm vụ được phân phối như sau:

1. Ủy ban Phiên dịch. Để hoàn tất một bản dịch, các công tác sau đây cần được thực hiện:

a. Phiên dịch trực tiếp: Các văn bản lần lượt được phân phối đến các vị có trình độ Hán văn tương đối, kiến thức Phật học cơ bản, và khả năng ngôn ngữ cần thiết, phiên dịch trực tiếp từ Hán sang Việt.

b. Hiệu đính và chú thích: nhiệm vụ chủ yếu của phần hiệu chính là đọc lại bản dịch thô và bổ túc những sai lầm có thể có trong bản dịch. Trong thực tế, người hiệu đính còn phải làm nhiều hơn thế nữa.

Trước hết là phần chỉnh lý văn bản. Phần này đáng lý phải thực hiện trước khi phiên dịch. Việc chỉnh lý văn bản thoạt tiên có vẻ đơn giản, vì người dịch chỉ lưu ý một số nhầm lẫn trong việc khắc bản của để bản. Những điểm khác nhau giữa các bản khắc hầu hết được ghi ở cước chú trong ấn bản Đại Chánh, người dịch chỉ cần hiểu rõ nội dung đoạn dịch thì có thể lựa chọn những từ thích hợp trong cước chú. Tuy nhiên, do hạn chế về trình độ Phật pháp và khả năng tham khảo nên đa số người dịch không chọn được từ chính xác. Mặt khác, ngay cả các từ trong cước chú không phải hoàn toàn chính xác. Ngay cả Đại sư Ấn Thuận cũng phạm phải một số sai lầm khi chọn từ, vì không tìm ra các đoạn Pali hoặc Sanskrit tương đương nên phải dựa trên ức đoán. Những ức đoán phần nhiều là sai. Mặt khác, nhiều sai lầm không phải do tả bản hay khắc bản, mà do chính từ truyền bản. Bởi vì, kinh điển từ Ấn Độ truyền sang hầu hết đều do khẩu truyền. Những biến đổi trong khẩu âm, phát âm, khiến nhầm lẫn từ này với từ khác, làm cho ý nghĩa nguyên thủy của giáo lý sai lạc. Người dịch từ Hán văn mà không có trình độ Phạn văn nhất định thì không thể phát hiện những sai lầm này. Điều đáng lưu ý những sai lầm này xuất hiện rất nhiều và rất thường xuyên trong nhiều bản dịch Phạn Hán.

Phần hiệu đính tập trung trên cú pháp Phạn mà ảnh hưởng của nó trong các bản dịch khiến cho nhiều khi ngay cả những vị tinh thông Hán, ngay cả các nhà chú giải kinh điển nổi tiếng cũng phải nhầm lẫn. Để hiểu rõ nội dung bản dịch Hán, cần thiết phải tìm lại nguyên bản Phạn để đối chiếu. Đại sư Cát Tạng đã vấp phải sai lầm khi không có cơ sở để phân tích mệnh đề Hán dịch là năng động hay thụ động, do đó đã nhầm lẫn người giết với kẻ bị giết. Đó là một đoạn văn trong *Thắng man* mà nguyên bản Phạn của kinh này đã thất lạc, nhưng đoạn văn tương đương lại được tìm thấy trong trích dẫn của *Sikṣasamuccaya* của *Sāntideva*. Nếu không tìm thấy đoạn Sanskrit được trích dẫn này thì không ai có thể biết rằng Cát Tạng đã nhầm lẫn.

Rất nhiều kinh điển trong nguyên bản Phạn đã bị thất lạc. Ngay cả những tác phẩm quan trọng như Đại Tì-bà-sa chỉ tồn tại trong bản dịch của Huyền Trang. Nhiều đoạn được trích dẫn trong bản dịch *Câu-xá*, mà Phạn văn đã được phát hiện, cũng giúp người đọc Đại Tì-bà-sa có manh mối để đi sâu vào nội dung. Đọc một bản văn mà không nắm vững nội dung của nó, nghĩa là chính dịch giả cũng không hiểu, hoặc hiểu sai, sao có thể hy vọng người đọc hiểu được đoạn văn phiên dịch? Do đó, công tác hiệu đính không đơn giản chỉ bổ túc những khuyết điểm trong bản dịch về lối hành văn, mà đòi hỏi công phu tham khảo rất nhiều để nắm vững nội dung nguyên tác trong một giới hạn khả dĩ.

Đại Tạng Kinh Việt Nam là bản dịch Việt từ Hán tạng, do đó không thể tự tiện thay đổi nội dung dù phát hiện những sai lầm trong bản Hán. Những sai lầm mang tính lịch sử, do đó không được phép loại bỏ tùy tiện. Tuy vậy, bản dịch Việt cũng không thể bỏ qua những nhầm lẫn được phát hiện. Những phát hiện sai lầm cần được nêu lên, và những hiệu đính cũng cần được đề nghị. Những điểm này được ghi ở phần cước chú để cho bản Việt vẫn còn gần với bản Hán dịch.

Trên đây là một số điều kiện tất yếu để thực hiện một bản dịch tương đối khả dĩ chấp nhận. Trong tình hình hiện tại, chúng ta chỉ có rất ít vị có thể hội đủ điều kiện yêu cầu như trên. Do đó, dự án thực hiện hướng đến chương trình đào tạo, không đơn giản chỉ là đào tạo chuyên gia dịch thuật, mà là bồi dưỡng những vị có trình độ Phật học cao với khả năng đọc và hiểu các ngôn ngữ chuyển tải Thánh điển, chủ yếu các thứ tiếng Pali, Sanskrit, Tây Tạng và Hán. Trong tình hình nghiên cứu Phật học hiện tại trên thế giới, người muốn nghiên cứu Phật học mà không biết đến các ngôn ngữ này thì khó có thể nắm vững giáo nghĩa căn bản. Và đây cũng là điều mà Ngạn Tông đã nêu rõ trong các điều kiện tham gia dịch thuật trong viện phiên dịch bảo trợ bởi Tùy Dạng Đế, mặc dù Ngạn Tông chỉ yêu cầu hiểu biết Phạn văn nhưng đồng thời cũng yêu cầu kiến thức uyên bác, không chỉ tinh thông Phật điển mà còn cả thư tịch ngoại giáo.

Chi tiết chương trình đào tạo cần được trình bày trong một dịp khác.

2. Ủy ban Ấn hành. Công tác ấn hành gồm các phần:

a. Sửa lỗi chính tả của các bản dịch. Hiện tại lỗi chính tả trong các bản dịch do các Thầy, Cô, và Phật tử tự nguyện chỉnh sửa. Nhưng chỉ là công tác nghiệp dư, do không chuyên trách, và do đó cũng thiếu kinh nghiệm trong việc phát hiện lỗi, nên các bản in phổ biến tồn tại khá nhiều lỗi chính tả.

b. Trình bày bản in. Công tác này tùy thuộc điều kiện kỹ thuật vi tính. Sơ khởi, ban ấn hành chưa đủ điều kiện để có những vị thành thạo sử dụng kỹ thuật vi tính trong việc trình bày văn bản. Công việc này hiện tại do các Thầy, Cô phụ trách, với trình độ kỹ thuật do tự học, và tự phát. Vì vậy, trong nhiều trường hợp không khắc phục được lỗi kỹ thuật nên hình thức trình bày của bản văn chưa được hoàn hảo như mong đợi.

Sự nghiệp phiên dịch được định khoảng 15 năm, hoặc có thể lâu hơn nữa. Hình thức Đại Tạng Kinh do đó không thể được thiết kế một lần hoàn hảo. Trong diễn tiến như vậy, tất nhiên trình độ kỹ thuật được cải tiến theo thời gian, khiến cho hình thức trình bày cũng cần thay đổi cho phù hợp với thời đại. Hậu quả sẽ khó tránh khỏi là sự không đồng bộ giữa các tập Đại Tạng Kinh ấn hành trước và sau.

c. Ấn loát. Sau khi hình thức trình bày được chấp nhận, bản dịch được đưa đi nhà in. Trách nhiệm ấn loát được giao cho nhà in với các khoản được ghi thành hợp đồng. Vấn đề ấn loát như vậy tương đối ổn định. Tuy nhiên, cũng cần có người chuyên trách để theo dõi quá trình ấn loát, hầu tránh những sai sót kỹ thuật có thể có do nhà in.

d. Phát hành, phổ biến và vận động. Một nhiệm vụ không kém quan trọng là phát hành và phổ biến Đại Tạng Kinh. Công việc này đáng lý do một ban phát hành chuyên trách. Nhưng trong điều kiện nhân sự hiện tại, một Ban như vậy chưa thể thành lập, do đó ban ấn hành kiêm nhiệm. Thêm nữa, công trình phiên dịch là sự nghiệp chung của toàn thể Phật tử Việt Nam, không phân biệt Giáo hội, hệ phái, do đó cần có sự tham gia và cống hiến của chư Tăng Ni, Phật tử, bằng hằng sản và hằng tâm, bằng tâm nguyện cá nhân hay tập thể dưới các hình thức hỗ trợ và bảo trợ bằng vật chất hoặc tinh thần, cống hiến bằng tất cả khả năng vật chất và trí tuệ. Công việc vận động này để cho được hữu hiệu với sự tham gia tích cực của nhiều chúng đệ tử cũng cần được chuyên trách bởi một ban vận động. Trong điều kiện nhân sự hiện tại, ban ấn hành kiêm nhiệm.

HẬU TỪ

Trải qua trên dưới 2 nghìn năm du nhập, những giáo nghĩa căn bản mà đức Phật đã giảng được học và hành tại Việt Nam, đã đem lại nhiều an lạc cho nhiều cá nhân và xã hội, đã góp phần xây dựng tình cảm và tư duy của các cộng đồng cư dân trên đất nước Việt. Thế nhưng, sự nghiệp phiên dịch cũng như ấn hành để phổ biến Thánh điển, làm nền tảng sở y cho sự học và hành, chưa được thực hiện trên quy mô rộng lớn toàn quốc.

Sự nghiệp phiên dịch tại Trung Quốc trải qua gần hai nghìn năm, với thành tựu vĩ đại, tập đại thành và bảo tồn kho tàng Thánh điển thoát qua nhiều trận hủy diệt do những đức tin mù quáng, quàng tín. Sự nghiệp ấy đại bộ phận do các quốc vương Phật tử tích cực bảo trợ, đã là sự nghiệp chung của toàn thể nhân dân theo từng giai đoạn đặc biệt của lịch sử. Việt Nam tuy cũng có các minh quân Phật tử, nhưng do tác động bởi các yếu tố chính trị xã hội nên chưa từng được tổ chức quy mô dưới sự bảo trợ của triều đình. Chỉ do yêu cầu thực tế học và hành mà một số kinh điển được phiên dịch, nhưng chưa đủ để lập thành nền tảng tương đối hoàn bị cho sự nghiên cứu sâu giáo nghĩa.

Gần đây, vào năm 1973, một Hội đồng phiên dịch Tam tạng lần đầu tiên trong lịch sử được thành lập. Chủ tịch: Thượng tọa Thích Trí Tịnh, Tổng thư ký: Thượng tọa Thích Quảng Độ, với các thành viên quy tụ tất cả các Thượng tọa và Đại đức đã có công trình phiên dịch và có uy tín trên phương diện nghiên cứu Phật học, dưới sự chỉ đạo của Viện Tăng Thống, Giáo hội Phật giáo Việt Nam Thống nhất. Chương trình phiên dịch được soạn thảo trên quy mô rộng lớn, nhưng do bởi hoàn cảnh chiến tranh cho nên chỉ mới thực hiện được một phần nhỏ. Một phần của thành quả này về sau được ấn hành năm 1993 bởi Viện Nghiên cứu Phật học Việt Nam, trực thuộc Giáo hội Phật giáo Việt Nam, dưới danh hiệu "Đại Tạng Kinh Việt Nam." Thành quả này là các Kinh thuộc bộ A-hàm được phân công bởi Hội đồng Phiên dịch Tam tạng, trong đó, *Trường A-hàm* và *Tạp A-hàm* do TT Thiện Siêu, TT Trí Thành và

ĐĐ Tuệ Sỹ thuộc Viện Cao đẳng Phật học Hải đức Nha Trang; *Trung A-hàm* và *Tăng nhất A-hàm* do TT Thanh Từ, TT Bửu Huệ, TT Thiền Tâm thuộc Viện Cao đẳng Phật học Huệ Nghiêm Saigon.

Ngoài ra, một phần phân công khác cũng đã được hoàn thành như:

TT Trí Nghiêm: Đại Bát Nhã (Huyền Trang dịch, 600 cuốn) thuộc bộ Bát-nhã. TT Trí Tịnh: Kinh *Ma-ha Bát-nhã-ba-la-mật* (Đại phẩm) thuộc bộ Bát-nhã; Kinh *Diệu pháp Liên hoa* (La-thập dịch), thuộc bộ Pháp hoa; Kinh Đại phương Quảng Phật Hoa nghiêm (bản Bát thập) thuộc bộ Hoa nghiêm, và toàn bộ Đại bảo tích.

Các bản dịch này cũng đã được ấn hành nhưng do bởi đệ tử của các Ngài chứ chưa đưa vào Đại Tạng Kinh Việt Nam.

Những vị được phân công khác chưa thấy có thành quả được công bố.

Mặc dù với nỗ lực to lớn, nhưng do hoàn cảnh nhiễu nhương của đất nước nên thành tựu rất khiêm nhượng. Thêm nữa, các thành tựu này cũng chưa hội đủ điều kiện và thời gian thuận tiện được hiệu đính và biên tập theo tiêu chuẩn nghiên cứu và phiên dịch Phật điển trong trình độ nghiên cứu Phật giáo hiện đại của thế giới, do đó cũng chưa thể được dự phần trong sự nghiệp phiên dịch và nghiên cứu Phật học trên quy mô quốc tế, như cống hiến của Phật giáo Việt Nam cho cộng đồng nhân loại trong sự nghiệp hoằng dương Chánh pháp chung của toàn thể Phật tử thế giới vì lợi ích và an lạc của hết thảy mọi loài chúng sanh.

Sự nghiệp như vậy không thể là cống hiến cá biệt của một cá nhân hay tập thể, của một Giáo hội hay hệ phái, mà là sự nghiệp chung của toàn thể Tăng tín đồ Phật giáo Việt Nam, không chỉ một thế hệ, mà liên tục trong nhiều thế hệ, cùng tồn tại và tiến bộ theo đà thăng tiến của xã hội và nhân loại. Trên hết là báo đáp ân đức của Phật Tổ, đã vì an lạc của chúng sanh mà trải qua vô vàn khổ hành, qua vô số a-tăng-kỳ kiếp. Thứ đến, kế thừa sự nghiệp hoằng pháp lợi sanh của Thầy Tổ để cho ngọn đèn Chánh pháp luôn luôn được thắp sáng trong thế gian.

Vì vậy, chúng tôi khẩn thiết, trên nương nhờ uy thần nhiếp thọ của Chư Phật và Thánh Tăng, cùng với sự tán trợ của chư vị Trưởng lão hiện tiền trong hàng Tăng bảo, kêu gọi sự hỗ trợ cống hiến bằng tất cả tâm nguyện và trí lực, bằng tất cả hằng sản và hằng tâm, của bốn chúng đệ tử Phật, cho sự nghiệp hoằng pháp đệ nhất tối thắng này được tiến hành vững chắc và liên tục từ thế hệ này cho đến nhiều thế hệ tiếp theo, duy trì ngọn đèn Chánh pháp tồn tại lâu dài trong thế gian vì lợi ích và an lạc của hết thảy chúng sanh.

Mùa Phật đản Pl. 2552 – Mậu Tý 2008
Trí Siêu – Tuệ Sỹ
cẩn bạch

GIÁO HỘI PHẬT GIÁO VIỆT NAM THỐNG NHẤT
HỘI ĐỒNG PHIÊN DỊCH TAM TẠNG LÂM THỜI

DUYÊN KHỞI

Kể từ phong trào chấn hưng Phật giáo vào thập niên 1930, chư vị dịch giả đã cố gắng phiên âm và phiên dịch Kinh điển từ Hán văn hay chữ Nôm sang chữ quốc ngữ để sử dụng trong sinh hoạt thiền môn Việt Nam cũng như để đem giáo lý Phật đi vào quần chúng. Những nỗ lực như vậy rất đáng trân trọng, nhưng vẫn còn là những đóng góp từ cá nhân, mang tính cấp thời, chưa có sự phối hợp đồng bộ, và chưa đủ tầm mức học thuật để giới thiệu Thánh điển Phật giáo tiếng Việt đến với cộng đồng dân tộc.

Vài thập niên sau đó thì chữ quốc ngữ qua ký tự La-tinh mới được phổ cập trong thiền môn, và kinh sách Phật giáo bằng tiếng Việt, phiên dịch cũng như trước tác, mới được bừng khai, không những tạo nên các phong trào tu học của quần chúng khắp nước, mà còn là sự dẫn đạo tư tưởng của Phật giáo Việt Nam đối với các thế hệ trưởng thành trong chiến tranh qua sự thành lập Giáo Hội Phật Giáo Việt Nam Thống Nhất (GHPGVNTN), đồng thời kiến lập Đại Học Vạn Hạnh, một viện đại học tư thục Phật giáo đầu tiên tại Nam Việt Nam vào năm 1964.

Từ nguồn nhân lực dồi dào với nhiều vị pháp sư, học giả được đào tạo trong và ngoài nước, cũng như các cơ sở giáo dục Phật giáo được trải rộng khắp miền Trung và Nam Việt, Viện Tăng Thống GHPGVNTN đã có nền tảng vững chắc về học thuật để quyết định thành lập Hội Đồng Phiên Dịch Tam Tạng; và qua Hội nghị Toàn thể Hội đồng Phiên dịch Tam Tạng tổ chức tại Viện Đại Học Vạn Hạnh vào các ngày 20, 21, 22 tháng 10 năm 1973, hội nghị đã đưa ra dự án phiên dịch với mục lục tổng quát các Kinh điển truyền bản Hán tạng cần phiên dịch, phân chia công việc, cũng như giới thiệu thành viên của Hội đồng Phiên dịch Tam Tạng gồm 18 vị Pháp sư như sau:

HỘI ĐỒNG PHIÊN DỊCH TAM TẠNG 1973

A. *Ủy Ban Phiên Dịch:*

1.	Hòa thượng Trưởng lão Thích Trí Tịnh *Trưởng Ban*	(1917 – 2014)
2.	Hòa thượng Trưởng lão Thích Minh Châu *Phó Trưởng Ban*	(1918 – 2012)
3.	Hòa thượng Trưởng lão Thích Quảng Độ *Tổng Thư Ký*	(1928 – 2020)
4.	Hòa thượng Trưởng lão Thích Trí Quang	(1923 – 2019)
5.	Hòa thượng Trưởng lão Thích Đức Nhuận	(1924 – 2002)
6.	Hòa thượng Trưởng lão Thích Bửu Huệ	(1914 – 1991)
7.	Hòa thượng Trưởng lão Thích Trí Thành	(1921 – 1999)
8.	Hòa thượng Trưởng lão Thích Nhật Liên	(1923 – 2010)
9.	Hòa thượng Trưởng lão Thích Thiện Siêu	(1921 – 2001)
10.	Hòa thượng Trưởng lão Thích Huyền Vi	(1926 – 2005)

B. *Thành Viên Bổ Sung:*

1.	Hòa thượng Trưởng lão Thích Đức Tâm	(1928 – 1988)
2.	Hòa thượng Trưởng lão Thích Huệ Hưng	(1917 – 1990)
3.	Hòa thượng Trưởng lão Thích Thuyền Ấn	(1927 – 2010)
4.	Hòa thượng Trưởng lão Thích Trí Nghiêm	(1911 – 2003)
5.	Hòa thượng Trưởng lão Thích Trung Quán	(1918 – 2003)
6.	Hòa thượng Trưởng lão Thích Thiền Tâm	(1925 – 1992)
7.	Hòa thượng Trưởng lão Thích Thanh Từ	(1924 –)
8.	Hòa thượng Thích Tuệ Sỹ	(1943 –)

Sau gần 50 năm kể từ khi Hội đồng Phiên dịch Tam Tạng được thành lập, nhiều Kinh điển đã được phiên dịch, góp phần đáng kể vào kho tàng

Thánh điển Phật giáo Việt Nam, nhưng có thể nói rằng dự án phiên dịch đưa ra thời ấy, vẫn chưa hoàn tất. Lý do thứ nhất, do hoàn cảnh chiến tranh và bất toàn xã hội, các Kinh điển được dịch rồi vẫn không có đủ thời gian thuận tiện để được hiệu đính và nhuận sắc lại theo đúng tiêu chuẩn Phật điển hàn lâm. Thứ nữa, với nguồn tài liệu cổ ngữ, sinh ngữ dồi dào hiện nay cùng với phương tiện kỹ thuật vi tính, thông tin liên mạng, chư vị dịch giả có rất nhiều cơ hội để truy cập, tham khảo, đối chiếu các truyền bản khác nhau để có được định bản tiếng Việt đáng tin cậy, theo chuẩn mực quốc tế. Ngoài ra, chư vị thành viên Hội đồng Phiên dịch đã theo thời gian, tuần tự viên tịch khi công trình phiên dịch còn dang dở. Nay chỉ còn 2 trong số 18 vị dịch giả còn đương tiền, nhưng một vị đang trong tình trạng bất hoạt; vị duy nhất còn lại có thể tiếp tục đảm đương trọng nhiệm là Hòa thượng Thích Tuệ Sỹ. Xét thấy, đây cũng là phước duyên hy hữu cho Phật giáo Việt Nam cũng như cho công trình phiên dịch Tam Tạng do Viện Tăng Thống đề ra nửa thế kỷ trước:

a) Về phương diện học thuật, Hòa thượng Tuệ Sỹ là một trong số ít học giả uy tín trong việc nghiên tầm, phiên dịch, chú giải và giảng thuật về Tam Tạng Kinh điển từ nhiều thập niên qua; đã và đang đào tạo, nâng đỡ nhiều thế hệ Tăng Ni và Cư sĩ có trình độ Phật học và cổ ngữ có thể phụ trợ công trình phiên dịch;

b) Về phương diện điều hành, Hòa thượng Tuệ Sỹ chính thức tiếp nhận ấn tín Viện Tăng Thống từ Đức Đệ ngũ Tăng Thống, hàm nghĩa kế thừa sự nghiệp hoằng pháp của GHPGVNTN, đồng thời kế thừa công trình phiên dịch của Hội đồng Phiên dịch Tam Tạng được Hội đồng Giáo phẩm Trung ương Viện Tăng Thống thành lập năm 1973.

Từ những nhân duyên và điều kiện kể trên, công trình phiên dịch dang dở của chư vị tiền hiền tất yếu phải được Hòa thượng Tuệ Sỹ đưa vai gánh vác, không thể để cho gián đoạn. Đó là lý do, từ danh nghĩa Viện Tăng Thống GHPGVNTN, Hội Đồng Phiên Dịch Tam Tạng Lâm Thời (HĐPDTTLT) đã được thành lập vào ngày 03 tháng 12 năm 2021, theo Thông Bạch số 11/VTT/VP, nhằm kế thừa sự nghiệp phiên dịch Tam Tạng của chư vị Trưởng lão Hội Đồng Phiên Dịch Tam Tạng Viện Tăng Thống, với thành phần nhân sự như sau:

HỘI ĐỒNG PHIÊN DỊCH TAM TẠNG LÂM THỜI 2021[*]

Cố Vấn:	Giáo sư Trí Siêu Lê Mạnh Thát (Việt Nam)
Chủ Tịch:	Hòa thượng Thích Tuệ Sỹ (Việt Nam)
Chánh Thư Ký:	Hòa thượng Thích Như Điển (Đức quốc)
Phó Thư Ký Quốc Nội:	Hòa thượng Thích Thái Hòa (Việt Nam)
Phó Thư Ký Hải Ngoại:	Hòa thượng Thích Nguyên Siêu (Hoa Kỳ)

Ủy Ban Duyệt Sách:

Hòa thượng Thích Tuệ Sỹ; Giáo sư Trí Siêu Lê Mạnh Thát.

Ủy Ban Phiên Dịch:

Hòa thượng Thích Đức Thắng (Việt Nam); Hòa thượng Thích Thái Hòa (Việt Nam); Thượng tọa Thích Nguyên Hiền (Việt Nam); Thượng tọa Thích Nhuận Châu (Việt Nam); Đại đức Thích Nhuận Thịnh (Việt Nam); Cư sĩ Đạo Sinh Phan Minh Trị (Việt Nam); Cư sĩ Trí Việt Đỗ Quốc Bảo (Đức quốc).

Ủy Ban Chứng Nghĩa Chuyết Văn:

Hòa thượng Thích Thiện Quang (Canada); Thượng tọa Thích Nguyên Tạng (Úc); Đại đức Thích Nhuận Thịnh (Việt Nam); Cư sĩ Tâm Huy Huỳnh Kim Quang (Hoa Kỳ); Cư sĩ Tâm Quang Vĩnh Hảo (Hoa Kỳ).

Những thành viên khác tùy theo nhu cầu sẽ được thỉnh cử sau.

Xét thấy công hạnh tu trì cũng như kiến văn của thành viên chưa thể sánh ngang với chư Tôn túc Trưởng lão Hội đồng Phiên dịch Tam Tạng 1973, do đó chỉ có thể thành lập Hội đồng Lâm thời để kế thừa việc phiên dịch Kinh-Luật-Luận theo khả năng. Trong điều kiện như thế, HĐPDTTLT sẽ không phiên dịch theo thứ tự lịch sử hình thành Thánh điển như Đại Chánh, mà theo phương pháp các Kinh Lục cổ điển, phân Thánh giáo thành Ba thừa: Thanh Văn Tạng, Bồ-tát Tạng và Mật Tạng. Cho đến khi nào sở học và đạo hạnh được nâng cao, đủ để xác định tín tâm trong hàng bốn chúng đệ tử, bấy giờ Hội đồng Phiên dịch Tam Tạng Lâm thời sẽ chuyển thành chính thức, và sẽ tuần tự thực hiện chương trình phiên dịch đúng theo đề xuất của Hội đồng Phiên dịch

---

[*] Cập nhật ngày 08.05.2022.

Tam Tạng 1973.

Sự nghiệp phiên dịch Đại Tạng Kinh là sự nghiệp chung, hệ trọng và trường kỳ, của Tăng tín đồ Phật giáo Việt Nam trong và ngoài nước. Hình thành Đại Tạng Kinh tiếng Việt không những tạo điều kiện thuận lợi cho việc nghiên cứu và thực hành Phật Pháp đúng đắn cho tứ chúng đệ tử, khẳng định vị thế của Phật giáo Việt Nam đối với nhân loại và cộng đồng Phật giáo quốc tế, mà còn là sự phục hưng những giá trị văn hóa dân tộc nhằm góp phần vào việc xây dựng và phát triển đất nước. Nhận thức được tầm quan trọng này, chư vị lãnh đạo các Giáo hội Phật giáo Việt Nam Thống Nhất tại hải ngoại đã vận động thành lập Hội Đồng Hoằng Pháp vào ngày 08 tháng 5 năm 2021, với sự tán trợ của Viện Tăng Thống, nhằm mở rộng con đường hoằng pháp ngoài nước theo tiêu hướng của GHPGVNTN, cũng như để vận động yểm trợ và thúc đẩy công trình phiên dịch và ấn hành Đại Tạng Kinh Việt Nam tiến đến thành tựu viên mãn.

Để tri niệm ân sâu của chư lịch đại Tổ sư và chư vị Tôn túc trong Hội Đồng Phiên Dịch Tam Tạng 1973 trong sự nghiệp hoằng truyền chánh đạo, Hội Đồng Hoằng Pháp nguyện góp phần công đức, toàn tâm ủng hộ, cúng dường tâm lực, trí lực và tài lực để Đại Tạng Kinh Việt Nam chuẩn mực được lần lượt ấn hành, khởi đầu từ Thanh Văn Tạng, tháng 01 năm 2022, cho đến khi hoàn tất Bồ-tát Tạng và Mật Tạng trong thập niên tới.

Nguyện đem công đức Pháp thí này hồi hướng chánh pháp cửu trụ, tứ chúng an hòa, phát Bồ-đề tâm tiến tu đạo nghiệp; lại nguyện nhân loại được an vui, phúc lạc; sớm chấm dứt thiên tai dịch bệnh, khắp loài chúng sinh đều được lạc nghiệp an cư.

Ngưỡng vọng chư tôn Trưởng lão, chư Hòa thượng, Thượng tọa, Đại đức Tăng Ni cùng bốn chúng đệ tử trong và ngoài nước chứng minh và liễu tri.

Nam mô Công Đức Lâm Bồ-tát.

Phật lịch 2565, năm Tân Sửu
Ngày 01 tháng 01 năm 2022
Hội Đồng Phiên Dịch Tam Tạng Lâm Thời
Cẩn bạch

PHÀM LỆ

1. Đại Tạng Kinh Việt Nam bao gồm tất cả các bản dịch tiếng Việt của Tam Tạng Kinh Điển Phật giáo đã xuất hiện ở nước ta từ trước đến nay, qua các thời kỳ với nhiều dịch giả khác nhau, để cho thấy quá trình hình thành Đại Tạng Kinh Việt Nam qua lịch sử.

2. Về bản đáy, bản dịch Việt căn cứ trên ấn bản Đại Chánh Tân Tu Đại Tạng Kinh 100 tập, mỗi tập trên dưới 1000 trang chữ Hán cỡ 10pt và sẽ được đánh số theo thứ tự của số ghi trong bản in Đại Chánh. Mỗi trang của bản in Đại chính được chia làm ba cột: a, b, c. Số trang và cột này đều được ghi trong bản dịch để tiện tham khảo.

3. Vì thế, một bản Kinh chữ Hán có thể có nhiều bản dịch tiếng Việt, nên sau số thứ tự của Đại Chánh, sẽ đánh thêm các mẫu tự A, B, C... để phân biệt các bản dịch tiếng Việt khác nhau của cùng một bản Kinh chữ Hán đó.

4. Về xử lý văn bản trong khi phiên dịch, phần lớn căn cứ công trình hiệu đính và đối chiếu của bản Đại Chánh. Ngoài ra, tham khảo thêm các công trình hiệu đính và đối chiếu khác.

5. Giữa các ấn bản có những điểm khác nhau, bản Việt sẽ lựa chọn hoặc hiệu đính theo nhận thức của người dịch.

6. Trong bản Hán, nếu chỗ nào xét thấy văn dịch hay từ ngữ không phù hợp với giáo nghĩa truyền thống phổ biến, người dịch sẽ tham khảo các Kinh, Luật, Luận cần thiết để

hiệu chính. Những hiệu chính này được giải thích ở phần cước chú.

7. Bản Hán dịch thực hiện căn cứ phần lớn trên sự truyền khẩu. Do đó những từ phát âm tương tự dễ đưa đến ngộ nhận, như *sam* Pāli hay *sama* và *samyak; cala* và *jala; muti* và *muṭṭhi*, v.v... Trong những trường hợp này, người dịch sẽ tham chiếu các Kinh tương đương, các bản Hán biệt dịch, suy đoán tự dạng nguyên thủy có thể có trong Phạn bản để hiệu chính. Những hiệu chính này đều được ghi ở phần cước chú.

8. Do các truyền bản khác nhau giữa các bộ phái, để có nhận thức về giáo nghĩa nguyên thủy, chung cho tất cả, cần có những nghiên cứu đối chiếu sâu rộng. Công việc này ngoài khả năng hiện tại của các dịch giả. Tuy nhiên, trong trường hợp có thể, những điểm dị biệt giữa các truyền bản sẽ được ghi nhận và đối chiếu. Những ghi nhận này được nêu ở phần cước chú.

9. Bản Hán dịch được phân thành số quyển. Bản dịch Việt không chia số quyển như vậy, nhưng sẽ ghi ở phần cước chú mỗi khi bắt đầu một quyển khác.

10. Các từ Phật học trong một số bản Hán dịch nếu không phổ biến, do đó có thể gây khó khăn cho việc đọc và nghiên cứu, trong các trường hợp như vậy, tuy vẫn giữ nguyên dịch ngữ của bản Hán, nhưng dịch ngữ tương đương thông dụng hơn sẽ được ghi trong phần cước chú. Trong trường hợp có thể, sẽ ghi luôn dịch giả của những dịch ngữ này và xuất xứ của chúng từ bản dịch nào để tiện việc tham khảo.

11. Các Kinh sách tham khảo trong cước chú đều được viết tắt theo quy định phổ thông của giới nghiên cứu quốc tế; xem quy định về viết tắt ở cuối mỗi tập của Đại Tạng Kinh Việt nam.

12. Quy ước các danh từ viết hoa

Các từ gốc Sanskrit/Pāli:

a. Từ thường phiên âm: tất cả viết thường với gạch nối. Như *śūnyatā* = thuấn-nhã-đa tính, *kṣatriya* = sát-đế-lợi. Trừ các từ tôn kính, theo ngữ cảnh; như: *Nirvāṇa* = Niết-bàn; *Ācārya* = A-xà-lê; *Bhikṣu* = Tỳ-kheo v.v…

b. Từ đặc hữu (nhân danh, địa danh): Chữ đầu hoa, còn lại thường, với gạch nối. Như *Śariputra* = Xá-lợi-phất, *Śrāvastī* = Xá-vệ, *Kapilavastu* = Ca-tì-la-vệ.

c. Trường hợp vừa âm vừa nghĩa, phần phiên âm chữ đầu hoa, còn lại thường với gạch nối; phần nghĩa viết Hoa, như *Śariputra* = Xá-lợi Tử.

Các từ thuần Việt, chưa có quy tắc chính thức, nhưng theo cách viết phổ thông hiện nay:

a. Từ phổ thông: tất cả không hoa, trừ trường hợp tôn kính hay đặc biệt.

b. Từ đặc hữu, nhân danh, địa danh: tất cả viết hoa.

Vạn Hạnh, Pl. 2550 - Dl. 2006
Trí Siêu và **Tuệ Sỹ** cẩn chí

BẢNG VIẾT TẮT

A	*Aṅguttara-Nikāya* – Tăng chi bộ kinh
Câu-xá	A-tỳ-đạt-ma-câu-xá luận, T 29 No 1558
Cf.	*confer*, Tham chiếu, so sánh
Chân Đế	bản dịch của Chân Đế
cht.	chú thích
...cho đến	Lặp lại nguyên văn đoạn trên
D	*Dīgha-nikāya*, Trường bộ kinh
Đại.	Đại Chánh Tân Tu Đại Tạng Kinh, Taisho
đd	đã dẫn
Dh, Dhp	*Dhammapada*, kinh Pháp cú
Du-già	Du-già sư địa luận, T 30 No 1579
Huyền Tráng	bản dịch của Huyền Trang
ibid.	*ibidem*, cùng chỗ đã dẫn, đã dẫn, dẫn thượng
M	*Majjhima-Nikāya* – Trung bộ kinh
NM	bản in đời Nguyên Minh
nt	như trên
Pl.	Pāli
S	*Samyutta-Nikāya* – Tương ưng bộ kinh
Sdt.	sách dẫn trên
Sđd.	Sách đã dẫn
Skt.	Sanskrit
Sn	*Sutta-nipāta* – Kinh tập
TN	Taisho, bản Đại Chánh, theo số quyển
Tập dị	Tập dị môn túc luận

Th 1	*Theragātha* – Trưởng lão kệ
Th 2	*Therīgāthā* – Trưởng lão ni kệ
thc.	tham chiếu
thk.	tham khảo
Tì-bà-sa	A-tì-đạt-ma Đại tì-bà-sa luận
Tl.	Tây lịch
TNM	bản in các đời Tống Nguyên Minh
tr.	Trang
vd.	ví dụ
Vin.	*Vinaya*, Luật tạng Pāli
Vsm.	*Visuddhimagga* – Thanh tịnh đạo luận
x.	xem
Wogihara	Phạn Hòa từ điển, Địch Nguyên Vân Lai (Wogihara Unrai)

THIÊN BẢY PHÁP
39. PHẨM ĐẲNG PHÁP

KINH SỐ 1*

[728b] Tôi nghe như vầy:

Một thời, đức Phật ở trong vườn Cấp Cô Độc, rừng cây Kỳ-đà, nước Xá-vệ.

Bấy giờ, đức Thế Tôn bảo các tỳ-kheo:

"Tỳ-kheo thành tựu bảy pháp, ở trong hiện tại thọ lạc vô cùng, muốn dứt sạch các lậu, cũng có thể được. Những gì là bảy pháp? Ở đây, tỳ-kheo biết pháp, biết **[728c]** nghĩa, biết thời, lại có thể tự biết, lại có thể biết đủ, lại biết vào đại chúng, quán sát người.[1] Đó gọi là bảy pháp.

1."Sao gọi là tỳ-kheo biết pháp? Ở đây, tỳ-kheo biết pháp là chỉ Khế kinh, Kỳ-dạ, Kệ, Nhân duyên, Thí dụ, Bổn mạt, Quảng diễn, Phương đẳng, Vị tằng hữu, Quảng phổ, Thọ quyết, Sanh kinh. Tỳ-kheo không biết Pháp, không biết mười hai bộ kinh, đó chẳng phải là tỳ-kheo. Vì tỳ-kheo này có thể hiểu rõ pháp nên gọi là biết pháp. Như vậy, tỳ-kheo hiểu rõ pháp.

2. "Sao gọi là tỳ-kheo biết nghĩa? Ở đây, tỳ-kheo biết ý thú của Như Lai, hiểu rõ nghĩa sâu, không có điều gì nghi ngờ. Tỳ-kheo không hiểu nghĩa, đó chẳng phải là tỳ-kheo. Vì tỳ-kheo này có thể biết nghĩa sâu nên gọi là hiểu nghĩa. Như vậy, tỳ-kheo có thể phân biệt nghĩa.

---

* Pāli, A.VII. 68 *Dhammaññū* (R.iv. 113). Hán, *Trung, kinh 1.*

□ *Xem chú thích: tr.67-70*

3. "Sao gọi là tỳ-kheo biết thời nghi? Ở đây, tỳ-kheo biết thời tiết khi nên tu quán thì tu quán, khi nên tu chỉ thì tu chỉ, nên im lặng biết im lặng, nên đi biết đi, nên tụng biết tụng, nên trao người trước liền trao cho người trước, nên nói biết nói. Tỳ-kheo không biết những việc ấy, không biết thời thích hợp tu chỉ, tu quán, tiến, dừng, đó chẳng phải là tỳ-kheo. Tỳ-kheo biết thời tiết ấy thì không để mất thời cơ thích hợp, đó gọi là biết tùy thời thích hợp. Tỳ-kheo như vậy là biết thời nghi.

4. "Sao gọi là tỳ-kheo có thể sửa mình? Ở đây, tỳ-kheo có thể tự biết mình, nay ta có sự thấy, nghe, nghĩ, biết này, có trí huệ như vậy,[2] đi, bước, tiến, dừng thường theo chánh pháp. Tỳ-kheo không thể tự biết thích ứng theo trí huệ mà ra, vào, đi, đến, đó chẳng phải là tỳ-kheo. Vì tỳ-kheo này có thể tự tu, tiến, dừng đều thích hợp, đây gọi là tự biết tu dưỡng. Đó gọi là tỳ-kheo tự biết mình.

5. "Sao gọi là tỳ-kheo biết vừa đủ? Ở đây, tỳ-kheo có thể tự điều hòa việc ngủ nghỉ, tỉnh thức, ngồi, nằm, kinh hành, cách tiến dừng, đều có thể biết dừng đúng lúc. Tỳ-kheo không thể biết những việc ấy thì chẳng phải là tỳ-kheo. Vì tỳ-kheo này hiểu rõ những việc này nên gọi là biết đủ. Tỳ-kheo như vậy gọi là biết vừa đủ.

6. "Sao gọi là tỳ-kheo biết vào đại chúng? Ở đây, tỳ-kheo phân biệt đại chúng: Đây là dòng sát-lị, đây là chúng bà-la-môn, đây là chúng cư sĩ, đây là **[729a]** chúng sa-môn. Ta nên dùng pháp này mới thích hợp với chúng ấy, nên nói hay nên im lặng, tất cả đều biết. Tỳ-kheo không biết vào chúng, đó chẳng phải là tỳ-kheo. Vì tỳ-kheo ấy biết vào đại chúng nên gọi là biết vào chúng. Đó gọi là tỳ-kheo biết vào đại chúng.

7. "Sao gọi là tỳ-kheo biết căn nguyên mọi người? Tỳ-kheo nên biết, có hai hạng người. Những gì là hai? Hoặc có một người muốn đến già-lam để thân cận tỳ-kheo; người thứ hai không thích đến đó gặp gỡ tỳ-kheo. Người muốn đến trong Tăng viện kia, thân cận tỳ-kheo, là người tối thượng.

"Này các tỳ-kheo, lại có hai hạng người. Những gì là hai? Một người, tuy đến chỗ tỳ-kheo song không tùy thích hợp mà hỏi; người thứ hai cũng không đến trong chùa gặp tỳ-kheo. Người đến chùa kia là hơn hết.

"Này các tỳ-kheo, lại có hai hạng người. Những gì là hai? Một người, đến chỗ tỳ-kheo tùy thích hợp mà hỏi; người thứ hai, đến chỗ tỳ-kheo nhưng không hỏi điều thích hợp. Người đến chùa kia là đệ nhất tối tôn, vượt lên trên người kia.

"Này các tỳ-kheo, lại có hai hạng người. Những gì là hai? Một người đến chỗ tỳ-kheo hết lòng nghe pháp; người thứ hai đến chỗ tỳ-kheo, nhưng không hết lòng nghe pháp. Người [hết lòng nghe pháp] kia là người hơn hết.

"Này các tỳ-kheo, lại có hai hạng người. Những gì là hai? Có một người, có thể quán sát pháp, thọ trì, đọc tụng; người thứ hai, họ không thể thọ trì, đọc tụng. Người có thể thọ trì kia, là đệ nhất tối thượng.

"Này các tỳ-kheo, lại có hai hạng người. Những gì là hai? Có một người nghe pháp liền hiểu nghĩa; người thứ hai, nghe pháp mà không hiểu nghĩa. Người [nghe pháp mà hiểu nghĩa] này là tối thượng.

"Này các tỳ-kheo, lại có hai hạng người. Những gì là hai? Có một người, nghe pháp [và hiểu nghĩa] liền thành tựu pháp tùy pháp; người thứ hai, nghe pháp [và hiểu nghĩa] nhưng không thành tựu pháp tùy pháp. Người nghe pháp [và hiểu nghĩa] kia, thành tựu pháp tùy pháp. Người này là tối tôn đệ nhất.

"Này các tỳ-kheo, lại có hai người. Những gì là hai? Một người, nghe pháp có thể kham nhẫn tu hành, phân biệt hộ trì chánh pháp; người thứ hai không thể kham nhẫn tu hành pháp kia. Người có thể kham nhẫn tu hành pháp kia, là tối tôn đệ nhất. Giống như từ sữa bò có lạc, do lạc [729b] có tô, do tô có đề hồ là tối tôn đệ nhất không gì bằng. Ở đây cũng vậy, nếu người nào có thể tu hành thì người này là tối tôn đệ nhất, không ai sánh kịp. Đó gọi là tỳ-kheo quán sát căn người. Nếu có người nào không rõ điều này thì chẳng phải là tỳ-kheo. Vì tỳ-kheo kia nghe pháp, phân biệt nghĩa nó, đó là tối thượng. Tỳ-kheo như vậy là biết quán sát căn người.

"Nếu có tỳ-kheo nào thành tựu bảy pháp này, ngay trong hiện pháp an lạc vô vi, ý muốn đoạn trừ lậu cũng không khó khăn. Cho nên, tỳ-kheo, hãy tìm cầu phương tiện thành tựu bảy pháp này.

"Tỳ-kheo, hãy học điều này như vậy."

Các tỳ-kheo sau khi nghe những gì Phật dạy hoan hỷ phụng hành.

KINH SỐ 2*

Tôi nghe như vầy:

Một thời, đức Phật ở trong vườn Cấp Cô Độc, rừng cây Kỳ-đà, nước Xá-vệ.

Bấy giờ, Thế Tôn bảo các tỳ-kheo:

1. "Cây trú độ³ trên trời Tam thập tam có gốc dọc ngang năm mươi do-tuần, cao một trăm do-tuần, bóng râm che đông, tây, nam, bắc năm mươi do-tuần. Trời Tam thập tam vui chơi với nhau ở đó bốn tháng.

2. "Tỳ-kheo, nên biết, đến một lúc hoa lá cây trú độ ấy úa vàng, rơi rụng trên mặt đất. Chư thiên bấy giờ thấy điềm ứng này, tất cả đều hoan hỷ, tình vui phát sanh: 'Cây này không bao lâu sẽ sinh ra hoa đầy trở lại.'

3. "Tỳ-kheo, nên biết, đến một lúc hoa của cây này tất cả đều rơi rụng xuống đất. Bấy giờ, trời Tam thập tam lại càng hoan hỷ tự bảo với nhau rằng: 'Cây này không bao lâu sẽ trở thành màu tro.'

4. "Tỳ-kheo, nên biết, qua một thời gian nữa cây ấy liền thành màu tro. Lúc này, trời Tam thập tam thấy cây này biến thành màu tro rồi, lòng rất vui mừng, tự bảo với nhau rằng: 'Nay, cây này đã biến màu tro, không lâu sẽ nẩy chồi.'⁴

5. Bấy giờ, trời Tam thập tam thấy cây trú độ này đã nẩy chồi, không bao lâu nữa sẽ sanh nụ. Bấy giờ, trời Tam thập tam thấy rồi, chư thiên lại hoan hỷ: 'Hôm nay cây này đã sanh nụ, không bao lâu lại sẽ nở đầy.'

6. "Tỳ-kheo, nên biết, trời Tam thập tam thấy rồi, cây này từ từ nở đầy, lòng chư thiên đều hoan hỷ: 'Cây này đã dần dần nở đầy, không lâu sẽ đính đầy hoa.'

7. "Tỳ-kheo, nên biết, đến một lúc cây ấy nở đầy khắp, lòng chư thiên tất cả đều hoan hỷ: 'Hôm nay, cây này nở [729c] đầy hoa.' Bấy giờ, hương

---

* Pāli, A.VII. 69. *Pāricchattaka*. Hán, *Trung, kinh 2*.

của nó bay ngược gió trong vòng trăm do-tuần, không đâu không nghe mùi thơm. Bấy giờ, chư thiên cùng nhau vui chơi, ở đó bốn tháng, vui không thể nói hết.

1. "Ở đây cũng vậy, đệ tử Hiền thánh khi phát ý muốn xuất gia học đạo, cũng giống như cây này bắt đầu muốn úa rụng lá.

2. "Lại nữa, đệ tử Hiền thánh xả bỏ vợ con, tài sản, với lòng tin kiên cố cạo bỏ râu tóc, xuất gia học đạo, giống như lá cây kia rụng xuống đất.

3. "Tỳ-kheo, nên biết, đệ tử Hiền thánh ly dục, ly pháp ác bất thiện, chứng nhập và an trú thiền thứ nhất, có tầm có tứ, có hỷ lạc phát sanh do viễn ly,[5] như cây trú độ thành màu tro.

4. "Lại nữa, đệ tử Hiền thánh diệt tầm và tứ, nội tâm tịch tĩnh nhất như, chứng nhập và an trú thiền thứ hai, không tầm không tứ, có hỷ lạc phát sanh do định, như cây kia nẩy chồi.

5. "Lại nữa, đệ tử Hiền thánh, lìa hỷ, an trú xả, chánh niệm chánh tri, thân cảm giác lạc, điều mà Thánh nói: an trú lạc có xả và niệm, chứng nhập và an trú thiền thứ ba, giống như cây kia sanh nụ.

6. "Lại nữa, đệ tử Hiền thánh lìa lạc và khổ, hỷ ưu trước đã dứt, chứng nhập và an trú thiền thứ tư, không khổ, không lạc, trú xả và niệm thanh tịnh, giống như cây kia dần dần nở đầy.

7. "Lại nữa, đệ tử Hiền thánh dứt sạch hữu lậu, thành vô lậu, tâm giải thoát, huệ giải thoát, ở trong hiện pháp tự thân chứng ngộ, như thật biết rằng: 'Sanh tử đã dứt, phạm hạnh đã lập, việc cần làm đã xong, không còn tái sinh nữa,' điều đó giống như cây kia nở hoa đầy khắp.

"Bấy giờ, hương giới đức của đệ tử Hiền thánh nghe khắp bốn phương, không ai không ca ngợi. Trong bốn tháng tự hưởng vui thích, tâm an trú tứ thiền, bản hạnh đầy đủ. Cho nên, các tỳ-kheo, hãy tìm cầu phương tiện thành tựu hương giới đức.

"Các tỳ-kheo, hãy học điều này như vậy."

Các tỳ-kheo sau khi nghe những gì Phật dạy hoan hỷ phụng hành.

KINH SỐ 3*

Tôi nghe như vầy:

Một thời, đức Phật ở trong vườn Cấp Cô Độc, rừng cây Kỳ-đà, nước Xá-vệ.

Bấy giờ, Thế Tôn bảo các tỳ-kheo:

"Nay ta sẽ nói bảy dụ về nước. Con người cũng như vậy. Hãy lắng nghe! Lắng nghe và suy nghĩ kỹ!"

Các tỳ-kheo đáp:

"Thưa vâng, bạch Thế Tôn."

Thế Tôn bảo:

"Sao gọi là bảy dụ về nước mà tựa người? Giống như có người chìm ở đáy nước; lại có người tạm ngoi khỏi nước rồi lại chìm xuống; có người nổi lên khỏi nước rồi nhìn; lại có người [730a] nổi lên khỏi nước rồi trụ; có người bơi đi trong nước; có người nổi lên khỏi nước rồi muốn đến bờ kia; lại có người đã đến bờ kia. Này các tỳ-kheo, đó gọi là bảy sự thí dụ về nước xuất hiện ở đời.

1. "Sao gọi là người chìm dưới đáy nước không nổi lên được? Ở đây, hoặc có người mà toàn thể đầy khắp pháp bất thiện, trải qua nhiều kiếp, không thể chữa trị. Đó gọi là người chìm dưới đáy nước.

2. "Sao gọi là người nổi lên khỏi nước rồi chìm lại? Hoặc có người mà tín căn dần mai một, tuy có pháp lành nhưng không chắc chắn. Thân, miệng, ý hành thiện, nhưng sau đó thân, miệng, ý lại hành pháp bất thiện, thân hoại mạng chung sanh vào địa ngục. Đó gọi là người nổi lên khỏi nước rồi chìm lại.

3. "Sao gọi là người nổi lên khỏi nước rồi nhìn? Ở đây, hoặc có người có tín thiện căn, nhưng hành vi của thân, khẩu, ý lại không làm tăng trưởng pháp này, tự thủ mà đứng yên, thân hoại mạng chung sanh vào a-tu-la. Đó gọi là người nổi lên khỏi nước mà nhìn.[6]

---

* Pāli, *Udakūpamā* (R. iv. 11). Hán, *Trung*, kinh 4.

4. "Sao gọi là người ngoi lên khỏi nước rồi trụ? Ở đây, hoặc có người có lòng tin, tinh tấn dứt ba kết sử,[7] không thối chuyển nữa, ắt đạt cứu cánh, thành đạo Vô thượng. Đó gọi là người ngoi lên khỏi nước rồi trụ.[8]

5. "Sao gọi là người muốn lội khỏi nước? Ở đây, hoặc có người tín căn tinh tấn, lòng luôn hổ thẹn, đã đoạn ba kết sử; dâm, nộ, si vơi mỏng, trở lại đời này một lần nữa, rồi đoạn trừ gốc khổ.[9] Đó gọi là người định vượt khỏi nước.

6. "Sao gọi là người muốn đến bờ kia? Ở đây, hoặc có người tín căn tinh tấn, dứt sạch năm hạ phần kết sử, thành A-na-hàm, không lại thế gian này nữa mà nhập Niết-bàn trên đó.[10] Đó gọi là người muốn đến bờ kia.

7. "Sao gọi là người đã đến bờ kia? Ở đây, hoặc có người tín căn tinh tấn, mà có lòng hổ thẹn, dứt sạch hữu lậu thành vô lậu, ở trong hiện pháp, tự thân chứng ngộ, như thật biết rằng, sanh tử đã dứt, phạm hạnh đã lập, việc cần làm đã xong, không còn tái sinh nữa, ở trong Niết-bàn giới vô dư mà Bát-niết-bàn. Đó gọi là người đã vượt qua bờ kia.

"Này các tỳ-kheo, đó gọi là có bảy dụ về nước và người, mà Ta vừa nói cho các người.

"Điều mà chư Phật Thế Tôn cần làm để tiếp độ mọi người, nay Ta đã làm xong. Các người hãy ở nơi yên tĩnh, hoặc dưới bóng cây, hãy nghĩ đến việc tọa thiền, chớ sinh biếng nhác. Đó là lời dạy của Ta."

Các tỳ-kheo sau khi nghe những gì Phật **[730b]** dạy hoan hỷ phụng hành.

KINH SỐ 4[*]

Tôi nghe như vầy:

Một thời, đức Phật ở trong vườn Cấp Cô Độc, rừng cây Kỳ-đà, nước Xá-vệ.

---

[*] Pāli, A.VII. 67. *Nagarūpama* (R. iv. 106). Hán, *Trung, kinh 3.*

Bấy giờ, Thế Tôn bảo các tỳ-kheo:

"Thánh vương cai trị nước xa xôi,[11] nếu thành tựu bảy pháp, sẽ không bị kẻ thù, giặc cướp chiếm giữ.

"Những gì là bảy? Thành quách ấy rất cao, được sửa sang tề chỉnh. Đó gọi là vị vua kia thành tựu pháp thứ nhất.

"Lại nữa, cổng thành kia chắc chắn. Đó gọi là thành kia thành tựu pháp thứ hai.

"Lại nữa, ngoài thành kia có hào rất sâu rộng. Đó gọi là thành kia thành tựu pháp thứ ba.

"Lại nữa, trong thành kia nhiều thóc gạo, kho lẫm chứa đầy ắp. Đó gọi là thành kia thành tựu pháp thứ tư.

"Lại nữa, thành kia nhiều củi, cỏ. Đó gọi là thành kia thành tựu pháp thứ năm.

Lại nữa, thành kia nhiều khí cụ, gậy gộc, đầy đủ các chiến cụ. Đó gọi là thành kia thành tựu pháp thứ sáu.

"Lại nữa, chủ thành kia rất thông minh, tài cao, dự biết tình người, đáng dùng roi thì dùng roi, đáng sửa trị thì sửa trị. Đó gọi là thành kia thành tựu pháp thứ bảy, cảnh ngoài không thể đến xâm chiếm.

"Đó gọi là, này các tỳ-kheo, chủ thành kia thành tựu bảy pháp, nên người ngoài không thể tiếp cận quấy nhiễu.

"Ở đây, tỳ-kheo cũng lại như vậy, nếu thành tựu bảy pháp thì tệ ma Ba-tuần không thể tùy tiện được. Những gì là bảy?

1. "Ở đây, tỳ-kheo thành tựu giới luật, đầy đủ oai nghi, phạm luật nhỏ còn sợ huống gì là lớn. Đó gọi là tỳ-kheo thành tựu pháp thứ nhất này, tệ ác ma không thể tùy tiện được. Giống như thành kia cao rộng, rất nghiêm ngặt, không thể phá hoại.

2. "Lại nữa, tỳ-kheo khi mắt thấy sắc không khởi tưởng đắm, cũng không khởi niệm, nhãn căn đầy đủ, thủ hộ nhãn căn không để khuyết thủng, rò rỉ;[12] tai nghe tiếng, mũi ngửi mùi, lưỡi niếm vị, thân xúc chạm, ý đối với pháp cũng lại như vậy, cũng không khởi tưởng, đầy đủ ý căn, mà không loạn tưởng, thủ hộ đầy đủ ý căn. Đó gọi là tỳ-kheo thành tựu

pháp thứ hai này, tệ ma Ba-tuần không thể tùy tiện; như thành quách kia cửa ngõ chắc chắn.

3. "Lại nữa, tỳ-kheo nghe nhiều không quên, thường nhớ nghĩ tư duy chánh pháp đạo giáo, những pháp đã nghe qua trước kia thảy đều thông suốt. Đó gọi là tỳ-kheo thành tựu pháp thứ ba này, tệ ma Ba-tuần không thể tùy tiện; như bên ngoài thành quách kia có hào rất sâu và rộng.

4. "Lại nữa, tỳ-kheo có nhiều phương tiện,[13] những **[730c]** pháp mà khoảng đầu thiện xảo, giữa thiện xảo, cuối cũng thiện xảo, thanh tịnh đầy đủ, hiển hiện phạm hạnh. Đó gọi là tỳ-kheo thành tựu pháp thứ tư này; như thành quách kia, nhiều lúa gạo, giặc ngoài không dám đến xâm lăng.

5. "Lại nữa, tỳ-kheo tư duy về bốn pháp tăng thượng tâm[14], cũng không rỉ thoát.[15] Đó gọi là tỳ-kheo thành tựu pháp thứ năm này, tệ ma Ba-tuần không thể tùy tiện; như thành quách kia, nhiều củi, cỏ, người bên ngoài không thể đến quấy nhiễu.

6. "Lại nữa, tỳ-kheo đắc bốn thần túc, thực hiện không khó. Đó gọi là tỳ-kheo thành tựu pháp thứ sáu này, tệ ma Ba-tuần không thể tùy tiện; như trong thành kia đầy đủ vũ khí.

7. "Lại nữa, tỳ-kheo có thể phân biệt đầy đủ uẩn, xứ, giới, cũng lại phân biệt pháp do mười hai nhân duyên phát sanh. Đó gọi là tỳ-kheo thành tựu pháp thứ bảy này, tệ ma Ba-tuần không thể tùy tiện; như chủ thành quách kia thông minh, tài cao, đáng bắt thì bắt, đáng thả thì thả.

"Nay đây, tỳ-kheo cũng lại như vậy, biết phân biệt đầy đủ các bệnh uẩn, giới, xứ.[16] Tỳ-kheo thành tựu bảy pháp này, tệ ma Ba-tuần không thể tùy tiện. Cho nên, các tỳ-kheo, hãy tìm cầu phương tiện phân biệt uẩn, giới, xứ và mười hai nhân duyên, đừng để mất thứ lớp, liền vượt cảnh ma, không có ở trong ấy nữa.

"Các tỳ-kheo, hãy học điều này như vậy."

Các tỳ-kheo sau khi nghe những gì Phật dạy hoan hỷ phụng hành.

KINH SỐ 5

Tôi nghe như vầy:

Một thời, đức Phật ở trong vườn Cấp Cô Độc, rừng cây Kỳ-đà, nước Xá-vệ.

Bấy giờ, Thế Tôn bảo các tỳ-kheo:

"Nay Ta sẽ nói về bảy trú xứ của thức.[17] Các người hãy lắng nghe và suy nghĩ kỹ."

Các tỳ-kheo đáp:

"Thưa vâng, bạch Thế Tôn!"

Bấy giờ, Thế Tôn bảo các tỳ-kheo:

"Vì sao được gọi là bảy trú xứ của thức?

1. "Chúng sanh với nhiều loại thân, và nhiều loại tưởng khác nhau, như người và trời.[18]

2. "Lại nữa, chúng sanh hoặc nhiều loại thân nhưng chỉ có một tưởng, đó là trời Phạm-ca-di mới xuất hiện ở thế gian.[19]

3. "Lại nữa, chúng sanh một thân nhưng nhiều tưởng, đó là trời Quang âm.

4. "Lại nữa, chúng sanh một thân, một tưởng, đó là trời Biến tịnh.

5. "Lại nữa, chúng sanh vô lượng không, là trời Không xứ.

6. "Lại nữa, chúng sanh vô lượng thức, là trời Thức xứ.

7. "Lại nữa, chúng sanh vô hữu xứ, là trời Vô sở hữu xứ. Này tỳ-kheo, đó gọi là bảy nơi thức trú.

"Nay, **[731a]** Ta đã nói bảy thức xứ.

"Những điều mà chư Phật Thế Tôn cần làm để tiếp độ mọi người, nay Ta đã làm xong. Các người hãy đến dưới bóng cây vắng vẻ, hãy khéo tu hạnh này, chớ có lười biếng. Đó là những lời dạy của Ta."

Các tỳ-kheo sau khi nghe những gì Phật dạy hoan hỷ phụng hành.

KINH SỐ 6*

Tôi nghe như vầy:

Một thời, đức Phật ở trong vườn Cấp Cô Độc, rừng cây Kỳ-đà, nước Xá-vệ.

Vào lúc bấy giờ, Tôn giả Quân-đầu[20] thân mang bịnh nặng, nằm liệt giường, không thể tự ngồi dậy. Khi ấy, Quân-đầu nghĩ: "Hôm nay ta không được Thế Tôn Như Lai rủ lòng thương xót. Ta đang gặp bệnh nặng, không còn sống bao lâu nữa. Thuốc thang không tiếp. Lại nghe Thế Tôn nói: 'Còn một người chưa độ, Ta quyết không bỏ.' Song nay chỉ một mình ta bị bỏ rơi. Còn khổ nào hơn!"

Bấy giờ, Thế Tôn dùng thiên nhĩ nghe được lời oán trách của Tỳ-kheo Quân-đầu. Thế Tôn bảo các tỳ-kheo:

"Các ngươi hãy tụ họp đi đến chỗ Tỳ-kheo Quân-đầu, hỏi thăm bệnh tỳ-kheo ấy."

Các tỳ-kheo đáp:

"Thưa vâng, bạch Thế Tôn!"

Rồi Thế Tôn dẫn các tỳ-kheo đi lần đến phòng Tỳ-kheo Quân-đầu. Quân-đầu từ xa nhìn thấy Như Lai đến, liền tự gieo mình xuống đất. Bấy giờ, Thế Tôn bảo Quân-đầu:

"Nay ngươi mang bệnh rất là nặng, không cần xuống giường. Ta tự có chỗ ngồi."

Thế Tôn bảo Quân-đầu:

"Bệnh của ngươi tăng hay giảm, hay không tăng giảm? Ngươi có thể nghe Ta dạy được không?"

Tỳ-kheo Quân-đầu bạch Phật:

"Bệnh hôm nay của đệ tử rất nặng, chỉ có tăng, không có giảm. Thuốc uống không thấm vào đâu."

---

* Pāli, S. 46. 16 *Gilāna* (3) (R.v. 81).

Thế Tôn hỏi:

"Người chăm sóc bệnh là ai vậy?"

Quân-đầu bạch:

"Các vị phạm hạnh đến, gặp thì chăm sóc."

Bấy giờ, Thế Tôn bảo Quân-đầu:

"Nay ngươi có thể nói cho Ta nghe bảy giác chi không?"

Quân-đầu nêu tên bảy giác chi ba lần:

"Nay con có thể ở trước Như Lai nói pháp bảy giác chi."

Thế Tôn bảo:

"Nếu có thể nói cho Như Lai nghe thì cứ nói."

Quân-đầu bạch Phật:

"Bảy giác chi. Những gì là bảy? Như Lai đã nói, đó là niệm giác chi, trạch pháp giác chi, tinh tấn giác chi, hỷ giác chi, khinh an giác chi, định giác chi, xả giác chi. Bạch Thế Tôn, nói là có bảy giác chi này, chính là như vậy."

Sau khi Tôn giả Quân-đầu nói những [731b] lời này xong, mọi bệnh tật đều được trừ khỏi, không còn khổ não.[21] Bấy giờ, Quân-đầu bạch Thế Tôn:

"Hiệu nghiệm nhất trong các thứ thuốc, đó chính là pháp bảy giác chi này. Muốn nói là thuốc hay nhất, không qua bảy giác chi này. Con nhờ tư duy về bảy giác chi mà bệnh gì cũng khỏi cả."

Bấy giờ, Thế Tôn bảo các tỳ-kheo:

"Các người thọ trì pháp bảy giác chi này, khéo nhớ phúng tụng, chớ có hồ nghi đối với Phật, Pháp, Tăng. Mọi bệnh hoạn của chúng sanh kia được trừ khỏi. Vì sao vậy? Vì bảy giác chi này rất khó lường hết, nhưng nhờ đó tất cả các pháp đều được thấu rõ, hết thảy các pháp đều được soi sáng. Cũng như thuốc hay chữa trị hết thảy các bệnh. Giống như cam lồ ăn không biết chán. Nếu không được bảy giác chi này, các loài chúng sanh sẽ trôi lăn sanh tử. Các tỳ-kheo, hãy tìm cầu phương tiện tu bảy giác chi.

"Các tỳ-kheo, hãy học điều này như vậy."

Các tỳ-kheo sau khi nghe những gì Phật dạy hoan hỷ phụng hành.

KINH SỐ 7[*]

Tôi nghe như vầy:

Một thời, đức Phật ở trong vườn Cấp Cô Độc, rừng cây Kỳ-đà, nước Xá-vệ.

Bấy giờ, Thế Tôn bảo các tỳ-kheo:

"Khi Chuyển Luân Thánh vương xuất hiện ở thế gian, liền có bảy báu xuất hiện ở thế gian. Bảy báu đó là bánh xe báu, voi báu, ngựa báu, minh châu báu, ngọc nữ báu, cư sĩ báu, điển binh báu. Đó là nói khi Chuyển Luân Thánh vương xuất hiện ở đời thì bảy báu cũng xuất hiện, truyền khắp ở thế gian.

"Khi Như Lai xuất hiện ở thế gian thì có bảy báu giác chi xuất hiện ở thế gian. Những gì là bảy? Niệm giác chi, trạch pháp giác chi, tinh tấn giác chi, hỷ giác chi, khinh an giác chi, định giác chi, xả giác chi xuất hiện ở thế gian. Khi Như Lai xuất hiện ở thế gian thì, báu bảy giác chi này cũng xuất hiện ở thế gian. Cho nên, các tỳ-kheo, hãy tìm cầu phương tiện tu bảy giác chi này.

"Các tỳ-kheo, hãy học điều này như vậy."

Các tỳ-kheo sau khi nghe những gì đức Phật dạy hoan hỷ phụng hành.

KINH SỐ 8

Tôi nghe như vầy:

Một thời, đức Phật ở trong vườn Cấp Cô Độc, rừng cây Kỳ-đà, nước Xá-vệ.

---

[*] Pāli, S.46. 42. *Cakkavatti* (R. v. 99).

Bấy giờ, Thế Tôn bảo các tỳ-kheo:

"Khi Chuyển Luân Thánh vương xuất hiện ở thế gian, liền chọn lựa đất tốt mà xây thành quách, từ đông, tây mười hai do-tuần; nam, bắc bảy do-tuần. Đất đai màu mỡ, được mùa, hạnh phúc không thể nói hết. **[731c]**

"Bấy giờ, bên ngoài thành được bao bọc bảy lớp xen kẽ bởi bảy báu. Bảy loại báu ấy là vàng, bạc, thủy tinh, lưu ly, hổ phách, mã não, xà cừ. Đó gọi là bảy báu.

"Thành lại được bao quanh bởi bảy lớp hào rất sâu rộng tạo thành bởi bảy báu, khó mà vượt qua; trong hào toàn cát vàng.

"Lại có bảy lớp cây mọc chen giữa; các loại cây ấy có bảy loại màu là vàng, bạc, thủy tinh, lưu ly, xa cừ, mã não, hổ phách.

"Thành trong được bao bọc bởi bảy lớp cửa kiên cố, cũng được làm bằng bảy báu.

"Khung cửa bằng bạc thì cánh cửa vàng, khung cửa bằng vàng thì cánh cửa bạc, khung cửa thủy tinh thì cánh cửa lưu ly, khung cửa bằng lưu ly thì cánh cửa thủy tinh, khung cửa bằng mã não thì cánh cửa hổ phách, rất là khoái lạc, thật không thể nói hết.

"Bốn mặt trong thành ấy có bốn ao tắm, mỗi một ao tắm dọc ngang một do-tuần, có nước vàng, bạc, thủy tinh tự nhiên tạo thành. Ao nước bạc đông lại trở thành báu bạc, ao nước vàng đông lại trở thành báu vàng, Chuyển Luân Thánh vương lấy đó mà sử dụng.

"Bấy giờ, trong thành kia có bảy loại âm thanh. Đó là tiếng tù và, tiếng trống, tiếng trống con, tiếng chuông, tiếng trống eo nhỏ, tiếng múa, tiếng ca. Đó gọi là bảy loại âm thanh.

"Bấy giờ, nhân dân thường vui chơi theo đó. Chúng sanh nơi đó không bị nóng lạnh, cũng không bị đói khát, cũng không bịnh tật.

"Chuyển Luân Thánh vương sống ở đời, thành tựu bảy báu này và bốn thần túc, không có giảm khuyết, không bao giờ mất. Những gì là bảy báu mà Chuyển Luân Thánh vương thành tựu? Đó là bánh xe báu, voi báu, ngựa báu, châu báu, ngọc nữ báu, cư sĩ báu, điển binh báu. Lại có ngàn người con rất dũng mãnh, có thể hàng phục giặc ngoài. Cõi Diêm-phù-lý-địa này, Chuyển Luân Thánh vương không dùng dao gậy để giáo hóa dân trong nước."

1. Khi ấy, có một tỳ-kheo hỏi Thế Tôn:

"Chuyển Luân Thánh vương thành tựu bánh xe báu như thế nào?"

Thế Tôn bảo:

"Bấy giờ, Chuyển Luân Thánh vương, vào sáng sớm ngày rằm, tắm rửa, gội đầu lên trên đại điện, có ngọc nữ vây quanh.

"Khi ấy, bánh xe báu đủ ngàn căm từ phương đông bay đến trước điện, ánh sáng rực rỡ huy hoàng, chẳng phải do người tạo, cách mặt đất bảy nhẫn, từ từ đến trước vua, rồi dừng lại. Thấy vậy, Chuyển Luân Thánh vương liền nói: 'Ta nghe người xưa nói, vua Chuyển luân vào ngày rằm, tắm rửa, gội đầu, [732a] lên ngồi trên điện. Lúc ấy, bánh xe báu tự nhiên từ phương đông đến trước vua dừng lại. Nay ta phải thử bánh xe báu này.'

"Rồi vua Chuyển luân dùng tay phải nắm bánh xe báu mà nói rằng, 'Giờ ngươi quay lăn cho đúng pháp, chớ đừng phi pháp.' Bánh xe báu tự nhiên xoay chuyển và dừng trên không trung. Chuyển Luân Thánh vương liền dẫn binh bốn bộ, cũng ở trên hư không.

"Khi ấy, bánh xe báu quay hướng về đông, Chuyển Luân Thánh vương cũng theo bánh xe báu mà đi. Khi bánh xe báu dừng, Chuyển Luân Thánh vương và bốn bộ binh cũng dừng trên hư không. Bấy giờ, vua Túc tán[22] và nhân dân từ xa trông thấy vua đến, tất cả đều đứng dậy nghinh đón, lại dùng bát vàng đựng bạc vụn, bát bạc đựng vàng vụn, dâng lên cho Chuyển Luân Thánh vương mà tâu với vua rằng, 'Hoan nghênh Thánh vương! Nay nhân dân thành phương này rất đông đúc, an vui vô hạn. Cúi xin đại vương hãy ở lại đây cai trị.' Chuyển Luân Thánh vương bảo dân nước ấy, 'Các ngươi hãy dùng pháp cai trị giáo hóa, chớ có dùng phi pháp, cũng chớ có sát sanh, trộm cắp, tà dâm, cẩn thận chớ có dùng phi pháp cai trị giáo hóa.'

"Sau đó, bánh xe báu lại di chuyển đến phương nam, phương tây, phương bắc, vỗ về giáo hóa hết thảy nhân dân rồi trở về nơi vua đang trị vì, đi cách mặt đất bảy nhẫn và dừng lại.

"Này tỳ-kheo, Chuyển Luân Thánh vương thành tựu bánh xe báu như vậy."

2. Tỳ-kheo lại bạch Thế Tôn:

"Chuyển Luân Thánh vương thành tựu voi báu như thế nào?"

Thế Tôn bảo:

"Tỳ-kheo, nên biết, vào ngày rằm, Chuyển Luân Thánh vương tắm rửa, gội đầu, rồi lên trên đại điện. Bấy giờ, voi báu từ phương nam đến, có sáu ngà, lông trắng muốt, có bảy chỗ bằng phẳng, được trang sức bằng vàng, bạc, châu báu, có thể bay trên hư không. Thấy vậy, Chuyển Luân Thánh vương liền tự nghĩ: 'Voi báu này rất kỳ diệu, hiếm có trên đời, thể tánh nhu hòa, không hung bạo. Nay ta phải thử voi báu này.' Rồi thì, sáng sớm, khi mặt trời sắp mọc, Chuyển Luân Thánh vương liền cưỡi voi báu này dạo khắp bốn biển, giáo hóa nhân dân. Chuyển Luân Thánh vương thành tựu voi báu như vậy."

3. Tỳ-kheo lại bạch Thế Tôn:

"Chuyển Luân Thánh vương thành tựu ngựa báu như thế nào?"

Thế Tôn nói:

"Khi Chuyển Luân Thánh vương xuất hiện ở đời, ngựa báu bay từ phía tây đến, lông màu xanh đậm, lông đuôi có ánh đỏ, đi không lắc lư, [732b] có thể bay trên hư không, không có gì trở ngại. Thấy vậy, lòng Chuyển Luân Thánh vương rất vui mừng: 'Ngựa báu này thật là kỳ lạ. Nay phải sai khiến nó. Thể tánh khôn và lành, không có bạo chứng. Ta phải thí nghiệm ngựa báu này.' Rồi Chuyển Luân Thánh vương liền cỡi ngựa báu này đi khắp bốn châu thiên hạ, dạy dỗ nhân dân rồi trở về nơi trị vì. Tỳ-kheo, Chuyển Luân Thánh vương thành tựu ngựa báu như vậy."

4. Tỳ-kheo bạch Phật:

"Lại thành tựu ngọc báu như thế nào?"

Thế Tôn bảo:

"Ở đây, tỳ-kheo, khi Chuyển Luân Thánh vương xuất hiện ở đời, lúc đó ngọc báu từ phương đông bay đến, có tám góc, bốn mặt có ánh sáng, dài một thước sáu tấc. Chuyển Luân Thánh vương thấy vậy, liền tự nghĩ:

'Ngọc báu này rất kỳ lạ, ta phải thử nó.' Rồi vào lúc nửa đêm, Chuyển Luân Thánh vương tập hợp bốn bộ binh, đem ma-ni báu này gắn vào đầu ngọn cờ cao. Lúc đó, ánh sáng chiếu mười hai do-tuần trong đất nước ấy. Bấy giờ, nhân dân trong thành thấy ánh sáng này, mọi người bảo nhau rằng: "Giờ mặt trời đã mọc, hãy lo liệu việc nhà." Chuyển Luân Thánh vương ngồi trên điện, nhìn khắp nhân dân rồi trở vào trong cung. Sau đó, Chuyển Luân Thánh vương đem ma-ni này cất vào trong cung; cả trong ngoài đều sáng khắp, không đâu là không sáng. Này tỳ-kheo, Chuyển Luân Thánh vương thành tựu ngọc báu này như vậy.

5. Bấy giờ, tỳ-kheo bạch Phật:

"Chuyển Luân Thánh vương thành tựu ngọc nữ báu như thế nào?"

Thế Tôn nói:

"Tỳ-kheo, nên biết, khi Chuyển Luân Thánh vương xuất hiện ở đời, tự nhiên ngọc nữ báu này xuất hiện, dung mạo xinh đẹp, mặt như màu hoa đào, không cao, không thấp, không trắng, không đen, tánh tình nhu hòa, không hung bạo, hơi miệng có mùi hương hoa sen, thân phát mùi hương chiên-đàn, thường theo hầu hạ Thánh vương, không quên thời khắc, thường tỏ ra hòa nhã vui cười nhìn vua. Này tỳ-kheo, Chuyển Luân Thánh vương thành tựu ngọc nữ như vậy."

Tỳ-kheo lại bạch Phật rằng:

6. "Chuyển Luân Thánh vương thành tựu cư sĩ báu như thế nào?"

Thế Tôn bảo:

"Ở đây, này tỳ-kheo, khi Chuyển Luân Thánh vương xuất hiện ở đời, liền có cư sĩ báu xuất hiện ở thế gian, không cao, không thấp, thân thể màu hồng, tài cao, trí tột, không việc gì không suốt, lại đạt thiên nhãn thông. Bấy giờ, cư sĩ đi đến chỗ vua tâu với vua rằng, 'Cúi **[732c]** mong Thánh vương sống lâu vô cùng! Nếu vua cần vàng, bạc, châu báu gì, thần sẽ cung cấp hết thảy.' Cư sĩ dùng thiên nhãn quán sát nơi có kho báu và nơi không có kho báu, đều thấy tất cả. Vua có cần báu gì, tùy thời cung cấp.

"Khi ấy, Chuyển Luân Thánh vương muốn thử cư sĩ báu kia, liền dẫn cư sĩ này qua sông, chưa đến bờ bên kia, liền nói với cư sĩ rằng, 'Nay ta cần vàng, bạc, châu báu. Hãy làm sao có ngay bây giờ.' Cư sĩ đáp, 'Đến trên bờ trước, thần sẽ cung cấp.' Chuyển Luân Thánh vương nói, 'Nay ta cần báu ở đây, chứ không cần khi đến trên bờ.' Khi ấy, cư sĩ liền quỳ xuống, chắp tay hướng xuống nước, tức thì bảy báu trong nước liền vọt lên. Bấy giờ, Chuyển Luân Thánh vương bảo gia chủ, 'Thôi, thôi, cư sĩ! Không cần báu nữa.' Tỳ-kheo, Chuyển Luân Thánh vương thành tựu cư sĩ báu như vậy."

7. Tỳ-kheo lại bạch Phật:

"Chuyển Luân Thánh vương thành tựu điển binh báu như thế nào?"

Thế Tôn bảo:

"Ở đây, tỳ-kheo, khi Chuyển Luân Thánh vương xuất hiện ở đời, liền có điển binh báu tự nhiên hiện đến, thông minh, cái thế, biết trước ý người, thân thể hồng hào, đi đến chỗ Chuyển Luân Thánh vương, tâu Thánh vương: 'Cúi mong Thánh vương cứ tự nhiên hưởng lạc thú. Nếu Thánh vương muốn cần binh chúng, tiến thoái đúng lúc, thần sẽ cung cấp ngay.' Rồi điển binh báu theo ý vua, tập họp binh chúng ở cạnh vua.

"Bấy giờ, Chuyển Luân Thánh vương muốn thử điển binh báu, liền tự nghĩ: 'Hãy tập họp binh chúng của ta ngay bây giờ!' Lập tức binh chúng liền ở ngoài cửa vua. Nếu ý muốn Chuyển Luân Thánh vương khiến binh chúng đứng yên, liền đứng yên; muốn tiến thì liền tiến. Này tỳ-kheo, Chuyển Luân Thánh vương thành tựu điển binh báu như vậy.

"Tỳ-kheo nên biết, Chuyển Luân Thánh vương thành tựu bảy báu này như vậy."

Bấy giờ, tỳ-kheo kia bạch Thế Tôn:

"Thế nào là Chuyển Luân Thánh vương thành tựu bốn thần túc, được nhiều thiện lợi?"

Phật bảo tỳ-kheo:

1. "Ở đây, Chuyển Luân Thánh vương tướng mạo đoan chánh, hiếm có trên đời, hơn hẳn người thường. Giống như thiên tử kia, không ai sánh kịp. Đó gọi là Chuyển Luân Thánh vương thành tựu thần túc thứ nhất này.

2. "Lại nữa, Chuyển Luân Thánh vương thông minh, cái thế, không gì không điêu luyện; là bậc hùng mãnh trong loài người. Bấy giờ, không ai hơn trí huệ phong phú của Chuyển Luân Thánh vương này. Đó gọi là Chuyển Luân Thánh vương thành tựu thần túc thứ hai.

[733a] 3. "Lại nữa, tỳ-kheo, Chuyển Luân Thánh vương không hề có bệnh tật; thân thể khỏe mạnh, mọi thứ đồ ăn thức uống tự nhiên tiêu hóa, không lo các chứng đại tiểu tiện. Đó gọi là Chuyển Luân Thánh vương thành tựu thần túc thứ ba.

4. "Lại nữa, tỳ-kheo, Chuyển Luân Thánh vương thọ mạng rất dài, tuổi thọ không thể tính. Tuổi thọ con người lúc ấy không ai hơn tuổi thọ Chuyển Luân Thánh vương . Này tỳ-kheo, đó gọi là Chuyển Luân Thánh vương thành tựu thần túc thứ tư này.

"Này tỳ-kheo, đó gọi là Chuyển Luân Thánh vương có bốn thần túc."

Tỳ-kheo kia lại bạch Phật:

"Sau khi Chuyển Luân Thánh vương mạng chung, sẽ sanh nơi nào?"

Thế Tôn nói:

"Chuyển Luân Thánh vương, sau khi mạng chung, sẽ sanh lên trời Tam thập tam, thọ mạng ngàn tuổi. Vì sao vậy? Vì tự thân Chuyển Luân Thánh vương không sát sanh, lại dạy người khác khiến không sát sanh; tự mình không trộm cướp, lại dạy người khiến không trộm cướp; tự mình không dâm dật, lại dạy người khiến không dâm dật; tự mình không nói dối, lại dạy người khiến không nói dối; tự mình hành pháp thập thiện, lại dạy người khiến hành pháp thập thiện.

"Tỳ-kheo, nên biết, Chuyển Luân Thánh vương nhờ công đức này, sau khi mạng chung, sanh lên trời Tam thập tam."

Bấy giờ, tỳ-kheo kia liền tự nghĩ:

"Chuyển Luân Thánh vương thật đáng được hâm mộ. Muốn nói đó là con người, lại chẳng phải là người; nhưng kỳ thật chẳng phải là trời mà lại thi hành việc trời, hưởng thụ lạc thú vi diệu, không đọa ba đường dữ. Nếu hôm nay ta dũng mãnh giữ giới, chắc sẽ có phước để đời tương lai được làm Chuyển Luân Thánh vương, không thích hay sao?"

Bấy giờ, Thế Tôn biết được những ý nghĩ trong tâm tỳ-kheo kia, bảo tỳ-kheo kia:

"Ở trước Như Lai, đừng có ý nghĩ như vậy. Vì sao vậy? Chuyển Luân Thánh vương tuy thành tựu bảy báu, có bốn thần túc không ai sánh kịp, nhưng vẫn không thoát khỏi ba đường dữ là địa ngục, ngạ quỷ, súc sanh. Vì sao vậy? Vì Chuyển Luân Thánh vương không đắc bốn thiền, bốn thần túc, không chứng đắc bốn đế. Vì nhân duyên này, sau lại đọa vào ba đường dữ. Thân người rất khó được, gặp phải tám nạn, muốn thoát ra rất khó; sinh ở chính giữa nước cũng lại không dễ; muốn có bạn lương thiện cũng lại không phải dễ; muốn cùng thiện tri thức gặp nhau cũng lại không dễ; muốn theo học đạo trong giáo pháp Như Lai cũng lại khó gặp; Như Lai xuất hiện thật không thể gặp; [733b] giáo pháp được giảng dạy cũng khó gặp như vậy; hiểu bốn đế và bốn phi thường, thật khó mà được nghe. Chuyển Luân Thánh vương cũng không được cứu cánh bốn pháp này.

"Này tỳ-kheo, nếu khi Như Lai xuất hiện ở đời, khi ấy có bảy báu này xuất hiện ở thế gian; đó là báu bảy giác chi của Như Lai, dẫn đến cứu cánh vô biên, chỗ trời người khen ngợi.

"Này tỳ-kheo, nay khéo tu phạm hạnh, ngay hiện thân này sẽ chấm dứt được biên tế khổ, thì cần gì đến bảy báu của Chuyển Luân Thánh vương?

Bấy giờ, tỳ-kheo kia nghe những lời dạy của Như Lai như vậy, ở tại nơi vắng vẻ tư duy đạo pháp, vì mục đích mà thiện gia nam tử sở dĩ cạo bỏ râu tóc xuất gia học đạo, tu chánh nghiệp vô thượng, để như thật biết rằng: 'Sinh tử đã dứt, phạm hạnh đã lập, việc cần làm đã xong, không còn tái sinh đời sau.' Bấy giờ, tỳ-kheo kia thành A-la-hán.

Tỳ-kheo kia sau khi nghe những gì Phật dạy hoan hỷ phụng hành.

KINH SỐ 9[*]

Tôi nghe như vầy:

---

[*] Tham chiếu Pāli, M. 23 *Vammika* (R. i. 142).

Một thời, Tôn giả Đồng Chân Ca-diếp[23] ở trong vườn Trú ám,[24] nước Xá-vệ.

Bấy giờ, vào nửa đêm, Ca-diếp kinh hành. Khi ấy có vị trời đến chỗ Ca-diếp, ở giữa hư không nói với Ca-diếp:

"Tỳ-kheo nên biết, ngôi nhà[25] này ban đêm bốc khói, ban ngày bị lửa cháy.[26] Có người bà-la-môn nói với một người có trí: 'Giờ ông hãy cầm đao đục núi.[27] Khi đang đục núi tất sẽ thấy một đồ gánh[28] thì hãy nhổ nó lên. Rồi ông lại đục núi; khi đang đục núi tất sẽ thấy núi. Giờ hãy bỏ núi. Ông lại đục núi; khi đang đục núi tất thấy con ễnh ương. Bấy giờ ông hãy bỏ[29] con ễnh ương. Ông lại đục núi; khi đang đục núi sẽ thấy đống thịt. Thấy đống thịt, hãy bỏ nó. Bấy giờ ông lại đục núi; khi đang đục núi sẽ gặp cái gông. Thấy cái gông, hãy bỏ nó. Bấy giờ, ông lại đục núi; khi đục núi sẽ thấy hai con đường.[30] Khi thấy hai đường, hãy bỏ nó. Bấy giờ ông lại đục núi; khi đục núi sẽ thấy cành cây. Thấy cành cây, hãy bỏ nó. Bấy giờ ông lại đục núi; khi đục núi sẽ thấy con rồng.[31] Thấy con rồng rồi, chớ nói gì với nó, hãy lo tự quy mạng,[32] và để yên nó đó.[33]

"Này tỳ-kheo! Hãy suy nghĩ kỹ nghĩa này. Nếu không hiểu thì lập tức đến thành Xá-vệ, đến chỗ Thế Tôn hỏi điều này. Nếu Như Lai có dạy điều gì thì khéo nhớ nghĩ mà thực hành. Vì sao vậy? Vì hiện tại tôi cũng không thấy có người, sa-môn, bà-la-môn, [733c] ma hoặc thiên ma nào có thể hiểu nghĩa này, trừ Như Lai và đệ tử Như Lai, hoặc nghe từ tôi.[34]"

Ca-diếp bảo vị thiên:

"Việc này thật hay!"

Bấy giờ, vào lúc sáng sớm, Ca-diếp đến chỗ Thế Tôn; đảnh lễ sát chân, rồi ngồi qua một bên, đem nhân duyên này bạch đầy đủ lên Thế Tôn. Ca-diếp hỏi Thế Tôn:

"Nay con muốn hỏi nghĩa Như Lai. Những điều vị trời nói, ý nghĩa nhắm đến cái gì? Vì sao nói nhà này ban đêm bốc khói, ban ngày lửa cháy? Tại sao nói là bà-la-môn? Tại sao nói là người trí? Lại nói đục núi, ý nghĩa này nhắm đến cái gì? Nói về con dao, con cũng không hiểu. Tại sao nói là đồ gánh? Lại nói về núi, nghĩa này thế nào? Tại sao lại nói con ễnh ương? Tại sao lại nói đống thịt? Tại sao lại nói cái gông? Tại sao nói hai con đường? Cành cây, nghĩa nó thế nào? Tại sao nói là con rồng?"

Thế Tôn bảo:

"Nhà tức là hình thể do sắc bốn đại tạo thành, nhận huyết mạch cha mẹ dần dần lớn lên, thường được nuôi dưỡng bằng thức ăn không để thiếu thốn, là pháp phân tán. Ban đêm có khói là chỉ cho tâm niệm của các loài chúng sanh. Ban ngày lửa cháy là chỉ cho hành động do thân, miệng, ý đã tạo. Bà-la-môn là A-la-hán. Người trí là người học.[35] Đục núi là chỉ tâm tinh tấn. Con dao chính là chỉ trí huệ. Đồ gánh là năm kết sử.[36] Núi là kiêu mạn.[37] Con ếch là chỉ tâm sân hận. Đống thịt là chỉ tham dục. Cái gông chỉ năm dục.[38] Hai đường là chỉ nghi ngờ. Cành cây là vô minh.[39] Rồng là chỉ Như Lai, Chí chơn, Đẳng chánh giác.[40] Những lời vị thiên kia nói, nghĩa nó như vậy. Nay ngươi hãy suy nghĩ cho kỹ, không lâu sẽ dứt sạch hữu lậu."

Sau khi vâng lời Như Lai dạy, Ca-diếp ở nơi vắng vẻ mà tự tu hành, vì mục đích mà thiện gia nam tử cạo bỏ râu tóc xuất gia học đạo, tu phạm hạnh, biết như thật rằng: 'Sanh tử đã dứt, phạm hạnh đã lập, việc cần làm đã xong, không còn tái sinh đời sau.' Bấy giờ, Ca-diếp thành A-la-hán.

Ca-diếp sau khi nghe những gì Phật dạy hoan hỷ phụng hành.

KINH SỐ 10[*]

Tôi nghe như vầy:

Một thời, đức Phật trú tại Ca-lan-đà trong vườn Trúc, thành La-duyệt, cùng đại chúng tỳ-kheo năm trăm vị. Mãn Nguyện Tử[41] cũng dẫn theo [734a] năm trăm tỳ-kheo an cư ở sanh quán.[42]

Bấy giờ, sau khi kiết hạ chín mươi ngày ở thành La-duyệt, Thế Tôn đi du hóa trong nhân gian, dần dần đến vườn Cấp Cô Độc, rừng cây Kỳ-đà, nước Xá-vệ. Các tỳ-kheo phân tán trong nhân gian cũng đến chỗ Thế Tôn, đảnh lễ sát chân, rồi ngồi qua một bên.

Thế Tôn hỏi các Ttỳ-kheo:

"Các ngươi hạ an cư ở đâu?"

---

[*] Pāli, M. 24 *Rathavinīta* (R. i. 145). Hán, *Trung*, kinh 9.

Các tỳ-kheo đáp:

"Chúng con hạ an cư tại quê nhà."

Thế Tôn bảo:

"Trong số tỳ-kheo các ngươi an cư tại sanh quán, ai là người sống với hạnh a-lan-nhã, lại hay khen ngợi a-lan-nhã, tự hành khất thực, lại khuyến khích người khiến hành khất thực không mất thời nghi, tự đắp y vá nhiều mảnh,[43] lại khuyến khích người khiến đắp y vá nhiều mảnh, tự tu tri túc, lại cũng ca ngợi hạnh tri túc, tự mình sống ít ham muốn, cũng lại ca ngợi hạnh ít ham muốn, tự thích nơi nhàn tĩnh, lại khuyến khích người khác ở nơi nhàn tĩnh; tự giữ hạnh ấy, lại khuyến khích người khác khiến giữ hạnh ấy, tự thân giới thanh tịnh đầy đủ, lại khuyến khích người khác khiến tu giới ấy, tự thân thành tựu tam-muội, lại khuyến khích người khác khiến hành tam-muội, tự thân thành tựu trí huệ, lại dạy người khác khiến hành trí huệ, tự thân thành tựu giải thoát, lại khuyến khích người khác khiến hành giải thoát, tự thân thành tựu giải thoát tri kiến, lại khuyến khích người khác khiến hành pháp này, tự thân có thể giáo hóa không biết chán đủ, nói pháp không lười mỏi?"

Các tỳ-kheo bạch Thế Tôn:

"Tỳ-kheo Mãn Nguyện Tử ở trong chúng tỳ-kheo này kham nhận giáo hóa. Tự thân tu hạnh a-lan-nhã, cũng lại khen ngợi hạnh a-lan-nhã, tự thân mặc y vá, ít ham muốn, biết đủ, tinh tấn, dũng mãnh, khất thực, thích ở nơi vắng vẻ, thành tựu giới, tam-muội, trí huệ, giải thoát, giải thoát tri kiến, lại khuyến khích người khác khiến hành pháp này, tự mình có thể giáo hóa, nói pháp không biết chán đủ."

Bấy giờ, Thế Tôn liền nói pháp vi diệu cho các tỳ-kheo nghe. Sau khi nghe pháp xong, các tỳ-kheo ngồi lại một lát, rồi từ chỗ ngồi đứng dậy, nhiễu Phật ba vòng và ra đi.

Trong lúc ấy, cách Thế Tôn không xa, Xá-lợi-phất ngồi kiết già, chánh thân chánh ý, buộc niệm trước mặt. Khi ấy, Xá-lợi-phất [734b] suy nghĩ như vầy: "Hôm nay Mãn Nguyện Tử được nhiều thiện lợi. Vì sao vậy? Các tỳ-kheo phạm hạnh khen ngợi đức kia, và Thế Tôn lại xác nhận lời này, cũng không phản đối. Ngày nào ta sẽ cùng vị ấy được gặp nhau, và đàm luận với vị ấy?"

Bấy giờ, tại quê hương mình, Mãn Nguyện Tử giáo hóa đã xong, sau đó đi giáo hóa trong nhân gian, lần hồi đi đến chỗ Thế Tôn, đảnh lễ sát chân, ngồi qua một bên. Thế Tôn thứ tự nói pháp cho nghe. Mãn Nguyện Tử sau khi nghe pháp xong, liền từ chỗ ngồi đứng dậy, đảnh lễ sát chân rồi ra đi, lấy ni-sư-đàn vắt trên vai hữu, đi đến trong vườn Trú ám.

Khi ấy, có một tỳ-kheo từ xa trông thấy Mãn Nguyện Tử lấy ni-sư-đàn vắt trên vai hữu, đi đến trong vườn kia. Thấy vậy, ông liền đến chỗ Xá-lợi-phất, bạch rằng:[44]

"Thế Tôn thường khen ngợi Mãn Nguyện Tử. Thầy ấy vừa đến chỗ Như Lai nghe Phật nói pháp, nay đang đi vào trong rừng. Tôn giả nên biết thời thích hợp."

Sau khi nghe tỳ-kheo ấy nói, Xá-lợi-phất liền từ chỗ ngồi đứng dậy, lấy ni-sư-đàn vắt lên vai phải, và đi đến trong khu rừng kia.

Bấy giờ, Mãn Nguyện Tử ngồi kiết già dưới một bóng cây. Xá-lợi-phất cũng lại ngồi kiết già tư duy ở dưới một bóng cây. Sau đó, Xá-lợi-phất liền từ chỗ ngồi đứng dậy, đến chỗ Mãn Nguyện Tử. Đến nơi, sau khi cùng hỏi thăm nhau, rồi ngồi qua một bên. Xá-lợi-phất hỏi Mãn Nguyện Tử:

"Thế nào, Mãn Nguyện Tử, có phải do[45] Thế Tôn mà ngài làm đệ tử tu phạm hạnh không?"

Mãn Nguyện Tử đáp:

"Đúng vậy, đúng vậy."

Xá-lợi-phất lại hỏi:

"Lại có phải nhân bởi[46] Thế Tôn mà được tu giới thanh tịnh[47] không?"

Mãn Nguyện Tử nói:

"Không phải."

Xá-lợi-phất nói:

"Có phải do tâm thanh tịnh[48] nên nương nơi Như Lai mà tu phạm hạnh không?"

Mãn Nguyện Tử đáp:

"Không phải."

Xá-lợi-phất nói:

"Có phải vì kiến thanh tịnh nên nương nơi Như Lai mà tu phạm hạnh không?"

Mãn Nguyện Tử đáp:

"Không phải."

Xá-lợi-phất nói:

"Thế nào, có phải vì không do dự[49] mà được tu phạm hạnh không?"

Mãn Nguyện Tử đáp:

"Không phải."

Xá-lợi-phất nói:

"Có phải do hành tích thanh tịnh[50] mà được tu phạm hạnh không?"

Mãn Nguyện Tử đáp:

"Không phải."

Xá-lợi-phất nói:

"Thế nào, có phải vì trí thanh tịnh ở trong đạo[51] mà được tu phạm hạnh không?"

Mãn Nguyện Tử đáp:

"Không phải."

Xá-lợi-phất nói:

"Thế nào, có phải vì tri kiến thanh tịnh [734c] mà được tu phạm hạnh không?"

Mãn Nguyện Tử đáp:

"Không phải."

Xá-lợi-phất nói:

"Những câu hỏi vừa rồi của tôi, 'Có phải ở nơi Như Lai mà được tu phạm hạnh không?' Thầy lại đáp tôi rằng: 'Đúng vậy.'

"Tôi lại hỏi: 'Có phải do trí tuệ, tâm thanh tịnh, đạo tri kiến thanh tịnh, được tu phạm hạnh không?'

"Thầy lại nói: 'Không phải.'

"Vậy vì sao thầy ở nơi Như Lai mà được tu phạm hạnh?"

Mãn Nguyện Tử đáp:

"Nghĩa[52] giới thanh tịnh là để khiến tâm thanh tịnh. Nghĩa tâm thanh tịnh là để khiến kiến thanh tịnh. Nghĩa kiến thanh tịnh là để khiến không do dự thanh tịnh. Nghĩa không do dự thanh tịnh là để khiến hành tích thanh tịnh. Nghĩa hành tích thanh tịnh là để khiến đạo thanh tịnh. Nghĩa đạo thanh tịnh là để khiến tri kiến thanh tịnh. Nghĩa tri kiến thanh tịnh là để khiến nhập nghĩa Niết-bàn.[53] Đó gọi là ở nơi Như Lai mà được tu phạm hạnh."

Xá-lợi-phất hỏi:

"Nghĩa thầy nói hôm nay nhắm về đâu?"

Mãn Nguyện Tử nói:

"Nay tôi sẽ đưa ra thí dụ để giải thích nghĩa này. Người trí nhờ thí dụ mà hiểu nghĩa đó, người trí tự ngộ. Giống như hôm nay vua Ba-tư-nặc đi từ thành Xá-vệ đến nước Bà-kì, khoảng giữa hai nước bố trí bảy chiếc xe. Bấy giờ, vua Ba-tư-nặc ra khỏi thành, lên chiếc xe thứ nhất, đến chiếc thứ hai; lên chiếc thứ hai, bỏ chiếc thứ nhất lại; đi về trước một lát, lại lên chiếc thứ ba và bỏ chiếc thứ hai lại; đi về trước một lát, lại lên chiếc thứ tư và bỏ chiếc thứ ba lại; đi về trước một lát, lại lên chiếc thứ năm và bỏ chiếc thứ tư lại; đi về trước một lát, lại lên chiếc thứ sáu và bỏ chiếc thứ năm lại; đi về trước một lát, lại lên chiếc thứ bảy và bỏ chiếc thứ sáu lại để vào nước Bà-kì. Bấy giờ, vua Ba-tư-nặc đã đến trong cung, nếu có người hỏi: 'Hôm nay đại vương đi cỗ xe nào đến cung này?' thì vua ấy sẽ đáp thế nào?"

Xá-lợi-phất đáp:

"Nếu có người hỏi thì sẽ đáp như vầy: 'Tôi ra khỏi thành Xá-vệ, trước lên xe thứ nhất đến xe thứ hai; lại bỏ xe thứ hai, lên xe thứ ba; lại bỏ xe thứ ba, lên xe thứ tư; lại bỏ xe thứ tư, lên xe thứ năm; lại bỏ xe thứ năm, lên xe thứ sáu; lại bỏ xe thứ sáu, lên xe thứ bảy đến nước Bà-kỳ. Vì sao vậy? Vì tất cả nhờ xe trước đến xe thứ hai, lần lượt làm nhân cho nhau đến được nước kia.' Nếu có người hỏi thì nên trả lời như vậy."

Mãn Nguyện Tử đáp:

"Nghĩa giới thanh tịnh cũng lại như **[735a]** vậy. Do tâm thanh tịnh mà được kiến thanh tịnh; do kiến thanh tịnh mà đạt được trừ do dự; do nghĩa không do dự mà đạt được hành tích thanh tịnh; do nghĩa hành tích thanh tịnh mà đạt được đạo thanh tịnh; do nghĩa đạo thanh tịnh mà đạt được tri kiến thanh tịnh; do nghĩa tri kiến thanh tịnh mà đạt được nghĩa Niết-bàn, do đó mà ở nơi Như Lai được tu phạm hạnh.

"Vì sao vậy? Vì nghĩa giới thanh tịnh là tướng chấp thủ[54], nhưng Như Lai dạy khiến trừ chấp thủ. Nghĩa tâm thanh tịnh cũng là tướng chấp thủ, nhưng Như Lai dạy trừ chấp thủ *cho đến* nghĩa tri kiến cũng là chấp thủ. Như Lai dạy trừ chấp thủ cho đến Niết-bàn, do đó mà ở nơi Như Lai được tu phạm hạnh. Nếu chỉ vì giới thanh tịnh mà nương nơi Như Lai tu phạm hạnh, thì ngay kẻ phàm phu cũng sẽ diệt độ.[55] Vì sao vậy? Vì kẻ phàm phu cũng có giới pháp này.[56] Thế Tôn đã dạy, theo thứ lớp thành đạo mà đến được Niết-bàn giới, chẳng phải chỉ có giới thanh tịnh mà đến được diệt độ. Giống như có người muốn lên trên lầu bảy tầng, phải theo thứ bậc mà đi lên. Nghĩa giới thanh tịnh cũng lại như vậy; dần dần mới đến tâm. Do tâm mà đạt đến kiến. Do kiến mà đạt đến không do dự. Do không do dự mà đạt đến hành tích thanh tịnh. Do hành tích thanh tịnh mà đến được đạo. Do đạo thanh tịnh mà đạt đến tri kiến. Do tri kiến mà đạt đến Niết-bàn."

Bấy giờ, Xá-lợi-phất liền khen:

"Lành thay, lành thay, nghĩa này được nói thật khéo léo. Thầy tên là gì? Các tỳ-kheo phạm hạnh gọi thầy hiệu gì?"

Mãn Nguyện Tử nói:

"Tôi tên là Mãn Nguyện Tử. Họ mẹ là Di-đa-na-ni.[57]"

Xá-lợi-phất nói:

"Lành thay, lành thay, Mãn Nguyện Tử! Trong pháp Hiền thánh thật không ai sánh bằng thầy; trong lòng chứa đựng cam lồ, lại ban phát vô cùng. Nay tôi đã hỏi nghĩa rất sâu, thầy đều đã giải đáp tất cả. Cho dù các vị phạm hạnh đội thầy trên đầu mà đi khắp thế gian, cũng không thể báo đáp được ơn này. Những ai đến thân cận, hỏi han, người ấy sẽ được nhiều thiện lợi. Nay tôi cũng được lợi nhiều nhờ sự chỉ giáo đó."

Mãn Nguyện Tử đáp:

"Lành thay, lành thay, như những lời thầy nói! Thầy tên là gì? Các tỳ-kheo gọi thầy là gì?"

Xá-lợi-phất đáp:

"Tôi tên Ưu-ba-đề-xá. Mẹ tên Xá-lợi. Các tỳ-kheo gọi tôi là Xá-lợi-phất."

[735b] Mãn Nguyện Tử nói:

"Hôm nay tôi đã cùng bàn luận với bậc Đại nhân. Vậy mà trước đó tôi không biết vị Đại tướng[58] của pháp đến nơi này! Nếu tôi biết Tôn giả Xá-lợi-phất đến đây thì không dám cùng biện luận đối đáp như vậy. Nhưng Tôn giả hỏi nghĩa rất sâu này, nên tiếp theo đó tôi đã giải đáp.

"Lành thay, Xá-lợi-phất! Vị thượng thủ trong các đệ tử của Phật, thường an trú với pháp vị cam lồ. Dù cho các vị phạm hạnh đội Tôn giả Xá-lợi-phất trên đầu mà đi khắp thế gian, từ năm này qua năm khác, cũng không thể báo đáp được ơn ấy chút nào. Ở đây, có chúng sanh nào đến hỏi thăm, thân cận Tôn giả, người ấy sẽ có được nhiều thiện lợi. Chúng tôi cũng được lợi nhiều."

Bấy giờ, hai hiền giả đàm luận với nhau trong khu vườn ấy như vậy.

Sau khi hai vị nghe những gì đã được nói, đều hoan hỷ phụng hành.

Kệ tóm tắt:

Đẳng pháp và trú độ,
Dụ nước và thành quách,
Thức, Quân-đầu, hai luân,
Bà-mật và bảy xe.[59]

—

[1] Pāli: *dhammaññū* (biết pháp), *atthaññū* (biết nghĩa), *attaññū* (biết mình), *mattaññū* (biết tiết độ), *kālaññū* (biết thời), *parisaññū* (biết đại chúng), *puggalaparoparaññū* (biết sự cao thấp của người). *Trung*, k.1: Tri pháp 知法, tri nghĩa知義, tri thời知時, tri tiết 知節, tri kỷ 知己, tri chúng 知眾, tri nhân thắng như 知人勝如.

[2] *Trung*, ibid.: Tỳ-kheo biết mình, "Ta có tín, giới, thí, văn, huệ như vậy..." Pāli: *bhikkhu attānaṃ jānāti– 'ettakomhi saddhāya sīlena sutena cāgena paññāya paṭibhānenā'ti.*

[3] Trú độ thọ 晝度樹. Pāli: *Pāricchattaka.* Xem *Câu-xá 11* tr. 60a6: 圓生樹 Viên sanh thọ.

[4] Sinh la võng 生羅網. Pāli: *jālakajāta.* Hán hiểu là *jāla-jāta*: Sinh lưới, thay vì *jālaka-jāta*, sinh chồi non.

[5] Định cú về bốn thiền, ở đây dịch chuẩn theo *Trung A-hàm* và Pāli.

[6] Hán dịch mục này khác thứ tự với *Trung* và Pāli: Đây là hạng người nổi lên rồi trụ được, không chìm trở lại.

[7] Pāli: Đắc Dự lưu.

[8] Hán dịch mục này trái thứ tự với *Trung* và Pāli: Đây là hạng người ngoi lên khỏi nước rồi, đã trụ được, còn có thể quán sát.

[9] Hạng chứng Nhất lai.

[10] Trên Tịnh cư thiên.

[11] Hán: Viễn quốc 遠國. *Trung*, biên thành 邊城, thành trì ở biên địa. Pāli: *paccantimaṃ nagaraṃ.*

[12] Đoạn nói về phòng hộ căn môn, rải rác trong nhiều kinh, nhưng văn dịch không thống nhất.

[13] Hán: Đa chư phương tiện 多諸方便, nên hiểu: Nhiều nỗ lực, tinh cần.

[14] Tức tu bốn thiền. Pāli: *catunnaṃ jhānānaṃ ābhicetasikānaṃ.*

[15] Hán: Bất thoát lậu 不脫漏. Nên hiểu: Dễ chứng đạt, không khó. Pāli: *nikāmalābhī hoti akicchalābhī akasiralābhī.*

[16] Nguyên Hán: Ấm, trì, nhập 陰持入.

17 Nguyên Hán: Thần chỉ xứ 神止處. Xem, *Trường*, kinh 9 (Chúng tập), tr. 52a24; kinh 10 (Thập thượng), tr. 54b19; *Trung 24* kinh 97 (Đại nhân) tr. 581b12; Pāli, Cf. D.iii. tr. 253. *satta viññāṇaṭṭhitiyo*.

18 Hán dịch không xác định: Chỉ một phần thuộc chư thiên thôi.

19 Hán: Sơ xuất thế gian, dịch không hết ý. Nên hiểu: vào thời kiếp thành.

20 Quân-đầu. Pāli: *Mahā-Cunda*. Nhưng, bản Pāli nói đức Phật bệnh, và *Cunda* làm thị giả chăm sóc bệnh, chứ không phải *Cunda* bệnh.

21 Bản Pāli: Phật bảo *Cunda* nói 7 giác chi. *Cunda* nói xong, Phật khỏi bệnh.

22 Túc tán vương, chỉ các tiểu vương, chư hầu của Chuyển luân. Xem kinh 2 phẩm 25, cht. 4.

23 Đồng Chân Ca-diếp 童真迦葉. Pāli: *Kumārakassapa*. Xem *Trường*, kinh 7 (Tệ-tú); D. 23. *Pāyāsi*.

24 Trú ám viên. Pāli: *Andhavana*, khu rừng ở phía nam Xá-vệ.

25 Pāli: *vammika*, gò mối.

26 Pāli: *divā pajjalati*, ban ngày rực sáng.

27 Hán: Tạc sơn 鑿山. Bản Pāli: Cầm gươm mà đào gò mối lên.

28 Hán: phụ vật 負物. Pāli: thấy cái then cửa (*laṅgī*).

29 Pāli: *ukkhipa*, hãy lấy lên. Hán hiểu là *nikkhipa*, hãy để xuống.

30 Hán: Nhị đạo. Pāli: *dvidhāpatha*, đường đi có hai lối.

31 Pāli: *nāga*, có thể hiểu là rắn (thần), cũng có thể là rồng.

32 Pāli: *namo karohi nāgassa*, hãy đảnh lễ (xưng nam-mô) con rắn.

33 Thứ tự các vật đào được trong Hán dịch khác với bản Pāli. Có ba vật không đồng nhất được giữa Hán và Pāli. Hán: Núi, cái gông, cành cây. Pāli: *caṅgavāra* (cái bát), *kumma* (con rùa), *asisūna* (dao mổ bò).

34 Hán: Nhược tùng ngã văn 若從我聞. Hán có thể dịch sai; nên hiểu: hoặc nghe trực tiếp từ Như Lai. So sánh Pāli (định cú): *ito vā pana sutvā*, hoặc nghe từ đó; tức những ai nghe từ Phật hay đệ tử của Phật. Nhưng tiếng Phạn ít khi dùng từ nhân xưng, nên Hán dịch tự tiện thêm từ "tôi" vào. Tham chiếu, *Trung 25* (tr. 584c29): 唯有如來. 如來弟子或從此聞.

35 Học nhân 學人, chỉ Thánh giả hữu học.

36 Pāli: Bát đựng (*caṅgavāra*, Hán?), chỉ năm triền cái (*pañca nīvaraṇānaṃ*).

37 Pāli: Không có.

38 Pāli: Con dao mổ (*asisūna*) chỉ năm dục (*pañca kāmaguṇānaṃ*).

39 Pāli: Then cửa (*laṅgī*) chỉ vô minh (*āvijjā*).

40 Pāli: Chỉ Tỳ-kheo lậu tận (*khīṇāsavassetaṃ bhikkhuno*).

41 Mãn Nguyện Tử. Pāli: *Puṇṇa Mantāṇiputta*.

[42] Puṇṇa *Mantāṇiputta* quê ở *Donavatthu*, gần *Kapilavatthu*.

[43] Bổ nạp y 補納衣, đây chỉ y phấn tảo.

[44] Đoạn này có thể do Hán dịch tự thêm thắt, vì mâu thuẫn với đoạn cuối, theo đó, Xá-lợi-phất cho tới khi kết thúc đoạn luận mới nhận ra người đối thoại là Mãn Nguyện Tử. Sự kiện này không phù hợp với tường thuật của Pāli, và *Trung A-hàm*.

[45] Biến cách 7 của Phạn ngữ đây dịch thành *sở do*, thay vì *sở y*. Nên hiểu: [chúng ta] ở nơi Thế Tôn, hay nương nơi Thế Tôn (sở y), mà tu phạm hạnh. Như vậy để có mạch lạc với những câu hỏi và câu trả lời đoạn sau.

[46] Biến cách 7, Hán dịch thành *sở do*, nên câu hỏi trở thành vô lý. Nên hiểu: "Có phải [chúng ta] nương nơi Thế Tôn (sở y, biến cách số 7) mà tu phạm hạnh ...?"

[47] Pāli: *sīlavisuddhatthaṃ*, [có phải] vì mục đích giới thanh tịnh?

[48] Pāli: *cittavisuddhatthaṃ*, vì mục đích tâm thanh tịnh.

[49] Pāli: *kaṅkhāvitaraṇavisuddhatthaṃ*, độ nghi tịnh, vì mục đích sự thanh tịnh do vượt qua hoài nghi.

[50] Pāli: *paṭipadāñāṇadassanavisuddhatthaṃ*, đạo tích kiến tịnh, vì mục đích thanh tịnh của tri kiến về phương pháp hành trì. Thứ tự trong bản Pāli, mục đích này ở sau đạo phi đạo kiến tịnh.

[51] Pāli: *maggāmaggañāṇadassanavisuddhatthaṃ*, đạo phi đạo kiến tịnh, vì mục đích thanh tịnh về sự thấy rõ đâu là Thánh đạo và đâu là không phải. Xem cht. 50 trên.

[52] Hán: Nghĩa, nên hiểu là "mục đích." Pāli: *atthaṃ*.

[53] Pāli: *ñāṇadassanavisuddhi yāvadeva anupādāparinibbānatthā*, tri kiến thanh tịnh là vì mục đích vô dư Niết-bàn (không còn chấp thủ).

[54] Nguyên Hán: Thọ nhập chi mạo 受入之貌.

[55] Đoạn dịch Hán này tối nghĩa. So sánh Pāli: Xá-lợi-phất hỏi, "Phải chăng giới thanh tịnh là Niết-bàn không còn chấp thủ?" cho đến "tri kiến thanh tịnh là Niết-bàn không còn chấp thủ?" Mãn Nguyện Tử đều trả lời không phải. Nhưng ngoài các pháp được hỏi đó cũng không có pháp nào để đến Niết-bàn. Nếu không, phàm phu cũng đạt đến Niết-bàn, vì phàm phu không có những pháp đó.

[56] Câu này Hán dịch rõ ràng sai. Vì các pháp mà Xá-lợi-phất vừa hỏi nhất định không thể có nơi phàm phu. Xem cht. 55 trên.

[57] Di-đa-na-ni 彌多那尼. Skt. Maitrāyaṇi, nhưng Pāli: *Mantāni*.

[58] Nguyên Hán: Đại chủ 大主. Xá-lợi-phất được xưng tụng là vị Đại tướng quân của Chánh pháp.

[59] Bản Hán, hết quyển 33.

40. PHẨM BẢY MẶT TRỜI

KINH SỐ 1*

[735b20] Tôi nghe như vầy:

Một thời, đức Phật ở trong vườn Cấp Cô Độc, rừng cây Kỳ-đà, nước Xá-vệ.

Bấy giờ, sau giờ ăn, các tỳ-kheo tập trung ở giảng đường Phổ hội bàn luận như vầy: "Núi Tu-di này rất là rộng lớn, các núi khác không thể sánh, hết sức kỳ lạ, cao rộng hùng vĩ. Như vậy mà không bao lâu nữa sẽ bị tan rã, không còn sót thứ gì. Các núi lớn khác y tựa vào núi Tu-di, cũng sẽ tan rã."

Bấy giờ, Thế Tôn bằng thiên nhĩ nghe các tỳ-kheo bàn luận như vậy, liền từ chỗ ngồi đứng dậy, đi đến chỗ giảng đường kia và ngồi xuống. Thế Tôn hỏi các tỳ-kheo:

"Các ngươi ở đây đang bàn luận những gì? Đang định làm gì?"

Các tỳ-kheo đáp:

"Chúng con tụ tập ở đây luận về pháp sự kia. Những điều vừa được thảo luận đều đúng như pháp."

Thế Tôn bảo:

"Lành **[735c]** thay, tỳ-kheo! Các ngươi xuất gia cần phải thảo luận chánh pháp. Nhưng cũng không bỏ sự im lặng của Hiền thánh. Vì sao

---

* Pāli, A. VII. 62 *Sattasūriya* (R. iv.100), D. 27 *Aggañña*.

▢ *Xem chú thích: tr.104–108*

vậy? Khi các tỳ-kheo tụ tập một chỗ thì nên làm hai việc. Những gì là hai? Một là luận bàn như pháp; hai là im lặng như Thánh hiền. Các ngươi làm hai việc này, luôn luôn được an ổn, không mất thời nghi. Vừa rồi, các ngươi đã luận nghĩa như pháp những gì vậy?"

Các tỳ-kheo đáp:

"Hôm nay, các tỳ-kheo tụ tập tại giảng đường này để luận nghĩa như vầy: 'Thật là kỳ lạ, núi Tu-di này hết sức cao rộng, nhưng núi Tu-di này như vậy không bao lâu sẽ bị tan rã. Các núi thiết vi ở bốn phía cũng sẽ bị tan rã như vậy.' Vừa rồi chúng con tụ tập ở đây bàn luận pháp như vậy."

Thế Tôn bảo:

"Các ngươi có muốn nghe sự biến chuyển đưa đến tan hoại của cảnh giới thế gian này không?"

Các tỳ-kheo bạch Phật:

"Nay là lúc thích hợp, cúi xin Thế Tôn hợp thời giảng nói, để cho chúng sanh được tâm giải thoát."

Thế Tôn bảo các tỳ-kheo:

"Các ngươi hãy khéo suy nghĩ và luôn ghi nhớ trong lòng."

Các tỳ-kheo đáp:

"Thưa vâng, bạch Thế Tôn."

Bấy giờ, các tỳ-kheo vâng theo lời Phật dạy.

Thế Tôn bảo:

"Núi Tu-di thật rộng lớn, không núi nào có thể sánh bằng. Tỳ-kheo, nên biết, núi Tu-di nhô khỏi mặt nước cao tám vạn bốn ngàn do-tuần và chìm dưới nước sâu cũng tám vạn bốn ngàn do-tuần. Núi Tu-di được tạo nên do bốn loại báu là vàng, bạc, thủy tinh, lưu ly. Lại có bốn góc cũng được tạo thành do bốn loại báu là vàng, bạc, thủy tinh, lưu ly. Thành vàng, quách bạc; thành bạc, quách vàng; thành thủy tinh, quách lưu ly; thành lưu ly, quách thủy tinh. Trên núi Tu-di có năm loại trời cư trú ở đó, đều do túc duyên mà sống nơi này. Những gì là năm? Trong thành bạc kia có trời Tế cước[1] cư trú; trong thành vàng kia có trời Thi-lợi-sa[2] cư trú; trong thành thủy tinh kia có trời Hoan duyệt[3] cư trú; trong thành lưu ly kia có trời Lực thạnh[4] cư trú. Giữa thành vàng và bạc có Tì-sa-môn thiên vương cư trú cùng với số lượng dạ-xoa không thể đếm xuể. Giữa thành vàng và thủy tinh có Tì-lưu-bác-xoa thiên vương cư trú cùng với các Long thần. Giữa thành thủy tinh và lưu ly có Tì-lưu-lặc-xoa thiên vương cư trú. Giữa thành lưu ly và vàng có Đề-đầu-lại-tra thiên vương cư trú.

"Tỳ-kheo, nên biết, **[736a]** dưới núi Tu-di có a-tu-la cư trú. Khi a-tu-la muốn đánh nhau với trời Tam thập tam thì trước cùng đánh nhau với trời Tế cước. Nếu thắng, tiến đến thành vàng cùng đánh nhau với trời Thi-lợi-sa. Khi đã thắng trời Thi-lợi-sa, lại đến thành thủy tinh cùng đánh nhau với trời Hoan duyệt. Thắng rồi, chúng tiến đến thành lưu ly. Thắng đây rồi, chúng đánh nhau với trời Tam thập tam.[5]

"Tỳ-kheo, nên biết, trời Tam thập tam cư trú trên đỉnh núi Tu-di, ngày đêm phát ra ánh sáng; tự chiếu sáng cho nên như vậy. Nương vào núi Tu-di mà mặt trời, mặt trăng trôi đi. Nhật thiên tử có thành quách dài rộng năm mươi mốt do-tuần. Nguyệt thiên tử có thành quách dài rộng ba mươi chín do-tuần. Ngôi sao lớn nhất dài rộng một do-tuần, sao nhỏ nhất dài rộng hai trăm bộ. Đỉnh núi Tu-di từ đông sang tây, từ nam đến bắc, dài rộng tám vạn bốn nghìn do-tuần.

"Gần núi Tu-di, phía nam có núi Đại thiết vi[6] dài tám vạn bốn nghìn dặm, cao tám vạn dặm.

"Thêm nữa, ngoài núi này có núi Ni-di-đà[7] bọc quanh núi ấy, cách núi Ni-di-đà lại có núi tên là Khư-la,[8] cách núi này lại còn có núi tên Ti-sa,[9] cách núi này lại còn có núi tên Mã đầu,[10] lại có núi tên Tì-na-da, kế núi Tì-na-da[11] lại có núi tên Thiết vi, Đại thiết vi.

"Chính giữa núi Thiết vi có tám địa ngục lớn, mỗi địa ngục có mười sáu ngục phụ.[12] Núi Thiết vi này giúp ích rất nhiều cho Diêm-phù-lý-địa. Nếu không có núi Thiết vi này, Diêm-phù-lý-địa thường là nơi hôi thối.

"Bên ngoài núi Thiết vi có núi Hương tích;[13] cạnh đó có tám vạn bốn ngàn voi chúa trắng sinh sống nơi này. Mỗi con có sáu ngà được trang sức bằng vàng, bạc. Trong núi ấy có tám vạn bốn ngàn hang, các voi ấy cư trú ở đó. Con voi tối thượng được tạo bởi vàng, bạc, thủy tinh, lưu ly.

Thích Đề-hoàn Nhân thường tự thân cỡi nó. Chuyển Luân Thánh vương cỡi voi nhỏ nhất. Cạnh núi Hương tích có ao nước Ma-đà[14], sinh toàn hoa sen ưu-bát, hoa câu-mâu-đầu; những con voi kia nhổ rễ ăn. Cạnh ao nước Ma-đà có núi tên Ưu-xà-già-la[15]. Núi này sanh ra đủ loại cây cỏ, chim, thú, sâu bọ, hổ báo đều nương vào núi này mà ở, có nhiều người đắc thần thông cũng đều sống ở đây. Kế đó lại có núi tên Ban-trà-bà[16], tiếp lại có núi tên Kỳ-xà-quật[17]. **[736b]** Đây là chỗ y cứ của Diêm-phù-lý-địa.

"Các tỳ-kheo nên biết, cho đến một lúc, khi thế gian này sắp băng hoại, trời không mưa, những lúa mạ đã gieo không tăng trưởng, các con sông suối nhỏ đều bị khô cạn, tất cả các hành đều qui về vô thường, không tồn tại lâu.

"Tỳ-kheo nên biết, hoặc có lúc bốn sông lớn như Hằng hà, Tư-đầu, Tử-đà, Bà-xoa cũng lại khô cạn không còn gì sót lại. Cũng vậy, tỳ-kheo, vô thường trăm lần biến đổi chính là vậy.

"Tỳ-kheo, cho đến một lúc, khi thế gian này có hai mặt trời xuất hiện, lúc ấy các loại cây cối thảo mộc đều điêu tàn. Cũng vậy, tỳ-kheo, vô thường biến dịch, không được tồn tại lâu dài. Lúc ấy, nước các nguồn suối nhỏ đều khô cạn. Tỳ-kheo, nên biết, khi hai mặt trời xuất hiện, nước trong bốn biển lớn tất cả đều khô cạn đến cả trăm do-tuần, dần dần đến bảy trăm do-tuần, nước tự nhiên khô.

"Tỳ-kheo, nên biết, khi ba mặt trời xuất hiện ở thế gian, nước bốn biển lớn trong vòng ngàn do-tuần, tự nhiên khô cạn, dần dần cho đến bảy ngàn do-tuần, nước tự nhiên khô cạn.

"Tỳ-kheo, nên biết, khi bốn mặt trời xuất hiện, nước bốn biển lớn chỉ còn sâu khoảng một ngàn do-tuần. Như vậy, tỳ-kheo, tất cả các hành đều vô thường không tồn tại lâu dài được.

"Tỳ-kheo, cho đến một lúc, khi thế gian có năm mặt trời xuất hiện, lúc ấy nước trong bốn biển lớn chỉ còn bảy trăm do-tuần, dần dần còn lại một trăm do-tuần. Tỳ-kheo, nên biết, khi năm mặt trời xuất hiện, nước biển chỉ còn một do-tuần; dần dần nước khô không còn gì hết. Khi năm mặt trời xuất hiện, nước chỉ còn bảy thước. Khi năm mặt trời xuất hiện, nước biển khô hết không còn gì. Tỳ-kheo, nên biết, tất cả các hành đều vô thường, không tồn tại lâu dài được.

"Tỳ-kheo, cho đến một lúc, khi sáu mặt trời xuất hiện, mặt đất dày sáu vạn tám ngàn do-tuần này đều bốc khói hết. Núi Tu-di cũng dần dần bị sụp lở. Khi sáu mặt trời xuất hiện, ba ngàn đại thiên quốc độ này đều băng hoại. Giống như người thợ gốm nung đồ gốm. Lúc ấy, ba ngàn đại thiên quốc độ cũng lại như vậy, lửa cháy bừng bừng, lan khắp nơi.

"Tỳ-kheo, nên biết, khi sáu mặt trời xuất hiện, tám địa ngục lớn cũng bị tiêu diệt, nhân dân qua đời. Năm loại trời nương vào núi Tu-di cũng mạng chung. Trời Tam thập tam, trời Diệm thiên, *cho đến* trời Tha hóa [736c] tự tại cũng mạng chung; cung điện đều trống. Khi sáu mặt trời xuất hiện, núi Tu-di và ba ngàn đại thiên quốc độ đều trống không, không còn gì. Như vậy, tỳ-kheo, các hành đều vô thường, không tồn tại lâu dài được.

"Tỳ-kheo, nên biết, cho đến một lúc, khi bảy mặt trời xuất hiện, bấy giờ đất tuy dày sáu vạn tám ngàn do-tuần và ba ngàn đại thiên quốc độ đều bốc lửa. Khi bảy mặt trời xuất hiện, núi Tu-di này dần dần tan hoại, trăm ngàn do-tuần tự nhiên sụp lở hoàn toàn không còn gì, cũng không còn thấy mảy may khói bụi, huống gì là thấy tro!

"Khi ấy, cung điện trời Tam thập tam cho đến trời Tha hóa tự tại đều bốc lửa. Lửa bốc cháy nơi này cho đến trên Phạm thiên. Các thiên tử mới sinh ở thiên cung kia, vì xưa nay không thấy kiếp thiêu, nên khi thấy ánh lửa bốc cháy này, trong lòng kinh hãi, lo bị lửa đốt. Song những vị thiên tử sống lâu, đã từng thấy kiếp thiêu liền đến an ủi những thiên tử mới sanh: 'Các ông chớ có lo sợ. Lửa này hoàn toàn không thể lan đến nơi này.'

"Tỳ-kheo, nên biết, khi bảy mặt trời xuất hiện, từ nơi này đến sáu trời Dục giới, cho đến ba ngàn đại thiên quốc độ, đều thành tro bụi, cũng không còn dấu vết hình chất. Như vậy, tỳ-kheo, tất cả các hành đều vô thường, không thể bảo tồn lâu, đều đưa đến hoại diệt. Bấy giờ, nhân dân qua đời, sinh về quốc độ khác, hoặc sinh lên trời. Chúng sanh nào trong địa ngục, nếu tội trước đã hết thì sinh lên trời, hoặc quốc độ khác. Nếu chúng sanh địa ngục kia chưa hết tội thì lại dời đến quốc độ khác.

"Tỳ-kheo, nên biết, khi bảy mặt trời xuất hiện, không còn dấu vết ánh sáng mặt trời, mặt trăng và tinh tú. Khi ấy mặt trời mặt trăng đã diệt, không còn ngày và đêm. Này các tỳ-kheo, đó gọi là vì quả báo nên đưa đến tan rã này.

"Tỳ-kheo, nên biết, khi thành tựu kiếp trở lại, cho đến một lúc lửa tự nó tắt mất, trong hư không nổi lên mây lớn, dần dần mưa xuống. Khi ấy, ba ngàn đại thiên quốc độ này đều ngập nước. Nước dâng lên cõi Phạm thiên.

"Tỳ-kheo, nên biết, bấy giờ nước này dần dần ngưng lại và tự tiêu hết. Lại có cơn gió khởi lên tên là Tùy lam, thổi nước này tụ lại một chỗ. Lúc bấy giờ, gió này lại thổi dậy một ngàn núi Tu-di, một ngàn núi Kì-di-đà,[18] một ngàn núi Ni-di-đà, một ngàn núi Khư-la, một ngàn núi Y-sa, một ngàn núi Tỳ-na, một ngàn núi Thiết vi, một ngàn núi Đại thiết vi. Lại sinh tám ngàn địa ngục, **[737a]** lại sanh một ngàn núi Mã đầu, một ngàn núi Hương tích, một ngàn núi Ban-trà-bà, một ngàn núi Ưu-xà-già, một ngàn cõi Diêm-phù-đề, một ngàn cõi Cù-da-ni, một ngàn cõi Phất-vu-đãi, một ngàn cõi Uất-đơn-việt. Lại sinh nước một ngàn biển, lại sinh một ngàn cung Tứ thiên vương, một ngàn trời Tam thập tam, một ngàn Diệm thiên, một ngàn trời Đâu-suất, một ngàn trời Hóa tự tại, một ngàn trời Tha hóa tự tại.

"Tỳ-kheo, nên biết, cho đến một lúc, nước rút, đất bày trở lại. Khi ấy trên đất tự nhiên có lớp chất béo,[19] rất thơm ngon hơn cả cam lồ. Nên biết chất béo đất kia có mùi vị giống như rượu ngọt bồ đào.

"Tỳ-kheo, nên biết, cho đến một lúc, các vị trời Quang âm nói với nhau: 'Chúng ta xuống Diêm-phù-đề để xem mặt đất kia khi phục hồi trở lại.' Thiên tử Quang âm xuống đến thế gian, thấy trên mặt đất có chất béo đất này liền dùng ngón tay quết đưa vào miệng mà ăn thử. Khi ấy, thiên tử ăn nhiều chất béo đất nên không còn oai thần và ánh sáng nữa, thân thể trở nên nặng mà sanh ra xương thịt, mất thần túc không còn bay được. Thiên tử nào ăn ít chất béo đất thì thân thể không nặng, cũng không mất thần túc, có thể bay lại trên hư không.

"Lúc ấy, những thiên tử mất thần túc đều cùng nhau than khóc, nói với nhau: 'Nay chúng ta thật là cùng khốn, lại mất thần túc, phải ở lại thế gian, không thể trở lên trời lại được.' Rồi họ ăn chất béo đất này, và để ý nhan sắc nhau. Khi ấy, thiên tử nào có nhiều dục ý thì trở thành người nữ, rồi cùng hành dục, vui thích với nhau.

"Này các tỳ-kheo, đó gọi là lúc thế gian mới hình thành có pháp dâm này lưu truyền thế gian, là thường pháp tối sơ, khi người nữ xuất hiện ở đời; cũng lại là pháp xưa chẳng phải mới ngày nay.

"Lúc ấy, các vị trời Quang âm khác thấy các thiên tử đọa lạc liền đến quở trách rằng: 'Vì sao các ngươi lại làm hạnh bất tịnh này.' Lúc này, các chúng sanh lại tự nghĩ: 'Chúng ta phải tìm cách nào để có thể nghỉ đêm với nhau mà mọi người không thấy.' Dần dần chúng làm nhà cửa để tự che thân thể. Này các tỳ-kheo, đó gọi là do nhân duyên này mà ngày nay có nhà cửa.

"Tỳ-kheo, nên biết, cho đến một lúc chất béo đất tự nhiên lẩn xuống đất, sau đó sanh ra lúa gạo rất tươi sạch, cũng không có vỏ ngoài, hết sức thơm ngon, khiến người ăn được mập trắng. Sáng thu hoạch, chiều lại sinh; chiều thu hoạch, sáng lại sinh. Này các tỳ-kheo, bấy giờ mới có tên lúa gạo này xuất hiện.

[737b] "Tỳ-kheo, cho đến một lúc nhơn dân biếng nhác, không chuyên cần sinh hoạt. Có một người suy nghĩ: 'Vì sao ngày nào ta cũng phải gặt hái lúa thóc này. Nên thu một lần cho cả hai ngày.' Người đó liền đi thu hoạch lúa một lần cho hai ngày.

"Bấy giờ, nhân dân lần lượt mang thai, và do đó có sự sanh đẻ.

"Một lúc nọ, có một chúng sanh bảo chúng sanh kia: 'Chúng ta cùng đi gặt lúa.' Người kia đáp: 'Tôi đã lấy lương thực đủ cho hai ngày.' Người này nghe xong bèn nghĩ: 'Ta phải chứa lương thực bốn ngày.' Người ấy liền lo lương thực đủ bốn ngày. Lại có chúng sanh nói với chúng sanh ấy rằng: 'Chúng ta cùng ra ngoài thâu lúa.' Người này đáp: 'Tôi đã lấy lương thực bốn ngày.' Người kia nghe rồi liền nghĩ như vầy: 'Ta phải lo lương thực tám ngày.' Nó liền lo chứa thức ăn tám ngày. Do vậy, lúa kia không sinh trở lại.

"Bấy giờ, mọi người suy nghĩ như vầy: 'Thế gian có tai họa lớn. Giờ lúa thóc này không như xưa nữa. Nay phải phân chia lúa thóc này.' Tức thì chúng phân chia lúa thóc.

"Lúc ấy, có chúng sanh suy nghĩ như vầy: 'Giờ ta hãy giấu lúa thóc mình. Nên ăn trộm lúa thóc người khác.' Rồi chúng sanh ấy giấu lúa thóc mình, ăn trộm lúa thóc người khác. Chủ kia bắt gặp nó ăn trộm lúa thóc, liền nói với nó: 'Sao ông lấy lúa thóc của tôi? Giờ tha tội ông, sau này chớ tái phạm.' Bấy giờ, thế gian bắt đầu có tâm trộm cắp này.

"Lúc này, lại có chúng sanh nghe lời này rồi liền nghĩ như vầy: 'Giờ ta hãy giấu lúa thóc mình. Nên trộm lúa thóc người khác.' Rồi, chúng sanh ấy liền cất vật của mình mà lấy vật người khác. Người chủ kia thấy vậy, nói với nó: 'Sao ông lại lấy lúa thóc tôi?' Nhưng người kia im lặng không đáp. Lúc ấy, chủ vật liền giơ nắm tay đánh: 'Từ nay về sau chớ có xâm lấn nữa!'

"Bấy giờ, mọi người dân nghe chúng sanh trộm lẫn nhau, bèn tụ tập và cùng bàn bạc: 'Thế gian có phi pháp này, chúng trộm lẫn nhau. Nay phải lập người giữ ruộng để giữ gìn ruộng. Có chúng sanh kia thông minh tài giỏi nên lập làm chủ ruộng.'

"Rồi họ bầu chọn chủ ruộng mà nói rằng: 'Các vị nên biết, thế gian có sự trộm cắp phi pháp này. Nay ông hãy giữ ruộng, chúng tôi sẽ trả công cho. Những người dân nào đến lấy trộm lúa thóc người khác, hãy trị tội họ.' Bấy giờ chủ ruộng được lập.

"Tỳ-kheo, nên biết, người giữ ruộng kia bấy giờ **[737c]** được gọi là dòng sát-lị, đều là pháp xưa chẳng phải pháp bây giờ."

Rồi Thế Tôn liền nói kệ này:

> *Dòng sát-lị bắt đầu,*
> *Đứng đầu trong các họ.*
> *Người thông minh, tài giỏi,*
> *Được trời người kính đãi.*

"Bấy giờ, có người kia xâm phạm vật người khác, nó liền bị sát-lị bắt trị phạt. Nhưng người ấy lại không sửa đổi lỗi mà vẫn tái phạm. Chúa sát-lị ra lệnh làm đao trượng, bắt người kia mà bêu đầu. Bấy giờ thế gian bắt đầu có sự sát sanh này. Khi ấy, mọi người dân nghe giáo lệnh này: 'Nếu có ai trộm cướp lúa thóc người khác, chúa sát-lị sẽ bắt giết.' Tất cả sợ hãi, lông tóc đều dựng đứng.

"Có người dựng am cỏ, ở trong ấy tọa thiền, tu phạm hạnh, nhất quyết xả bỏ gia nghiệp, vợ con thê thiếp. Độc cư nhàn tịnh quyết chí tu phạm hạnh. Nhân từ đó về sau có chủng tánh bà-la-môn. Bấy giờ liền có hai chủng tánh xuất hiện ở đời.

"Tỳ-kheo, nên biết, thời bấy giờ do trộm cắp nên có sát sanh; do sát nên có đao trượng.

"Bấy giờ, chúa sát-lị bố cáo nhân dân: 'Người nào đẹp đẽ, tài cao, sẽ được giao thống lĩnh nhân dân này.' Lại bố cáo: 'Nếu người dân nào trộm cắp sẽ bị trừng trị.' Sau đó liền có dòng họ tỳ-xá này xuất hiện ở đời.

"Bấy giờ, có nhiều chúng sanh nghĩ như vầy: 'Nay mọi người sát hại nhau, đều là do nghề nghiệp mà ra. Nay ta phải lui tới khắp nơi để mưu tự nuôi sống.' Khi ấy liền có chủng tánh thủ-đà-la xuất hiện ở đời."

Rồi Thế Tôn liền nói kệ này:

Đầu tiên lớp sát-lị;
Kế đến bà-la-môn;
Thứ ba là tỳ-xá;
Tiếp nữa dòng thủ-đà.
Có bốn dòng dõi này,
Dần dần sanh lẫn nhau,
Đều từ thân trời đến,
Và cùng một sắc da.

"Tỳ-kheo, nên biết, khi có tâm sát sanh, trộm cắp này, nên không còn có lúa thóc tự nhiên này nữa. Bấy giờ, có năm loại hạt giống, một là hạt từ rễ, hai là hạt từ thân, ba **[738a]** là hạt từ cành, bốn là hạt từ hoa, năm là hạt từ quả và sinh những loại hạt giống khác. Đó gọi là năm loại giống, đều do gió thổi từ các quốc độ nơi khác đến, được dùng để trồng, lấy đó để tự nuôi sống.

"Như vậy, tỳ-kheo, thế gian có điềm báo này liền có sanh, già, bệnh, chết, cho đến khiến cho ngày nay có thân năm thủ uẩn này, không dứt được biên tế khổ.

"Đó gọi là sự biến đổi lúc kiếp thành hoại của thế giới mà Ta nói cho các ngươi.

"Những điều mà chư Phật Thế Tôn cần làm, nay Ta đã nói hết cho các ngươi. Hãy vui sống nơi chỗ nhàn tĩnh, nên nhớ nghĩ ngồi thiền, chớ sinh giải đãi. Nay không tinh thành, sau hối hận vô ích. Đây là những lời dạy dỗ của Ta."

Các tỳ-kheo sau khi nghe những gì Phật dạy hoan hỷ phụng hành.

KINH SỐ 2[*]

Tôi nghe như vầy:

Một thời, đức Phật ở tại Ca-lan-đà trong vườn Trúc, tại thành La-duyệt, cùng đại chúng tỳ-kheo năm trăm vị.

Bấy giờ, vua nước Ma-kiệt-đà là A-xà-thế ở giữa quần thần nói rằng:

"Nước Bạt-kỳ rất thịnh vượng, dân chúng đông đúc. Ta sẽ chinh phạt để thu phục nước ấy."

Rồi vua A-xà-thế bảo bà-la-môn Bà-lợi-ca[20] rằng:

"Ông hãy đến chỗ Thế Tôn, xưng tên họ ta mà hỏi thăm Thế Tôn, đảnh lễ, thừa sự, rồi thưa: 'Vua A-xà-thế bạch Thế Tôn, vua có ý muốn chinh phạt nước Bạt-kỳ, không biết có được không?' Nếu Như Lai có dạy gì, ông hãy nhớ kỹ rồi về nói lại cho ta. Vì sao vậy? Như Lai không có nói hai lời."

Bà-la-môn vâng lệnh vua, đến chỗ Thế Tôn, thăm hỏi rồi ngồi qua một bên. Bà-la-môn bạch Phật rằng:

"Vua A-xà-thế kính lạy Thế Tôn, thừa sự, hỏi thăm."

Rồi lại bạch:

"Ý vua muốn công phạt nước Bạt-kỳ, trước hết đến hỏi Phật, không biết có được không?"

Bấy giờ, bà-la-môn kia lấy y che kín đầu, chân mang giày ngà voi, hông đeo kiếm bén, nên không nói pháp cho ông.

---

[*] Pāli, A.VII. 20 *Vassakāra* (R. iv. 17), *Trường 3 kinh 2; Trung 35 kinh 142.*

Khi ấy, Thế Tôn bảo A-nan:

"Nếu nhân dân nước Bạt-kỳ tu bảy pháp, quyết không bị giặc cướp bên ngoài tiêu diệt. Những gì là bảy?

1. "Nếu nhân dân nước Bạt-kỳ tập họp lại một chỗ không phân tán, sẽ không bị nước khác phá hoại. Đó gọi là pháp thứ nhất không bị giặc cướp bên ngoài phá hoại.

2. "Lại nữa, A-nan, nếu người nước Bạt-kỳ trên dưới hòa **[738b]** thuận, nhân dân nước Bạt-kỳ sẽ không bị người ngoài cầm giữ. Này A-nan, đó gọi là pháp thứ hai không bị giặc cướp bên ngoài phá hoại.

3. "Lại nữa, A-nan, nếu người nước Bạt-kỳ không tà dâm, đắm sắc người nữ khác, đó gọi là pháp thứ ba không bị giặc ngoại xâm phá hoại.

4. "Lại nữa, A-nan, nếu người nước Bạt-kỳ không đem việc nơi này truyền đến nơi kia, cũng lại không đem việc nơi kia truyền đến nơi này, đó gọi là pháp thứ tư không bị giặc cướp bên ngoài phá hoại.

5. "Lại nữa, A-nan, nếu người nước Bạt-kỳ cúng dường sa-môn, bà-la-môn, thừa sự, kính lễ đồng phạm hạnh, đó gọi là pháp thứ năm không bị giặc cướp bên ngoài phá hoại.

6. "Lại nữa, A-nan, nếu người nước Bạt-kỳ không tham đắm của báu người khác, đó gọi là pháp thứ sáu không bị giặc cướp bên ngoài phá hoại.

7. "Lại nữa, A-nan, nếu người nước Bạt-kỳ đều cùng một lòng, hướng[21] đến miếu thần, mà chuyên tinh ý mình, sẽ không bị giặc cướp bên ngoài phá hoại. Đó gọi là pháp thứ bảy không bị giặc ngoại xâm phá hoại.

"A-nan, đó gọi là người Bạt-kỳ tu bảy pháp này, quyết không bị giặc cướp bên ngoài phá hoại."

Khi ấy, bà-la-môn bạch Phật:

"Giả sử người nước Bạt-kỳ thành tựu chỉ một pháp thôi, còn không thể hoại, huống chi đến bảy pháp thì làm sao hoại nổi? Đầy đủ thay, bạch Thế Tôn. Nhưng việc nước đa đoan, con muốn trở về."

Bà-la-môn liền từ chỗ ngồi đứng dậy mà đi.

Sau khi bà-la-môn đi được một lát, Thế Tôn bảo các tỳ-kheo:

"Nay Ta sẽ nói bảy pháp không thối chuyển, các người hãy lắng nghe và suy nghĩ kỹ!"

Các tỳ-kheo bạch Phật:

"Thưa vâng, bạch Thế Tôn!"

Bấy giờ, các tỳ-kheo vâng lời Phật dạy. Thế Tôn bảo:

"Sao gọi là bảy pháp không thối chuyển?

1. "Tỳ-kheo, nên biết, nếu tỳ-kheo cùng tập hợp lại một chỗ, đều cùng hòa thuận, trên dưới chăm sóc nhau, tiến dần lên trên[22], tu các pháp lành không thối chuyển, không để cho ma được tùy tiện. Đó gọi là pháp không thối chuyển thứ nhất.

2. "Lại nữa, chúng Tăng hòa hợp, thuận theo giáo pháp, tiến dần lên trên, không thối chuyển, không để ma được tùy tiện. Đó gọi là pháp không thối chuyển thứ hai.

3. "Lại nữa, tỳ-kheo không tham dính vào công việc, không huân tập nghiệp đời, tiến dần lên trên, không để cho ma được tùy tiện. Đó gọi là pháp không thối chuyển thứ ba.

4. "Lại nữa, tỳ-kheo không tụng đọc sách tạp, trọn **[738c]** ngày sách tấn tình ý, tiến dần lên trên, không để cho ma được tùy tiện. Đó gọi là pháp không thối chuyển thứ tư.

5. "Lại nữa, tỳ-kheo siêng tu pháp, trừ khử ngủ nghỉ, thường tự cảnh tỉnh, tiến dần lên trên, không để cho ma được tùy tiện. Đó gọi là pháp không thối chuyển thứ năm.

6. "Lại nữa, tỳ-kheo không học toán thuật, cũng không khuyến khích người khác học, thích chỗ yên tĩnh, tu tập pháp, tiến dần lên trên, không để cho ma được tùy tiện. Đó gọi là pháp không thối chuyển thứ sáu.

7. "Lại nữa, tỳ-kheo khởi tưởng tất cả thế gian không đáng ưa thích, tập hạnh thiền, kham nhẫn pháp giáo, tiến dần lên trên, không để cho ma được tùy tiện. Đó gọi là pháp không thối chuyển thứ bảy.

"Tỳ-kheo thành tựu bảy pháp này, hòa thuận với nhau, ma không thể tùy tiện.

Bấy giờ, Thế Tôn nói kệ này:

> *Trừ bỏ mọi nghiệp đời,*
> *Không tư duy loạn tưởng.*
> *Nếu không hành như vậy,*
> *Không thể được tam-muội.*

> *Người hay ưa thích pháp;*
> *Phân biệt nghĩa pháp ấy;*
> *Tỳ-kheo ưa hạnh này,*
> *Sẽ dẫn đến tam-muội.*

"Cho nên, tỳ-kheo, hãy tìm cầu phương tiện thành tựu bảy pháp này.

"Các tỳ-kheo, hãy học điều này như vậy."

Các tỳ-kheo sau khi nghe những gì Phật dạy hoan hỷ phụng hành.

KINH SỐ 3

Tôi nghe như vầy:

Một thời, đức Phật ở trong vườn Cấp Cô Độc, rừng cây Kỳ-đà, nước Xá-vệ.

Bấy giờ, Thế Tôn bảo các tỳ-kheo :

"Nay, Ta sẽ nói về bảy sử,[23] các ngươi hãy ghi nhớ kỹ."

Các tỳ-kheo đáp:

"Thưa vâng, bạch Thế Tôn!"

Các tỳ-kheo vâng lời Phật dạy.

Thế Tôn nói:

"Những gì là bảy? Một là sử tham dục, hai là sử sân hận, ba là sử kiêu mạn, bốn là sử ngu si, năm là sử nghi, sáu là sử tà kiến, bảy là sử tham đắm thế gian.[24] Tỳ-kheo, đó gọi là có bảy sử này khiến chúng sanh mãi

mãi ở nơi tối tăm, thân bị trói buộc, trôi lăn mãi ở thế gian không có lúc dừng, cũng không thể biết cội nguồn của sanh tử.

"Ví như hai con trâu, một đen, một trắng, cùng chung một cái ách, cùng lôi kéo nhau không thể xa rời nhau. Chúng sanh này cũng như vậy, [739a] bị tham dục sử, vô minh sử này trói buộc không thể lìa nhau, năm sử còn lại cũng đuổi theo. Năm sử đuổi theo thì bảy sử cũng vậy. Nếu kẻ phàm phu bị bảy sử này trói buộc, trôi lăn mãi trong sanh tử không được giải thoát, không thể biết nguồn gốc khổ.

"Tỳ-kheo, nên biết, do bảy sử này mà có ba đường dữ, địa ngục, ngạ quỷ, súc sanh. Do bảy sử này nên không thể vượt qua được cảnh giới tệ ma.

"Nhưng pháp bảy sử này lại có bảy phương thuốc [trị]. Những gì là bảy? Sử tham dục, dùng niệm giác chi để trị. Sử sân hận, dùng trạch pháp giác chi để trị. Sử tà kiến, dùng tinh tấn giác chi để trị. Sử tham đắm thế gian, dùng hỷ giác chi để trị. Sử kiêu mạn dùng khinh an giác chi để trị. Sử nghi, dùng định giác chi để trị. Sử vô minh, dùng xả giác chi để trị. Tỳ-kheo, đó gọi là dùng bảy giác chi để trị bảy sử ấy.

"Tỳ-kheo, nên biết, xưa khi Ta chưa thành Phật, còn đang thực hành Bồ-tát hạnh, ngồi dưới cây, suy nghĩ như vầy: 'Chúng sanh Dục giới bị những gì trói buộc?' Lại nghĩ: 'Chúng sanh này bị bảy sử cuốn trôi trong sanh tử, mãi không được giải thoát. Nay Ta cũng bị bảy sử này trói, không giải thoát được.' Rồi Ta lại nghĩ: 'Lấy gì để trị bảy sử này?' Ta lại suy nghĩ: 'Bảy sử này nên dùng bảy giác chi để trị. Ta hãy tư duy về bảy giác chi.' Khi tư duy bảy giác chi, tâm dứt sạch hữu lậu, liền được giải thoát. Sau khi thành Đạo Vô thượng Chánh chơn, trong bảy ngày ngồi kiết già, Ta tư duy thêm nữa bảy giác chi này. Cho nên, các tỳ-kheo, muốn dứt trừ bảy sử thì phải tu tập pháp bảy giác chi.

"Các tỳ-kheo, hãy học điều này như vậy."

Các tỳ-kheo sau khi nghe những gì Phật dạy hoan hỷ phụng hành.

KINH SỐ 4

Tôi nghe như vầy:

Một thời, đức Phật ở trong vườn Cấp Cô Độc, rừng cây Kỳ-đà, nước Xá-vệ.

Bấy giờ, Thế Tôn bảo các tỳ-kheo :

"Có bảy hạng người đáng thờ, đáng kính, là phước điền vô thượng ở thế gian. Những ai là bảy hạng người? Một là hành từ, hai là hành bi, ba là hành hỷ, bốn là hành xả, năm là hành không, sáu là hành vô tướng, bảy là hành vô nguyện. Đó gọi là bảy hạng người đáng thờ, đáng kính, là [739b] phước điền vô thượng thế gian. Vì sao vậy? Vì có chúng sanh nào hành bảy pháp này thì ở trong hiện pháp được quả báo."

Khi ấy, A-nan bạch Thế Tôn :

"Vì sao không nói Tu-đà-hoàn, Tư-đà-hàm, A-na-hàm, A-la-hán, Bích-chi-phật, Phật mà lại nói bảy pháp này?"

Thế Tôn nói:

"Bảy hạng người, hành từ, v.v.. hành của họ cùng với Tu-đà-hoàn *cho đến* Phật không giống nhau. Tuy cúng dường Tu-đà-hoàn *cho đến* Phật cũng không được quả báo hiện tiền; nhưng cúng dường bảy hạng người này, ở hiện đời được báo. Cho nên, A-nan, cần phải nỗ lực dũng mãnh để thành tựu bảy pháp này. A-nan, hãy học điều này như vậy."

A-nan sau khi nghe những gì Phật dạy hoan hỷ phụng hành .

KINH SỐ 5

Tôi nghe như vầy:

Một thời, đức Phật ở tại ao Di hầu, Tỳ-xá-ly, cùng đại chúng tỳ-kheo gồm năm trăm vị.

Bấy giờ, đến giờ khất thực, Thế Tôn khoác y, cầm bát, cùng A-nan vào Tỳ-xá-ly khất thực.

Lúc bấy giờ, trong thành Tỳ-xá-ly có gia chủ tên Tỳ-la-tiên nhiều của lắm báu không thể đếm xuể, nhưng lại tham lam keo kiệt, không có tâm huệ thí, chỉ hưởng phước cũ, không tạo thêm phước mới. Lúc ấy, gia chủ kia dẫn các thể nữ ở hậu cung ca múa vui đùa với nhau.

Bấy giờ, Thế Tôn đi đến con đường ấy, biết mà vẫn hỏi A-nan:

"Tiếng đờn ca đang nghe phát ra từ nhà nào vậy?"

A-nan bạch Phật:

"Đó là từ nhà của gia chủ Tỳ-la-tiên."

Phật bảo A-nan:

"Sau bảy ngày nữa, gia chủ này sẽ qua đời, sanh vào địa ngục Thế khốc.[25] Vì sao vậy? Đó là pháp thường. Nếu người nào đoạn hết căn lành, khi mạng chung đều sanh vào địa ngục Thế khốc. Nay gia chủ này đã hết phước cũ, lại không tạo phước mới."

A-nan bạch Phật:

"Có nhân duyên gì khiến gia chủ này sau bảy ngày không qua đời không?"

Phật bảo A-nan:

"Không có nhân duyên nào để không qua đời. Những hành vi đã tạo kiếp trước hôm nay đã hết. Điều này không thể tránh khỏi."

A-nan bạch Phật:

"Có phương cách nào giúp gia chủ này không sanh vào địa ngục Thế khốc không?"

Phật bảo A-nan:

"Có cách này có thể giúp gia chủ không vào địa ngục."

A-nan bạch Phật:

"Nhân duyên nào để gia chủ không vào địa ngục?"

Phật bảo A-nan:

"Nếu gia chủ này, cạo bỏ râu tóc, mặc ba pháp y, xuất gia học đạo, thì tránh khỏi **[739c]** tội này được."

A-nan bạch Phật:

"Nay con có thể khiến cho gia chủ này xuất gia học đạo!"

Rồi thì, A-nan từ giã Thế Tôn, đi đến nhà gia chủ này, đứng ở ngoài cửa. Khi ấy, gia chủ từ xa trông thấy A-nan đến, liền ra nghênh đón và mời ngồi. A-nan bảo gia chủ:

"Hiện tôi ở gần bậc Nhất thiết trí, nghe Như Lai báo trước về thân ông, sau bảy ngày nữa thân hoại mạng chung sẽ sinh vào địa ngục Thế khốc."

Gia chủ nghe rồi, trong lòng sợ hãi, lông tóc dựng đứng, thưa với A-nan: "Có cách nào giúp trong bảy ngày không qua đời không?"

A-nan đáp:

"Không có cách nào giúp trong bảy ngày thoát khỏi mạng chung."

Gia chủ lại bạch:

"Có cách nào giúp tôi mạng chung không sanh vào địa ngục Thế khốc không?"

A-nan đáp:

"Thế Tôn có dạy như vầy: 'Nếu gia chủ cạo bỏ râu tóc, mặc ba pháp y, xuất gia học đạo, thì không vào trong địa ngục.' Nay gia chủ có thể xuất gia học đạo để đến bờ kia."

Gia chủ bạch:

"Ngài A-nan, hãy đi trước, con sẽ đến ngay."

Sau đó, A-nan liền ra đi. Gia chủ tự nghĩ: "Bảy ngày hãy còn xa. Nay ta có thể tự vui thích ngũ dục, sau đó sẽ xuất gia học đạo."

Hôm sau, A-nan lại đến nhà gia chủ, nói với gia chủ:

"Một ngày đã qua, chỉ còn lại sáu ngày, đúng lúc xuất gia!"

Gia chủ bạch:

"Ngài A-nan, hãy đi trước đi, tôi sẽ theo ngay."

Nhưng gia chủ kia vẫn cố không đi. Qua hai ngày, ba ngày cho đến sáu ngày, lúc này A-nan đến nhà gia chủ bảo gia chủ:

"Đúng lúc hãy xuất gia, kẻo sau hối hận không kịp. Nếu không xuất gia, hôm nay mạng chung sẽ sanh vào trong địa ngục Thế khốc."

Gia chủ bạch A-nan: "Tôn giả hãy đi trước, tôi sẽ theo sau ngay."

A-nan bảo:

"Gia chủ, hôm nay ông dùng thần túc gì để đến nơi ấy, mà bảo tôi đi trước? Nay cả hai phải đi cùng lúc."

Lúc ấy, A-nan dẫn gia chủ này đến chỗ Thế Tôn, đảnh lễ sát chân, rồi bạch Phật:

"Gia chủ này, nay muốn xuất gia học đạo, cúi xin Như Lai cho phép cạo bỏ râu tóc, khiến được học đạo."

Phật bảo A-nan:

"Nay ngươi hãy đích thân độ cho gia chủ này."

Lúc ấy, A-nan vâng lời Phật dạy, liền **[740a]** cạo bỏ râu tóc cho gia chủ, dạy cho đắp ba pháp y, cho học chánh pháp. Bấy giờ, A-nan dạy tỳ-kheo kia rằng:

"Ông hãy nhớ nghĩ tu hành, niệm Phật, niệm Pháp, niệm Tăng Tỳ-kheo, niệm giới, niệm thí, niệm thiên, niệm tịch tĩnh, niệm an-ban, niệm thân, niệm sự chết. Hãy tu hành pháp như vậy. Tỳ-kheo hành mười niệm này thì lập tức được quả báo lớn, được pháp vị cam lồ."

Sau khi tu tập pháp như vậy rồi, ngay trong ngày hôm đó, ông ấy mạng chung sanh lên Tứ thiên vương.

Bấy giờ, A-nan liền hỏa thiêu thân kia, rồi trở về chỗ Thế Tôn, đảnh lễ sát chân, đứng qua một bên. Bấy giờ, A-nan bạch Thế Tôn:

"Vừa rồi Tỳ-kheo Tỳ-la-tiên đã qua đời. Ông sanh về nơi nào?"

Thế Tôn bảo:

"Tỳ-kheo này chết sanh lên Tứ thiên vương."

A-nan bạch Phật:

"Ở đó mạng chung sẽ sanh nơi nào?"

Thế Tôn bảo:

"Ở đó mạng chung sẽ sanh lên trời Tam thập tam, rồi lần lượt sanh lên trời Diệm thiên, trời Đâu-suất, trời Hóa tự tại, trời Tha hóa tự tại. Từ đó mạng chung, sanh trở lại cho đến trời Tứ thiên vương. Này A-nan, đó gọi là Tỳ-kheo Tỳ-la-tiên bảy phen chuyển vòng trong trời người, cuối cùng được làm thân người, xuất gia học đạo, sẽ dứt sạch gốc khổ. Vì sao vậy? Vì vị ấy có lòng tin ở Như Lai.

"A-nan nên biết, cõi Diêm-phù-đề này, nam bắc hai vạn một nghìn do-tuần, đông tây bảy nghìn do-tuần. Nếu có người cúng dường tất cả người cõi Diêm-phù-đề, phước đó có nhiều không?"

A-nan bạch Phật:

"Thật nhiều, thật nhiều, bạch Thế Tôn."

Phật bảo A-nan:

"Nếu chúng sanh nào chỉ trong khoảnh khắc, tín tâm không đứt đoạn, tu tập mười niệm, phước kia không thể lường, không có thể đo lượng được. Như vậy, A-nan, hãy tìm cầu phương tiện tu tập mười niệm.

"A-nan, hãy học điều này như vậy."

A-nan sau khi nghe những gì Phật dạy hoan hỷ phụng hành.

KINH SỐ 6[*]

Tôi nghe như vầy:

Một thời, đức Phật ở trong vườn Cấp Cô Độc, rừng cây Kỳ-đà, nước Xá-vệ.

Bấy giờ, Thế Tôn bảo các tỳ-kheo:

"Ta sẽ nói pháp cực diệu, khoảng đầu, giữa, cuối đều thiện xảo, nghĩa lý sâu xa, đầy đủ để tu phạm hạnh. Kinh này gọi là 'Pháp thanh tịnh các

---

[*] Pāli, M.2. *Sabbāsava* (R. i. 6). Hán, *Trung 2, kinh 10.*

lậu,' các ngươi hãy nhớ nghĩ kỹ."

Các tỳ-kheo đáp:

"Thưa vâng, bạch Thế Tôn!"

Các tỳ-kheo vâng theo Phật dạy.

Thế Tôn bảo:

[740b] "Sao gọi là pháp thanh tịnh các lậu? Hoặc có hữu lậu được đoạn trừ bởi thấy, hoặc có hữu lậu được đoạn trừ bởi thân cận, hoặc có hữu lậu được đoạn trừ bởi viễn ly, hoặc có hữu lậu được đoạn trừ bởi hỷ lạc, hoặc có hữu lậu được đoạn trừ bởi oai nghi, hoặc có hữu lậu được đoạn trừ bởi tư duy.[26]

1. "Sao gọi là hữu lậu được đoạn trừ bởi thấy? Ở đây, kẻ phàm phu không gặp Thánh nhân, không thuận theo pháp Như Lai, không thể thủ hộ pháp Hiền thánh, không thân cận thiện tri thức, không tùng sự với thiện tri thức; pháp đã được nghe cần tư duy mà không tư duy; pháp không nên tư duy thì tư duy, khiến cho dục lậu chưa sinh liền sinh, dục lậu đã sinh liền tăng nhiều; hữu lậu chưa sinh liền sinh, hữu lậu đã sinh liền tăng nhiều; vô minh lậu chưa sanh liền sinh, vô minh lậu đã sinh liền tăng nhiều. Đó là pháp không nên tư duy mà tư duy.

"Sao gọi là pháp nên tư duy, nhưng không tư duy[27]? Pháp nên tư duy là do pháp đó mà dục lậu chưa sanh khiến không sinh, dục lậu đã sinh thì liền diệt; hữu lậu chưa sanh khiến không sinh, hữu lậu đã sinh thì liền diệt; vô minh lậu chưa sinh khiến không sanh, vô minh lậu đã sanh thì liền diệt. Đây gọi là pháp nên tư duy mà không tư duy.

"Điều không nên tư duy mà tư duy, điều nên tư duy lại không tư duy, khiến dục lậu chưa sinh liền sinh, dục lậu đã sinh liền tăng nhiều, hữu lậu chưa sinh liền sinh, hữu lậu đã sinh liền tăng nhiều, vô minh lậu chưa sinh liền sinh, vô minh lậu đã sinh liền tăng nhiều.

"Người kia khởi lên tư duy như vầy: 'Có quá khứ lâu xa? Ta có trong quá khứ lâu xa?' Hoặc suy nghĩ như vầy: 'Không có quá khứ lâu xa? Ta [không] hiện hữu trong quá khứ lâu xa? Ai hiện hữu trong quá khứ lâu xa? Có tương lai lâu xa hay không? Ta sẽ hiện hữu trong tương lai lâu xa?' Hoặc lại tư duy: 'Không có tương lai lâu xa? Ta [không] hiện hữu trong tương lai lâu xa? Ai hiện hữu tương lai lâu xa? Vì sao có chúng sanh lâu xa này? Chúng sanh lâu xa này từ đâu mà đến? Từ đây mạng chung sẽ sinh về đâu?'

"Người kia khởi lên những ý nghĩ chẳng lành này liền khởi lên sáu kiến, lần lượt sinh tưởng tà: (1) Thấy rằng có ngã, thật có kiến này. (2) Thấy rằng không có ngã, thật có khởi kiến này. (3) Thấy rằng vừa có ngã, vừa không ngã, ở **[740c]** trong đó khởi kiến này. (4) Lại do quán sát tự thân khởi lại kiến này: Ở nơi chính ta mà không thấy có ta. (5) Lại khởi lên kiến này: Ở nơi không có ta mà không thấy không có ta, ở trong đó khởi kiến này. (6) Bấy giờ, người kia lại sinh tà kiến này: Ngã đời này cũng là ngã đời sau, tồn tại mãi ở đời không bị tan rã, cũng không biến dịch, lại không dời đổi.[28] Đó gọi là tụ tà kiến. Tà kiến, tai họa, sầu bi, khổ não, đều từ đây sinh, không thể chữa trị, cũng lại không thể loại bỏ, làm tăng gốc khổ. Do đó không phải là hành của sa-môn, đạo Niết-bàn.

"Lại nữa, tỳ-kheo, đệ tử Hiền thánh tu hành pháp kia không mất thứ lớp, khéo biết thủ hộ, tùng sự theo thiện tri thức. Vị ấy có thể phân biệt, biết rõ pháp không nên tư duy, cũng biết rõ pháp nên tư duy. Vị ấy không tư duy pháp không nên tư duy, và tư duy pháp nên tư duy.

"Pháp gì không nên tư duy mà vị ấy không tư duy? Ở đây, các pháp khiến dục lậu chưa sinh bèn sinh, dục lậu đã sinh bèn tăng nhiều; hữu lậu chưa sinh bèn sinh, hữu lậu đã sinh bèn tăng nhiều; vô minh lậu chưa sinh bèn sinh, vô minh lậu đã sinh bèn tăng nhiều. Đây gọi là pháp không nên tư duy.

"Pháp gì nên tư duy mà vị ấy tư duy? Ở đây, các pháp khiến dục lậu chưa sinh khiến không sinh, dục lậu đã sinh liền diệt, hữu lậu chưa sinh khiến không sinh, hữu lậu đã sinh liền diệt, vô minh lậu chưa sinh khiến không sinh, vô minh lậu đã sinh liền diệt. Đây gọi là pháp nên tư duy. Vị ấy cũng không tư duy điều không nên tư duy, và tư duy điều nên tư duy. Vị ấy tư duy như vậy, liền diệt ba pháp. Những gì là ba? Thân tà, giới đạo, và nghi.[29] Nếu không thấy không biết thì tăng hành hữu lậu, nếu thấy, nghe, nghĩ, biết thì không tăng hành hữu lậu; đã biết, đã thấy thì hữu lậu liền không sinh. Đây gọi là lậu do kiến mà được đoạn.[30]

2. "Sao gọi là lậu được đoạn bằng kham nhẫn[31]? Ở đây, tỳ-kheo chịu đựng đói lạnh, cần khổ, gió mưa, ruồi muỗi, lời ác, mạ nhục, thân sinh thống khổ, rất là đau buồn, mạng sắp muốn dứt, mà có thể nhẫn chịu. Nếu không như vậy, liền sinh khổ não. Nếu có thể kham chịu, thì không sinh như vậy. Đây gọi là lậu [741a] được đoạn bởi kham nhẫn.

3. "Sao gọi là lậu được đoạn bằng thân cận?[32] Ở đây, tỳ-kheo nắm giữ tâm khi nhận y, không vì trang sức mà chỉ muốn giữ gìn thân thể, muốn trừ lạnh nóng, muốn cho gió mưa không chạm vào thân mình; lại che thân thể không để lộ ra ngoài.

"Lại nữa, nắm giữ tâm theo thời khất thực, không khởi tâm nhiễm đắm, chỉ cốt giữ gìn thân thể khiến cho bệnh cũ được lành, bệnh mới không sinh; gìn giữ các hành không cho xúc phạm, an ổn lâu dài mà tu tập phạm hạnh lâu bền ở đời.

"Lại nắm giữ tâm ý, khi thọ dụng giường ghế, cũng không ham trang trí tốt đẹp, chỉ mong trừ đói lạnh, gió mưa, ruồi muỗi, giữ gìn thân mình để thực hành đạo pháp.

"Lại nữa, giữ tâm khi thọ dụng thuốc trị bệnh, không sanh tâm nhiễm đắm nơi thuốc trị bệnh kia, chỉ mong cho bệnh tật được trừ khỏi, thân thể được an ổn. Nếu không thọ dụng như vậy thì tai hại của hữu lậu sẽ phát sinh. Nếu thọ dụng như vậy thì tại hại của hữu lậu không sinh. Đây gọi là lậu được đoạn bởi thân cận.

4. "Sao gọi là lậu hoặc được đoạn bởi viễn ly?[33] Ở đây, tỳ-kheo trừ bỏ tưởng loạn[34] do bởi voi dữ, lạc đà, bò ngựa, hổ sói, chó, rắn, hầm sâu, bờ hiểm, gai góc, sườn cao, bùn lầy; thảy đều nên tránh xa chúng. Chớ tùng sự với ác tri thức, cũng lại không gần gũi với người ác, hay tư duy thuần thục không lìa khỏi đầu mối của tâm. Nếu không giữ gìn[35] thì sinh hữu lậu, nếu được giữ gìn thì không sinh hữu lậu. Đây gọi là lậu được đoạn bởi viễn ly.

5. "Sao gọi là lậu được đoạn bởi hỷ lạc?[36] Ở đây, tỳ-kheo sinh tưởng dục mà không xả ly; khởi tưởng sân nhuế cũng không xả ly; lại khởi tưởng tật đố cũng không xả ly. Nếu không xả ly thì sinh hữu lậu, nếu có thể xả ly liền có thể không khởi hữu lậu. Đây gọi là lậu được đoạn bởi hỷ lạc.

6. "Sao gọi là lậu được đoạn nhờ oai nghi?[37] Ở đây, tỳ-kheo khi mắt thấy sắc không khởi tưởng sắc, cũng không khởi tâm nhiễm ô, giữ nhìn nhãn căn đầy đủ, không để khuyết lậu. Khi tai nghe tiếng, mũi ngửi mùi, lưỡi nếm vị, thân biết mịn láng, ý biết pháp đều không khởi tâm nhiễm ô, cũng không khởi đắm mà giữ gìn ý căn. Nếu không giữ gìn oai nghi mình thì sinh hữu lậu, nếu giữ gìn oai nghi mình thì không có tai hoạn hữu lậu. Đây gọi là lậu được đoạn bởi oai nghi.

7. "Sao gọi là [741b] lậu được đoạn bởi tư duy[38]? Ở đây, tỳ-kheo tu niệm giác chi, y vô dục, y không nhiễm ô, y diệt tận mà cầu xuất yếu; tu trạch pháp giác chi, tinh tấn giác chi, hỷ giác chi, khinh an giác chi, định giác chi, xả giác chi, y vô dục, y không nhiễm ô, y diệt tận mà cầu xuất yếu. Nếu không tu pháp này thì sinh tai hoạn hữu lậu. Nếu có thể tu pháp này thì không sinh tai hoạn hữu lậu. Đây gọi là lậu này được đoạn bởi tư duy.

"Lại nữa, tỳ-kheo, ở nơi tỳ-kheo mà những gì là hữu lậu được đoạn trừ bởi kiến, liền được đoạn trừ bởi kiến; được đoạn trừ bởi kham nhẫn liền được đoạn trừ bởi kham nhẫn; được đoạn trừ bởi thân cận liền được đoạn trừ bởi thân cận; được đoạn trừ bởi viễn ly liền được đoạn trừ bởi viễn ly;[39] được đoạn trừ bởi oai nghi liền được đoạn trừ bởi oai nghi; được đoạn trừ bởi tư duy liền được đoạn trừ bởi tư duy. Đó gọi là tỳ-kheo đầy đủ tất cả oai nghi có thể đoạn ái kết, xả ái dục, vượt qua bốn bộc lưu, dần dần thoát khổ. Này các tỳ-kheo, đó gọi là pháp trừ hữu lậu.

"Những gì mà Chư Phật Thế Tôn cần làm, vì từ niệm đối với tất cả chúng sanh, nay Ta cũng đã làm xong. Các ngươi nên luôn luôn vui thích chỗ vắng, ở dưới bóng cây, chuyên cần tinh tấn, chớ có giải đãi. Hiện tại không nỗ lực, sau hối hận cũng vô ích. Đây là những lời dạy dỗ của Ta."

Các tỳ-kheo sau khi nghe những gì Phật dạy hoan hỷ phụng hành.[40]

KINH SỐ 7[*]

Tôi nghe như vầy:

---

[*] Tham chiếu, Hán, *Trung 2*, kinh 7.

Một thời, đức Phật ở bên bờ sông A-du-xà,⁴¹ cùng đại chúng tỳ-kheo gồm năm trăm vị.

Lúc ấy, Đại Quân-đầu⁴² đang ở tại chỗ nhàn tĩnh, tự nghĩ: "Có nghĩa này, mà thường tăng thêm công đức, hay không có lý này?"

Rồi Quân-đầu liền từ chỗ ngồi đứng dậy, đi đến chỗ Thế Tôn, đảnh lễ sát chân, và ngồi qua một bên. Bấy giờ Quân-đầu bạch Phật:

"Bạch Thế Tôn, vừa rồi, khi ở chỗ nhàn tĩnh, con tự nghĩ: 'Có lý này hay không, là những gì được làm cho [741c] chúng Tăng được tăng thêm công đức?' Nay con hỏi Thế Tôn, cúi xin dạy cho."

Thế Tôn bảo:

"Có thể được tăng ích công đức."

Quân-đầu bạch Phật:

"Thế nào là được tăng thêm công đức?"

Thế Tôn đáp:

"Có bảy sự kiện tăng ích, phước kia không thể kể được, cũng không ai có thể tính đếm được. Những gì là bảy? Ở đây, con trai thiện gia, hoặc con gái thiện gia, tạo dựng Tăng-già-lam nơi chưa từng tạo dựng. Phước này không thể kể.

"Lại nữa, Quân-đầu, thiện nam, thiện nữ đem giường ghế cúng dường Tăng-già-lam kia, cùng Tăng Tỳ-kheo, này Quân-đầu, đây là phước thứ hai không thể kể hết.

"Lại nữa, Quân-đầu, thiện nam, thiện nữ đem thức ăn cúng dường Tăng Tỳ-kheo kia; này Quân-đầu, đó là phước thứ ba không thể tính hết.

"Lại nữa, Quân-đầu, thiện nam, thiện nữ đem áo che mưa cúng dường Tăng Tỳ-kheo kia, này Quân-đầu, đó là công đức thứ tư, phước kia không thể lường.

"Lại nữa, Quân-đầu, con trai, con gái thiện gia đem thuốc cúng dường Tăng Tỳ-kheo kia, này Quân-đầu, đó là phước thứ năm không thể tính hết.

"Lại nữa, Quân-đầu, thiện nam, thiện nữ đào giếng tốt nơi hoang dã, này Quân-đầu, đó là công đức thứ sáu cũng không thể tính hết.

"Lại nữa, Quân-đầu, thiện nam, thiện nữ làm nhà dọc đường cho người qua lại có chỗ nghỉ đêm, này Quân-đầu, đó là công đức thứ bảy không thể tính xiết.⁴³

"Này Quân-đầu, đó gọi là pháp bảy công đức, phước kia không thể đo lường. Khi đi, hoặc ngồi, ngay đến khiến mạng chung, phước kia cũng theo sau như bóng theo hình, phước đức ấy không thể tính hết để có thể nói có bao nhiêu phước. Cũng như nước biển lớn, không thể dùng thăng đấu để đong được để nói có bao nhiêu nước. Bảy công đức này cũng vậy, phước ấy không hạn lượng. Cho nên, Quân-đầu, thiện nam, thiện nữ hãy tìm cầu phương tiện thành tựu bảy công đức này.

"Quân-đầu, hãy học điều này như vậy."

Quân-đầu sau khi nghe những gì Phật dạy hoan hỷ phụng hành

KINH SỐ 8

Tôi nghe như vầy:

Một thời, đức Phật ở trong vườn Cấp Cô Độc, rừng cây Kỳ-đà, nước Xá-vệ.

Bấy giờ, Thế Tôn bảo các tỳ-kheo:

"Các ngươi hãy tu hành, niệm tưởng về sự chết, tư duy về tưởng chết."

Khi ấy, có một tỳ-kheo đang ngồi ở chỗ kia, bạch Thế Tôn:

[742a] "Con thường tu hành tư duy tưởng về sự chết."

Thế Tôn bảo:

"Ngươi tư duy tu hành tưởng về sự chết thế nào?"

Tỳ-kheo bạch Phật:

"Con tư duy về tưởng chết rằng: 'Ý sẽ còn sống bảy ngày nữa, nên tư duy bảy giác chi, để ở trong pháp Như Lai được nhiều lợi ích, sau khi chết không hối hận.' Thế Tôn, con tư duy về tưởng chết như vậy."

Thế Tôn bảo:

"Thôi, thôi, tỳ-kheo! Đây chẳng phải hành về tưởng chết. Đấy gọi là pháp phóng dật."

Lại có tỳ-kheo bạch Thế Tôn:

"Con có thể tu hành về tưởng chết."

Thế Tôn bảo:

"Ngươi tu hành tư duy về tưởng chết thế nào?"

Tỳ-kheo bạch Phật:

"Con suy nghĩ: 'Ý sẽ còn sống sáu ngày nữa, tư duy Chánh pháp Như Lai, rồi sau đó mạng chung. Như vậy mới có sự tăng ích.' Con tư duy tưởng chết như vậy."

Thế Tôn bảo:

"Thôi, thôi, tỳ-kheo! Đó cũng là pháp phóng dật, chẳng phải tư duy về tưởng chết."

Các tỳ-kheo bạch Phật: Ý sẽ tồn tại năm ngày, hoặc nói bốn ngày, hoặc nói ba ngày, hai ngày, một ngày.

Bấy giờ, Thế Tôn bảo các tỳ-kheo:

"Thôi, thôi, tỳ-kheo! Đây cũng là pháp phóng dật, chẳng phải tư duy về tưởng chết."

Lúc ấy, lại có tỳ-kheo bạch Thế Tôn:

"Con có thể kham nhận tu hành về tưởng chết."

Tỳ-kheo bạch Phật:

"Đến giờ khất thực, con đắp y mang bát, vào thành Xá-vệ khất thực, rồi ra khỏi thành Xá-vệ, trở về nơi ở, vào trong tịnh thất, tư duy về bảy giác chi mà mạng chung. Đây là tư duy về tưởng chết."

Thế Tôn bảo:

"Thôi, thôi, tỳ-kheo! Những điều mà tỳ-kheo các ngươi nói đều là hành phóng dật, chẳng phải là tu hành pháp tưởng chết."

Lúc ấy, Thế Tôn lại bảo các tỳ-kheo:

"Nếu ai có thể như Tỳ-kheo Bà-ca-lợi[44], đó gọi là tư duy về tưởng chết. Tỳ-kheo ấy có thể khéo tư duy về tưởng chết, nhàm tởm thân này là bất tịnh ghê tởm. Tỳ-kheo tư duy về tưởng chết, phải buộc ý trước mắt, tâm không di động, niệm số đếm hơi thở ra vào, đồng thời tư duy về bảy giác chi, như vậy ở trong pháp Như Lai mới được nhiều lợi ích. Vì sao vậy? Hết thảy các hành đều rỗng lặng, cái sanh và cái diệt đều như huyễn hóa, không có chơn thật. Cho nên, tỳ-kheo, hãy ở trong hơi thở ra vào tư duy về tưởng chết để **[742b]** thoát khỏi sanh, già, bệnh, chết, buồn rầu, khổ não.

"Các tỳ-kheo, hãy học điều này như vậy."

Các tỳ-kheo sau khi nghe những gì Phật dạy hoan hỷ phụng hành.

KINH SỐ 9

Tôi nghe như vầy:

Một thời, đức Phật ở trong vườn Cấp Cô Độc, rừng cây Kỳ-đà, nước Xá-vệ.

Bấy giờ, vua Ba-tư-nặc ra lệnh quần thần:

"Hãy nhanh chóng chuẩn bị xe lông chim báu. Ta muốn đến chỗ Thế Tôn, đảnh lễ thăm hỏi."

Sau đó, đại vương ra khỏi thành, đi đến chỗ Thế Tôn, đảnh lễ sát chân, rồi ngồi qua một bên. Bấy giờ, Như Lai đang thuyết pháp cho vô số chúng đang vây quanh. Lúc ấy, có bảy Ni-kiền Tử, lại có bảy người lõa hình, lại có bảy bà-la-môn Đen[45], lại có bảy bà-la-môn lõa hình, đi qua cách Thế Tôn không xa.

Lúc ấy, vua Ba-tư-nặc thấy những người này đi qua cách Thế Tôn không xa, liền bạch Phật:

"Xem những người này đi qua mà không dừng[46], đều là thiểu dục tri túc, không có gia nghiệp. Nay trong những vị A-la-hán ở thế gian này, những người này là tối thượng thủ. Vì sao vậy? Ở giữa mọi người, họ là những người rất là khổ hành, không tham lợi dưỡng."

Thế Tôn nói:

"Đại vương hoàn toàn chưa biết chân A-la-hán. Không phải vì hình thể lõa lồ mà gọi là A-la-hán. Đại vương, nên biết, đó đều chẳng phải là hành chân thật. Nên nhớ nghĩ quan sát sự biến đổi từ xa xưa đến nay, rồi lại nên quán ai đáng thân thì biết thân, ai đáng gần thì biết gần. Vì sao vậy?

"Thời quá khứ lâu xa có bảy bà-la-môn, cùng học một chỗ, tuổi đã cực kỳ suy sụp, lấy cỏ làm y phục, ăn rau quả, sinh các tà kiến. Họ đều nghĩ như vầy: 'Chúng ta trì pháp khổ hành này để sau làm vua nước lớn. Hoặc cầu làm Thích, Phạm, Tứ thiên vương.'

Bấy giờ, có vị thiên sư A-tư-đà[47] vốn là tổ phụ của các bà-la-môn ấy, biết những ý nghĩ trong tâm các bà-la-môn này, liền biến mất khỏi Phạm thiên, hiện đến chỗ bảy bà-la-môn. Lúc ấy, thiên sư A-tư-đà bỏ phục sức cõi trời, hiện hình bà-la-môn, kinh hành ở đất trống. Bảy bà-la-môn từ xa trong thấy A-tư-đà kinh hành, ai nấy đều nổi sân nhuế mà nói rằng: 'Đây là người đắm dục nào mà đi trước những đồng phạm hạnh chúng ta? Nay phải chú thuật cho nó tiêu thành tro.' Bảy bà-la-môn này liền lấy tay bụm nước rảy lên bà-la-môn kia và chú rằng: 'Giờ ngươi hãy mau biến thành tro bụi.' Nhưng bà-la-môn càng tức giận thì nhan sắc của thiên sư A-tư-đà càng xinh đẹp. Vì sao vậy? Vì tâm từ hay [742c] diệt sân. Lúc ấy, bảy bà-la-môn tự nghĩ: 'Cấm giới của ta đã bị suy giảm hay sao mà chúng ta càng nổi giận thì người ấy càng xinh đẹp thêm?' Rồi bảy bà-la-môn liền nói với vị thiên sư rằng:

Là trời? Càn-thát-bà?
La-sát? hay quỷ thần?
Thật sự người tên gì?
Chúng tôi đều muốn biết.

"Thiên sư A-tư-đà liền nói kệ đáp rằng:

Chẳng phải trời, đạp-hòa,
La-sát hay quỷ thần
Mà ta đây chính là
Thiên sư A-tư-đà.

"Tôi biết ý nghĩ của các ông nên từ cõi trời Phạm thiên bay xuống đây. Phạm thiên cách đây rất xa. Thiên đế Thích cũng vậy. Dùng khổ hành để làm Chuyển Luân Thánh vương còn không được, huống gì là làm Đế Thích, Phạm thiên hay Tứ thiên vương.

"Lúc ấy, thiên sư A-tư-đà liền nói kệ:

Trong tâm đầy niệm tưởng,
Mà ngoại hình tồi tàn.
Nhưng siêng tu chánh kiến
Mới xa lìa ác đạo.
Giữ tâm cho thanh tịnh,
Thân, miệng cũng như vậy;
Xa lìa các niệm ác;
Chắc chắn sẽ sanh thiên.

"Lúc ấy, bảy bà-la-môn hỏi: 'Ngài có thật là thiên sư không?' Thiên sư A-tư-đà đáp: 'Đúng vậy. Nhưng không phải do lõa hình mà được sanh thiên. Vị tất tu khổ hành ấy mà được sanh lên trời Phạm thiên. Cũng chẳng phải phơi bày thân thể hay làm ngần ấy khổ hành mà được sanh nơi ấy. Nhưng nếu có thể thu nhiếp tâm ý không cho lay động thì được sanh thiên. Không thể sanh nơi ấy bằng cách mà các ông đang làm.'

"Này đại vương, quán sát ý nghĩa này, không phải do lõa hình mà gọi là A-la-hán. Kẻ phàm phu không thể phân biệt được ai là bậc Chân nhân, nhưng bậc Chân nhân thì có thể phân biệt do hành vi nào được làm là phàm phu. Lại nữa, kẻ phàm phu không thể biết hành của phàm phu; duy chỉ bậc Chân nhân mới biết hành của phàm phu. Đại vương, nên biết, do phương tiện mà biết rằng điều đó đã có từ trước lâu xa rồi, chứ không phải mới ngày nay. Đại vương, hãy học điều này như vậy."

Bấy giờ, vua Ba-tư-nặc bạch Thế Tôn rằng:

"Những điều Như Lai dạy rất là hay, người đời chẳng thể hiểu nổi. Nhưng việc nước quá **[743a]** nhiều, con xin cáo về."

Phật bảo vua:

"Vua hãy biết thời"

Vua đứng dậy, đảnh lễ sát đất rồi ra đi.

Bấy giờ, vua Ba-tư-nặc nghe những gì Phật dạy hoan hỷ phụng hành.

KINH SỐ 10*

Tôi nghe như vầy:

Một thời, Phật ở vườn Ni-câu-lâu thuộc nước Ca-tỳ-la-vệ của dòng họ Thích, cùng đại chúng tỳ-kheo gồm năm trăm vị.

Bấy giờ, sau khi ăn xong, Thế Tôn từ vườn Ni-câu-lâu đến trong xóm Tì-la-da-trí[48] và ngồi ở một gốc cây.

Khi ấy, Chấp Trượng, họ Thích,[49] ra khỏi thành Ca-tỳ-la-việt, đến chỗ Thế Tôn, rồi đứng im lặng.

Sau đó, Chấp Trượng họ Thích hỏi Thế Tôn rằng: "Sa-môn dạy dỗ điều gì? Bàn luận những gì?"

Thế Tôn bảo: "Bà-la-môn nên biết, điều mà Ta luận thì trời, rồng, quỷ thần không thể theo kịp,[50] chẳng dính mắc thế gian, cũng chẳng trụ trong thế gian.[51] Điều mà Ta luận là như vậy."

Khi ấy, Chấp Trượng họ Thích lắc đầu, thở dài, rồi bỏ đi. Sau đó, Như Lai đứng dậy trở về tinh xá.

Bấy giờ, Thế Tôn bảo các tỳ-kheo:

"Vừa rồi, khi Ta đang ngồi trong vườn, có Chấp Trượng họ Thích đến gặp ta và hỏi ta rằng: 'Sa-môn luận những gì?' Ta đáp: 'Điều mà Ta luận chẳng phải là điều mà chư thiên và thế gian có thể theo kịp, cũng chẳng dính mắc thế gian, cũng chẳng trụ trong thế gian. Điều mà Ta luận là như vậy.' Lúc ấy, Chấp Trượng họ Thích nghe xong liền bỏ đi."

Lúc ấy, có một tỳ-kheo bạch Thế Tôn rằng:

---

* Pāli, M. 18 *Madhupiṇḍika* (R. i. 108). Hán, *Trung 28,* kinh 115.

"Thế nào là không dính mắc thế gian cũng không trụ ở thế gian?"

Thế Tôn bảo:

"Điều mà Ta luận hoàn toàn không dính mắc thế gian, cũng như nay được giải thoát khỏi tham dục, dứt trừ sự nghi ngờ của dòng họ Thích,[52] không có các tưởng.[53] Điều mà Ta luận là như vậy."

Nói xong, Thế Tôn liền đi vào tịnh thất.

Lúc ấy, các tỳ-kheo nói với nhau: "Vừa rồi, Thế Tôn nói tóm lược ý nghĩa của luận ấy, mà ai có thể giảng rộng nghĩa này?"

Rồi các tỳ-kheo nói với nhau: "Thế Tôn thường ca ngợi Tôn giả Đại Ca-chiên-diên. Chỉ có Ca-chiên-diên có thể giảng rộng ý nghĩa này."

Sau đó, các tỳ-kheo nói với Ca-chiên-diên rằng:

"Vừa rồi Như Lai đã giảng tóm tắt ý nghĩa ấy. Cúi xin Tôn giả hãy giảng rộng thêm, phân biệt rõ ràng từng việc cho mọi người được hiểu."

Ca-chiên-diên đáp:

"Ví dụ như có một người **[743b]** đi ra khỏi làng để tìm lõi cây. Vừa thấy cây to, người ấy liền đốn ngã lấy cành lá mang đi mà bỏ cây lại. Hôm nay các vị cũng như vậy. Các vị đã bỏ Như Lai mà đi tìm lõi cây nơi cành lá. Nhưng Như Lai nhìn thấy tất cả, không đâu không cùng khắp. Ngài soi sáng thế gian, là Đạo sư của trời người. Như Lai là chủ chân thật của pháp. Các vị phải tùy theo thời gian thích hợp, tự nhiên sẽ được Như Lai giải thích cho ý nghĩa này."

Lúc ấy, các tỳ-kheo đáp:

"Tuy Như Lai là chủ chân thật của pháp, sẽ diễn rộng nghĩa ấy. Nhưng Tôn giả đã được Thế Tôn ghi nhận, có khả năng nói rõ nghĩa ấy."

Ca-chiên-diên nói:

"Vậy các vị hãy lắng nghe và ghi nhớ kỹ, tôi sẽ giảng nói phân biệt nghĩa ấy."

Các tỳ-kheo đáp: "Thưa vâng."

Bấy giờ các tỳ-kheo vâng lời lắng nghe.

Ca-chiên-diên nói:

"Luận mà hôm nay Như Lai nói đến, không phải là điều mà trời, rồng, quỷ thần có thể theo kịp, không dính mắc, cũng không trụ thế gian, nhưng ta được giải thoát đối với chúng, dứt sạch nghi ngờ, không còn do dự. Như chúng sanh ngày nay ưa thích tranh đấu, kiện tụng, khởi các loạn tưởng.

"Lại nữa, Như Lai nói, Ta không sanh tâm đắm nhiễm trong đó[54]; đó là kết sử tham dục[55], kết sử sân nhuế, tà kiến, ham muốn thế gian[56], kết sử kiêu mạn, kết sử nghi, kết sử vô minh, và do đó đưa đến đau khổ vì dao gậy, mà tranh đấu kiện tụng với người, phát sanh bao nhiêu hành vi bất thiện, phát sanh loạn tưởng.

"Khi mắt thấy sắc mà sanh ra thức tưởng, nhân ba sự ấy mà có xúc[57]. Do có xúc nên có thọ. Do có thọ nên có giác tri. Do có giác tri nên có tưởng. Do có tưởng nên suy lường; từ đó mà có các niệm dính mắc nơi tưởng.[58] Tai nghe tiếng, mũi ngửi mùi, lưỡi nếm vị, thân xúc chạm, ý biết pháp mà sanh ra thức tưởng, nhân ba sự ấy mà có xúc. Do có xúc nên có thọ. Do có thọ nên có giác tri. Do có giác tri nên có tưởng. Do có tưởng nên suy lường; từ đó mà có các niệm dính mắc nơi tưởng. Đó là kết sử tham dục, kết sử sân nhuế, tà kiến, kết sử ham muốn thế gian, kết sử kiêu mạn, kết sử nghi ngờ, kết sử vô minh, gây ra tai biến dao gậy và bao nhiêu tai biến khác không thể tính hết.

"Nếu có ai nói không có mắt, không có sắc mà lại có thức[59], điều đó không đúng. Nếu có ai nói không có xúc mà có **[743c]** thọ thì cũng không đúng. Nếu nói không có thọ mà có tưởng thì cũng không đúng. Nếu có ai nói không có tai, không có tiếng; không có mũi, không có mùi; không có lưỡi, không có vị; không có thân, không có sự xúc chạm; không có ý, không có pháp, mà nói là có thức, thì cũng không có lý. Nếu có ai nói không có xúc mà có thọ thì cũng không đúng. Nếu nói không có thọ mà có tưởng thì cũng không đúng.

"Nếu có ai nói, có mắt, có sắc và ở trong đó phát sanh ra thức, điều đó hợp lý. Nếu nói có tai, tiếng; mũi, hương; lưỡi, vị; thân, sự trơn láng; ý, pháp, và ở trong đó phát sanh ra thức, điều đó hợp lý.

"Các vị nên biết, do nhân duyên này nên Thế Tôn nói: 'Điều mà Ta luận, không phải là điều mà trời, người, ma, thiên ma có thể theo kịp; không chấp trước thế gian, không trụ ở thế gian, nhưng Ta lại giải thoát khỏi tham dục, chấm dứt nghi ngờ, không còn do dự.' Vì lý do này, Thế Tôn nói nghĩa ấy. Nếu ai chưa thông suốt thì hãy đến gặp Thế Tôn hỏi lại nghĩa ấy. Như Lai có dạy điều gì, hãy ghi nhớ mà phụng hành."

Nghe Ca-chiên-diên giảng xong, các tỳ-kheo không nói là đúng, cũng không nói là sai, mà tức thời đứng dậy, nói với nhau: "Chúng ta hãy đem ý nghĩa này đến hỏi Thế Tôn. Thế Tôn có dạy điều gì, sẽ theo đó mà phụng hành."

Rồi thì, số đông các tỳ-kheo đến gặp Thế Tôn, đảnh lễ sát chân, rồi ngồi qua một bên, đem việc lúc nãy bạch với Thế Tôn.

Bấy giờ, Như Lai nói với các tỳ-kheo rằng:

"Tỳ-kheo Ca-chiên-diên thông minh, biện tài, đã giảng rộng nghĩa ấy. Nếu các ông đến hỏi Ta điều đó, thì Ta cũng giảng cho các ông như vậy mà thôi."

Lúc ấy, A-nan đang đứng sau Như Lai. A-nan liền bạch Phật rằng:

"Ý nghĩa của kinh này rất sâu sắc. Giống như có người đi đường gặp cam lồ[60] liền lấy ăn. Thật hết sức thơm ngon, ăn không biết chán. Ở đây cũng như vậy, thiện nam, thiện nữ nghe kinh này sẽ không hề biết chán."

A-nan lại hỏi:

"Kinh này tên là gì và phụng hành ra sao?"

Phật bảo A-nan:

"Kinh này tên là 'Pháp vị cam lồ.'[61] Hãy ghi nhớ và phụng hành."

Bấy giờ, A-nan nghe Phật dạy hoan hỷ phụng hành.

Chú thích

[1] Tế cước 細脚. Có lẽ *Câu-xá 11* (tr. 59c2) gọi là Kiên thủ 堅手 (Skt. *Karoṭapāṇi*).

[2] Thi-lợi-sa 尸利沙. Cf. *Trường 20* tr. 129b13: Trong thành của a-tu-la có nghị trường tên là 七尸利沙. Thất-thi-lị-sa.

[3] Hoan duyệt 歡悅. Có lẽ *Câu-xá 11* nói là Hằng kiêu 恒憍 (Skt. *Sadāmatta*, nhưng đây đọc là *Sadāmanas*).

[4] Lực thạnh 力盛. Có lẽ *Câu-xá 11* là Trì man (Skt. *Māladhara*, nhưng đây đọc là *Malladhara*).

[5] Pāli, Jā. i. 204: Đế Thích đặt năm vòng đai bảo vệ cung thành Tam thập tam, từ dưới chân Tu-di đi lên: *nāga* (rồng), *garuḍa* (kim sí điểu), *kumbhaṇḍa* (cưu-bàn-trà), *yakkha* (dạ-xoa), và Tứ thiên vương.

[6] Đại Thiết vi 大鐵圍. Skt. (*Mahā*) *Cakravāḍa*. Pāli: *Cakkavāḷa*. Các núi bao quanh Tu-di, xem *Trường*, kinh 29 Thế ký, phẩm Diêm-phù-đề. *Câu-xá 11*, phẩm iii Thế gian. Thứ tự được kể trong bản Hán dịch này không phù hợp với các tài liệu dẫn trên.

[7] Ni-di-đà 尼彌陀山, Skt. *Nimimdhara*. Pāli: *Nemindhara*.

[8] Khư-la 佉羅. Skt. *Khadiraka*. Pāli: *karavīka*.

[9] Ti-sa 俾沙. Skt. *īṣādhara*. Pāli: *īsadhara*.

[10] Mã đầu 馬頭. Skt. *Aśvakarṇa*; Pāli: *Assakaṇṇa*.

[11] Tỳ-na-da 毘那耶. Skt., Pāli: *Vinataka*.

[12] Hán: Cách tử 隔子.

[13] Hương tích 香積. *Câu-xá 11* (tr. 58a20): Hương túy 香醉. Skt. *Gandhamādana*.

[14] *Phiên Phạn ngữ 9* T54 tr.1045b7: "摩陀池 Ma-đà trì, cũng nói là 摩陀延 Ma-đà-diên, dịch là 醉 *túy*." Skt. *mādana*.

[15] *Phiên Phạn ngữ*, dẫn trên, tr. 1043a7: "優闍伽羅 Ưu-xà-già-la, dịch là 覺 *giác*." Skt. *ujjāgara*?

[16] *Phiên Phạn ngữ*, dẫn trên, "般荼婆 Ban-trà-bà, dịch là 日 *nhật*, cũng nói là 姓 *tánh*." Skt.?

[17] Các đoạn trên đều dịch La-duyệt(-kỳ), hoặc Linh thứu.

[18] Kì-di-đà 祇彌陀; có thể chép dư.

[19] Địa phì 地肥. Xem *Trường 6* (kinh 5 Tiểu duyên, tr. 37b27); *Trung 39* kinh 154 (tr. 674b24). Pāli, D 27 *Aganna* (R.iii. 85).

[20] Bà-lợi-ca 婆利[14]迦. Pāli: *Vassakāra*.

[21] Bản Hán: Bất hướng 不向. Nghi chép dư chữ bất. Tham chiếu, *Trung 35*, ibid.

[22] 轉進於上, nghĩa không rõ. Tham chiếu Pāli: *vuddhiyeva*. *Trường*: 轉更增盛, chuyển cánh tăng thịnh: Càng thêm hưng thịnh.

[23] Thất sử 七使; tức 7 tùy miên. Cf. Pāli, A. iv. 9: *sattime anusayā*, có 7 tùy miên. Xem *Tập dị môn 17* Tr. 439a18: 七隨眠 thất tùy miên; *Tì-bà-sa 50* tr. 257a18; *Câu-xá 19* tr. 98c7.

[24] Pāli: *kāmarāga, paṭigha, diṭṭha, vicikiccha, māna, bhavarāga, avijja*. *Tập di môn*, dẫn trên: dục tham, sân, hữu tham, mạn, vô minh, kiến, nghi.

[25] Thế khốc 涕哭; TNM: 啼哭 Đề khốc. Có lẽ tên khác của địa ngục Khiếu hoán 叫喚. Cf. *Trường 19*.

[26] Trong đây chỉ kể sáu loại đoạn: 1. 見得斷 kiến đắc đoạn, 2. 親近得斷 thân cận đắc đoạn, 3. 遠離得斷 viễn ly đắc đoạn, 4. 娛樂得斷 ngu lạc đắc đoạn, 5. 威儀得斷 oai nghi đắc đoạn, 6. 思惟得斷 tư duy đắc đoạn. *Trung* và Pāli đều kể bảy. *Trung 2* (tr.432a10): 見斷 kiến đoạn, 護斷 hộ đoạn, 離斷 ly đoạn, 用斷 dụng đoạn, 忍斷 nhẫn đoạn, 除斷 trừ đoạn, 思惟斷 tư duy đoạn. Pāli: *dassanā pahātabbā*, đoạn trừ do kiến; *paṭisevanā pahātabbā*, đoạn trừ do thọ dụng; *parivajjanā pahātabbā*, đoạn trừ do viễn ly; *bhāvanā pahātabbā*, đoạn trừ do tu tập; *saṃvarā pahātabbā*, đoạn trừ do phòng hộ; *adhivāsanā pahātabbā*, đoạn trừ do kham nhẫn; *vinodanā pahātabbā*, đoạn trừ do trừ diệt. Có sự không đồng nhất giữa các bản.

[27] Pāli: *dhammā manasikaraṇīyā te dhamme na manasi karoti*, pháp cần được tác ý mà không tác ý.

[28] Tham chiếu Pāli, sáu kiến chấp về ngã: 1. *atthi me attā*, có tự ngã của tôi; 2. *natthi me attā*, không có tự ngã của tôi; 3. *attanāva attānaṃ sañjānāmī*, do chính tôi, tôi nhận biết có tự ngã; 4. *attanāva anattānaṃ sañjānāmī*, do chính tôi, tôi nhận biết không có tự ngã; 5. *anattanāva attānaṃ sañjānāmī*, không do chính tôi, tôi nhận biết có tự ngã; 6. *yo me ayaṃ attā vādo vedeyyo tatra tatra kalyāṇapāpakānaṃ kammānaṃ vipākaṃ paṭisaṃvedeti so kho pana me ayaṃ attā nicco dhuvo sassato avipariṇāmadhammo sassatisamaṃ tatheva ṭhassatī*, tự ngã này của tôi nói, nơi này nơi kia nó cảm thọ báo dị thục của nghiệp thiện ác, cho

nên tự ngã này thường tồn, vĩnh cửu, không biến đổi, mãi mãi tồn tại
như vậy.

29 Ba kết (Pāli: *tīṇi saṃyojanāni*): Thân tà 身[27]耶, tức (hữu) thân kiến (Pāli:
sakkāyadiṭṭhi); giới đạo 戒盜, tức giới cấm thủ (Pāli: *sīlabbataparāmāso*);
nghi 疑 (Pāli: *vicikicchā*).

30 Các lậu này, chính yếu là ba kết, được đoạn trừ ở kiến đạo, tức khi thấy bốn
Thánh đế. Hán dịch này thiếu mất đoạn nói về thấy bốn Thánh đế, mà
trong *Trung* kinh 10 và bản Pāli có nói rõ.

31 Nguyên Hán: Cung kính sở đoạn 恭敬所斷; đây nên hiểu là kham nhẫn, theo
nội dung được nói bởi Kinh. Xem cht. 26 trên. Trong liệt kê, không đề cập
mục này. *Trung*: Lậu tùng nhẫn đoạn 漏從忍斷. Pāli: *āsavā adhivāsanā
pahātabbā*, các lậu được đoạn trừ do sức chịu đựng.

32 Thân cận sở đoạn 親近所斷. *Trung*: Lậu tùng dụng đoạn 漏從用斷. Pāli:
āsavā paṭisevanā pahātabbā, các lậu được đoạn trừ do thọ dụng.

33 Viễn ly sở đoạn 遠離所斷. *Trung*: Lậu tùng ly đoạn 漏從離斷. Pāli: *āsavā
parivajjanā pahātabbā*, các lậu được đoạn trừ do bởi sự xả ly (tránh xa).

34 Nên hiểu là tránh né những ác thú khi tỳ-kheo sống trong rừng.

35 Nên hiểu, nếu không tránh xa.

36 娛樂所斷 ngu lạc sở đoạn. *Trung*: Lậu tùng trừ đoạn 漏從除斷 Pāli: *āsavā
vinodanā pahātabbā*, lậu đoạn trừ do loại bỏ, trừ khử. Nội dung được nói
tương đương với *Trung* và Pāli: Đoạn trừ do trừ diệt (*vinodanā*). Từ Hán
dịch ngu lạc không phù hợp với nội dung. Có lẽ Hán dịch đọc nhầm với từ
nào đó.

37 威儀所斷 oai nghi sở đoạn. *Trung*: Lậu tùng hộ đoạn 漏從護斷. Pāli: *āsavā
saṃvarā pahātabbā*, các lậu được đoạn trừ do phòng hộ (luật nghi). Nội
dung tương đương với *Trung* và Pāli: đoạn trừ do phòng hộ (*saṃvarā*), tức
thủ hộ các căn.

38 思惟所斷 tư duy sở đoạn. *Trung*: Lậu tùng tư duy đoạn 漏從思惟斷. Pāli:
āsavā bhāvanā pahātabbā, các lậu được đoạn trừ do tu tập.

39 Không thấy hỷ lạc, có lẽ bản Hán bị nhảy sót.

40 Bản Hán, hết quyển 34.

41 A-du-xà giang thủy 阿踰闍江水. Có lẽ đồng nhất Pāli, *Ayojjhā*, tên một vương
quốc bên bờ sông Hằng. Cf. *Tây vực ký 5* (tr. 896b04): A-du-đà quốc 阿
踰陀國 (Skt. *Ayodhyā*).

42 Đại Quân-đầu 大均頭. Pāli: *Mahā-Cunda*.

[43] Đối chiếu *Câu-xá 18* (tr. 96b15): Bảy hữu y phước nghiệp sự, bảy đối tượng bố thí với vật thí cụ thể: Khách, lữ hành, người bịnh, người nuôi bịnh, vườn rừng, thường thực, tùy thời nóng lạnh.

[44] Bà-ca-lợi 婆迦利, tức trên kia, kinh 10 phẩm 26, phiên âm là Bà-ca-lê 婆迦梨. Pāli: *Vakkali.*

[45] Hắc phạm chí 黑梵志?

[46] 經過不住 cũng ngụ ý sống cuộc đời vô định, không trú xứ.

[47] Cf. Pāli, M. 93 *Assalāyana* (R. ii. 155): *Asita Devala.* Hán, *Trung 37*, kinh 151 (tr. 665c05).

[48] Tỳ-la-da-trí tụ 毘羅耶致聚. Pāli: *beluvalaṭṭhikāya mūle*, [ngồi] nơi gốc cây *beluvaṭṭhika*, một loại trúc. *Trung* kinh 115: Trong một ngôi chùa của họ Thích, trong rừng trúc 竹林釋迦寺中.

[49] Chấp Trượng Thích chủng 執杖釋種. Pāli: *Daṇḍapāṇi Sakko.*

[50] Hán: Phi ... sở năng cập 非 ... 所能及. Pāli: *yathāvādī... na kenaci loke viggayha tiṭṭhati, yathā ca pana kāmehi visaṃyuttaṃ viharantaṃ taṃ brāhmaṇaṃ akathaṃkathiṃ chinnakukkuccaṃ bhavābhave vītataṇhaṃ saññā nānusenti,* "điều mà Ta nói, không phải để tranh luận với bất cứ ai trong thế gian này; điều mà Ta nói là như bà-la-môn sống an trú mà không bị trói buộc bởi các dục, không hoài nghi, đoạn trừ ác tác, không còn khát ái nơi hữu và phi hữu, không có các tưởng tiềm phục." Chỗ này Hán dịch thiếu một đoạn, nhưng được thấy trong tường thuật tiếp theo. Tham chiếu, *Trung* kinh 115 (tr. 0603b18).

[51] Dịch sát Hán. Có lẽ từ Phạn văn tương đương Pāli: *na kenaci loke viggayha tiṭṭhati* : "không tồn tại để tranh chấp (*viggayha*) với bất cứ ai trong thế gian", nhưng bản Hán đọc là *na kenaci loke vigayha tiṭṭhati*, "không tồn tại để đắm chìm (*vigayha*) trong thế gian."

[52] "Của dòng họ Thích", cụm từ này có thể được chép dư trong Bản Hán. Xem cht. 50 trên.

[53] Đoạn Hán dịch trên có nhảy sót nên thiếu câu này. Tham chiếu Pāli, dẫn trên: (...) *taṃ brāhmaṇaṃ... bhavābhave vītataṇhaṃ saññā nānusenti,* các tưởng không tiềm phục nơi người bà-la-môn mà tham ái, hữu ái và phi hữu ái đã bị loại trừ. Xem cht. 50 trên.

[54] Xem cht. 51 trên.

[55] 貪欲使 dục tham sử, tức dục tham tùy miên; xem cht. 23-24 kinh 3 phẩm 40 trên.

⁵⁶ 欲世間使 dục thế gian sử, tức hữu tham tùy miên, phiền não khiến tham ái tồn tại trong các cõi hữu.

⁵⁷ Nguyên Hán: Cánh lạc 更樂. Đây là định nghĩa về xúc; định cú Pāli: *cakkhuñca... paṭicca rūpe ca uppajjati cakkhuviññāṇaṃ tiṇṇaṃ saṅgati phasso*, duyên nơi mắt và sắc, thức con mắt khởi lên. Tổ hợp ba này (gồm mắt, sắc, và thức) là xúc. Hán thường nói "tam hòa hiệp xúc".

⁵⁸ Pāli: *yaṃ vitakketi taṃ papañceti*, do tầm mà có hý luận.

⁵⁹ Hán: cánh lạc, 更樂. Có thể chép nhầm.

⁶⁰ *Trung* kinh 115: Mật hoàn 蜜丸, cục mật ong. Pāli: *madhupiṇḍikaṃ.*

⁶¹ Cam lộ pháp vị 甘露法味. *Trung* kinh 115: Mật hoàn dụ 蜜丸喻. Pāli: *madhupiṇḍika-pariyāyo.*

41. PHẨM CHỚ SỢ

KINH SỐ 1*

[744a02] Tôi nghe như vầy:

Một thời, Phật ở tại vườn Ni-câu-lâu thuộc nước Ca-tỳ-la-vệ của dòng họ Thích.

Lúc ấy, Thích Ma-ha-nam đến chỗ Thế Tôn, đảnh lễ sát đất, ngồi qua một bên, rồi bạch Thế Tôn rằng:

"Tự thân con nghe Như Lai có dạy như vầy, thiện nam, thiện nữ nào đoạn trừ ba kết sử, thành Tu-đà-hoàn, gọi là bất thối chuyển, ắt thành đạo quả, không còn tìm cầu đến các ngoại đạo dị học, cũng không xét đến các thuyết mà người khác nói. Không có trường hợp nào mà không phải như vậy.

"Nhưng khi con thấy bò, ngựa, lạc đà hung dữ, thì con sợ hãi đến rợn tóc gáy và nghĩ rằng: 'Nếu hôm nay mà ta gặp phải tai nạn này chắc sẽ qua đời và sẽ sanh về đâu?'"

Thế Tôn bảo Ma-ha-nam :

"Chớ sợ, Ma-ha-nam! Giả sử hôm nay mạng chung, ông sẽ không đọa vào ba đường dữ. Vì sao vậy? Có ba thứ dẫn đến tiêu diệt. Ba thứ ấy là: như có người do tham đắm dâm dục mà phát sanh não loạn, lại có tâm làm hại người khác.[1] Nếu không có tâm tham dục này thì sẽ không có

---

* Pāli, S. 55. 21. *Mahānāma* (R. v. 369); Pāli, M. 14 *Cūḷadukkhakkhandha* (R. i. 91). Hán, *Tạp* (Việt) kinh 1291, *Trung* kinh 100 Khổ ấm.

□ *Xem chú thích: tr.121-122*

tâm sát hại, ở trong đời hiện tại không phát sanh khổ não. Những ai có pháp ác, bất thiện, thì sẽ tự hại mình. Nếu không có pháp ấy thì không bị nhiễu loạn, không có sầu ưu.

"Cho nên, này Ma-ha-nam, ba ý nghĩa này cho thấy các pháp ác thì đọa xuống dưới, các pháp lành thì nổi lên trên. Cũng như thả hũ bơ vào trong nước, rồi đập vỡ; các mảnh sành liền chìm xuống còn bơ thì nổi lên trên. Ở đây cũng vậy, các pháp ác bất thiện thì chìm xuống, các pháp lành thì nổi lên.

"Ma-ha-nam, nên biết, ngày xưa khi chưa thành Phật đạo,² Ta siêng tu khổ hành suốt sáu năm tại Ưu-lưu-tì, không ăn thức ăn ngon. Thân thể ốm gầy giống như là người trăm tuổi, đều do không ăn mà ra. Khi Ta định đứng dậy, liền bị té xuống đất. Lúc ấy, Ta lại suy nghĩ: 'Nếu Ta bị chết lúc ấy thì sẽ sanh về đâu?' Và Ta nghĩ rằng: 'Nếu hôm nay Ta chết thì sẽ không đọa ác đạo. Nhưng ý nghĩa không phải là từ lạc dẫn đến lạc, mà phải do từ khổ dẫn đến lạc.'

"Sau đó, Ta sống trong hang Tiên nhân,³ có nhiều Ni-kiền Tử đang học đạo ở đấy. Lúc ấy, có Ni-kiền Tử đưa tay chỉ mặt trời, phơi thân ngoài nắng để học đạo. **[744b]** Có người ngồi chồm hỗm để học đạo. Bấy giờ, Ta đến chỗ họ, nói với họ rằng: 'Vì sao các ông không ngồi mà lại dơ tay, kiễng chân vậy?' Ni-kiền Tử nói: 'Cù-đàm, nên biết, Thầy tôi [dạy rằng] trước kia đã làm việc bất thiện, sở dĩ chúng tôi khổ hành là để diệt tội ấy.⁴ Nay phơi bày thân thể tuy hơi nhục, nhưng tội ấy sẽ được diệt trừ. Cù-đàm, nên biết, hành diệt hết thì khổ cũng diệt hết; khổ diệt hết thì hành cũng diệt hết⁵; khổ hành dứt hết thì đạt đến Niết-bàn.'

"Khi ấy, Ta nói với các Ni-kiền Tử rằng: 'Việc ấy không đúng. Không phải do hành diệt hết mà khổ diệt hết; cũng không phải do khổ diệt hết và hành diệt hết mà đạt Niết-bàn. Giả sử khổ hành diệt hết mà đạt đến Niết-bàn, điều đó đúng. Nhưng [cũng] không thể từ lạc mà dẫn đến lạc.'⁶ Ni-kiền Tử nói: 'Vua Tần-tì-sa-la do từ lạc mà dẫn đến lạc, có gì là khổ?' Khi ấy, Ta lại nói với Ni-kiền Tử rằng: 'Cái vui của vua Tần-tì-sa-la làm sao bằng cái lạc của Ta?' Ni-kiền Tử nói: 'Cái vui của vua Tần-tì-sa-la hơn cái lạc của ông.' Ta lại nói với Ni-kiền Tử rằng: 'Vua Tần-tì-sa-la có thể như Ta ngồi kiết già bảy ngày bảy đêm không lay động⁷ được không? Hoặc ngồi kiết già sáu, năm, bốn, ba, hai cho đến một ngày được không?'

Ni-kiền Tử đáp: 'Không được, thưa Cù-đàm.' Thế Tôn bảo: "Ta có thể ngồi kiết già mà thân hình không lay động. Thế nào, Ni-kiền Tử, vậy ai lạc hơn?' Ni kiền tử đáp: 'Sa-môn Cù-đàm lạc hơn.'

"Này Ma-ha-nam, hãy do phương tiện này mà biết rằng: Lạc không thể đến từ lạc, mà lạc phải đến từ khổ.⁸ Này Ma-ha-nam, giống như hai bên làng có ao nước lớn, dài rộng một do-tuần, chứa đầy nước. Nếu có người đến đó lấy một giọt nước, này Ma-ha-nam, giọt nước đó nhiều hay nước trong hồ nhiều hơn?"⁹

Ma-ha-nam nói: "Nước trong hồ nhiều; chẳng phải một giọt nước nhiều."

Thế Tôn bảo:

"Ở đây cũng như vậy, đệ tử Hiền thánh đã vĩnh viễn chấm dứt các khổ, chỉ còn lại [một ít khổ] cũng như một giọt nước mà thôi. Người chứng quả thấp nhất trong chúng của Ta trải qua không quá bảy lần sanh, bảy lần chết nữa thì dứt sạch gốc khổ; nếu dũng mãnh, tinh tấn thì đạt đến Gia gia¹⁰ rồi đắc đạo."

Rồi Thế Tôn lại nói thêm pháp **[744c]** vi diệu cho Ma-ha-nam nghe. Sau khi nghe pháp xong, ông đứng dậy ra về.

Ma-ha-nam sau khi nghe những gì Phật dạy hoan hỷ phụng hành.

KINH SỐ 2

Tôi nghe như vầy:

Một thời, Tôn giả Na-già-bà-la ở trong thành Lộc dã.

Bấy giờ, có một bà-la-môn tuổi đã già nua, vốn có đôi chút quen biết đối với Tôn giả Na-già-bà-la. Lúc ấy, bà-la-môn đó đến chỗ Tôn giả Na-già-bà-la, đảnh lễ rồi ngồi qua một bên.

Bà-la-môn nói với Tôn giả Na-già-bà-la rằng:

"Ngài là người sung sướng nhất trong những người sung sướng."

Tôn giả Na-già-bà-la nói:

"Vì sao ông nói tôi là người sung sướng nhất trong những người sung sướng?"

Bà-la-môn đáp:

"Trong vòng bảy ngày, bảy đứa con trai của tôi đều chết. Chúng đều dũng mãnh, tài cao, trí huệ, khó có ai sánh kịp. Trong vòng sáu ngày gần đây, mười hai người giúp việc qua đời. Họ đều là những người giúp việc siêng năng. Trong vòng năm ngày, bốn anh em tôi qua đời. Họ có nhiều nghề, làm gì cũng giỏi. Bốn ngày gần đây, cha mẹ tôi đã gần trăm tuổi bỏ tôi mà lìa đời. Ba ngày gần đây, hai người vợ xinh đẹp hiếm có trên đời của tôi đã chết. Lại nữa, trong nhà có tám hầm châu báu, hôm qua tìm mãi không thấy. Những khổ não mà tôi đang gặp không thể tính hết. Còn Tôn giả thì đã vĩnh viễn xa lìa tai họa đó, không còn lo buồn, sống an vui với đạo pháp. Vì lý do đó, tôi mới nói ngài là người sung sướng nhất trong những người sung sướng."

Lúc ấy, Tôn giả Na-già-bà-la bảo bà-la-môn ấy rằng:

"Sao ông không tìm phương tiện cho những người ấy không qua đời."

Bà-la-môn đáp:

"Tôi cũng làm nhiều phương tiện để không chết, không bị mất của, lại tùy thời bố thí, tạo các công đức, tế tự chư thiên, cúng dường các bà-la-môn trưởng lão, thủ hộ chư thần, tụng các chú thuật, lại có thể xem tinh tú, chế thuốc thang, bố thí đồ ăn uống ngon lành cho những người nghèo khổ. Những việc như vậy kể ra không hết, nhưng lại không thể cứu mạng sống của họ."

Bấy giờ, Tôn giả Na-già-bà-la liền nói kệ:

Thuốc thang và chú thuật,
Y phục, đồ ăn uống;
Tuy cho nhưng vô ích,
Vẫn ôm lấy khổ đau.

[745a] *Giả sử cúng tế thần,*
Hương hoa và tắm gội.
Suy tính nguồn gốc này,
Không thể chữa trị được.

> *Giả sử cho các vật,*
> *Tinh tấn giữ phạm hạnh,*
> *Suy tính nguồn gốc này,*
> *Không thể chữa trị được.*

Bà-la-môn hỏi:

"Phải làm cách nào để thoát khỏi tai họa khổ não này?"

Tôn giả Na-già-bà-la liền nói kệ:

> *Gốc ân ái, vô minh,*
> *Phát sanh các khổ não.*
> *Diệt sạch các thứ ấy,*
> *Thì không còn khổ não.*

Nghe xong, bà-la-môn ấy liền nói kệ:

> *Tuy già chẳng ngại già,*
> *Hành sự như đệ tử;*
> *Xin xuất gia học đạo*
> *Để thoát tai nạn này.*

Rồi thì, Tôn giả Na-già-bà-la trao cho ông ba y, cho ông ấy xuất gia học đạo và bảo với ông ấy rằng:

"Ông nay là tỳ-kheo. Hãy quán sát thân này từ đầu đến chân; xét xem tóc, lông, móng, răng, từ đâu mà đến, hình hài, da thịt, xương, tủy, ruột, bao tử, từ đâu mà đến. Nếu từ bỏ đây, thì sẽ đi về đâu? Vì vậy, tỳ-kheo chớ có lo nghĩ nhiều về sự khổ não của thế gian, mà phải quán sát trong lỗ chân lông này, tìm phương tiện thành tựu bốn đế.

Bấy giờ, Tôn giả Na-già-bà-la liền nói kệ:

> *Trừ tưởng, chớ lo nhiều;*
> *Không lâu được pháp nhãn.*
> *Hành vô thường, như điện.*
> *Không gặp phước lớn này.*
>
> *Quán từng lỗ chân lông,*
> *Nguồn gốc của sanh diệt.*
> *Hành vô thường, như điện.*

Bố thí hướng Niết-bàn.

Sau khi nghe giảng xong, tỳ-kheo già ấy ngồi ở nơi vắng vẻ tư duy về mục đích mà thiện nam tử ấy cạo bỏ râu tóc xuất gia học đạo với lòng tin kiên cố, tu phạm hạnh vô thượng, biết như thật rằng: 'Sanh tử đã hết, phạm hạnh đã lập, việc cần làm đã làm xong, không còn thọ thai trở lại.' Bấy giờ, tỳ-kheo ấy liền đắc quả A-la-hán.

Có vị thiên vốn là bạn cũ của tỳ-kheo ấy, thấy vị ấy thành A-la-hán, liền đến chỗ Tôn giả Na-già-bà-la đứng trên hư không mà **[745b]** nói kệ rằng:

> *Đã đắc giới cụ túc,*
> *Ở nơi vắng vẻ ấy.*
> *Đắc đạo, tâm không chấp;*
> *Trừ sạch nguồn gốc ác.*

Lúc ấy, vị thiên đó rải hoa trời cúng dường Tôn giả rồi biến mất.

Tỳ-kheo ấy và vị thiên sau khi nghe những gì Tôn giả Na-già-bà-la nói hoan hỷ phụng hành.

KINH SỐ 3[*]

Tôi nghe như vầy:

Một thời, đức Phật ở trong vườn Cấp Cô Độc, rừng cây Kỳ-đà, nước Xá-vệ.

Bấy giờ, Thế Tôn nói với các tỳ-kheo:

"Hãy quán bảy xứ thiện, lại xét bốn pháp,[11] ở ngay trong đời này được gọi là thượng nhân.

"Này các tỳ-kheo, thế nào là quán bảy xứ thiện? Ở đây, tỳ-kheo đem tâm từ rải khắp một phương, hai phương, ba phương, bốn phương, bốn hướng và phương trên dưới cũng đều như vậy, làm cho tâm từ tràn đầy khắp thế gian. Với tâm bi, hỷ, xả, không, vô tướng, vô nguyện cũng lại

---

* Tham chiếu Pāli, S. 22. 57. *Sattaṭṭhāna* (R. iii. 62). *Tạp* 2 kinh 42.

như vậy.[12] Các căn đầy đủ, ăn uống điều độ, thường tự giác ngộ; tỳ-kheo quán bảy pháp như vậy.

"Tỳ-kheo, xét bốn pháp như thế nào? Ở đây, tỳ-kheo quán thân nơi nội thân, trừ khử sầu ưu, thân niệm xứ[13]; quán thân nơi ngoại thân, thân niệm xứ; quán thân nơi nội ngoại thân, thân niệm xứ. Quán thọ nơi nội thọ, thọ niệm xứ; quán thọ nơi ngoại thọ, thọ niệm xứ; quán thọ nơi nội ngoại thọ, thọ niệm xứ. Quán tâm nơi nội tâm, tâm niệm xứ; quan tâm nơi ngoại tâm, tâm niệm xứ; quan tâm nơi nội ngoại tâm, tâm niệm xứ; trừ khử sầu ưu, không còn các khổ hoạn. Quán pháp nơi nội pháp, pháp niệm xứ; quán pháp nơi ngoại pháp, pháp niệm xứ; quán pháp nơi nội ngoại pháp, pháp niệm xứ [trừ khử sầu ưu, không còn các khổ hoạn]. Tỳ-kheo, hãy quan sát bốn pháp như vậy.

"Này các tỳ-kheo, quán bảy xứ thiện và xét bốn pháp ấy, ở ngay trong đời này là bậc thượng nhân. Vì vậy, tỳ-kheo, hãy tìm cầu phương tiện thành tựu bảy xứ thiện và xét bốn pháp ấy. Các tỳ-kheo, hãy học điều này như vậy."

Các tỳ-kheo sau khi nghe những gì Phật dạy hoan hỷ phụng hành.

KINH SỐ 4

Tôi nghe như vầy:

Một thời, Phật ở tại vườn Ni-câu-lâu, nước Ca-tỳ-la-vệ, giữa những người họ Thích cùng đại chúng tỳ-kheo gồm năm trăm vị.

Lúc ấy, các tỳ-kheo đến chỗ Thế Tôn, đảnh lễ sát chân, rồi ngồi qua một bên. Bấy giờ, các tỳ-kheo bạch Thế Tôn rằng:

"Chúng con muốn đến phương bắc để du hóa."

[745c] Thế Tôn nói:

"Nên biết thời."

Rồi Thế Tôn lại hỏi các tỳ-kheo:

"Các ngươi đã từ giã Tỳ-kheo Xá-lợi-phất chưa?"

Các tỳ-kheo đáp:

"Chưa, bạch Thế Tôn."

Thế Tôn bảo các tỳ-kheo:

"Các ngươi hãy đến từ giã Tỳ-kheo Xá-lợi-phất. Vì sao vậy? Tỳ-kheo Xá-lợi-phất thường xuyên giáo giới cho những đồng phạm hạnh, thuyết pháp không hề mệt mỏi.

Rồi Thế Tôn nói pháp vi diệu cho các tỳ-kheo nghe. Các tỳ-kheo, sau khi nghe pháp xong, rời khỏi chỗ ngồi, đảnh lễ sát chân Thế Tôn, nhiễu Phật ba vòng, rồi ra đi.

Lúc ấy, Xá-lợi-phất đang ở một tháp miếu của những người họ Thích. Các tỳ-kheo đến chỗ Xá-lợi-phất, chào hỏi, rồi ngồi qua một bên. Bấy giờ, các tỳ-kheo bạch Xá-lợi-phất rằng:

"Chúng tôi muốn đến phương bắc du hóa trong nhân gian. Nay xin từ giã Tôn giả[14]."

Xá-lợi-phất nói:

"Này các thầy, nên biết, nhân dân, sa-môn, bà-la-môn ở phương bắc đều thông minh, trí huệ khó ai bì. Nếu có người muốn thử, đến hỏi các vị rằng, 'Thầy của chư Hiền có chủ trương gì?' Các Thầy sẽ trả lời như thế nào?"

Các tỳ-kheo đáp:

"Nếu có ai đến hỏi, chúng tôi sẽ trả lời bằng nghĩa lý này: 'Sắc là vô thường. Cái gì vô thường, cái đó là khổ. Cái gì khổ, cái đó là vô ngã. Vô ngã là không. Do không, vô ngã nên chúng rỗng không. Đó là điều mà người trí quán sát. Thọ, tưởng, hành, thức, cũng vậy, là vô thường, khổ, không, vô ngã. Những gì là không, vì nó vô ngã nên không. Đó là điều mà người trí học. Năm uẩn này đều rỗng không, vắng lặng. Những gì tụ hội bởi nhân duyên, đều sẽ tiêu diệt, không tồn tại lâu dài. Con đường tám nhánh cùng tu với bảy chi. Những điều mà Tôn Sư của chúng tôi dạy chính là như vậy.' Nếu có người sát-lị, bà-la-môn hay nhân dân đến hỏi, chúng tôi sẽ trả lời với nghĩa lý như vậy."

Xá-lợi-phất bảo các tỳ-kheo rằng:

"Các thầy hãy giữ vững tâm ý, chớ có khinh suất."

Bấy giờ, Xá-lợi-phất nói pháp vi diệu đầy đủ cho các tỳ-kheo nghe. Các tỳ-kheo nghe xong, rời chỗ ngồi đứng dậy ra đi.

Khi số đông các tỳ-kheo đi chưa bao xa, Xá-lợi-phất bảo các tỳ-kheo:

"Như thế nào là thực hành con đường tám nhánh và pháp bảy chi?"

Số đông các tỳ-kheo bạch Xá-lợi-phất rằng:

"Chúng tôi từ xa đến đây là để nghe ý nghĩa ấy. Xin hãy giảng cho chúng tôi."

Xá-lợi-phất **[746a]** đáp:

"Các vị hãy lắng nghe và ghi nhớ kỹ. Tôi sẽ nói."

Các tỳ-kheo vâng lời lắng nghe.

Xá-lợi-phất nói:

"Ai nhất tâm niệm chánh kiến, tức là niệm giác chi không rối loạn. Chánh tư duy,[15] là nhất tâm niệm hết thảy các pháp, tức là trạch pháp giác chi. Chánh ngữ,[16] là thân, ý tinh tấn, tức là tinh tấn giác chi. Chánh nghiệp,[17] là hết thảy các pháp được sanh, tức là hỷ giác chi. Chánh mạng,[18] là biết đủ đối với tài sản Hiền thánh, xả bỏ tài sản thế tục, nhẹ nhàng thân thể, tức là khinh an giác chi. Chánh tinh tấn,[19] là chứng đắc bốn Thánh đế, trừ sạch các kết sử, tức là định giác chi. Chánh niệm,[20] là quán sát bốn niệm xứ,[21] thân không bền chắc, thảy đều rỗng không, vô ngã, tức là xả giác chi. Chánh tam-muội,[22] là đạt được những gì chưa đạt, độ thoát những gì chưa độ thoát, chứng đắc những gì chưa chứng đắc.[23]

"Nếu có người đến hỏi rằng, 'Như thế nào là tu tám đạo và bảy pháp ấy,' các thầy hãy trả lời như vậy. Vì sao vậy? Bởi vì tỳ-kheo nào tu tám đạo và bảy pháp này, tâm liền được giải thoát khỏi hữu lậu.

"Tôi nhắc lại cho các thầy rõ, tỳ-kheo nào tu hành tư duy con đường tám nhánh và bảy pháp này, tỳ-kheo ấy liền thành tựu hai quả không nghi ngờ gì. Hoặc chứng quả A-la-hán. Vả, hãy gác qua việc đó. Nếu không thể tu tập nhiều, nhưng trong một ngày mà tu hành con đường tám nhánh và bảy pháp này, phước báo không thể tính hết. Hoặc đắc A-na-hàm hoặc A-la-hán.[24]

"Vì vậy, các thầy phải tìm cầu phương tiện tu hành con đường tám nhánh và bảy pháp này, nhất định sẽ chứng đắc đạo, không có gì nghi ngờ."

Các tỳ-kheo sau khi nghe những gì Xá-lợi-phất nói hoan hỷ phụng hành.

KINH SỐ 5

Tôi nghe như vầy:

Một thời, đức Phật ở trong vườn Cấp Cô Độc, rừng cây Kỳ-đà, nước Xá-vệ.

Bấy giờ, Thế Tôn bảo Ca-diếp:

"Nay ông đã cao tuổi, ý lực không còn trẻ khỏe, hãy nhận y áo và đồ ăn của các gia chủ."

Ca-diếp bạch Phật rằng:

"Con không thể nhận y áo và đồ ăn của họ. Nay với con, mặc y vá mảnh này, và tùy thời khất thực, không còn an lạc nào hơn. Vì sao vậy? Trong tương lai sẽ có các tỳ-kheo thân thể yếu ớt, tâm tham y đẹp, thức ăn ngon, nên giảm sút tọa thiền, không kham hành khổ hạnh, nhưng người ấy lại nói, 'Quá khứ trong thời Phật, các tỳ-kheo cũng nhận sự cung thỉnh của người, nhận y áo, thức ăn. Vì sao chúng ta không làm theo Thánh nhân ngày xưa?' Do tham đắm y áo, thức ăn, họ sẽ **[746b]** cởi bỏ y phục, làm bạch y, khiến cho các vị Thánh hiền không còn oai thần, bốn bộ chúng dần dần suy giảm. Thánh chúng đã giảm bớt thì tháp miếu Phật cũng sẽ bị hủy hoại. Tháp miếu Phật bị hủy hoại cho nên kinh sách bị thất lạc. Lúc ấy, chúng sanh không còn tinh quang. Do không còn tinh quang nên tuổi thọ rất ngắn. Bấy giờ, chúng sanh sau khi mạng chung đều đọa vào ba đường dữ. Cũng như ngày nay, chúng sanh tạo phước nhiều nên đều được sanh thiên; chúng sanh trong tương lai vì tạo tội nhiều nên đều đọa địa ngục."

Thế Tôn nói:

"Lành thay, lành thay, Ca-diếp! Ông đã làm nhiều lợi ích, làm ruộng phước và bạn lành của mọi người.

"Ca-diếp, nên biết, hơn một ngàn năm sau khi Ta nhập Niết-bàn sẽ có tỳ-kheo sút giảm thiền định, không còn thực hành pháp đầu-đà, cũng không có đắp y vá mảnh và đi khất thực, chỉ thích nhận y áo, thức ăn do gia chủ mang lại. Không còn ai sống ở gốc cây, tại chỗ nhàn tĩnh, mà chỉ ưa trang sức phòng xá. Cũng không dùng đại tiểu tiện làm thuốc,²⁵ mà chỉ thích các loại dược thảo rất ngon ngọt. Hoặc ở đây lại tham đắm tài sản, tiếc lẫn phòng xá, thường xuyên tranh chấp với nhau. Lúc bấy giờ, đàn-việt thí chủ, dốc lòng chí tín Phật pháp, ưa hành huệ thí, không tiếc lẫn tài vật. Đàn-việt thí chủ ấy sau khi mạng chung thảy đều sanh lên trời. Nhưng tỳ-kheo lười biếng thì vào địa ngục.

"Như vậy, Ca-diếp, hết thảy các hành là vô thường, không tồn tại dài lâu.

"Lại nữa, Ca-diếp, nên biết, trong đời tương lai có tỳ-kheo tuy cạo đầu nhưng vẫn hành theo nghiệp thế tục; tay trái ẵm con trai, tay phải ẵm con gái; lại cầm đàn, sáo mà khất thực trên đường phố. Lúc ấy, thí chủ đàn-việt còn thọ phước vô cùng, huống gì ngày nay những người khất thực đều tu hành chân chánh.

"Này Ca-diếp, tất cả các hành đều vô thường, không thể tồn tại lâu dài.

"Ca-diếp nên biết, trong tương lai, sa-môn tỳ-kheo sẽ xả bỏ con đường tám nhánh và bảy pháp này, cũng như Pháp bảo mà ngày hôm nay Ta đã tích tụ trong ba a-tăng-kỳ kiếp. Trong tương lai, các tỳ-kheo khất thực để tự nuôi sống bằng sự ca hát giữa đám đông. Đàn-việt thí chủ cho cơm cho chúng tỳ-kheo đó mà còn được phước, huống là ngày nay mà không được phước sao? Nay Ta đem pháp này giao cho Tỳ-kheo Ca-diếp và A-nan. Vì sao vậy? Hôm nay, Ta đã gần tám mươi tuổi. Không bao lâu nữa Như Lai sẽ diệt độ. Nay **[746c]** đem Pháp bảo giao phó cho hai người. Hãy ghi nhớ đọc tụng, lưu truyền ở thế gian, đừng để đoạn tuyệt. Nếu ai ngăn cản ngôn giáo của Thánh nhân, người ấy sẽ đọa vào biên địa. Hôm nay ta đã giao phó Kinh pháp cho ông, đừng để bị thất thoát."

Lúc ấy, Ca-diếp và A-nan liền rời khỏi chỗ ngồi, quỳ xuống chắp tay, bạch Thế Tôn rằng:

"Vì sao lại đem giáo Pháp giao phó cho hai con mà không giao cho vị khác? Lại nữa, trong chúng Như Lai, các vị có thần thông bậc nhất không thể đếm hết, sao Như Lai không phó chúc cho các vị đó?"

Thế Tôn bảo Ca-diếp rằng:

"Trên trời, trong loài người, ta không thấy người nào có thể thọ trì Pháp bảo sánh với Ca-diếp và A-nan. Trong chúng Thanh văn cũng không có ai vượt hơn được hai người này. Chư Phật trong quá khứ cũng có hai người thọ trì kinh pháp như Ca-diếp và A-nan ngày nay, rất là hy hữu. Vì sao vậy? Tỳ-kheo hành đầu-đà trong thời Phật quá khứ, khi Pháp còn thì vị ấy còn, khi Pháp diệt vị ấy cũng mất. Tỳ-kheo Ca-diếp của Ta ngày nay lưu lại ở thế gian cho đến khi Phật Di-lặc ra đời rồi mới nhập diệt. Do đó Tỳ-kheo Ca-diếp hơn các tỳ-kheo thời quá khứ. Còn Tỳ-kheo A-nan vì sao lại hơn các thị giả của chư Phật quá khứ? Thị giả của chư Phật quá khứ nghe các Ngài giảng sau đó mới hiểu; nhưng Tỳ-kheo A-nan ngày nay Như Lai chưa nói đã hiểu; Như Lai không nói cũng đều biết hết. Do bởi nhân duyên này, Tỳ-kheo A-nan hơn các thị giả của chư Phật quá khứ.

"Vì vậy, hôm nay Ta giao phó Pháp bảo cho Ca-diếp và A-nan, đừng để bị khuyết giảm."

Rồi Thế Tôn liền nói kệ rằng:

> *Hết thảy hành vô thường.*
> *Có sanh ắt có diệt.*
> *Không sanh thì không chết.*
> *Diệt ấy đệ nhất lạc.*

Bấy giờ, Đại Ca-diếp và A-nan nghe những điều Phật dạy hoan hỷ phụng hành.[26]

Chú thích

[1] Cf. *Trung*, dẫn trên: Nhiễm tâm uế, nhuế tâm uế, si tâm uế 染心穢, 恚心穢, 癡心穢. Pāli, M. 14 *Cūḷadukkhakkhandha* (R. i. 91): *lobho, doso, moho cittassa upakkileso' ti.* Tham, sân, si, là cấu uế của tâm.

[2] Tường thuật tương tợ, Cf. M. 14. ibid.

[3] Tiên nhân quật 仙人窟. Pāli: *Isigili*; tường thuật tương tợ, cf. M. 14, ibid.

[4] Hán dịch hoặc chép thiếu từ nên đoạn văn hơi vô lý; thêm từ trong ngoặc cho rõ nghĩa. Tham chiếu Pāli, ibid.: *nigaṇṭho nāṭaputto, sabbaññū... so evamāha... pubbe pāpakammaṃ kataṃ, taṃ imāya kaṭukāya dukkarakārikāya nijjīretha*, "Ni-kiền Tử, là đấng toàn trí, đã nói như vậy: Bằng sự khổ hành khốc liệt này, các ngươi sẽ trừ diệt ác nghiệp đã làm trước kia."

[5] Đối chiếu Pāli: *kammakkhayā dukkhakkhayo*, nghiệp dứt sạch, nên khổ dứt sạch.

[6] *Trung*, dẫn trên: Quan điểm của nhóm Ni-kiền Tử: "... lạc không nhân nơi lạc, nhưng nhân nơi khổ mới có. Như sự lạc của vua Tần-tì-sa-la thì sa-môn Cù-đàm **[587c]** không bằng được." Trong bản Pāli, cũng vậy: *na... sukhena sukhaṃ adhigantabbaṃ, dukkhena kho sukhaṃ adhigantabbaṃ (...) bimbisāro sukhaṃ adhigaccheyya*, "lạc không thể đạt được bằng lạc; lạc phải đạt được bằng khổ. [Nếu không như vậy,] vua *Bimbisāra* có thể đạt được lạc. Đây là lý luận cho lối tu khổ hạnh của Ni-kiền Tử mà Phật bác bỏ.

[7] Pāli, thêm chi tiết: Suốt bảy ngày bảy đêm an trú với cảm thọ duy nhất là lạc (*ekantasukhaṃ paṭisaṃvedī vaharitun'ti*).

[8] Tham chiếu *Trung*: "Ma-ha-nam, vì vậy nên biết là nơi dục không có lạc, chỉ toàn là khổ hoạn."

[9] Xem *Tạp 5*, kinh 109. Pāli. S. 13.2. *Pokkharaṇi*.

[10] Gia gia 家家, (Pāli: *kolaṃkola*); thứ sáu trong 18 bậc hữu học. Vị Tu-đà-hoàn còn ba lần tái sinh qua lại thiên giới và nhân giới rồi nhập niết-bàn; vị ấy được gọi là gia gia. Xem *Trung 30*, kinh 127.

[11] *Tạp* 2 kinh 42: Thất xứ thiện, tam chủng quán nghĩa 七處善三種觀義. Pāli, S.22.57: *sattaṭṭhānakusalo, tividhūpaparikkhī.*

[12] Xem kinh 3, phẩm 30.

[13] Hán: thân ý chỉ 身意止.

[14] Trong bản: Thế Tôn.

[15] Đẳng trị 等治.

[16] Đẳng ngữ 等語.

[17] Đẳng nghiệp 等業.

[18] Đẳng mạng 等命.

[19] Đẳng phương tiện 等方便.

[20] Đẳng niệm 等念.

[21] Tứ ý chỉ 四意止.

[22] Đẳng tam-muội 等三昧.

[23] Hán dịch sót: Định giác ý (giác chi) 定覺意.

[24] Việt dịch sát. Nhưng Hán dịch đoạn này lộn xộn. Nói theo thứ tự: tu tám Thánh đạo và bảy giác chi trong 7 năm, hoặc chỉ trong 7 ngày, cho đến một ngày, có thể chứng một trong hai quả: hoặc A-la-hán ngay trong đời này, hoặc nếu còn hữu dư, chứng A-na-hàm, tái sinh Tịnh cư thiên và nhập Niết-bàn trên đó.

[25] Đại tiểu tiện vi dược大小便為藥. Dịch ý của từ hủ lạn dược 腐爛藥, loại thuốc quy định cho tỳ-kheo. Pāli: *pūtimatta,* cũng được hiểu là nước đái quỷ. Nhưng ngữ nguyên của từ này không rõ ràng.

[26] Bản Hán, hết quyển 35.

THIÊN TÁM PHÁP

42. PHẨM TÁM NẠN

KINH SỐ 1*

[747a07] Tôi nghe như vầy:

Một thời, đức Phật ở trong vườn Cấp Cô Độc, rừng cây Kỳ-đà, nước Xá-vệ.

Bấy giờ, Thế Tôn bảo các tỳ-kheo:

"Kẻ phàm phu không được nghe, không được biết thời tiết thuyết pháp. Tỳ-kheo, nên biết, có tám thời tiết mà lúc đó con người không nghe, không được tu hành. Những gì là tám?

"Khi Như Lai xuất hiện ở đời, giảng rộng giáo pháp, dẫn đến Niết-bàn, sở hành của Như Lai, nhưng chúng sanh này ở trong địa ngục nên không nghe, không thấy. Đó gọi là nạn thứ nhất.

"Khi Như Lai xuất hiện ở đời, giảng rộng giáo pháp, nhưng chúng sanh này ở trong loài súc sanh nên không nghe, không thấy. Đó gọi là nạn thứ hai.

"Lại nữa, khi Như Lai xuất hiện ở đời, giảng rộng giáo pháp, nhưng chúng sanh này ở trong loài ngạ quỷ nên không nghe, không thấy. Đó gọi là nạn thứ ba.

---

* Pāli, A. VIII. 29 *Akkhaṇa* (R. iv. 225). Hán, *Trung 29*, kinh 124.

▫ *Xem chú thích: tr.159–162*

"Lại nữa, khi Như Lai xuất hiện ở đời, giảng rộng giáo pháp, nhưng chúng sanh này sanh lên trời Trường thọ nên không nghe, không thấy. Đó gọi là nạn thứ tư.

"Lại nữa, khi Như Lai xuất hiện ở đời, giảng rộng giáo pháp, nhưng chúng sanh này sanh ở biên địa, phỉ báng Hiền thánh, tạo các tà nghiệp. Đó gọi là nạn thứ năm.

"Lại nữa, khi Như Lai xuất hiện ở đời, giảng rộng giáo pháp, dẫn đến Niết-bàn, chúng sanh này tuy sinh ở trung tâm đất nước, nhưng sáu căn không đầy đủ, cũng lại không phân biệt được pháp thiện ác. Đó gọi là nạn thứ sáu.

"Lại nữa, khi Như Lai xuất hiện ở đời, giảng rộng giáo pháp, đạt đến Niết-bàn, chúng sanh này sinh ở trung tâm đất nước, tuy sáu căn hoàn toàn, không có thiếu sót, nhưng chúng sanh này tâm thức tà kiến, cho rằng không có người cho, không có vật bố thí, không có người nhận, không có quả báo thiện ác, không có đời này, đời sau, cũng không có cha mẹ, đời không có sa-môn, bà-la-môn nào thành tựu được A-la-hán, tự thân chứng ngộ mà an trú. Đó gọi là nạn thứ bảy.

"Lại nữa, **[747b]** Như Lai không xuất hiện ở đời, không nói giáo pháp dẫn đến Niết-bàn, dẫu chúng sanh này sinh ở trung tâm đất nước, đầy đủ sáu căn, có thể thọ nhận giáo pháp, thông minh tài giỏi, nghe pháp liền hiểu, tu hành chánh kiến, tin có vật bố thí, có người bố thí, có người nhận, có báo thiện ác, có đời này, đời sau, đời có sa-môn, bà-la-môn, tu chánh kiến, tác chứng đắc A-la-hán. Đó gọi là nạn thứ tám, không thể tu hành phạm hạnh. Tỳ-kheo, đó gọi là có tám nạn này, không thể tu hành phạm hạnh.

"Ở đây, tỳ-kheo, có một pháp thời tiết có thể tu hành phạm hạnh. Một pháp ấy là gì? Ở đây, Như Lai xuất hiện ở đời, giảng rộng giáo pháp, đạt đến Niết-bàn, mà người này sinh ở trung tâm đất nước, thế trí biện thông, đối vật đều sáng tỏ, tu hành chánh kiến, có thể phân biệt pháp thiện ác, tin có đời này, đời sau, đời có sa-môn, bà-la-môn tu chánh kiến, tác chứng, đắc A-la-hán. Đó gọi là một pháp, người có thể tu hành phạm hạnh, đắc đến Niết-bàn."

Bấy giờ, Thế Tôn liền nói kệ này:

Tám nạn chẳng một loại,
Khiến người không đắc đạo.
Như nay thời hiện tại,
Thế gian rất khó gặp.

Nên hãy học chánh pháp,
Chớ mất cơ hội này.
Nhớ lại về quá khứ,
Đã từng sinh địa ngục;

Nên đoạn trừ, vô dục,
Mà tư duy chánh pháp.
Lâu dài trong thế gian,
Không khi nào dứt tuyệt;

Nên đoạn trừ, vô dục,
Mà tư duy chánh pháp.
Đoạn hẳn nguồn sinh tử
Lâu dài trong thế gian.

Nay đã được thân người,
Phân biệt pháp chánh chơn.
Những người không đắc quả
Tất sống trong tám nạn.

Nay nói có tám nạn,
Yếu hành của Phật pháp.
Một nạn vẫn nguy kịch,
Như ván nổi ngoài biển.[1]

Tuy sẽ lìa một nạn,
Dẫu cho có lý này;
Nếu lìa một, bốn đế,
Vĩnh viễn lìa chánh đạo.

Cho nên phải chuyên tâm
Tư duy lý vi diệu;
[747c] *Chí thành nghe chánh Pháp*
Đạt đến chỗ vô vi.

"Cho nên, tỳ-kheo, hãy tìm cầu phương tiện xa lìa nơi tám nạn, chớ mong ở trong đó.

"Các tỳ-kheo, hãy học điều này như vậy."

Các tỳ-kheo sau khi nghe những gì Phật dạy hoan hỷ phụng hành.

KINH SỐ 2

Tôi nghe như vầy:

Một thời, đức Phật ở trong vườn Cấp Cô Độc, rừng cây Kỳ-đà, nước Xá-vệ:

Bấy giờ, Thế Tôn bảo các tỳ-kheo:

"Có tám địa ngục lớn. Những gì là tám? Một địa ngục Hoàn hoạt, hai địa ngục Hắc thằng, ba địa ngục Đẳng hại, bốn địa ngục Thế khốc, năm địa ngục Đại thế khốc, sáu địa ngục A-tỳ, bảy địa ngục Viêm, tám địa ngục Đại viêm."[2]

Bấy giờ, Thế Tôn liền nói kệ này:

Hoàn hoạt và Hắc thằng,
Đẳng hại và Thế khốc
Ngũ nghịch ngục A-tỳ
Địa ngục Viêm, Đại viêm.

Đó là tám địa ngục
Trong ấy không thể ở
Đều do gốc hành ác
Mười sáu lớp ngăn quanh.

Còn trên ngục sắt kia
Bị lửa thường thiêu đốt;
Tràn ngập một do-tuần,
Lửa cháy dậy hừng hực.

Bốn thành, bốn cửa ngõ
Ở trong rất bằng phẳng

Lại dùng sắt làm thành
Ván sắt che trên đó.

"Đây là do duyên tội báo chúng sanh, khiến chúng sanh kia chịu khổ vô cùng, máu thịt tiêu hết, chỉ còn có xương.

"Vì những duyên cớ gì gọi là địa ngục Hoàn hoạt? Những chúng sanh kia thân hình thẳng đơ, không cử động, bị khổ bức bách không thể di chuyển, thân thể không còn máu thịt. Lúc đó, chúng sanh nói với nhau: 'Chúng sanh sống lại!' Khi ấy, chúng sanh kia tức thì sống lại. Do nhân duyên này nên gọi là địa ngục Hoàn hoạt.

"Lại vì nhân gì mà gọi là địa ngục Hắc thằng? Vì chúng sanh kia hình thể gân, mạch, đều hóa thành dây, để cưa vào thân. Cho nên gọi là địa ngục Hắc thằng.

"Lại vì nhân duyên gì gọi là địa ngục Đẳng hại? Lúc ấy, chúng sanh kia tụ tập lại một chỗ, đã chém đầu mà giây lát sống trở lại. Vì nhân duyên này **[748a]** gọi là địa ngục Đẳng hại.

"Lại vì nhân duyên gì gọi là địa ngục Thế khốc? Chúng sanh kia đã đoạn mất căn lành, không còn sót chút lông tóc, ở trong địa ngục kia chịu vô số khổ não; ở đó kêu gào oán hận, tiếng kêu không dứt. Vì nhân duyên này nên gọi là địa ngục Thế khốc.

"Lại vì nhân duyên gì gọi là địa ngục Đại thế khốc? Chúng sanh kia ở trong địa ngục chịu vô lượng khổ sở, không thể tính hết. Ở trong đó kêu gào, đấm ngực, tự tát vào mặt, đồng thanh gào thét. Vì nhân duyên này gọi là địa ngục Đại thế khốc.

"Lại vì nhân duyên gì gọi là địa ngục A-tỳ? Các loài chúng sanh giết hại cha mẹ, phá hoại tháp Phật, gây đấu loạn chúng Tăng, hành theo tà kiến điên đảo, tương ưng với tà kiến, không thể chữa trị. Vì vậy cho nên gọi là địa ngục A-tỳ.

"Lại vì nhân duyên gì gọi là địa ngục Viêm? Các loài chúng sanh trong địa ngục kia, thân thể bốc khói, thảy đều tan rã. Cho nên gọi là địa ngục Viêm.

"Lại vì nhân duyên gì gọi là địa ngục Đại viêm? Các chúng sanh trong địa ngục này đều không thấy sót lại cái gì của tội nhân. Cho nên gọi là địa ngục Đại viêm.

"Tỳ-kheo, đó là những nhân duyên để gọi tên tám địa ngục lớn. Mỗi một địa ngục có mười sáu ngục nhỏ.³ Tên chúng là địa ngục Ưu-bát, địa ngục Bát-đầu, địa ngục Câu-mâu-đầu, địa ngục Phân-đà-lợi, địa ngục Vị tằng hữu, địa ngục Vĩnh vô, địa ngục Ngu hoặc, địa ngục Súc tụ, địa ngục Đao sơn, địa ngục Thang hỏa, địa ngục Hỏa sơn, địa ngục Khôi hà, địa ngục Kinh cức, địa ngục Phất thỉ, địa ngục Kiếm thọ, địa ngục Nhiệt thiết hoàn.⁴

"Như vậy, mười sáu ngục nhỏ này không thể ước tính hết, khiến chúng sanh kia sinh trong địa ngục.

Hoặc có chúng sanh phá hủy chánh kiến, phỉ báng Chánh pháp mà lìa xa Chánh pháp, sau khi mạng chung sẽ sinh vào trong địa ngục Hoàn hoạt.

"Những chúng sanh nào ham thích sát sinh, sẽ sinh vào trong địa ngục Hắc thằng.

"Những chúng sanh giết mổ bò, dê và các loại khác, sau khi mạng chung sinh vào trong địa ngục Đẳng hại.

"Những chúng sanh lấy của không cho, ăn trộm vật của người khác, sau khi mạng chung sinh vào trong địa ngục Thế khốc.

"Những chúng sanh thích dâm dật, lại nói dối, sau khi mạng chung sinh vào trong địa ngục Đại thế khốc.

"Những chúng sanh giết hại cha mẹ, phá hoại chùa tháp, gây đấu loạn Thánh **[748b]** chúng, phỉ báng Thánh nhân, hành theo tà kiến điên đảo, sau khi mạng chung sinh vào trong địa ngục A-tỳ.

"Những chúng sanh nghe lời ở đây truyền đến nơi kia, nghe nơi kia truyền đến nơi này, tìm cầu phương tiện để li gián người, sau khi mạng chung sinh vào trong địa ngục Viêm.

"Lại có chúng sanh gây loạn hai bên, tham lam của người, khởi tâm ganh tị, trong lòng nghi ky, sau khi mạng chung sinh vào trong địa ngục Đại viêm.

"Nếu có chúng sanh tạo các tạp nghiệp, sau khi mạng chung sinh vào mười sáu địa ngục nhỏ đó. Bấy giờ, ngục tốt hành hạ chúng sanh kia khổ sở khôn lường, hoặc bị chặt tay, hoặc chặt chân, hoặc chặt tay chân, hoặc xẻo mũi, hoặc cắt tai mũi, hoặc lấy gỗ ván ép lên, hoặc lấy cỏ nhét vào bụng, hoặc lấy tóc treo ngược, hoặc lột da, hoặc cắt thịt, hoặc xẻ làm hai phần, hoặc may dính trở lại, hoặc xẻ làm năm, hoặc dùng lửa nướng một bên, hoặc rưới nước sắt nóng chảy lên, hoặc phanh thây làm năm, hoặc kéo dài thân, hoặc dùng búa bén chặt đầu mà giây lát sống trở lại, chỉ khi nào những tội đã tạo ra ở nhơn gian trả hết, sau đó mới ra khỏi.

"Bấy giờ, ngục tốt bắt chúng sanh kia dùng chùy lớn đập nát thân thể nó, hoặc róc xương gân. Lại rượt đuổi cho lên cây kiếm, rồi lại rượt đuổi cho xuống, rồi sau đó có chim mỏ sắt đến mổ; lại bắt trói chặt năm chi, không được động đậy; lại đem bỏ vào trong vạc nước sôi lớn, dùng thêm chĩa sắt hại thân, khi gió thổi qua, thân kia sống lại như cũ. Lúc ấy, ngục tốt lại bắt chúng sanh lên núi đao, núi lửa, không cho dừng nghỉ. Ở trong đó chịu khổ không thể nào nói hết, chỉ khi nào những tội đã tạo ra ở nhơn gian trả hết, sau đó mới ra khỏi.

"Bấy giờ, người có tội không chịu nổi đau khổ, lại tìm vào trong địa ngục tro nóng chịu vô lượng khổ đau. Từ trong đó ra, lại vào trong địa ngục gai nhọn chích ngược; ở trong ấy gió thổi đến đau đớn không thể tả. Từ trong đó ra, lại vào trong địa ngục phẩn nóng. Trong địa ngục phẩn nóng lúc ấy, có loại trùng nhỏ xíu ăn xương thịt nó. Khi ấy, chúng sanh không kham chịu khổ đau, lại dời đến địa ngục cây kiếm, thân thể thương tổn, đau không thể chịu đựng nổi.

"Khi ấy, ngục tốt bảo với chúng sanh kia: 'Các ngươi từ đâu đến?' Tội nhân đáp: 'Bọn chúng tôi cũng **[748c]** không biết là từ đâu lại?' Lại hỏi: 'Sẽ đi về đâu?' Đáp: 'Cũng lại không biết đến chỗ nào.' Lại hỏi: 'Muốn gì?' Đáp: 'Chúng tôi đói khát quá.' Ngục tốt liền lấy viên sắt nóng bỏ vào miệng tội nhân, thiêu chín thân thể, đau đớn không thể chịu nổi. Chỉ khi nào trả hết những tội trước kia đã tạo ra, sau đó mới mạng chung. Lúc ấy, tội nhân lại trải qua bao nhiêu địa ngục, ở trong đó chịu khổ hàng ngàn vạn năm, sau đó mới ra."

"Tỳ-kheo, nên biết, bấy giờ Diêm-la vương tự nghĩ: 'Những chúng sanh nào mà thân, miệng, ý hành ác, phải chịu hết những tội như vậy.

Những chúng sanh nào mà thân, miệng, ý hành thiện, những người như vậy đều sẽ sinh về trời Quang âm."

Bấy giờ, Thế Tôn liền nói kệ này:

Người ngu thường nhởn nhơ
Như trời Quang âm kia.
Người trí thường lo sợ
Giống như ở địa ngục.

"Bấy giờ, này các tỳ-kheo, giáo lệnh của Diêm-la vương được nghe: 'Ước mong ngày nào ta diệt hết những tội đã tạo ra xưa kia, để mạng chung ở đây, được thọ hình người, sinh ở trung tâm đất nước, theo thiện tri thức, cùng gặp cha mẹ dốc lòng tin Phật pháp, được xuất gia học đạo ở trong chúng Như Lai, ngay trong đời hiện tại mà dứt sạch hữu lậu, thành vô lậu. Nay ta nói lại lần nữa với các người, hãy cố gắng dụng tâm để lìa xa tám nạn, được sanh tại trung tâm đất nước, gặp được thiện tri thức, được tu phạm hạnh, được thành chánh quả như ước nguyện.

"Này các tỳ-kheo, thiện nam, thiện nữ nào muốn lìa tám địa ngục lớn và mười sáu ngục nhỏ, phải tìm cầu phương tiện tu tám chánh đạo.

"Các tỳ-kheo, hãy học điều này như vậy."

Các tỳ-kheo sau khi nghe những gì Phật dạy hoan hỷ phụng hành.

KINH SỐ 3[*]

Tôi nghe như vầy:

Một thời, đức Phật ở trong vườn Nại thị,[5] thành Tỳ-xá-ly, cùng năm trăm tỳ-kheo, lần hồi đi du hóa trong nhân gian.

Lúc ấy, Thế Tôn quay lại nhìn thành Tỳ-xá-ly rồi nói bài kệ này:

[749a] *Nay ngắm Tỳ-xá-ly*
Sau không ngắm lại nữa

---

[*] Cf. D. 16. *Mahāparinibbāna*; No 135; No 136; No 1(2).

Cũng không vào lại nữa
Nơi đó, sẽ từ biệt.

Lúc ấy, nhân dân trong thành Tỳ-xá-ly nghe bài kệ này, trong lòng sầu ưu, đi theo sau Thế Tôn, ai ai cũng đều rơi lệ, nói với nhau:

"Không bao lâu nữa Như Lai sẽ diệt độ, thế gian sẽ mất ánh sáng."

Thế Tôn bảo:

"Thôi, thôi! Các người chớ ôm lòng sầu ưu. Vật phải chịu hủy hoại mà muốn nó không bị hủy hoại, không hề có lý này. Trước đây, Ta đã có nói, do bốn sự mà được tác chứng. Ta cũng đã dạy cho bốn bộ chúng bốn sự này. Những gì là bốn? Tất cả hành là vô thường, đó gọi là pháp thứ nhất. Tất cả hành là khổ, đó gọi là pháp thứ hai. Tất cả hành vô ngã, đó gọi là pháp thứ ba. Niết-bàn là diệt tận, đó là pháp thứ tư. Như vậy, không bao lâu nữa Như Lai sẽ diệt độ. Các ngươi nên biết gốc bốn pháp này, hãy giảng giải ý nghĩa đó cho khắp tất cả chúng sanh."

Bấy giờ, Như Lai muốn cho nhân dân thành Tỳ-xá-ly quay trở về, liền hóa ra một hố lớn. Như Lai đưa các tỳ-kheo sang bờ kia. Nhân dân nước ấy ở lại bên bờ này. Rồi Thế Tôn ném bát của mình lên hư không cho nhân dân ấy, lại nói rằng:

"Các người khéo cúng dường bát này. Cũng nên cúng dường pháp sư tài giỏi thì mãi mãi sẽ được phước vô lượng."

Sau khi cho họ bát mình rồi, Thế Tôn liền đến nước Câu-thi-na-kiệt.[6]

Lúc ấy, hơn năm trăm người Lực sĩ[7] ở nước Câu-thi-na-kiệt tập hợp lại một chỗ, bàn luận với nhau:

"Chúng ta cùng nhau làm việc kỳ lạ để sau khi mạng chung, vang danh cùng khắp, con cháu cùng truyền: 'Ngày xưa, các Lực sĩ Câu-thi-na-kiệt có sức mạnh không ai bì.'"

Sau đó, họ lại nghĩ: "Nên làm công đức gì?"

Bấy giờ, cách nước Câu-thi-na-kiệt không xa có tảng đá vuông lớn, dài một trăm hai mươi bộ, rộng sáu mươi bộ. "Chúng ta hãy dựng đứng nó lên." Họ dùng hết sức lực để dựng nó, nhưng không thể dựng được. Không lay động nổi, huống gì là nâng lên.

Lúc đó, Thế Tôn liền đi đến chỗ họ, nói rằng:

"Các đồng tử, các cậu muốn làm gì?"

Các đồng tử bạch Phật:

"Vừa rồi, chúng con có bàn như vầy: 'Chúng ta sẽ dời tảng đá này đi, để được vang danh đời đời. Thi công, từ đó **[749b]** đến nay đã bảy ngày, nhưng không thể làm cho tảng đá này chuyển động.'"

Phật bảo các đồng tử:

"Các cậu có muốn Như Lai dựng tảng đá này đứng dậy không?"

Các đồng tử đáp:

"Nay chính là lúc thích hợp, cúi xin Thế Tôn đặt lại tảng đá này."

Khi ấy, Thế Tôn liền dùng bàn tay phải nâng khối đá này đặt lên bàn tay trái, rồi ném lên hư không. Tảng đá ấy lên đến Phạm thiên.

Lúc ấy, các người Lực sĩ Câu-thi-na-kiệt không thấy tảng đá nữa, bèn bạch Thế Tôn:

"Nay tảng đá đi đâu? Giờ tất cả chúng con đều không thấy."

Thế Tôn bảo:

"Tảng đá đã lên đến Phạm thiên."

Các đồng tử bạch Phật:

"Khi nào tảng đá này sẽ trở lại trên Diêm-phù-lý-địa?"

Thế Tôn bảo:

"Nay ta sẽ đưa ra ví dụ. Người trí nhờ thí dụ sẽ tự hiểu. Nếu có người lên đến Phạm thiên, cầm tảng đá này ném xuống cõi Diêm-phù-lý-địa, thì mười hai năm mới đến. Nhưng nay do cảm ứng oai thần Như Lai, nó sẽ trở lại ngay bây giờ."

Sau khi Như Lai nói lời này xong, giây lát tảng đá rơi trở lại. Giữa hư không mưa xuống hàng trăm loại hoa trời. Bấy giờ, hơn năm trăm các đồng tử kia, từ xa nhìn thấy tảng đá rơi xuống, mọi người đều chạy tán loạn, không ai đứng yên chỗ cũ.

Phật bảo các đồng tử:

"Chớ có sợ hãi. Như Lai biết lúc nào thích hợp."

Khi ấy, Thế Tôn duỗi tay trái, từ xa đón tảng đá ấy đặt vào bàn tay phải, rồi dựng đứng nó lên. Lúc ấy, ba ngàn đại thiên thế giới chấn động sáu cách, các trời thần diệu giữa hư không rải các loại hoa sen ưu-bát. Lúc ấy, năm trăm đồng tử đều khen là thật kỳ lạ, hiếm có, oai thần của Như Lai thật không gì có thể sánh kịp. Tảng đá này dài một trăm hai mươi bộ, rộng sáu mươi bộ, mà Như Lai có thể dùng một tay đặt để nó.

Năm trăm đồng tử bèn bạch Phật rằng:

"Như Lai dùng lực gì để dời tảng đá này? Dùng sức thần túc, hay dùng sức trí tuệ để đặt lại tảng đá này?"

Phật bảo các đồng tử:

"Ta không dùng sức thần túc, cũng không dùng sức trí tuệ. Nay Ta dùng sức cha mẹ cho để đặt lại tảng đá này."

Các đồng tử bạch Phật:

"Không rõ Như Lai dùng sức cha mẹ, là nghĩa thế nào?"

Thế Tôn bảo:

"Nay Ta sẽ đưa ra một thí dụ. Người trí nhờ thí dụ sẽ tự hiểu. Các đồng tử, sức mười con lạc đà không bằng sức của một **[749c]** con voi thường. Lại nữa, sức mười con lạc đà và một con voi thường không bằng sức của một con voi Ca-la-lặc.[8] Lại nữa, sức của mười con lạc đà, một con voi thường và sức voi Ca-la-lặc không bằng sức của một con voi Cưu-đà-diên.[9] Giả sử ngay sức mười con lạc đà, một con voi thường cho đến sức con voi Cưu-đà-diên không bằng sức của một con voi Bà-ma-na.[10] Lại tính sức con voi này không bằng sức một con voi Ca-nê-lưu.[11] Lại tính hết sức những con voi trên lại không bằng sức một con voi Ưu-bát.[12] Lại tính sức bao nhiêu voi trên lại không bằng sức một con voi Câu-mâu-đà. Lại gom bao nhiêu sức các voi trên, lại không bằng sức một con voi Phân-đà-lợi. Lại gom tính hết những con voi trên đó, lại không bằng sức một con Hương tượng.[13] Lại tính hết sức những con trên gộp lại không bằng sức một con Ma-ha-na-cực.[14] Lại tính gom tất cả sức lực trên, lại không bằng sức một vị Na-la-diên.[15] Lại tính gộp tất cả sức trên cũng không bằng sức một Chuyển Luân Thánh vương. Lại tính tất cả sức trên hợp lại cũng không bằng sức một vị A-duy-việt-trí.[16] Lại tính gộp tất cả sức trên lại cũng không bằng sức của một vị Bồ-tát bổ xứ. Lại gộp tất cả sức trên lại cũng không bằng sức của một vị Bồ-tát ngồi dưới cây Đạo thọ. Lại gộp tất cả sức trên lại cũng không bằng sức của thân thể cha mẹ di truyền của Như Lai. Nay Ta đã dùng sức ấy để đặt lại tảng đá này."

Lúc ấy, năm trăm đồng tử lại bạch Thế Tôn:

"Lực thần túc của Như Lai thì thế nào?"

Thế Tôn bảo:

"Trước đây Ta có đệ tử tên Mục-kiền-liên có thần túc bậc nhất. Lúc ấy, Ta cùng vị ấy du hóa ở trong thôn Trúc viên Tỳ-la-nhã.[17] Lúc ấy, trong nước này đang đói kém, nhân dân ăn thịt lẫn nhau, xương trắng đầy đường. Người xuất gia học đạo khất thực khó được. Thánh chúng gầy ốm, sức lực hư cạn. Lại nữa, nhân dân trong làng đều đói khát, lại cũng không nơi nương cậy. Mục-kiền-liên, bấy giờ đến chỗ Ta bạch với Ta: 'Nay Tỳ-la-nhã này rất là đói kém, không nơi nào khất thực được. Nhân dân khốn khổ, không còn đường sống. Con tự thân nghe từ Như Lai những lời dạy này: Phần dưới đất này có chất béo đất rất thơm ngon. Cúi xin Thế Tôn cho phép đệ tử lật lớp béo đất này lên trên để nhân dân này có được thức ăn và khiến Thánh chúng cũng được **[750a]** khí lực sung mãn.' Khi ấy, Ta bảo Mục-liên: 'Các côn trùng mềm yếu trong đất sẽ được để ở đâu?' Mục-liên bạch: 'Một tay con sẽ hóa ra giống như đất này, và một tay sẽ lật ngược lớp mỡ đất này, khiến những côn trùng mềm yếu đều ở yên tại chỗ của chúng.' Bấy giờ, Ta lại bảo Mục-liên: 'Ông muốn lật đất này lên bằng tâm thức gì?' Mục-liên bạch: 'Nay con lật đất này lên giống như người lực sĩ lật một lá cây, không có gì khó khăn.' Lúc ấy, Ta lại bảo Mục-liên: 'Thôi, thôi, Mục-liên! Không cần lật đất mỡ này. Vì sao vậy? Chúng sanh thấy việc này, sẽ sinh lòng sợ hãi, lông tóc đều dựng đứng, tháp miếu của chư Phật cũng sẽ bị hư hoại.' Mục-liên lại bạch với Phật: 'Cúi xin Thế Tôn cho phép Thánh chúng đến Uất-đan-việt khất thực.' Phật bảo Mục-liên: 'Trong đại chúng này, những người không có thần túc sẽ làm sao đến đó khất thực?' Mục-liên bạch Phật: 'Những người không có thần túc, con sẽ đưa đến đất ấy.' Phật bảo Mục-liên: 'Thôi, thôi, Mục-liên! Thánh chúng cần gì phải đến đó khất thực? Vì sao vậy? Đời tương lai cũng sẽ có lúc đói kém như vậy, khất cầu khó được, người không nhan sắc. Lúc ấy các gia chủ bà-la-môn sẽ nói với tỳ-kheo: 'Sao các ông không đến Uất-đan-viết khất thực? Ngày xưa các đệ tử họ Thích có thần túc, gặp lúc đói kém, đều cùng nhau đến Uất-đan-viết khất thực để tự nuôi sống. Ngày nay đệ tử Thích-ca không có thần túc, cũng không có hành vi oai thần của sa-môn.' Rồi coi thường tỳ-kheo, khiến cho các cư sĩ gia chủ kia đều sinh tâm kiêu mạn, mắc vô lượng tội. Mục-kiền-liên, nên biết, vì nhân duyên này, các chúng tỳ-kheo không nên đến hết đó khất thực.'

"Các đồng tử, nên biết, thần túc của Mục-liên có oai đức như vậy. Tính sức thần túc của Mục-liên tràn khắp ba ngàn đại thiên thế giới, không có một khe hở, nhưng không bằng một phần hàng trăm, ngàn, ức vạn lần sức thần túc của Thế Tôn; không thể dùng thí dụ để so sánh. Thần túc của Như Lai, oai đức không thể đo lường được."

Các đồng tử bạch Phật:

"Sức trí huệ của Như Lai thì thế nào?"

Thế Tôn bảo:

"Trước đây, Ta cũng có đệ tử tên Xá-lợi-phất là bậc nhất trong hàng có trí huệ. Như một biển lớn dài rộng tám vạn bốn ngàn do-tuần, nước đầy trong đó. Lại có núi **[750b]** Tu-di cao tám vạn bốn ngàn do-tuần, chìm vào nước cũng như vậy. Diêm-phù-lý-địa, nam đến bắc là hai vạn một ngàn do-tuần; đông sang tây là bảy ngàn do-tuần. Nay lấy chúng để so sánh. Dùng nước trong bốn biển lớn làm mực; lấy núi Tu-di làm giấy; lấy cỏ cây hiện có trên Diêm-phù-địa làm bút; lại khiến người trong cả ba ngàn đại thiên thế giới đều viết, để tả hành nghiệp trí huệ của Tỳ-kheo Xá-lợi-phất. Song, các đồng tử nên biết, nước mực trong bốn biển lớn cạn, bút hết, người dần dần mạng chung, cũng không thể tả hết được trí huệ của Tỳ-kheo Xá-lợi-phất. Cũng vậy, các đồng tử, trong các đệ tử của Ta, trí tuệ bậc nhất không ai vượt hơn trí huệ Xá-lợi-phất. Tính trí huệ Tỳ-kheo Xá-lợi-phất có thể biến khắp ba ngàn đại thiên thế giới không có một khe hở, nhưng muốn so với trí huệ của Như Lai thì gấp trăm, nghìn, ức vạn lần, không thể dùng thí dụ để so sánh. Sức trí huệ của Như Lai là như vậy."

Các đồng tử lại bạch Phật:

"Còn có sức nào hơn các sức này không?"

Thế Tôn bảo:

"Cũng có sức vượt trên các sức này. Đó là gì? Đó chính là sức mạnh của vô thường. Nửa đêm hôm nay, Như Lai ở giữa song thọ, bị lực vô thường dắt đến diệt độ."

Lúc ấy, các đồng tử đều cùng rơi lệ, than:

"Như Lai diệt độ sao chóng vậy! Thế gian sắp mất con mắt!"

Lúc ấy, Tỳ-kheo-ni Quân-trà-la Hệ Đầu[18] là con gái gia chủ Bà-la-đà. Tỳ-kheo-ni này tự nghĩ: 'Ta nghe Thế Tôn không bao lâu nữa sẽ diệt độ, song số ngày đã hết. Giờ ta phải đến chỗ Thế Tôn để hầu thăm.' Tỳ-kheo-ni này ra khỏi thành Tỳ-xá-ly, đến chỗ Thế Tôn.[19] Từ xa, bà trông thấy Như Lai dẫn các tỳ-kheo và năm trăm đồng tử đang đi đến rừng song thọ. Khi ấy, tỳ-kheo-ni đến chỗ Thế Tôn, đảnh lễ sát chân, bạch Thế Tôn:

"Con nghe Thế Tôn sắp diệt độ, không còn ở đời bao lâu."

Thế Tôn nói:

"Đúng vào nửa đêm hôm nay, Như Lai sẽ diệt độ."

Tỳ-kheo-ni bạch Phật:

"Nay con xuất gia học đạo, lại không kết quả như sở nguyện mà Thế Tôn đã bỏ con diệt độ. Cúi xin Thế Tôn nói pháp vi diệu cho con được như sở nguyện."

Thế Tôn bảo:

"Nay cô hãy tư duy về nguồn gốc của khổ."

Tỳ-kheo-ni lại bạch Phật:

"Thật khổ, bạch Thế Tôn! Thật khổ, bạch **[750c]** Như Lai!"

Thế Tôn bảo:

"Cô quán sát ý nghĩa gì mà nói là khổ?"

Tỳ-kheo-ni bạch Phật rằng:

"Sanh khổ, già khổ, bịnh khổ, chết khổ, sầu bi não khổ, oán tắng hội khổ, ân ái biệt ly khổ. Tóm lại mà nói, năm thủ uẩn là khổ. Bạch Thế Tôn, con đã quán nghĩa này như vậy, cho nên bảo là khổ."

Tỳ-kheo-ni sau khi tư duy nghĩa này, liền ngay ở trên chỗ ngồi đạt được ba đạt trí.[20] Lúc ấy, tỳ-kheo-ni bạch Phật:

"Con không thể kham thấy Thế Tôn diệt độ. Cúi xin cho phép con diệt độ trước."

Lúc ấy, Thế Tôn im lặng chấp nhận.

Tỳ-kheo-ni liền từ chỗ ngồi đứng dậy, đảnh lễ sát chân, ở trước Phật, thân bay lên hư không, làm mười tám phép biến hóa, hoặc đi, hoặc ngồi, hoặc kinh hành, thân phát ra khói lửa, vọt lên hạ xuống tự do không có gì trở ngại, hoặc phun ra nước lửa đầy khắp hư không. Sau khi biến hóa đủ cách như vậy rồi, liền ở trong Niết-bàn giới vô dư mà diệt độ. Ngay lúc bà diệt độ, tám vạn thiên tử được mắt pháp thanh tịnh.

Bấy giờ, Thế Tôn bảo các tỳ-kheo:

"Trong các Thanh văn của Ta, tỳ-kheo-ni có trí huệ nhanh nhạy đứng đầu chính là Tỳ-kheo-ni Quân-trà-la."[21]

Lúc ấy, Thế Tôn bảo A-nan:

"Người đến giữa song thọ trải chỗ nằm cho Như Lai, đầu về hướng bắc."

A-nan đáp:

"Thưa vâng, bạch Thế Tôn!"

Theo lời Phật dạy, A-nan đến giữa song thọ, trải tòa cho Như Lai, rồi trở về chỗ Thế Tôn, đảnh lễ sát chân, bạch Thế Tôn:

"Con đã trải tòa xong, đầu về hướng bắc. Cúi xin Thế Tôn biết thời."

Thế Tôn liền đến giữa song thọ, vào chỗ đã trải tòa sẵn. Tôn giả A-nan bạch Thế Tôn:

"Vì có nhân duyên gì Như Lai bảo trải chỗ nằm xoay đầu về hướng bắc?"

Phật bảo A-nan:

"Sau khi ta diệt độ, Phật pháp sẽ ở Bắc Thiên-trúc. Vì nhân duyên này nên khiến trải tòa hướng bắc."

Lúc ấy, Thế Tôn phân biệt²² ba y.

A-nan bạch Phật:

"Vì sao hôm nay Như Lai phân biệt ba y?"

Phật bảo A-nan:

"Ta vì đàn-việt thí chủ trong đời tương lai nên phân biệt y này. Vì muốn cho những người kia hưởng phước này nên ta phân biệt y như vậy."

Bấy giờ, trong chốc lát, từ miệng Thế Tôn phát ra ánh sáng năm màu, chiếu khắp mọi nơi. Lúc ấy, A-nan lại bạch Phật:

"Vì nhân duyên gì hôm nay từ miệng của Như Lai phát ra **[751a]** ánh sáng năm màu?"

Thế Tôn bảo:

"Vừa rồi, Ta nghĩ như vầy: 'Khi chưa thành đạo, ở trong địa ngục lâu dài, nuốt hòn sắt nóng, hoặc ăn cây cỏ để nuôi thân tứ đại; hoặc làm la, lừa, lạc đà, voi, ngựa, heo, dê, hoặc làm ngạ quỷ nuôi bốn đại; hoặc sinh làm thân người,²³ mang hình chịu nạn thọ thai, hoặc hưởng phước trời, ăn cam lồ tự nhiên. Nay Ta đã thành Như Lai, dùng căn lực ngộ đạo mà thành thân Như Lai. Vì nhân duyên này nên miệng phát ra ánh sáng năm màu.'"

Một lát sau, từ miệng Như Lai lại phát ra ánh sáng vi diệu hơn ánh sáng trước. Lúc ấy, A-nan bạch Thế Tôn:

"Vì nhân duyên gì Như Lai lại phát ra ánh sáng hơn ánh sáng trước?"

Thế Tôn bảo:

"Vừa rồi, Ta tự nghĩ: 'Chư Phật Thế Tôn trong quá khứ khi diệt độ thì pháp để lại không tồn tại lâu dài trên đời.' Ta suy nghĩ lại: 'Bằng phương tiện nào để pháp của ta tồn tại lâu dài ở đời?' Thân Như Lai là thân kim cang, ý muốn nghiền nát thân này như hạt cải cho lưu bố trên thế gian, khiến những đàn-việt có lòng tin đời tương lai, tuy không thấy hình tượng Như Lai, nhưng chọn lấy đó cúng dường, nhờ duyên phước lành này sẽ sinh vào nhà bốn giai cấp, Tứ thiên vương, trời Tam thập tam, trời Diệm-ma, trời Đâu-suất, trời Hóa tự tại, trời Tha hóa tự tại. Nhờ phước lành này mà sanh vào cõi Dục, cõi Sắc, cõi Vô sắc, hoặc lại đắc đạo Tu-đà-hoàn, Tư-đà-hàm, A-na-hàm, A-la-hán, Bích-chi-phật hoặc thành Phật đạo. Vì nhân duyên này nên phát ra ánh sáng như vậy."

Lúc ấy, Thế Tôn tự thân gấp tăng-già-lê thành bốn lớp, nằm nghiêng qua hông phải, hai bàn chân chồng lên nhau. Lúc ấy, Tôn giả A-nan thương khóc rơi nước mắt, không thể tự chế, lại tự trách mình chưa được thành đạo, còn bị kết sử trói buộc, mà nay Thế Tôn đã bỏ mình diệt độ, sẽ nương tựa vào ai?

Lúc ấy, Thế Tôn biết nhưng vẫn hỏi các tỳ-kheo:

"Tỳ-kheo A-nan đang ở đâu?"

Các tỳ-kheo đáp:

"Tỳ-kheo A-nan đang ở sau giường Như Lai, buồn khóc rơi lệ, không thể tự chế, lại tự trách đã không thành Đạo, lại chưa dứt sạch kết sử, mà nay Thế Tôn đã bỏ mình Niết-bàn."

Lúc ấy, Thế Tôn bảo A-nan:

"Thôi! Thôi! A-nan, chớ có sầu ưu. Phàm vật ở đời đáng phải tan rã, muốn cho không biến đổi thì việc này không thể, cần nỗ lực tinh tấn nhớ tu tập chánh pháp, như vậy [751b] không bao lâu cũng sẽ hết gốc khổ, thành hạnh vô lậu. Thời quá khứ, các Như Lai Chánh đẳng Chánh giác²⁴ cũng có thị giả như vậy. Giả sử hằng sa chư Phật trong tương lai cũng sẽ có thị giả như Tỳ-kheo A-nan.

"Chuyển Luân Thánh vương có bốn pháp hiếm có. Sao gọi là bốn? Ở đây, khi Chuyển Luân Thánh vương đi ra khỏi nước, nhân dân thấy, không một ai không vui vẻ. Bấy giờ, Chuyển Luân Thánh vương có dạy điều gì thì những ai nghe không một ai không vui mừng. Nghe những lời dạy này không biết chán. Bấy giờ, Chuyển Luân Thánh vương im lặng. Giả sử người dân thấy vua im lặng thì cũng lại hoan hỷ. Này các tỳ-kheo, đó gọi là bốn Pháp hiếm có của Chuyển Luân Thánh vương .

"Tỳ-kheo, nên biết, nay A-nan cũng có bốn pháp hiếm có. Sao gọi là bốn? Giả sử Tỳ-kheo A-nan im lặng đến giữa đại chúng, nếu có ai thấy, không ai không vui vẻ. Giả sử Tỳ-kheo A-nan có nói điều gì; ai nghe những lời này cũng đều vui vẻ. Giả sử A-nan im lặng thì cũng như vậy. Nếu Tỳ-kheo A-nan đi vào trong bốn chúng như sát-lị, bà-la-môn, quốc vương, cư sĩ, họ đều vui vẻ, sinh lòng cung kính, nhìn mà không biết chán. Giả sử Tỳ-kheo A-nan có nói những điều gì thì người nghe dạy pháp cũng nghe không biết chán. Này các tỳ-kheo, đó gọi là bốn pháp hiếm có của Tỳ-kheo A-nan."

Lúc ấy, A-nan bạch Thế Tôn:

"Nên giao thiệp với người nữ như thế nào, khi mà đến giờ, tỳ-kheo đắp y, cầm bát, khất thực từng nhà để tạo phước cho chúng sanh?"

Phật bảo A-nan:

"Chớ có nhìn họ. Nếu có nhìn thì chớ có nói chuyện. Nếu nói chuyện thì phải chuyên tâm ý."

Lúc ấy, Thế Tôn liền nói kệ này:

Chớ giao du người nữ;
Cũng chớ có trò chuyện.
Ai có thể xa lìa,
Thì tránh được tám nạn.[25]

[751c07] "Nên đối xử với Tỳ-kheo Xa-na như thế nào?"[26]

Thế Tôn bảo:

"Cần phải trừng phạt bằng pháp phạm-đàn[27]."

A-nan bạch Phật:

"Trừng phạt bằng pháp phạm-đàn là thế nào?"

Thế Tôn bảo:

"Không được nói chuyện gì cùng Tỳ-kheo Xa-na, không nói điều tốt, cũng không nói điều xấu. Tỳ-kheo này cũng không được nói chuyện gì với ông."

A-nan bạch Phật:

"Nếu tỳ-kheo ấy vẫn không chịu phục tùng, tội ấy há không nặng thêm sao?"

Thế Tôn bảo:

"Chỉ không nói chuyện tức là trừng phạt bằng phạm-đàn. Nhưng nếu vẫn không sửa đổi, cần phải đưa ra giữa chúng để mọi người cùng quyết định trục xuất,[28] không cho thuyết giới chung, cũng không được tham dự pháp hội."

Lúc ấy, Thế Tôn liền nói kệ này:

Muốn trả lại oán thù,
Cho kẻ oan gia kia,
Thường nhớ chớ nói chuyện;
Ác này không đi quá.[29]

Lúc ấy, nhân dân Câu-thi-na-kiệt nghe Như Lai sắp diệt độ vào nửa đêm nay. Lúc này nhơn dân cả nước liền đi đến rừng Song thọ. Đến rồi, đảnh lễ sát chân, ngồi qua một bên. Bấy giờ, nhân dân bạch Thế Tôn:

"Nay nghe Như Lai sắp diệt độ, chúng con phải làm gì để biểu lộ sự tôn kính?"

Lúc ấy, Thế Tôn quay lại nhìn A-nan. A-nan liền tự nghĩ: "Hôm nay thân thể Như Lai mệt mỏi, muốn sai ta chỉ bày cách thức cho họ."

Rồi A-nan quỳ gối phải sát đất, chắp tay bạch Thế Tôn:

"Hôm nay có hai dòng họ, một tên là Bà-a-đà, một tên là Tu-bạt-đà[30] đến quy y Như Lai, Thánh chúng. Cúi xin Thế Tôn cho phép họ làm ưu-bà-tắc, từ đây về sau không sát sanh nữa.

Lại có người tên Đế-xa, người thứ hai tên Ưu-ba-đế-xa. Lại có người tên Phật-xá, người thứ hai tên Kê-đầu.[31] Những người này đều đến quy y Như Lai. Cúi xin Thế Tôn nhận họ làm ưu-bà-tắc, [752a] từ nay về sau không sát sanh nữa, vâng giữ năm giới.

Lúc ấy, Thế Tôn thuyết pháp rộng rãi cho họ. Sau đó bảo họ trở về. Bấy giờ, chúng năm trăm người Ma-la liền từ chỗ ngồi đứng dậy, nhiễu Phật ba vòng rồi lui đi. Bấy giờ, Thế Tôn bảo A-nan:

"Những đệ tử chứng ngộ cuối cùng của Ta chính là năm trăm Ma-la ở Câu-thi-na-kiệt."

Bấy giờ, Bà-la-môn Tu-bạt từ nước kia[32] đi đến Câu-thi-na-kiệt. Từ xa trông thấy năm trăm người này, liền hỏi:

"Các vị từ đâu đến?"

Năm trăm người đáp:

"Tu-bạt, nên biết, hôm nay Như Lai sẽ diệt độ giữa song thọ."

Lúc ấy, Tu-bạt liền tự nghĩ:

"Như Lai xuất hiện ở đời, rất là khó gặp. Sự xuất thế của Như Lai lâu lâu mới có. Như hoa Ưu-đàm-bát, ức kiếp mới xuất hiện. Nay ta có những pháp chưa được thông tỏ, còn ít nhiều hồ nghi. Chỉ có Sa-môn Cù-đàm kia có thể giải thích hồ nghi cho ta. Nay ta hãy đi đến chỗ Sa-môn Cù-đàm kia mà hỏi nghĩa này."

Rồi Bà-la-môn Tu-bạt đến chỗ song thọ, đến chỗ A-nan, thưa A-nan:

"Tôi nghe hôm nay Thế Tôn sẽ diệt độ; không biết có thật vậy không?"

A-nan đáp:

"Thật có việc này."

Tu-bạt bạch:

"Song hôm nay tôi còn có hồ nghi. Cúi xin cho phép tôi bạch Thế Tôn lời này: 'Mọi người không rõ những điều lục sư nói. Tôi có thể biết những điều Sa-môn Cù-đàm nói chăng?'"[33]

A-nan nói:

"Thôi! Thôi! Tu-bạt, chớ có quấy nhiễu Như Lai!"

Ba lần như vậy. Ông lại thưa với A-nan:

"Như Lai xuất thế rất là khó gặp. Như hoa Ưu-đàm-bát, lâu lâu mới có. Như Lai cũng vậy, lâu lâu mới xuất hiện. Nay tôi xét thấy Như Lai có khả năng giải thích những hồ nghi cho tôi. Nay, ý nghĩa mà tôi muốn hỏi, thật không đủ lời để nói. Bây giờ A-nan lại không cho tôi đến thưa hỏi Thế Tôn. Lại nghe Như Lai có thể thấy xa đến vô cùng, có thể thấy khoảng trước đến vô cực, mà hôm nay tôi vẫn không được tiếp nhận."

Ngay khi ấy, Thế Tôn bằng thiên nhĩ, từ xa nghe Tu-bạt bàn với A-nan như vậy. Thế Tôn bảo A-nan:

"Thôi, thôi, A-nan! Chớ ngăn Bà-la-môn Tu-bạt. Vì sao vậy? Ông ấy đến hỏi nghĩa, thật có nhiều lợi ích. Nếu Ta nói pháp, ông ấy sẽ được độ thoát."

A-nan bèn bảo Tu-bạt:

"Lành thay, lành thay! Nay Như Lai đã cho phép ông vào trong hỏi pháp."

Sau khi nghe những lời ấy rồi, Tu-bạt vui mừng hớn hở không xiết kể. [752b] Tu-bạt đi đến chỗ Thế Tôn, đảnh lễ sát chân, ngồi qua một bên. Bấy giờ, Tu-bạt bạch Thế Tôn:

"Nay con có điều muốn hỏi, cúi xin Thế Tôn cho phép."

Lúc ấy, Thế Tôn bảo Tu-bạt:

"Nay chính là lúc, nên có thể hỏi."

Lúc ấy, Tu-bạt bạch Phật:

"Các sa-môn khác, thưa Cù-đàm, biết các toán thuật, hơn hẳn nhiều người. Đó là Bất-lan Ca-diếp, A-di-sủy, Cù-da-lâu, Chi-hưu Ca-chiên, Tiên-tỷ-lô-trì, Ni-kiền Tử.³⁴ Những hạng tông sư như vậy có biết việc ba đời không? Hay là không rõ? Trong lục sư kia lại có ai hơn được Như Lai không?"

Bấy giờ, Thế Tôn bảo:

"Thôi, thôi, Tu-bạt! Chớ nên hỏi điều đó. Phiền gì phải hỏi có ai hơn Như Lai không? Song hôm nay Ta ngay trên chỗ ngồi này, sẽ nói pháp cho ông. Hãy ghi nhớ kỹ."

Tu-bạt bạch Phật:

"Nay, con sẽ hỏi nghĩa lý sâu xa. Bây giờ là lúc thích hợp, cúi xin Thế Tôn hãy nói."

Thế Tôn bảo:

"Lúc Ta mới học đạo, năm hai mươi chín tuổi, vì muốn độ mọi người, cho đến năm ba mươi lăm tuổi,³⁵ học ở trong ngoại đạo. Từ đó đến nay,

Ta không thấy ai là sa-môn, bà-la-môn. Trong các đại chúng nào mà không có tám đạo Hiền thánh thì ở đó không có bốn quả sa-môn. Này Tu-bạt, đó gọi là thế gian trống rỗng, không có ai là chân nhân đắc đạo. Trong đạo Hiền thánh nào có pháp Hiền thánh thì ở đó có bốn kết quả sa-môn. Vì sao vậy? Sở dĩ có bốn kết quả sa-môn là do có tám phẩm đạo Hiền thánh. Này Tu-bạt, nếu như Ta mà không đắc Đạo Vô thượng Chánh chơn, ấy là do không có tám phẩm đạo Hiền thánh. Do có tám phẩm đạo Hiền thánh nên Ta mới thành Phật đạo. Cho nên, Tu-bạt, hãy tìm cầu phương tiện thành tựu đạo Hiền thánh."

Tu-bạt bạch Phật:

"Con cũng rất muốn nghe tám phẩm đạo Hiền thánh, cúi xin Thế Tôn giảng nói."

Thế Tôn bảo:

"Tám đạo Hiền thánh là chánh kiến, chánh tư duy, chánh ngữ, chánh mạng, chánh nghiệp, chánh tinh tấn, chánh niệm, chánh định[36]. Này Tu-bạt, đó gọi là tám phẩm đạo Hiền thánh."

Lúc ấy, Tu-bạt ngay trên chỗ ngồi đắc pháp nhãn tịnh. Bấy giờ, Tu-bạt đi đến nói với A-nan:

"Nay tôi đã được thiện lợi. Mong Thế Tôn cho phép tôi làm sa-môn."

A-nan đáp:

"Ông hãy tự đến chỗ Thế Tôn mà thỉnh cầu làm sa-môn."

Tu-bạt bèn đến chỗ Thế Tôn, đảnh lễ sát chân, rồi bạch Thế Tôn:

"Cúi xin [752c] Thế Tôn cho phép con làm sa-môn."

Bấy giờ, Tu-bạt liền thành sa-môn, thân mặc ba pháp y. Khi Tu-bạt ngước nhìn dung nhan Thế Tôn, liền ngay trên chỗ ngồi tâm được giải thoát khỏi hữu lậu.

Bấy giờ, Thế Tôn bảo A-nan:

"Đệ tử cuối cùng của Ta chính là Tu-bạt."

Lúc ấy, Tu-bạt bạch Phật:

"Con nghe, nửa đêm nay Thế Tôn sẽ Bát-niết-bàn. Cúi xin Thế Tôn cho phép con Niết-bàn trước. Con không kham chịu thấy Như Lai diệt độ trước."

Bấy giờ, Thế Tôn im lặng chấp nhận. Vì sao vậy? Vì đệ tử chứng ngộ cuối cùng của hằng sa chư Phật Thế Tôn quá khứ đều Bát-niết-bàn trước, sau đó Như Lai mới diệt độ. Đó là thường pháp của chư Phật Thế Tôn, chẳng phải mới ngày nay. Lúc ấy, Tu-bạt thấy Thế Tôn đã hứa khả, liền đến trước Như Lai, chánh thân chánh ý, buộc niệm trước mặt, ở trong vô dư Niết-bàn giới mà diệt độ. Lúc ấy, cõi đất này chấn động sáu cách.

Bấy giờ, Thế Tôn liền nói kệ này:

Hết thảy hành vô thường.
Có sanh thì có chết.
Không sanh thì không chết.
Tịch tĩnh là an lạc.

Lúc ấy, Thế Tôn bảo A-nan:

"Từ nay về sau hãy bảo các tỳ-kheo, khi giao tiếp, không được gọi nhau là "bạn"[37], mà hãy xưng bậc lớn là "Tôn giả", bậc nhỏ xưng là "Hiền giả". Hãy xem nhau như anh em. Từ nay về sau không được xưng tên do cha mẹ đặt."[38]

Lúc ấy, A-nan bạch Thế Tôn:

"Nay, như các tỳ-kheo phải tự xưng danh hiệu thế nào?"

Thế Tôn bảo:

"Tỳ-kheo nhỏ gọi tỳ-kheo lớn là 'trưởng lão'. Tỳ-kheo lớn gọi tỳ-kheo nhỏ bằng tên họ. Lại, các tỳ-kheo muốn đặt tên thì phải y vào Tam bảo. Đó là lời dạy bảo của Ta."

A-nan, sau khi nghe những gì Phật dạy, hoan hỷ phụng hành.

KINH SỐ 4*

Tôi nghe như vầy:

Một thời, đức Phật ở trong vườn Lộc dã,³⁹ nước Xá-vệ, cùng với năm trăm tỳ-kheo.

Lúc ấy, A-tu-la Ba-ha-la⁴⁰ và Thiên tử Mâu-đề-luân⁴¹ phi thời⁴² đến chỗ Thế Tôn, đảnh lễ sát chân, ngồi qua một bên. Lúc ấy, Như Lai hỏi a-tu-la rằng:

"Các ngươi rất thích biển lớn phải không?"

A-tu-la bạch Phật:

"Rất thích, chẳng phải là không thích."

Thế Tôn bảo:

"Biển cả có pháp kỳ lạ gì, **[753a]** mà các người thấy rồi, lại vui thích ở trong đó?"

A-tu-la bạch Phật:

"Biển cả có tám pháp hiếm có nên các a-tu-la thích nó. Những gì là tám? Biển cả rất sâu rộng. Đó gọi là pháp hiếm có thứ nhất.

"Lại nữa, biển cả có đức thần này: bốn sông lớn, mỗi sông có năm trăm nhánh khi đổ vào biển liền mất tên cũ. Đó gọi là pháp hiếm có thứ hai.

"Lại nữa, biển cả đều cùng một vị. Đó gọi là pháp hiếm có thứ ba.

"Lại nữa, trong biển cả thủy triều lên xuống đúng giờ. Đó gọi là pháp hiếm có thứ tư.

"Lại nữa, biển cả là nơi ở của các loài quỷ thần; các loài có hình tướng, không loài nào không ở trong ấy. Đó gọi là pháp hiếm có thứ năm.

"Lại nữa, biển cả dung chứa loài có hình tướng cực lớn; hình hàng trăm do-tuần đến hình bảy ngàn do-tuần cũng không trở ngại. Đó gọi là

---

* Pāli tương đương, A. viii. 19 Pahārāda (R. iv. 197). Hán, No 26(35).

pháp hiếm có thứ sáu.

"Lại nữa, trong biển cả sản xuất nhiều loại trân báu khác nhau, như xa cừ, mã não, trân châu, hổ phách, thủy tinh, lưu ly. Đó gọi là pháp hiếm có thứ bảy.

"Lại nữa, đáy biển có cát bằng vàng, lại có núi Tu-di do bốn loại châu báu tạo thành. Đó gọi là pháp hiếm có thứ tám. Đây gọi là tám pháp hiếm có khiến cho các a-tu-la vui thích ở trong ấy."

Bấy giờ, a-tu-la bạch Phật:

"Trong pháp Như Lai có gì kỳ đặc khiến các tỳ-kheo vui thích ở trong ấy?"

Phật bảo a-tu-la:

"Có tám pháp hiếm có khiến các tỳ-kheo vui thích ở trong đó. Sao gọi là tám? Trong pháp của Ta đầy đủ giới luật, không có hành phóng dật. Đó gọi là pháp hiếm có thứ nhất, các tỳ-kheo thấy rồi vui thích ở trong đó, như biển cả kia rất sâu và rộng.

"Lại nữa, trong pháp của Ta có bốn chủng tánh. Ở trong pháp Ta làm sa-môn, họ không còn giữ tên họ cũ, mà đặt lại tên khác.[43] Giống như biển lớn kia, bốn sông lớn đều đổ vào biển mà cùng một vị, không còn có tên khác. Đó gọi là pháp hiếm có thứ hai.

"Lại nữa, trong pháp của Ta, cấm giới được chế lập lần lượt tiếp nối nhau, không vượt thứ tự.[44] Đó gọi là pháp hiếm có thứ ba.

"Lại nữa, pháp của Ta đều cùng một vị, đó là vị tám phẩm đạo Hiền thánh.[45] Đó gọi là pháp hiếm có thứ tư, [753b] như biển cả kia đều cùng một vị.

"Lại nữa, trong pháp của Ta sung mãn mọi pháp khác nhau: Đó là bốn chánh đoạn, bốn thần túc, năm căn, năm lực, bảy giác chi, tám chánh đạo.[46] Các tỳ-kheo thấy rồi, vui thích ở trong đó. Như biển lớn kia các vị thần cư trú trong ấy. Đó gọi là pháp hiếm có thứ năm.

"Lại nữa, trong pháp của Ta có các loại châu báu như: niệm giác chi, trạch pháp giác chi, tinh tấn giác chi, hỷ giác chi, khinh an giác chi, định giác chi, xả giác chi[47]. Đó gọi là pháp hiếm có thứ sáu, các tỳ-kheo thấy rồi, vui thích ở trong đó, như biển cả sản sinh các loại châu báu.

"Lại nữa, trong pháp của Ta, các chúng sanh cạo bỏ râu tóc, mặc ba pháp y, xuất gia học đạo, ở trong vô dư Niết-bàn giới mà diệt độ; nhưng pháp Ta không có tăng giảm. Như biển cả kia, các sông đổ vào mà vẫn không có tăng giảm. Đó gọi là pháp hiếm có thứ bảy, các tỳ-kheo thấy rồi, vui thích ở trong đó.

"Lại nữa, trong pháp của Ta có định kim cang, có định diệt tận, định nhất thiết quang minh, định vô sanh[48], các loại định không thể tính hết,[49] các tỳ-kheo thấy rồi, vui thích ở trong đó; như dưới đáy biển cả kia có cát vàng. Đó gọi là pháp hiếm có thứ tám, các tỳ-kheo thấy rồi, vui thích ở trong đó.

"Ở trong pháp của Ta có tám pháp vị tằng hữu này, các tỳ-kheo rất tự vui thích ở trong đó."

Lúc ấy, a-tu-la bạch Thế Tôn:

"Như trong pháp của Như Lai, giả sử có một pháp hiếm có thì cũng hơn tám pháp hiếm có trong biển kia, gấp trăm, gấp ngàn lần, không thể so sánh, đó chính là bát đạo Hiền thánh. Lành thay! Thế Tôn đã nói những điều này."

Bấy giờ, Thế Tôn lần lượt nói cho họ nghe về bố thí, trì giới, sanh thiên, dục là tưởng bất tịnh, là hữu lậu, là họa lớn, giải thoát là pháp vi diệu. Sau khi Thế Tôn đã thấy tâm ý họ khai mở, như những gì chư Phật Thế Tôn thường thuyết pháp, Ngài nói hết cho họ về khổ, tập, diệt, đạo.

Lúc này, a-tu-la liền tự nghĩ: 'Đáng ra có năm đế, nay Thế Tôn chỉ nói bốn đế cho mình. Cho chư thiên thì nói năm đế!'

Trong lúc ấy, vị thiên tử liền ngay trên chỗ ngồi mà được pháp nhãn thanh tịnh.

A-tu-la bạch Thế Tôn:

"Lành thay! Thế Tôn đã nói những điều này. Nay con muốn trở về chỗ ở."

Thế Tôn bảo:

"Nên biết hợp thời."

A-tu-la rời chỗ ngồi [**753c**] đứng dậy, đảnh lễ sát chân Phật, rồi theo đường mà đi.

Lúc ấy, thiên tử bảo a-tu-la:

"Những gì ông đã nghĩ hôm nay thật là không tốt! Nghĩ rằng: 'Sao Như Lai vì chư thiên nói năm đế, vì ta nói bốn đế?' Vì sao vậy? Vì chư Phật Thế Tôn không bao giờ nói hai lời, chư Phật không bao giờ bỏ chúng sanh, nói pháp cũng không biết mệt mỏi, nói pháp cũng lại vô tận, cũng lại không lựa người mà nói pháp, mà nói pháp với tâm bình đẳng. Chỉ có bốn đế là khổ, tập, diệt, đạo, nay ông chớ có nghĩ vậy mà đỗ lỗi Như Lai nói có năm đế."

A-tu-la đáp:

"Nay con đã gây việc không tốt, tự sẽ sám hối. Tôi phải đến chỗ Như Lai để hỏi nghĩa này."

A-tu-la và thiên tử, sau khi nghe những gì Phật dạy, hoan hỷ phụng hành.

KINH SỐ 5[*]

Tôi nghe như vầy:

Một thời, đức Phật ở trong vườn Cấp Cô Độc, rừng cây Kỳ-đà, nước Xá-vệ.

Bấy giờ, Thế Tôn bảo các tỳ-kheo:

"Trời đất chấn động mạnh là do tám nhân duyên. Những gì là tám?

"Tỳ-kheo, nên biết, đất Diêm-phù-lý này nam bắc dài hai vạn một ngàn do-tuần, đông tây bảy ngàn do-tuần, dày sáu vạn tám ngàn do-tuần, nước dày tám vạn bốn ngàn do-tuần, lửa dày tám vạn bốn ngàn do-tuần, dưới tầng lửa có tầng gió dày sáu vạn tám ngàn do-tuần, dưới tầng gió có bánh xe kim cương, xá-lợi của chư Phật quá khứ đều ở trong đó.

---

[*] A.viii. 70 *Bhūmicāla* (R. iv. 308). Hán, No 26(36).

"Tỳ-kheo, nên biết, hoặc có lúc gió lớn chính động, lửa cũng động; lửa đã động thì nước liền động; nước đã động thì đất liền động. Đó gọi là nhân duyên thứ nhất khiến đất động mạnh.

"Lại nữa, Bồ-tát từ cung trời Đâu-suất giáng thần vào trong thai mẹ, lúc ấy mặt đất cũng động mạnh. Đó gọi là nhân duyên thứ hai khiến đại địa động.

"Lại nữa, khi Bồ-tát giáng thần ra khỏi thai mẹ, lúc ấy trời đất động mạnh. Đó gọi là nhân duyên thứ ba khiến đất động mạnh.

"Lại nữa, Bồ-tát xuất gia học đạo, thành Vô thượng Chánh chơn, Đẳng chánh giác, lúc đó trời đất động mạnh. Đó gọi là nhân duyên thứ tư khiến đất động mạnh.

"Lại nữa, khi Như Lai nhập vô dư Niết-bàn giới mà diệt độ, lúc đó trời đất động mạnh. Đó là nhân duyên thứ năm khiến đất động mạnh.

"Lại nữa, có tỳ-kheo có thần túc lớn, tâm được tự tại, tùy ý hành vô số biến hóa, hoặc phân thân thành cả trăm ngàn, rồi trở lại thành một, phi hành trên hư không, xuyên qua vách đá, vọt lên lặn xuống tự [754a] tại, quán đất không có tướng đất, rõ tất cả đều rỗng không, lúc này đất động mạnh. Đó gọi là nhân duyên thứ sáu khiến đất động mạnh.

"Lại nữa, chư thiên có thần túc lớn, thần đức vô lượng. Từ nơi ấy mạng chung, sinh vào cõi kia; nhờ phước hành đời trước nên các đức đầy đủ, bỏ hình trời cũ, được làm Đế Thích, hoặc làm Phạm thiên vương, lúc ấy đất động mạnh. Đó gọi là nhân duyên thứ bảy khiến đất động mạnh.

"Lại nữa, nếu chúng sanh nào khi mạng chung hết phước; lúc ấy, các quốc vương không thích nước mình, nên họ công phạt lẫn nhau, hoặc chết vì đói thiếu, hoặc chết vì đao, kích, lúc ấy trời đất động mạnh. Đó gọi là nhân duyên thứ tám khiến đất động mạnh."

Các tỳ-kheo sau khi nghe những gì Phật dạy hoan hỷ phụng hành.

KINH SỐ 6*

Tôi nghe như vầy:

Một thời, Tôn giả A-na-luật du hành tại nơi mà bốn Phật đã từng cư trú.

Lúc ấy, A-na-luật ở nơi vắng vẻ, suy nghĩ: "Trong các đệ tử của Thích-ca Văn Phật, những vị thành tựu giới đức, trí tuệ đều nương vào giới luật, được nuôi lớn trong chánh pháp này. Trong các Thanh văn, người nào giới luật không đầy đủ, những vị ấy đều xa lìa chánh pháp, không tương ưng với giới luật. Nay như hai pháp này, giới và văn, pháp nào hơn? Nay ta đem gốc nhân duyên này đến hỏi Như Lai, việc này như thế nào?"

A-na-luật lại suy nghĩ: "Pháp này là sở hành của người biết đủ, chẳng phải là sở hành của người không biết chán đủ. Là sở hành của người ít muốn, chẳng phải là sở hành của người nhiều ham muốn. Pháp này là sở hành của người thích nơi vắng vẻ, chẳng phải sở hành của người ở nơi ồn ào. Pháp này là sở hành của người trì giới, chẳng phải sở hành của người phạm giới. Là sở hành của người có định, chẳng phải sở hành của người động loạn. Là sở hành của người trí huệ, chẳng phải là sở hành của người ngu. Là sở hành của người nghe nhiều, chẳng phải sở hành của người ít nghe."

Rồi A-na-luật suy nghĩ: "Ta hãy đến chỗ Thế Tôn để hỏi về nghĩa này, về tám điều suy niệm của bậc đại nhơn này."

Bấy giờ, Thế Tôn đang ở tại vườn Cấp Cô Độc, rừng cây Kỳ-đà, nước Xá-vệ.

Trong thời gian ấy, vua Ba-tư-nặc thỉnh Phật và Tăng Tỳ-kheo hạ an cư chín mươi ngày.

Rồi thì, A-na-luật dẫn năm trăm tỳ-kheo du hóa trong nhân gian, lần hồi đi đến nước [754b] Xá-vệ, đến chỗ Như Lai, đảnh lễ sát chân Phật và ngồi qua một bên. Lúc ấy, A-na-luật bạch Thế Tôn:

---

* Pāli, A.viii. 30 *Anurudha* (R. iv. 228). Hán, No 26(74). No 46.

"Ở nơi vắng vẻ, con đã suy nghĩ nghĩa này: Giới và văn; trong hai pháp này, pháp nào hơn?"

Thế Tôn liền nói kệ này cho A-na-luật:

Nay ông khởi hồ nghi:
Giới hơn, hay văn hơn?
Giới luật hơn hẳn văn,
Điều đó, có gì nghi?

"Vì sao vậy? A-na-luật, nên biết, tỳ-kheo nào thành tựu giới, vị ấy đắc định. Đã đắc định, liền được trí huệ. Đã có trí huệ, liền được đa văn. Đã được đa văn, liền được giải thoát. Đã giải thoát, sẽ ở trong vô dư Niết-bàn giới mà diệt độ. Do đây mà biết giới là hơn hết."

Khi ấy, A-na-luật nói với Thế Tôn về tám điều suy niệm của bậc đại nhân. Phật bảo A-na-luật:

"Lành thay, lành thay, A-na-luật! Những điều nay ông nghĩ, chính là những điều bậc đại nhân tư duy. Ít muốn, biết đủ, ở nơi vắng vẻ, thành tựu giới, thành tựu tam-muội, thành tựu trí huệ, thành tựu giải thoát, thành tựu đa văn. Này A-na-luật, ông hãy xác lập ý, tư duy về tám điều suy niệm của bậc đại nhân. Thế nào là tám? Đây là pháp sở hành của người tinh tấn, chẳng phải là sở hành của người biếng nhác. Vì sao vậy? Vì Ta nhờ sức tinh tấn mà siêu việt, thành Phật trước, còn Bồ-tát Di-lặc phải trải qua ba mươi kiếp mới thành Vô thượng Chánh chơn Đẳng chánh giác.

"A-na-luật, nên biết, chư Phật Thế Tôn đều giống nhau, cũng đồng giới luật, giải thoát, trí huệ không có gì khác; cũng đồng không, vô tướng, vô nguyện, có ba mươi hai tướng, tám mươi vẻ đẹp trang nghiêm thân mình, nhìn không biết chán, với đỉnh đầu không thể nhìn thấy. Tất cả những việc trên đều giống nhau, chỉ có tinh tấn là không đồng. Trong chư Phật Thế Tôn ở quá khứ và vị lai, Ta là vị tinh tấn bậc nhất. Cho nên, này A-na-luật, ở đây tám điều suy niệm của bậc đại nhân này là tối tôn, tối thắng, tối thượng, tôn quý, không thể ví dụ. Giống như do sữa mà có lạc, do lạc mà có tô, do tô mà có đề hồ; ở trong đó, đề hồ là tối thắng, không có gì so sánh. Ở đây cũng vậy, trong tám điều suy niệm của bậc đại nhân, niệm tinh tấn là hơn hết, thật không gì để so sánh.

"Cho nên, này A-na-luật, phải phụng hành tám điều suy niệm của bậc đại nhân. Và cũng nên phân biệt nghĩa của nó [754c] cho bốn bộ chúng. Nếu tám điều suy niệm của bậc đại nhân được lưu truyền ở đời, đệ tử Ta đều sẽ thành đạo Tu-đà-hoàn, Tư-đà-hàm, A-na-hàm, A-la-hán. Vì sao vậy?

"Vì pháp của Ta là sở hành của người ít muốn, chẳng phải là sở hành của người muốn nhiều. Pháp của Ta là sở hành của người biết đủ, chẳng phải là sở hành của người không biết đủ. Pháp của Ta là sở hành của người ở nơi vắng vẻ, chẳng phải là sở hành của người ở chốn đông người. Pháp của Ta là sở hành của người trì giới, chẳng phải là sở hành của người phạm giới. Pháp của Ta là sở hành của người có định, chẳng phải là sở hành của người động loạn. Pháp của Ta là sở hành người trí, chẳng phải là sở hành của người ngu. Pháp của Ta là sở hành của người nghe nhiều, chẳng phải là sở hành của người ít nghe. Pháp của Ta là sở hành của người tinh tấn, chẳng phải là sở hành của người biếng nhác. Cho nên, này A-na-luật, bốn bộ chúng hãy tìm cầu phương tiện hành tám điều suy niệm của bậc đại nhân.

"Này A-na-luật, cần phải học điều này như vậy."

A-na-luật sau khi nghe những điều Phật dạy hoan hỷ phụng hành.

KINH SỐ 7[*]

Tôi nghe như vầy:

Một thời, đức Phật ở trong vườn Cấp Cô Độc, rừng cây Kỳ-đà, nước Xá-vệ.

Bấy giờ, Thế Tôn bảo các tỳ-kheo:

"Có tám chúng, các ngươi nên biết. Những gì là tám? Chúng sát-lị, chúng bà-la-môn, chúng gia chủ, chúng sa-môn, chúng Tứ thiên vương, chúng trời Tam thập tam, chúng ma, chúng Phạm thiên.

---

[*] Pāli, A.viii. 69 Parisā (R. iv. 307). *Trường* kinh 2.

"Tỳ-kheo, nên biết, khi xưa Ta đã từng vào trong chúng sát-lị để cùng thăm hỏi, đàm luận, trong đó không có ai ngang bằng Ta. Ta đi một mình, không bạn lứa, không ai cùng hàng; Ta ít muốn, biết đủ, ý nghĩ không tán loạn, thành tựu giới, thành tựu tam-muội, thành tựu trí huệ, thành tựu giải thoát, thành tựu đa văn, thành tựu tinh tấn.

"Ta lại nhớ, khi đến trong chúng bà-la-môn, chúng trưởng giả, chúng sa-môn, chúng Tứ thiên vương, chúng trời Tam thập tam, chúng ma, chúng Phạm thiên cùng thăm hỏi, bàn luận. Ta đi một mình, không bạn lứa, không ai cùng hàng; ở trong đó, Ta tối tôn, không ai sánh ngang; ít muốn, biết đủ, ý không tán loạn, thành tựu giới, thành tựu tam-muội, thành tựu trí huệ, thành tựu giải thoát, thành tựu đa văn, thành tựu tinh tấn.

"Khi ấy, Ta ở trong tám bộ chúng, đi một mình, không bạn lứa, làm cây lọng lớn cho các chúng sanh. Bấy giờ, tám bộ chúng không ai có thể thấy [55a] đảnh, cũng không dám nhìn dung nhan, huống là cùng luận nghĩa. Vì sao vậy? Vì Ta cũng không thấy có ai trong chúng trời, người, ma, ma thiên, sa-môn, bà-la-môn, có thể thành tựu tám pháp này, trừ Như Lai. Cho nên, tỳ-kheo, hãy tìm cầu phương tiện hành tám pháp này.

"Các tỳ-kheo, cần phải học điều này như vậy."

Các tỳ-kheo sau khi nghe những gì Phật dạy hoan hỷ phụng hành.

KINH SỐ 8

Tôi nghe như vầy:

Một thời, đức Phật ở trong vườn Cấp Cô Độc, rừng cây Kỳ-đà, nước Xá-vệ.

Bấy giờ, Trưởng giả Cấp Cô Độc[50] đến chỗ Thế Tôn, đảnh lễ sát chân, rồi ngồi qua một bên. Bấy giờ, Thế Tôn bảo trưởng giả:

"Trong nhà trưởng giả có bố thí rộng rãi không?"

Trưởng giả bạch Phật:

"Bần gia huệ thí suốt ngày đêm trong bốn cổng thành, chợ lớn, trong nhà, đường đi, cùng Phật và Tăng Tỳ-kheo. Đó là tám nơi bố thí. Như vậy, bạch Thế Tôn, tùy chỗ cần của họ, cần áo bố thí áo, cần thức ăn bố thí thức ăn, hay trân bảo trong nước, quyết không trái nghịch. Nói chung y phục, đồ ăn thức uống, giường nằm, thuốc men trị bệnh, tất cả đều cung cấp cho họ. Cũng có chư thiên đến chỗ con, ở giữa hư không bảo con: 'Hãy phân biệt tôn ti, người này trì giới, người này phạm giới; cho đây thì được phước, cho kia không quả báo.' Nhưng tâm con chân chánh không có đây, kia, không khởi tâm thêm bớt, rải lòng từ bình đẳng đối với tất cả chúng sanh. Các chúng sanh nương vào mạng căn mà hình tồn tại, có thức ăn thì tồn tại, không có thức ăn thì mạng không cứu được. Bố thí cho hết thảy chúng sanh thì được vô lượng phước báo, hưởng quả báo ấy không có tăng giảm."

Phật bảo trưởng giả:

"Lành thay, lành thay, trưởng giả! Người bố thí bình đẳng thì phước tối tôn đệ nhất. Nhưng tâm chúng sanh thì lại có hơn, có kém. Bố thí cho người trì giới thì hơn người phạm giới."

Lúc ấy, thiên thần trong hư không vô cùng hoan hỷ, liền nói bài kệ này:

Phật nói thí có chọn,
Kẻ ngu có tăng giảm.
Cầu ruộng phước tốt kia,
Đâu qua Chúng Như Lai.

"Nhưng những điều Thế Tôn dạy nay thật là hay thay! Bố thí người trì giới hơn người phạm giới."

Bấy giờ, Thế Tôn bảo:

"Nay Ta sẽ nói cho ông nghe về chúng Hiền thánh. Hãy nên ghi nhớ kỹ và ghi nhận trong lòng. Hoặc có trường hợp bố thí ít mà được phước nhiều; hoặc bố thí nhiều được phước nhiều."

Trưởng giả Cấp Cô Độc bạch Phật:

"Cúi xin Thế Tôn diễn bày nghĩa kia. Sao gọi là bố thí ít mà được phước nhiều? Sao gọi là thí nhiều được phước nhiều?"

Phật bảo trưởng giả:

"Hướng A-la-hán, đắc A-la-hán; hướng A-na-hàm, đắc A-na-hàm; hướng Tư-đà-hàm, đắc Tư-đà-hàm; hướng Tu-đà-hoàn, đắc Tu-đà-hoàn. Này trưởng giả, đó gọi là chúng Hiền thánh. Ở đó, thí ít mà được phước nhiều, thí nhiều được phước nhiều."

Bấy giờ, Thế Tôn liền nói kệ này:

> *Người thành tựu bốn hướng,*
> *Người thành tựu bốn quả:*
> *Đó là chúng Hiền thánh.*
> *Bố thí được nhiều phước.*

"Chư Phật Thế Tôn trong quá khứ lâu xa cũng có chúng Hiền thánh này như Ta hôm nay không khác. Giả sử chư Phật Thế Tôn trong vị lai xuất hiện ở đời, cũng có chúng Hiền thánh như vậy. Cho nên, trưởng giả hãy cúng dường chúng Hiền thánh với tâm vui vẻ."

Lúc ấy, Thế Tôn nói pháp vi diệu cho trưởng giả, xác lập trong địa vị bất thối chuyển. Trưởng giả sau khi nghe pháp xong, vô cùng hoan hỷ, liền từ chỗ ngồi đứng dậy, đảnh lễ sát chân, nhiễu Phật ba vòng, rồi lui đi.

Trưởng giả Cấp Cô Độc sau khi nghe những gì Phật dạy hoan hỷ phụng hành.

KINH SỐ 9[*]

Tôi nghe như vầy:

Một thời, đức Phật ở trong vườn Cấp Cô Độc, rừng cây Kỳ-đà, nước Xá-vệ.

Bấy giờ, Thế Tôn bảo các tỳ-kheo:

"Nếu thiện nam, thiện nữ nào dùng của cải huệ thí thì thu được tám công đức. Những gì là tám? Một là huệ thí đúng thời, chẳng phải phi

---

[*] Pāli, A.viii. 37 *Sappurisadāna* (R. iv. 243).

thời. Hai là bố thí trong sạch, chẳng phải là ô uế. Ba là tự tay ban phát, chẳng sai người khác. Bốn là thệ nguyện huệ thí, không tâm kiêu. Năm là huệ thí cởi mở,⁵¹ không trông chờ quả báo. Sáu là huệ thí cầu tịch diệt, không cầu sanh thiên. Bảy là huệ thí cầu ruộng tốt, không huệ thí nơi đất hoang. Tám là đem công đức này huệ thí cho chúng sanh, không tự vì mình. Tỳ-kheo, thiện nam, thiện nữ nào đem của cải huệ thí thì sẽ được tám công đức như vậy."

Bấy giờ, Thế Tôn liền nói kệ này:

Người trí tùy thời thí,
Không có tâm keo kiệt.
[**755c**] *Những công đức đã tạo*
Đều đem huệ thí người.

Thí này là hơn hết,
Được chư Phật khen ngợi.
Hiện đời hưởng quả kia;
Qua đời hưởng phước trời.

"Cho nên, tỳ-kheo, ai muốn cầu quả báo kia, nên hành tám việc này. Báo kia vô lượng, không thể kể hết, sẽ được châu báu cam lồ, dần dần đưa đến diệt độ.

"Các tỳ-kheo, hãy học điều này như vậy."

Các tỳ-kheo sau khi nghe những gì Phật dạy hoan hỷ phụng hành.

KINH SỐ 10

Tôi nghe như vầy:

Một thời, đức Phật ở trong vườn Cấp Cô Độc, rừng cây Kỳ-đà, nước Xá-vệ.

Bấy giờ, Thế Tôn bảo các tỳ-kheo:

"Nay Ta sẽ nói về con đường đưa đến địa ngục và con đường hướng đến Niết-bàn, hãy ghi nhớ kỹ, chớ để quên sót."

Các tỳ-kheo bạch Phật:

"Thưa vâng, bạch Thế Tôn!"

Các tỳ-kheo vâng lời Phật dạy. Phật bảo các tỳ-kheo:

"Thế nào là con đường đưa đến địa ngục và con đường hướng đến Niết-bàn?

"Tà kiến là đường đến địa ngục, chánh kiến là con đường hướng Niết-bàn. Tà tư duy[52] là đường đến địa ngục, chánh tư duy[53] là con đường hướng Niết-bàn. Tà ngữ là đường đến địa ngục, chánh ngữ là con đường hướng Niết-bàn. Tà nghiệp là đường đến địa ngục, chánh nghiệp là con đường hướng Niết-bàn. Tà mạng là đường đến địa ngục, chánh mạng là con đường hướng Niết-bàn. Tà tinh tấn là đường đến địa ngục, chánh tinh tấn là con đường hướng Niết-bàn. Tà niệm là đường đến địa ngục, chánh niệm là con đường hướng Niết-bàn. Tà định là đường đến địa ngục, chánh định là con đường hướng Niết-bàn. Này các tỳ-kheo, đó gọi là con đường đưa đến địa ngục, con đường hướng đến Niết-bàn.

"Những gì chư Phật Thế Tôn cần nói, nay Ta cũng đã hoàn tất. Các ngươi hãy ở nơi vắng vẻ, ngồi dưới bóng cây, niệm hành thiện pháp, chớ có biếng nhác. Nay không siêng thực hành, sau hối hận không kịp."

"Các tỳ-kheo sau khi nghe những gì Phật dạy hoan hỷ phụng hành.

Kệ tóm tắt:

> *Phi thời, địa ngục, đạo,*
> *Trời, tu-luân, đất động,*
> *Tám niệm đại nhân, chúng*
> *Thiện nam tử thí, đạo.*[54]

Chú thích

1 Ngụ ý, con rùa mù với tấm ván trôi ngoài biển, rất khó hội ngộ.

2 Xem *Trường 19*, kinh 30 Thế ký, phẩm "Địa ngục." Cf. Pāli, *Jā* v. 266, 271: *Sañjīva, Kāḷasutta, Saṅghāta, Jālaroruva, Dhūmaroruva, Mahāvīci, Tāpana, Mahāpatāpana.*

3 Nguyên Hán: cách tử 隔子.

4 Tên các địa ngục, đồng nhất Pāli: Ưu-bát (*Uppala*), Bát-đầu (*Paduma*), Câu-mâu-đầu (*Kumuda*), Phân-đà-lợi (*Puṇḍarika*), Vị tằng hữu (*Abbuda*; bản Hán đọc là *Abbhuta*), Vĩnh vô (*Nirabbuda*; Bản Hán đọc là *Nibbhuta*), Ngu hoặc (*Ababa*; bản Hán đọc là *Bala*?), Súc tụ (?), Đao sơn (*Khuradhāra*), Thang hỏa (*Kukkuḷa*), Hỏa sơn (?), Khôi hà (*Khārodakānadī*), Kinh cức (*Sattisūla*), Phất thỉ (*Gūtha*), Kiếm thọ (*Asipattavana*), Nhiệt thiết hoàn (?).

5 Nại thị 奈氏, để bản chép nhầm là Nại kỳ 奈祇. Pāli: *Ambapālivana*, khu rừng của kỹ nữ *Ambapāli* (Nại nữ) cúng cho Phật. Cf. *Trường 2* (tr. 13b19 tt); Pāli, D. 16 (R.ii. 95). Từ đây trở đi, tường thuật đoạn đường cuối cùng của Phật đi đến rừng tịch diệt.

6 Câu-thi-na-kiệt 拘尸那竭. Pāli: *Kusinārā*. Bản kinh này nhảy tắt. *Trường 2, 3* và Pāli D.16, từ Tỳ-xá-ly, Phật đi qua nhiều chỗ rồi cuối cùng mới đến Câu-thi-na; tại đây Phật sẽ nhập diệt.

7 Lực sỹ 力士, danh từ riêng chỉ bộ tộc chứ không phải danh từ chung; phiên âm là Mạt-la 末羅. Một trong các bộ tộc lớn thời Phật, lãnh địa là thành Câu-thi-na và Ba-bà. Pāli: *Mallā*, với hai thủ phủ *Pāvā* và *Kusinārā*.

8 Ca-la-lặc. Cf. *Trung 36* (tr. 656c17): Gia-la-lê 加羅梨. Pāli: *kāḷārikā*, M. i. 178.

9 Cưu-đà-diên 鳩陀延.

10 Bà-ma-na. *Trung 36*: Bà-hòa-ngỗ 婆恕珸. Pāli, ibid.: *Vāmanikā*.

11 Ca-nê-lưu 迦泥留. *Trung 36*: gia-lê-ngỗ 加梨珸. Pāli: ibid.: *Kaṇerukā* (?).

12 Ưu-bát (Pāli: *uppala*), câu-mâu-đà (Pāli: *kumuda*), phân-đà-lợi (Pāli: *puṇḍarīka*), đều là tên các loại sen.

13 Hương tượng 香象; cf. *Câu-xá 27* (tr. 140c9); Skt. *gandhahastin, gandhagaja*.

14 Ma-ha-na-cực 摩呵那極. *Câu-xá 27*: Ma-ha-nặc-kiện 摩訶諾健. Pāli, ibid. *mahānāga*.

15 Na-la-diên 那羅延. *Câu-xá 27* (tr.). Skt. *Nārāyaṇa*, tên một vị trời.

16 A-duy-việt-trí 阿維越致. Skt. *avaivartika*, Bồ-tát bất thối chuyển.

17 Tỳ-la-nhã thôn Trúc viên 毘羅若竹園村. Chuyện được kể trong *Tứ phần luật* (tr. 569a10): Phật trú dưới bóng cây na-lân-la-tân-mạn-chu-đà-la (Pāli: *Naḷerupicumanda*) trong thôn Tỳ-la-nhã (Pāli: *Veraña*).

18 Quân-trà-la Hệ Đầu 君茶羅繫頭. Pāli: *Kuṇḍalakesā*. Bà nguyên tên là *Bhaddā*, trước đó theo Ni-kiền Tử tu khổ hạnh, tóc bà bị quăn, nên có biệt danh la *Kuṇḍalakesā* (Tóc quăn). Sau khi tranh luận với Xá-lợi-phất, bà trở thành Tỳ-kheo-ni và đắc quả A-la-hán. Trên kia, kinh 5 phẩm 5, tên bà được phiên âm là Bạt-đà Quân-đà-la 拔陀軍陀羅.

19 Theo các nguồn Pāli, từ *Vesāli* (Tỳ-xá-ly) đến *Kusinārā* khoảng 19 do-tuần.

20 Tam đạt trí 三達智, tức ba minh.

21 Cf. A. i. 25: *khippābhiññānaṃ yadidaṃ bhaddā kuṇḍalakesā*, đệ nhất thắng trí nhạy bén là *Bhaddā Kuṇḍalakesā*.

22 Phân biệt, từ dịch khác của tác tịnh 作淨. Pāli: *kappakata*; Vin. iv. 286: *samaṇacīvaraṃ nāma kappakataṃ vuccati*, y của sa-môn là y đã được tác tịnh (phân biệt). Y mới của Tỳ-kheo trước khi dùng cần được hợp pháp hóa (xác nhận sở hữu hợp pháp) bằng cách chấm một điểm ở góc (điểm tịnh 點淨, Pāli: *kappabindu*). Cf. *Tứ phần 16* (tr. 676c14.); *Căn bản 16* (T23n1442, tr. 711a28).

23 Cụm từ này sót trong để bản. Đây y theo bản TNM thêm vào.

24 Để bản: Đa-tát a-kiệt a-la a-tam-da-tam-phật.

25 Bản Hán, hết quyển 36.

26 Tỳ-kheo Xa-na 車[26]那比丘, cũng thường phiên âm là Xa-nặc. *Trường 4*, tr. 26a19, phạm-đàn 梵檀. Pāli: *Channa*. Nguyên quân hầu của thái tử, tính tình ương bướng không chịu các tỳ-kheo khuyên bảo.

27 Phạm pháp 梵法, hay nói đủ là Phạm-đàn, biện pháp trừng phạt tỳ-kheo bằng mặc tẫn: Không ai được phép quan hệ, nói chuyện, với tỳ-kheo bị phạt phạm-đàn. Pāli: *brahmadaṇḍa*.

28 Trục xuất ở đây có nghĩa là truất một số quyền lợi tỳ-kheo, chứ không phải tẫn xuất ra khỏi Tăng, bắt hoàn tục. Tăng tác pháp yết-ma ha trách đối với tỳ-kheo ương bướng. Tỳ-kheo bị phạt này sẽ không được tham dự các pháp yết-ma của Tăng. Xem *Tứ phần*, đã dẫn.

29 *Trường A-hàm*, và Pāli tương đương, không có bài kệ này.

[30] Bà-a-đà 婆阿陀 và Tu-bạt-đà 須拔陀, có lẽ Pāli: *Bhadda* và *Subhadda*. Nhưng cả hai không thấy đề cập trong *Trường A-hàm* và Pāli tương đương vào dịp này.

[31] Đế-xa 帝奢, Ưu-ba-đế-xa 優波帝奢, Phật-xá 佛舍, Kê-đầu 雞頭, tên những cư sỹ cuối cùng này không thấy đề cập trong *Trường A-hàm* và Pāli tương đương.

[32] Để bản: Bỉ quốc 彼國; đây chỉ vương quốc của người Ma-la (Pāli: *Malla*). Ba bản Tống-Nguyên-Minh: Từ nước Ba-ba 波波 (Pāli: *Pāva*), một trong hai thị trấn của người Ma-la, Câu-thi-na (*Kusinārā*) và Ba-ba (*Pāva*).

[33] *Trường 4*, tr. 25a20 : Có sáu tôn sư. Sa-môn Cù-đàm có thể biết rõ thuyết của họ chăng? Pāli, D. ii. 152: Có sáu vị tôn sư, tự tuyên bố là đã giác ngộ. Có thật họ đã giác ngộ?

[34] Xem kinh 11 phẩm 38.

[35] Để bản: Ba mươi lăm. Tống-Nguyên-Minh: Hai mươi lăm. Kể từ xuất gia, cho đến sáu năm khổ hạnh.

[36] Để bản: Đẳng kiến, Đẳng trị, Đẳng ngữ, Đẳng mạng, Đẳng nghiệp, Đẳng phương tiện, Đẳng niệm, Đẳng tam-muội.

[37] Hán: Khanh bộc 卿僕. Pāli, khi Phật tại thế, các tỳ-kheo, không kể lớn nhỏ, đều gọi nhau là "*āvuso*" mà Hán thường dịch là "Hiền giả."

[38] Pāli. D. ii. 254: Tỳ-kheo thượng tọa (*Thera*) gọi tỳ-kheo-niên thiếu bằng tên (*nāma*) hay họ (*gotta*), hay Hiền giả (*āvuso*: này bạn). Tỳ-kheo-niên thiếu gọi Tỳ-kheo thượng tọa là Đại đức (*bhante*) hay Trưởng lão (*āyasmā*).

[39] Lộc dã uyển 鹿野苑, không rõ ở đâu tại Xá-vệ. No 26(35): Phật ở tại Tỳ-lan-nhã 鞞蘭若, trong vườn Hoàng lô 黃蘆園. Pāli, ibid.: *verañjāyaṃ, naḷerupucimandamūle*.

[40] Ba-ha-la a-tu-luân 波呵羅阿須倫, No 26 (35): Bà-la-la a-tu-la vương Mâu-lê-giá a-tu-la Tử 婆羅邏阿修羅王牟梨遮阿修羅子, tên một người, nhưng trong bản Hán dịch này đọc là hai. Pāli, ibid.: *Pahārādo asurindo*.

[41] Mâu-đề-luân thiên tử 牟提輪天子, xem cht. 40 trên.

[42] No 26 (35): Đến vào lúc đêm gần tàn.

[43] No 26(35): Xả bỏ tên họ cũ, đồng gọi là "sa-môn."

[44] No 26(35): Trong Chánh Pháp Luật này, sự tu học tiến dần từ cạn đến sâu.

[45] Chánh pháp luật của Phật đều đồng một vị: Vị vô dục, vị giác ngộ, vị tịch tĩnh, vị đạo. Pāli, ibid.: *ayaṃ dhammavinayo ekaraso, vimuttiraso*, chánh pháp luật này chỉ một vị: Vị giải thoát.

[46] Nguyên Hán: Bát chân trực hành 八真直行.

⁴⁷ Để bản: Niệm giác ý, pháp giác ý, tinh tấn giác ý, hỷ giác ý, ỷ giác ý, định giác ý, hộ giác ý.

⁴⁸ Nguyên Hán: Bất khởi tam-muội 不起三昧.

⁴⁹ No 26(35), thay các định (tam-muội) này bằng các Thánh quả, A-la-hán cho đến Tu-đà-hoàn.

⁵⁰ A-na-bân-để.

⁵¹ Giải thoát huệ thí 解脫惠施; Pāli: *muttacāga*, giải thoát thí, bố thí một cách rộng rãi, hào phóng.

⁵² Để bản: Tà trị.

⁵³ Để bản: Chánh trị.

⁵⁴ Bản hán, hết quyển 37.

43. PHẨM THIÊN TỬ MÃ HUYẾT HỎI TÁM CHÍNH

KINH SỐ 1*

[756a06] Tôi nghe như vầy:

Một thời, đức Phật ở trong vườn Cấp Cô Độc, rừng cây Kỳ-đà, nước Xá-vệ.

Khi ấy, Thiên tử Mã Huyết,[1] vào lúc giữa đêm,[2] đến chỗ Thế Tôn, đảnh lễ sát chân Phật, rồi đứng qua một bên, bạch Thế Tôn:

"Vừa rồi, con có ý nghĩ như vầy: 'Trên mặt đất có thể đi bộ qua hết thế giới này được không?' Nay con xin hỏi Thế Tôn, có thể bằng đi bộ để đi đến tận cùng thế giới này không?"[3]

Thế Tôn bảo:

"Nay ông với ý nghĩa nào mà hỏi điều này?"

Thiên tử bạch Phật:

"Ngày xưa, có một lần con đến chỗ Phạm thiên Bà-già.[4] Phạm thiên thấy con từ xa đến, liền nói với con: 'Hoan nghinh, Thiên tử Mã Huyết! Nơi này là cõi vô vi, không sanh, không già, không bịnh, không chết, không bắt đầu, không kết thúc, không sầu ưu, khổ não.'[5] Khi ấy, con suy nghĩ: 'Đây có phải là con đường dẫn đến Niết-bàn? Vì sao vậy? Vì trong Niết-bàn không có sanh, già, bệnh, chết, sầu ưu, khổ não. Đó là chỗ tận

---

* A. iv. 45 *Rohitassa* (R. ii. 47). Hán, *Tạp* (Việt) kinh 1221.

▫ *Xem chú thích: tr.198-202*

cùng của thế giới. Nếu đó đúng là chỗ tận cùng của thế giới thì có thể đi bộ qua thế gian.'"

Thế Tôn bảo:

"Vậy thần túc của ông như thế nào?"

Thiên tử bạch Phật:

"Giống như lực sĩ giỏi thuật bắn, mũi tên bay đi mà không bị cản.[6] Ở đây đức thần túc của con cũng không bị chướng ngại như vậy."

Thế Tôn bảo rằng:

"Nay Ta hỏi ông, tùy theo sở thích mà trả lời. Giống như có bốn người nam giỏi thuật bắn tên. Bốn người bắn về bốn hướng. Nếu có người đi đến, với ý muốn thu hết tên bốn hướng, khiến không rơi xuống đất. Thế nào, thiên tử, người này rất là mau lẹ phải không, mới có thể khiến cho tên không rơi xuống đất? Thiên tử, nên biết, trước khi mặt trời, mặt trăng lên, có vị thiên tử đi bộ nhanh. Ông đi lại, tiến dừng, còn nhanh chóng hơn người gom tên này. Nhưng cung điện mặt trời, mặt trăng đi còn lẹ hơn cả người gom tên và vị thiên tử này. Tính gom sự mau lẹ của người kia, vị thiên tử, cùng cung điện mặt trời mặt trăng, vẫn không bằng sự mau lẹ của trời Tam thập tam. Tính **[756b]** sự mau lẹ của trời Tam thập tam không bằng sự mau lẹ của trời Diễm. Thần đức mà các chư thiên có được như vậy đều không bằng nhau. Giả sử nay ông có thần đức này như các vị thiên kia, từ kiếp này sang kiếp khác cho đến trăm kiếp, ông cũng không thể nào đi đến chỗ tận cùng của thế giới. Vì sao vậy? Vì phương vực địa giới không thể tính toán được.

"Thiên tử, nên biết, vào đời quá khứ lâu xa, Ta từng làm vị tiên tên Mã Huyết giống như tên ông, dục ái đã sạch, bay giữa hư không, không gì ngăn ngại. Khi ấy, thần túc của Ta khác với mọi người, trong khoảnh khắc búng ngón tay, đã có thể thu những mũi tên từ bốn hướng này khiến không cho rơi xuống. Lúc ấy, do có thần túc này nên Ta suy nghĩ: 'Nay Ta có thể bằng thần túc này đi đến tận cùng mé bờ thế giới hay không?' Ta liền đi khắp thế giới, nhưng không thể đến chỗ tận cùng bờ cõi của nó. Sau khi qua đời, ta liền tiến tu đức nghiệp mà thành Phật đạo. Dưới cây thọ vương, ngồi ngay thẳng tư duy về những việc làm đã từng trải xưa kia. Trước kia vốn là tiên nhơn, đã dùng thần đức này mà vẫn không thể đến chỗ tận cùng mé bờ của nó. Vậy phải dùng thần lực gì để đến chỗ cứu cánh tận cùng của nó? Bấy giờ Ta lại suy nghĩ: 'Cần phải nương vào tám phẩm đạo Hiền thánh, sau đó mới đạt đến chỗ tận cùng biên tế sanh tử.[7]

"Những gì là tám phẩm đạo Hiền thánh? Đó là, chánh kiến, chánh tư duy, chánh ngữ, chánh nghiệp, chánh mạng, chánh tinh tấn, chánh niệm và chánh định. Thiên tử, lại nữa, nên biết, đó gọi là tám phẩm đạo Hiền thánh, khiến đạt đến chỗ tận cùng biên tế của thế giới. Hằng sa chư Phật trong quá khứ đã đạt đến chỗ tận cùng của thế giới, tất cả đều bằng tám phẩm đạo Hiền thánh này để đạt cứu cánh thế giới. Giả sử chư Phật trong tương lai mà xuất hiện, cũng sẽ bằng tám phẩm đạo Hiền thánh này để đạt đến chỗ tận cùng biên tế."

Bấy giờ, Thế Tôn liền nói bài kệ này:

Chân bước không cứu cánh
Đến tận cùng thế giới.
Mặt đất rộng vô cùng,
Thần túc chẳng thể vượt.

Kẻ phàm ý giả tưởng,
Khởi mê hoặc trong đó.
Không rõ pháp chơn chánh,
Trôi lăn trong năm đường.

Tám phẩm đạo Hiền thánh,
Lấy đó làm thuyền bè,
Sở hành của chư Phật,
Đạt cùng tận thế gian.

Giả sử Phật tương lai,
Di-lặc cùng tất cả,
[756c] *Cũng bằng tám phẩm đạo*
Đến tận cùng thế giới.

Cho nên, người có trí
Tu đạo Hiền thánh này,
Ngày đêm hành tu tập,
Liền đến chỗ vô vi.

Thiên tử Mã Huyết sau khi nghe Như Lai nói tám phẩm đạo Hiền thánh, liền ở trên chỗ ngồi dứt sạch trần cấu, được pháp nhãn thanh tịnh. Lúc ấy, thiên tử liền đảnh lễ sát chân, nhiễu Phật ba vòng rồi lui đi. Ngay ngày hôm ấy, thiên tử kia liền dùng đủ loại hoa trời rải lên Như Lai, rồi nói kệ này:

Trôi lăn mãi sanh tử,
Muốn đi tận thế giới.
Tám phẩm đạo Hiền thánh,
Không biết lại không thấy.

Nay con đã kiến đế,
Lại nghe tám phẩm đạo,
Liền được tận bờ mé,
Nơi chư Phật đã đến.

Thế Tôn ấn khả những điều thiên tử kia nói. Thiên tử kia thấy Thế Tôn đã ấn khả, liền đảnh lễ sát chân Thế Tôn rồi lui đi.

Thiên tử kia sau khi nghe những gì Phật dạy hoan hỷ phụng hành.

KINH SỐ 2*

Tôi nghe như vầy:

Một thời, đức Phật ở trong vườn Cấp Cô Độc, rừng cây Kỳ-đà, nước Xá-vệ.

Bấy giờ, Thế Tôn bảo các tỳ-kheo:

"Nay Ta sẽ nói bát quan trai pháp của Hiền thánh.[8] Các ngươi hãy ghi nhớ kỹ, tùy hỷ mà phụng hành."

Các tỳ-kheo vâng lời Phật dạy. Thế Tôn bảo:

"Sao gọi là bát quan trai pháp? Một là không sát sanh, hai là không lấy của không cho, ba là không dâm dục, bốn là không nói dối, năm là không uống rượu, sáu là không ăn phi thời, bảy là không nằm ngồi trên giường

---

* Pāli, A. viii. 41 *Saṃkhitta* (R. iv. 248).

cao rộng, tám là tránh xa việc đờn ca xướng hát và xoa hương thơm vào mình. Tỳ-kheo, đó gọi là bát quan trai pháp của Hiền thánh."

Lúc ấy, Ưu-ba-ly bạch Phật:

"Tu hành bát quan trai pháp như thế nào?"

Thế Tôn bảo:

"Này Ưu-ba-ly, thiện nam, thiện nữ vào ngày thứ 8, 14, 15[9] đến chỗ sa-môn hoặc Tỳ-kheo trưởng lão, tự xưng tên họ rằng, 'Con từ sáng đến tối,[10] như A-la-hán, giữ tâm không di động, không dùng dao gậy gia hại chúng sanh, ban vui khắp tất cả. Nay con thọ trai pháp, nhất thiết không vi phạm, không khởi tâm sát. Con tu tập **[757a]** giáo pháp Chân nhân kia, không trộm cắp, không dâm dục, không nói dối, không uống rượu, không ăn quá ngọ, không ngồi chỗ cao rộng, không tập ca múa xướng hát và thoa hương vào mình.' Nếu người có trí tuệ, hãy nói như vậy. Nếu là người không có trí huệ, nên dạy nói như vậy.

"Lại nữa, tỳ-kheo kia nên chỉ dạy từng điều một, đừng để sai sót, cũng đừng để vượt quá. Lại nên dạy cho phát thệ nguyện."

Ưu-ba-ly bạch Phật:

"Nên phát nguyện như thế nào?"

Thế Tôn bảo:

"Người ấy nguyện rằng: 'Nay con bằng bát quan trai pháp này sẽ không đọa địa ngục, ngạ quỷ, súc sanh, cũng không rơi vào nơi tám nạn, không ở biên địa, không rơi vào nơi tệ ác, không theo ác tri thức; con phụng sự cha mẹ chân chánh không có tà kiến, sanh vào trung bộ, được nghe pháp thiện, tư duy phân biệt, thành tựu pháp tùy pháp; đem công đức trai pháp này nhiếp lấy pháp lành của tất cả chúng sanh; đem công đức này huệ thí cho họ, để họ thành Đạo Vô thượng Chánh chơn; đem phước của thệ nguyện này bố thí để thành tựu ba thừa khiến cho không bị thối lui giữa chừng. Lại đem bát quan trai pháp này để học Phật đạo, Bích-chi-phật đạo, A-la-hán đạo. Những người học chánh pháp ở các thế giới cũng đều tập theo nghiệp này.

"Giả sử trong tương lai, khi Phật Di-lặc xuất hiện ở đời, Như Lai, Chí chơn, Đẳng chánh giác, người nào gặp hội kia thì sẽ được độ ngay. Khi

Phật Di-lặc xuất hiện ở đời, có ba hội Thanh văn. Hội đầu có chín mươi sáu ức chúng tỳ-kheo. Hội thứ hai có chín mươi bốn ức chúng tỳ-kheo. Hội thứ ba có chín mươi hai ức chúng tỳ-kheo, đều là A-la-hán các lậu đã sạch. Cũng gặp vua ấy[11] cùng giáo thọ sư của đất nước ấy.' Dạy như vậy, không để cho thiếu sót."

Ưu-ba-ly bạch Thế Tôn:

"Nếu thiện nam, thiện nữ kia tuy trì bát quan trai nhưng không phát thệ nguyện, vậy có được công đức lớn?"

Thế Tôn bảo:

"Tuy được phước kia, nhưng phước không đáng nói. Vì sao vậy? Nay Ta sẽ nói.

"Trong đời quá khứ, có vua tên là Bảo Nhạc cai trị bằng pháp, không có tà vạy, thống lãnh cõi Diêm-phù-đề này. Bấy giờ, có Phật tên Bảo Tạng Như Lai, Chí chơn, Đẳng chánh giác, Minh Hạnh Túc, Thiện Thệ Thế Gian Giải, Vô Thượng Sĩ, Điều Ngự trượng phu, Thiên Nhơn Sư, Phật Thế Tôn xuất hiện ở đời. Vua kia có người con gái tên Mâu-ni, dung mạo đặc thù, mặt **[757b]** như màu hoa đào, đều do đời trước cúng dường chư Phật mà được như vậy. Bấy giờ, Phật kia cũng có ba hội chúng. Hội đầu tiên gồm chúng một ức sáu vạn tám ngàn tỳ-kheo. Hội thứ nhì gồm chúng một ức sáu vạn tỳ-kheo. Hội thứ ba gồm chúng một ức ba vạn tỳ-kheo, đều là A-la-hán, các lậu hoặc đã sạch.

"Khi ấy, Phật kia thuyết pháp như vậy cho các đệ tử: 'Các tỳ-kheo, hãy nhớ nghĩ tọa thiền, chớ có biếng nhác. Lại hãy tìm cầu phương tiện tụng tập kinh, giới.' Thị giả của Phật kia tên là Mãn Nguyện, đa văn đệ nhất, như Tỳ-kheo A-nan đa văn tối thắng hôm nay của Ta. Lúc ấy, Tỳ-kheo Mãn Nguyện kia bạch Phật Bảo Tạng: 'Có những tỳ-kheo, các căn ám độn, cũng không siêng năng đối với pháp thiền định, lại cũng không tụng tập, Thế Tôn đặt họ vào nhóm nào?'

"Phật Bảo Tạng bảo: 'Nếu có tỳ-kheo nào, các căn ám độn, không thể hành pháp thiền, nên tu ba nghiệp pháp thượng nhân. Thế nào là ba? Tọa thiền, tụng kinh, khuyến hóa.' Như vậy, Phật kia thuyết pháp vi diệu cho các đệ tử như thế.

"Bấy giờ, có Tỳ-kheo trưởng lão không thể tu hành pháp thiền. Tỳ-kheo ấy suy nghĩ: 'Nay ta tuổi già yếu, không thể tu pháp thiền kia. Vậy ta nên thỉnh nguyện hành pháp khuyến trợ.' Lúc ấy, Tỳ-kheo trưởng lão kia vào trong thành Dã mã xin dầu mè đốt đuốc, hàng ngày đến cúng dường Như Lai Bảo Tạng, khiến cho ánh sáng không dứt.

"Khi ấy, công chúa Mâu-ni thấy Tỳ-kheo trưởng lão này đi khắp các nẻo đường để cầu xin, liền hỏi: 'Tỳ-kheo, hôm nay thầy cầu xin vật gì vậy?' Tỳ-kheo đáp: 'Công chúa, nên biết, tuổi tôi đã già yếu, không thể hành pháp thiền, cho nên cầu xin dầu để cúng dường Phật, thắp sáng liên tục cho Phật.' Công chúa khi nghe danh hiệu Phật, vui mừng hớn hở không thể tự chế, bạch với Tỳ-kheo trưởng lão: 'Tỳ-kheo, thầy chớ cầu xin ở nơi khác. Chính tôi sẽ cung cấp, cúng dường hết cả dầu lẫn đèn.'

"Từ đó, Tỳ-kheo trưởng lão nhận sự bố thí của cô ấy, hàng ngày lấy dầu cúng dường Như Lai Bảo Tạng và nguyện đem công đức này hồi hướng Đạo Vô thượng Chánh chơn, miệng tự nói rằng: 'Con tuổi đã già yếu, các căn lại chậm lụt, không có trí huệ để tu thiền, xin nhờ công đức này mà khỏi đọa vào ác [757c] thú, trong tương lai được gặp Thế Tôn giống như Như Lai Bảo Tạng ngày nay, gặp Thánh chúng như Thánh chúng ngày nay, thuyết pháp cũng như ngày nay.' Như Lai Bảo Tạng biết được tâm niệm của tỳ-kheo ấy liền mỉm cười, miệng phát ra ánh sáng năm màu và nói rằng: 'Trải qua vô số a-tăng-kỳ kiếp nữa, ông sẽ thành Phật, hiệu là Như Lai Đăng Quang[12], Chí chơn, Đẳng chánh giác.' Bấy giờ, Tỳ-kheo trưởng lão hết sức vui mừng, thân tâm kiên cố, ý không thối chuyển, vẻ mặt rạng rỡ khác với ngày thường.

"Khi thấy tỳ-kheo ấy có nhan sắc khác thường, công chúa Mâu-ni liền hỏi: 'Hôm nay nhan sắc của thầy cực kỳ vi diệu, rạng rỡ khác với ngày thường. Có điều gì đắc ý chăng?' Tỳ-kheo đáp: 'Công chúa nên biết, vừa rồi, tôi đã được Như Lai rưới nước cam lộ lên đảnh đầu.' Công chúa Mâu-ni hỏi, 'Như Lai rưới nước cam lồ lên đảnh là như thế nào?' Tỳ-kheo đáp: 'Tôi được Như Lai Bảo Tạng thọ ký rằng qua vô số a-tăng-kỳ kiếp trong tương lai tôi sẽ thành Phật, hiệu là Như Lai Đăng Quang, Chí chơn, Đẳng chánh giác, nên thân tâm tôi kiên cố, ý không thối chuyển. Công chúa, tôi đã được Như Lai ấy thọ ký như vậy.' Công chúa hỏi: 'Đức Phật ấy có thọ ký cho tôi không?' Tỳ-kheo trưởng lão đáp: 'Tôi cũng không biết Ngài có thọ ký cho cô hay không.'

"Sau khi nghe tỳ-kheo nói, công chúa liền đi cỗ xe lộng lẫy đến chỗ Như Lai Bảo Tạng, đảnh lễ sát chân Ngài rồi ngồi qua một phía, và bạch Phật rằng: "Nay con là thí chủ thường cúng dầu, nhưng Thế Tôn không thọ ký, mà thọ ký tỳ-kheo kia.' Như Lai Bảo Tạng đáp: 'Phát tâm cầu nguyện còn được phước khó lường, huống gì là đem của cải bố thí.' Công chúa Mâu-ni nói: 'Nếu Như Lai không thọ ký cho con thì con sẽ tự đoạn mạng căn.' Bảo Tạng Như Lai đáp: 'Phàm mang thân người nữ thì không thể mong làm Chuyển luân thánh vương, không thể mong làm Đế Thích, không thể mong làm Phạm thiên, không thể mong làm Ma vương, cũng không thể mong làm Như Lai.' Công chúa hỏi, 'Con nhất định không thể thành đạo Vô thượng hay sao?' Phật Bảo Tạng đáp: 'Có thể. [758a] Này Mâu-ni nữ, cô có thể thành đạo Vô thượng Chánh chơn. Nhưng, công chúa nên biết, vô số a-tăng-kỳ kiếp trong tương lai có Phật xuất thế, là thiện tri thức của cô. Vị Phật ấy sẽ thọ ký cho cô.' Khi ấy, công chúa bạch Phật rằng: 'Người nhận thanh tịnh, còn thí chủ thì uế trược hay sao?' Phật Bảo Tạng bảo: 'Điều Ta nói ở đây là tâm ý thanh tịnh, phát nguyện kiên cố.' Công chúa nói xong, liền đứng dậy, đảnh lễ sát chân, nhiễu Phật ba vòng rồi ra đi.

"Ưu-ba-ly, nên biết, qua vô số a-tăng-kỳ kiếp, Phật Đăng Quang mới xuất hiện ở đời, hóa độ nước lớn Bát-đầu-ma[13], có chúng tỳ-kheo gồm mười sáu vạn tám ngàn người vây quanh, được nhà vua và nhân dân đến cúng dường. Lúc ấy, trong nước có vua tên Đề-ba-diên-na[14] trị đời đúng pháp, thống lãnh cảnh giới Diêm-phù này.

"Bấy giờ, vua thỉnh Phật và chúng tỳ-kheo thọ thực. Vào buổi sáng, Phật Đăng Quang khoác y, cầm bát, dẫn các tỳ-kheo vào thành.

"Bấy giờ, có con trai bà-la-môn[15] tên Di-lặc[16], dung mạo tuấn tú, một mình nổi bật trên tất cả đại chúng, y như Phạm thiên; tụng đọc thông suốt các bộ kinh, hiểu rõ các bộ sách và các chú thuật, thông suốt thiên văn địa lý; không thứ gì không biết. Khi từ xa trông thấy Phật Đăng Quang có dung mạo đặc biệt hiếm có trên đời, các căn vắng lặng, ba mươi hai tướng, tám mươi vẻ đẹp trang nghiêm thân, ông liền sanh tâm hoan hỷ, phát sanh thiện tâm, suy nghĩ rằng: 'Trong sách có nói Như Lai xuất hiện ở đời là việc rất khó gặp, lâu lắm mới có một lần, cũng như hoa

Ưu-đàm lâu lắm mới nở. Ta cần phải đến xem thử.'"

"Bà-la-môn bèn tự tay cầm năm bông hoa đến chỗ Thế Tôn, và nghĩ rằng: 'Ai có ba mươi hai tướng, người ấy được gọi là Phật.' Ông đem năm nhánh hoa rải lên thân Như Lai, và tìm ba mươi hai tướng nhưng chỉ thấy ba mươi tướng, còn hai tướng nữa thì không thấy, tức thì trong lòng hồ nghi rằng, vì sao ta quan sát Thế Tôn mà không thấy tướng lưỡi dài và tướng mã âm tàng. Rồi ông liền nói kệ:

> *Nghe có ba hai tướng*
> *Của bậc Đại Trượng Phu.*
> *Nay không thấy hai tướng.*
> *Có đủ tướng hảo chăng?*
>
> *Thiếu tướng mã âm tàng,*
> *Trinh khiết không dâm chăng?*
> *Không thấy tướng lưỡi dài,*
> *Liếm tai, che khắp mặt.*
>
> **[758b]** *Mong hiện tướng cho thấy,*
> *Để con sạch nghi ngờ.*
> *Xin cho con được thấy*
> *Tướng mã âm và lưỡi.*

"Khi ấy, Phật Đăng Quang liền nhập định, khiến cho bà-la-môn thấy hai tướng đó. Phật Đăng Quang lại hiện tướng lưỡi rộng dài liếm đến hai tai và phóng ra ánh sáng lớn. Ánh sáng ấy sau đó trở vào đỉnh đầu. Khi bà-la-môn thấy Như Lai có đầy đủ ba mươi hai tướng, hết sức vui mừng, nói rằng: 'Cúi nguyện Thế Tôn xem xét, con xin dâng lên Như Lai năm bông hoa này và xin đem thân này cúng dường Thế Tôn.' Sau khi vị ấy phát nguyện, năm bông hoa liền biến thành đài báu trên không trung hết sức vi diệu, có bốn trụ, bốn cổng; thấy có đài lưới ngọc; vị ấy rất vui mừng, lại phát nguyện rằng: 'Xin cho trong tương lai con được làm Phật như Phật Đăng Quang. Đệ tử đi theo cũng y như vậy.'

"Biết những ý nghĩ trong tâm bà-la-môn, Phật Đăng Quang liền mỉm cười. Theo thường pháp của chư Phật Thế Tôn, nếu khi thọ ký, Thế Tôn mỉm cười thì miệng phát ra ánh sáng năm màu, chiếu khắp ba ngàn đại thiên thế giới. Khi ánh sáng đã chiếu ba nghìn đại thiên thế giới thì ánh sáng mặt trời mặt trăng không còn. Sau đó, ánh sáng trở vào trên đảnh. Nếu lúc Như Lai thọ ký làm Phật thì ánh sáng nhập vào trên đảnh. Nếu lúc thọ ký Bích-chi-phật thì ánh sáng từ miệng phát ra rồi vào lại trong miệng.[17] Nếu thọ ký Thanh văn thì ánh sáng nhập vào vai. Nếu thọ ký sanh thiên thì lúc ấy ánh sáng nhập vào trong cánh tay. Nếu thọ ký sanh làm người thì lúc ấy ánh sáng nhập vào hai bên hông. Nếu thọ ký sinh ngạ quỷ thì ánh sáng vào nách. Nếu thọ ký sinh súc sanh thì ánh sáng vào đầu gối. Nếu thọ ký sinh địa ngục thì ánh sáng vào gót chân.

"Lúc ấy, bà-la-môn thấy ánh sáng vào đỉnh, vui mừng hớn hở không xiết kể, liền trải tóc lên đất và nói lời này: 'Nếu Như Lai không thọ ký cho con thì ngay chỗ này, con tự đoạn các căn.' Phật Đăng Quang biết những ý nghĩ trong tâm bà-la-môn, Phật Đăng Quang liền bảo: 'Ông hãy mau đứng dậy. Đời vị lai ông sẽ thành Phật, hiệu Thích-ca Văn Như Lai, Chí chơn, Đẳng chánh giác.'

"Ma-nạp sau khi nghe Phật thọ ký, sinh lòng hớn hở không xiết kể, [758c] liền ngay nơi đó mà đắc biến hiện tam-muội, vọt lên hư không cách mặt đất bảy nhẫn, chắp tay hướng về Như Lai Đăng Quang.

"Này Ưu-ba-ly, ông chớ có nhận xét ai khác. Tỳ-kheo trưởng lão vào thời Như Lai Bảo Tạng lúc bấy giờ, không ai khác mà chính là Như Lai Đăng Quang lúc ấy. Còn công chúa Mâu-ni lúc ấy chính là Ta bây giờ. Lúc ấy, Như Lai Bảo Tạng đã đặt tên hiệu cho Ta là Thích-ca Văn. Nay Ta vì nhân duyên ấy nên nói bát quan trai pháp này. Hãy phát thệ nguyện. Không nguyện thì không quả. Vì sao vậy? Nếu người nữ kia phát thệ nguyện, ngay kiếp ấy thành tựu sở nguyện đó. Nếu Tỳ-kheo trưởng lão không phát thệ nguyện, thì trọn không thành Phật đạo. Phước của thệ nguyện không thể ghi kể, dẫn đến chỗ cam lồ diệt tận.

"Này Ưu-ba-ly, ông hãy học điều này như vậy."

Ưu-ba-ly sau khi nghe những gì Phật dạy hoan hỷ phụng hành.

KINH SỐ 3*

Tôi nghe như vầy:

Một thời, đức Phật trú tại nước Ma-kiệt, gần bên bờ sông,[18] cùng năm trăm đại chúng tỳ-kheo.

Bấy giờ, Thế Tôn thấy giữa dòng sông có một khúc gỗ lớn bị nước cuốn trôi, liền ngồi tại một gốc cây bên bờ sông. Bấy giờ, Thế Tôn bảo các tỳ-kheo:

"Các ngươi có thấy khúc gỗ bị nước cuốn trôi không?"

Các tỳ-kheo bạch Phật:

"Bạch Thế Tôn, chúng con có thấy!"

Thế Tôn bảo:

"Nếu khúc gỗ này không vướng bờ này, không vướng bờ kia, không chìm giữa dòng, không bị tấp lên bờ, không bị người vớt, không bị phi nhân vớt, không bị dòng nước xoáy, không bị mục rã, nó sẽ trôi dần đến biển. Vì sao vậy? Vì biển là nguồn gốc của các dòng sông.

"Tỳ-kheo, các ngươi cũng như vậy. Nếu không đắm bờ này, không đắm bờ kia, không chìm giữa dòng, không tấp lên bờ, không bị người bắt giữ, không bị phi nhân bắt giữ, cũng không bị nước xoáy, cũng không bị mục rã, dần dần các ngươi sẽ xuôi đến Niết-bàn. Vì sao vậy? Xuôi đến Niết-bàn là chánh kiến,[19] chánh tư duy, chánh ngữ, chánh nghiệp, chánh mạng, chánh tinh tấn, chánh niệm, chánh định. Đó là nguồn gốc của Niết-bàn."

Bấy giờ, có người chăn bò tên Nan-đà[20] đang đứng chống gậy. Người chăn bò từ xa nghe những lời nói như vậy, bèn đi lần đến chỗ Thế Tôn mà đứng. Bấy giờ, người chăn bò bạch Thế Tôn:

"Nay con cũng không vướng bờ này, không vướng [759a] bờ kia, không chìm giữa dòng, không tấp lên bờ, không bị người vớt, chẳng bị phi nhân vớt, không bị dòng nước xoáy, cũng chẳng mục rã, dần dần

---

* Pāli, S.35.200 *Dārukkhandhopama*, (R. iv. 179).

xuôi về Niết-bàn. Cúi xin đức Thế Tôn cho phép con ở trong đạo này được làm sa-môn."

Thế Tôn bảo:

"Ngươi hãy trả bò cho chủ rồi sau đó mới được làm sa-môn."

Người chăn bò Nan-đà thưa:

"Những con bò này nhớ nghé con, nên chúng nó tự sẽ về nhà. Cúi xin Thế Tôn cho phép con đi theo đạo này."

Thế Tôn bảo:

"Những con bò này tuy sẽ tự trở về nhà, nhưng ông cần phải về giao lại cho chủ."

Lúc ấy, người chăn bò vâng lời Phật dạy, trở về giao bò, rồi trở lại chỗ Phật, bạch Thế Tôn:

"Nay con đã giao bò. Cúi xin Thế Tôn cho phép con làm sa-môn."

Như Lai liền chấp thuận ông làm sa-môn, thọ giới cụ túc.

Có một tỳ-kheo khác bạch Thế Tôn:

"Sao gọi là bờ này? Sao gọi là bờ kia? Thế nào là chìm giữa dòng? Thế nào là tấp lên bờ? Thế nào là bị người bắt giữ? Thế nào là bị phi nhân bắt giữ? Thế nào là bị dòng nước xoáy? Thế nào là bị mục rã?"

Phật bảo các tỳ-kheo:

"Bờ này là chỉ thân. Bờ kia là thân diệt tận. Chìm giữa dòng là dục ái. Tấp lên bờ là năm dục. Bị người bắt giữ là, như có thiện gia nam tử phát thệ nguyện này: 'Do phước lành công đức này, tôi sẽ làm vua nước lớn, hoặc làm đại thần.' Bị phi nhân bắt giữ là, như có tỳ-kheo phát nguyện như vầy: 'Tôi sẽ sinh lên trời Tứ thiên vương[21] mà hành phạm hạnh. Nay tôi đem công đức nguyện sanh về các cõi trời.' Đó gọi là bị phi nhân bắt giữ. Bị dòng nước xoáy, đó là tà nghi. Mục rã là tà kiến, tà tư duy, tà ngữ, tà nghiệp, tà mạng, tà tinh tấn, tà niệm, tà định. Đó là mục rã."

Bấy giờ, Tỳ-kheo Nan-đà ở tại chỗ vắng vẻ, tự khắc cần tu tập, vì mục đích mà thiện gia nam tử cạo bỏ râu tóc, xuất gia học đạo, tu phạm hạnh vô thượng, *cho đến*, tự biết rằng: 'Sinh tử đã dứt, phạm hạnh đã lập, việc cần làm đã xong, không còn tái sinh đời sau nữa.' Ông ở ngay trên chỗ ngồi thành A-la-hán.

Nan-đà sau khi nghe những gì nghe Phật dạy hoan hỷ phụng hành.

KINH SỐ 4*

Tôi nghe như vầy:

Một thời, Phật trú tại Ca-lan-đà, trong Trúc viên, thành La-duyệt, [759b] cùng năm trăm tỳ-kheo.

Lúc ấy, Đề-bà-đạt-đa đã mất thần túc. Thái tử A-xà-thế mỗi ngày sai đem năm trăm chỗ cơm cúng dường ông. Khi các tỳ-kheo nghe Đề-bà-đạt-đa đã mất thần túc, lại được A-xà-thế cúng dường, cùng nhau dẫn đến chỗ Phật, đảnh lễ sát chân rồi ngồi qua một bên. Bấy giờ, các tỳ-kheo bạch Phật:

"Đề-bà-đạt-đa oai lực rất lớn, nay được vua A-xà-thế cúng dường mỗi ngày năm trăm chỗ cơm."

Thế Tôn nghe những lời này rồi, bèn bảo các tỳ-kheo:

"Các ngươi chớ dấy lên ý tưởng này, ham lợi dưỡng của Tỳ-kheo Đề-bà-đạt-đa. Kẻ ngu kia vì lợi dưỡng này sẽ tự diệt vong. Vì sao vậy? Ở đây Tỳ-kheo Đề-bà-đạt-đa sẽ không đạt kết quả như ước nguyện đối với mục đích xuất gia học đạo.

"Tỳ-kheo, nên biết, như có người ra khỏi làng xóm, tay cầm búa bén, đi đến cây lớn, ý mong muốn trước hết là mong cây lớn[22], nhưng khi đến cây kia thì chỉ mang cành lá trở về. Nay tỳ-kheo này cũng như vậy, vì tham đắm lợi dưỡng. Vì lợi dưỡng này, tự khen mình trước mọi người, chê bai người khác, nên những việc làm của tỳ-kheo không đạt kết quả như sở nguyện. Người ấy vì lợi dưỡng này nên không tìm cầu phương tiện khởi tâm dõng mãnh như người kia tìm không được lõi cây,[23] bị người trí vứt bỏ.

---

* Pāli, *Mahāsāropama*, M. i. 192.

"Giả sử có tỳ-kheo sau khi được lợi dưỡng, không tự khen, lại không chê bai người khác; nhưng có lúc lại đến người khác tự khoe rằng: 'Tôi là người trì giới. Kia là kẻ phạm giới.' Những sở nguyện của tỳ-kheo cũng không được kết quả, như người bỏ gốc mang cành²⁴ về nhà. Người trí thấy vậy bèn nói: 'Người này chỉ mang cành về nhà mà không biết được lõi.' Ở đây, tỳ-kheo cũng như vậy, vì có được lợi dưỡng, vâng giữ giới luật, gồm tu phạm hạnh và thích tu tam-muội. Vị ấy do tâm tam-muội này mà tự khen với người khác: 'Nay tôi đắc định. Người khác không đắc định.' Những pháp cần làm của tỳ-kheo này cũng không được kết quả.

"Cũng như có người muốn tìm lõi cây, đi đến cây lớn mong được lõi cây, bỏ cành lá cây, lấy gốc mang về. Người trí thấy vậy, nói rằng: 'Người này được riêng phần gốc.' Nay tỳ-kheo cũng vậy, phát sinh lợi dưỡng, nhưng vâng giữ giới luật, không tự khen, lại chẳng chê bai người khác. Tu hành tam-muội cũng như vậy, [759c] lần lượt hành trí huệ. Ở trong pháp này, trí huệ là bậc nhất. Tỳ-kheo Đề-bà-đạt-đa ở trong pháp này đã không được trí huệ, tam-muội, cũng không đầy đủ pháp giới luật."

Có tỳ-kheo bạch Thế Tôn:

"Vì sao gọi Đề-bà-đạt-đa kia không hiểu pháp giới luật? Ông ấy có thần đức, thành tựu các hành, có trí huệ này, vì sao gọi là không hiểu pháp giới luật? Có trí huệ thì có tam-muội, có tam-muội thì có giới luật."

Thế Tôn bảo:

"Pháp giới luật là việc thường của thế tục, thành tựu tam-muội cũng là việc thường của thế tục. Thần túc phi hành cũng là việc thường của thế tục. Chỉ thành tựu trí huệ, đó là pháp trên hết."

Lúc ấy, Thế Tôn liền nói kệ này:

Do thiền được thần túc,
Không rốt ráo đi lên;
Không được bờ vô vi
Lại rơi vào năm dục.

Trí huệ là tối thượng,
Không ưu, không gì lo,

Cứu cánh được chánh kiến,
Cắt đứt cõi sanh tử.

"Tỳ-kheo, nên biết, do phương tiện này mà biết Tỳ-kheo Đề-bà-đạt-đa không hiểu pháp giới luật, cũng không hiểu hành trí tuệ và tam-muội.

"Tỳ-kheo, các ngươi chớ có tham đắm lợi dưỡng như Đề-bà-đạt-đa. Phàm người lợi dưỡng đọa vào cõi ác, không đến thiện xứ. Nếu đắm lợi dưỡng liền tập tà kiến, lìa chánh kiến, tập tà tư duy, lìa chánh tư duy, tập tà ngữ, lìa chánh ngữ, tập tà nghiệp, lìa chánh nghiệp, tập tà mạng, lìa chánh mạng, tập tà tinh tấn, lìa chánh tinh tấn, tập tà niệm, lìa chánh niệm, tập tà định, lìa chánh định.

"Cho nên, tỳ-kheo chớ khởi tâm lợi dưỡng, chế phục khiến không khởi. Đã khởi tâm lợi dưỡng, hãy tìm cầu phương tiện mà diệt nó.

"Các tỳ-kheo, cần phải học điều này như vậy."

Khi Phật nói pháp vi diệu này, hơn sáu mươi tỳ-kheo xả bỏ pháp phục, sống đời bạch y. Lại có sáu mươi tỳ-kheo khác tâm giải thoát khỏi hữu lậu, các trần cấu sạch, được pháp nhãn thanh tịnh.

Các tỳ-kheo sau khi nghe những gì Phật dạy hoan hỷ phụng hành.

KINH SỐ 5

Tôi nghe như vầy:

Một thời, đức Phật ở trong vườn Cấp Cô Độc, rừng cây Kỳ-đà, nước Xá-vệ.

Bấy giờ, Thế Tôn bảo các tỳ-kheo:

"Nay ta sẽ nói ví dụ thuyền bè. **[760a]** Các ngươi hãy suy nghĩ kỹ và ghi nhớ trong tâm."

Các tỳ-kheo đáp:

"Thưa vâng, bạch Thế Tôn." Các tỳ-kheo vâng theo lời Phật dạy.

Thế Tôn bảo:

"Thế nào là ví dụ thuyền bè? Khi các ngươi đi đường bị giặc bắt giữ, cần làm chủ tâm ý, không khởi niệm ác, phải khởi tâm từ, bi, hỷ, xả tràn đầy khắp mọi nơi, vô lượng, vô hạn không thể tính đếm. Giữ tâm phải như đất; giống như đất này vừa nhận vật sạch, vừa nhận vật dơ, phân tiểu ô uế đều nhận hết; nhưng đất không khởi tâm tăng giảm, không nói: 'Đây tốt, đây xấu.'

"Nay sở hành các ngươi cũng phải như vậy. Nếu bị giặc cướp bắt giữ, chớ sanh ác niệm, không khởi tâm tăng giảm, cũng như đất, nước, lửa, gió, xấu cũng nhận, tốt cũng nhận, đều không tâm tăng giảm; hãy sanh tâm từ bi hỷ xả đối với hết thảy chúng sanh. Vì sao vậy? Vì pháp hành thiện còn phải bỏ, huống chi pháp ác mà có thể tập hành sao?

"Như có người gặp chỗ có tai nạn đáng sợ, muốn vượt qua chỗ nạn đến nơi yên ổn, tùy ý rong ruổi tìm nơi an ổn. Người ấy gặp sông lớn, rất sâu rộng, cũng không có cầu thuyền để có thể qua đến bờ bên kia được, mà nơi đang đứng thật là đáng sợ. Bờ kia là vô vi. Bấy giờ, người kia liền suy nghĩ: 'Sông này rất sâu rộng. Ta hãy gom góp cây gỗ, cỏ, lá kết thành một chiếc bè để vượt qua. Nhờ bè này mà từ bờ này đến được bờ kia.' Bấy giờ, người kia liền thâu thập cây gỗ, cỏ lá kết bè vượt qua, từ bờ này đến bờ kia.

"Người kia đã vượt qua bờ kia, lại nghĩ: 'Chiếc bè này đối với ta có nhiều lợi ích. Nhờ chiếc bè này cứu được nguy nan, từ nơi đáng sợ đến chỗ an lành. Ta không bỏ bè này. Hãy mang theo bên mình.' Thế nào, tỳ-kheo, người kia đã đến nơi rồi, có nên mang bè theo bên mình? Hay không nên?"

Các tỳ-kheo đáp:

"Không nên, bạch Thế Tôn. Sở nguyện người kia đã đạt kết quả, thì mang chiếc bè theo làm gì?"

Phật bảo các tỳ-kheo:

"Thiện pháp còn phải xả, huống gì là phi pháp."

Bấy giờ, có một tỳ-kheo bạch với Thế Tôn:

"Sao gọi là pháp còn phải xả, huống là phi pháp? Chúng con há chẳng phải nhờ pháp mà học đạo hay sao?"

Thế Tôn bảo:

"Y kiêu mạn diệt kiêu mạn, mạn mạn, tăng thượng [quá] mạn,[25] tự mạn, tà kiến mạn, **[760b]** mạn trung mạn, tăng thượng mạn.[26] Bằng không mạn diệt mạn mạn, diệt tăng thượng quá mạn.[27] Bằng chánh mạn, diệt tà mạn, tăng thượng mạn, diệt hết bốn mạn.

"Xưa kia, khi Ta chưa thành Phật đạo, ngồi dưới bóng gốc thọ vương, suy nghĩ như vầy: 'Trong dục giới, ai là cao trọng nhất để Ta sẽ hàng phục. Trong cõi dục này, trời và người, không ai không bị hàng phục.' Rồi Ta lại tự nghĩ: 'Nghe có tệ ma Ba-tuần. Ta sẽ chiến đấu với chúng. Do hàng phục Ba-tuần, nên tất cả chư thiên cao quí đều bị hàng phục.' Lúc ấy, tỳ-kheo, Ta mỉm cười trên chỗ ngồi, khiến cảnh giới ma Ba-tuần đều chấn động. Giữa hư không nghe tiếng nói kệ:

Bỏ pháp Chân Tịnh vương,[28]
Xuất gia học cam lồ;
Dù có thệ nguyện rộng:
Dọn trống ba đường ác.

Nay ta họp binh chúng,
Xem mặt sa-môn kia.
Nếu y không theo ta;
Nắm chân liệng ngoài biển.[29]

"Lúc bấy giờ, tệ ma Ba-tuần vô cùng thịnh nộ, bảo Đại tướng Sư Tử rằng, 'Hãy nhanh chóng tập hợp bốn bộ binh chúng, đi công phạt sa-môn. Lại xem ông ấy có thế lực gì mà dám chiến đấu với ta?' Khi ấy Ta lại suy nghĩ: 'Giao chiến với phàm phu mà còn không im lặng, huống gì là với hạng cường hào của cõi Dục ư? Dù sao Ta cũng cần phải cạnh tranh với chúng.'

"Các tỳ-kheo, khi ấy Ta bận áo giáp nhân từ, tay cầm cung tam-muội, tên trí huệ, chờ đợi đại quân kia. Bấy giờ, tệ ma, đại tướng và mười tám ức binh chúng, tướng mạo khác nhau như vượn, khỉ, sư tử, đi đến chỗ Ta. Trong đó, chúng la-sát hoặc một thân nhiều đầu, hoặc vài chục thân chung một đầu, hoặc hai vai có ba cổ, ngay tim có miệng; hoặc có một tay, hoặc có **[760b20c]** hai tay, hoặc có bốn tay; hoặc hai tay nâng đầu, miệng ngậm xác rắn, hoặc trên đầu bốc lửa, miệng phun ra lửa, hoặc hai tay vạch miệng, muốn nuốt chửng phía trước, hoặc vạch bụng hướng nhau, tay cầm đao kiếm, vai vác giáo mác, hoặc cầm chày cối, hoặc gánh núi vác đá, gánh vác cây lớn, hoặc hai chân chống lên trời đầu chúc xuống đất, hoặc cỡi voi, sư tử, hổ, sói, trùng độc, hoặc đi bộ đến, hoặc bay trên không. Ma Ba-tuần dẫn binh chúng như vậy vây quanh đại thọ.

"Ma Ba-tuần ở bên trái Ta, nói với Ta rằng, 'Sa-môn đứng dậy ngay!' Tỳ-kheo, khi ấy Ta im lặng không đáp. Ba lần như vậy.

"Ma nói với Ta, 'Sa-môn có sợ ta không?' Ta bảo, 'Ta nắm giữ tâm, không sợ hãi điều gì.'

"Ma Ba-tuần nói, 'Sa-môn có thấy bốn bộ chúng của ta không? Ông chỉ có một mình, không có binh khí, đao trượng, trọc đầu, thân thể phơi trần, chỉ khoác ba y này, mà lại nói: Ta không sợ gì!' Ta bèn nói ma Ba-tuần bài kệ này:

> *Giáp nhân, cung tam-muội,*
> *Tay cầm tên trí tuệ,*
> *Phước nghiệp là binh chúng,*
> *Ta sẽ phá quân ông.*

"Ma Ba-tuần lại nói với Ta, 'Ta làm nhiều điều ích lợi cho sa-môn. Sa-môn nếu không nghe lời ta, lập tức ta làm cho hình hài ông tan mất thành tro. Lại nữa, sa-môn tướng mạo đẹp đẽ, tuổi tráng thịnh đáng yêu, xuất xứ từ Chuyển luân vương dòng sát-lị. Hãy kíp rời nơi này mà vui hưởng ngũ dục. Ta sẽ đưa ông lên làm Chuyển Luân Thánh vương .' Ta liền bảo Ba-tuần, 'Những điều ngươi nói là vô thường biến dịch, không thể tồn tại lâu dài, cần lìa bỏ, chẳng phải là điều Ta ham muốn.'

"Tệ ma Ba-tuần lại hỏi Ta, 'Sa-môn, nay ông cầu mong điều gì, chí nguyện vật gì?' Ta đáp, 'Điều ta mong là nơi chốn không sợ hãi, yên ổn, tịch tĩnh trong thành Niết-bàn, để dẫn những chúng sanh trôi nổi sanh tử, chìm đắm trong khổ não này về đường chính.'

"Ma nói Ta, 'Giờ nếu sa-môn không kíp rời khỏi chỗ ngồi, ta sẽ nắm chân ông ném vào biển.'

"Ta bảo Ba-tuần, 'Ta nhận thấy trên trời dưới đất, ma hoặc thiên ma, người hoặc phi nhơn, cùng chúng bốn bộ của ông, không ai có thể làm lay động một sợi lông Ta.' Ma nói với Ta, 'Sa-môn, nay muốn giao chiến với [761a] ta hay chăng?' Ta đáp, 'Ta đang nghĩ đến giao chiến.' Ma hỏi Ta, 'Kẻ địch của ông là những ai?' Ta đáp, 'Chính là kiêu mạn, như tăng thượng mạn, tự mạn, tà mạn, mạn trong mạn.' Ma hỏi Ta, 'Ông diệt các mạn này vì mục đích gì?' Ta đáp, 'Ba-tuần, nên biết, có từ tam-muội, bi tam-muội, hỷ tam-muội, xả tam-muội, không tam-muội, vô nguyện tam-muội, vô tướng tam-muội. Do từ tam-muội mà thành tựu bi tam-muội. Do bi tam-muội mà đắc hỷ tam-muội. Do hỷ tam-muội mà đắc xả tam-muội. Do không tam-muội mà đắc vô nguyện tam-muội. Do vô nguyện tam-muội mà đắc vô tướng tam-muội. Do lực ba tam-muội này mà Ta chiến đấu với ông. Hành diệt thì khổ diệt. Khổ diệt thì kết sử diệt. Kết sử diệt thì đạt đến Niết-bàn.'

"Ma nói với Ta, 'Sa-môn, pháp được diệt bởi pháp chăng?' Ta đáp, 'Pháp cần được diệt bởi pháp.' Ma lại hỏi Ta, 'Thế nào là pháp được diệt bởi pháp?' Ta nói, 'Chánh kiến được diệt bởi tà kiến; tà kiến diệt được bởi chánh kiến; chánh tư duy diệt tà tư duy, tà tư duy diệt chánh tư duy; chánh ngữ diệt tà ngữ, tà ngữ diệt chánh ngữ; chánh nghiệp diệt tà nghiệp, tà nghiệp diệt chánh nghiệp; chánh mạng diệt tà mạng, tà mạng diệt chánh mạng; chánh tinh tấn diệt tà tinh tấn, tà tinh tấn diệt chánh tinh tấn; chánh niệm diệt tà niệm, tà niệm diệt chánh niệm; chánh định diệt tà định, tà định diệt chánh định.'

"Ma nói với Ta: 'Mặc dù sa-môn có nói vậy, nhưng trường hợp này khó chấp nhận. Ông đứng dậy nhanh lên, đừng để ta ném xuống biển.'

"Bấy giờ, Ta lại nói với ma Ba-tuần: 'Ngươi trước kia làm phước chỉ với một lần bố thí mà nay được làm ma vương Dục giới. Xưa kia Ta đã tạo công đức không thể kể hết. Nay những lời nói của ngươi mới thật là khó chấp nhận.' Ma Ba-tuần đáp: 'Những phước mà ta đã làm, ở đây ông làm chứng. Còn ông tự xưng rằng đã tạo ra vô số phước, ai là người làm chứng?'

"Tỳ-kheo, khi ấy Ta liền duỗi cánh tay phải, dùng ngón tay chỉ xuống đất, nói với ma Ba-tuần, 'Những công đức Ta đã làm, đất chứng biết.' Khi Ta vừa nói lời này, thổ thần từ dưới đất vọt lên, chắp tay bạch, 'Bạch Thế Tôn, con xin làm chứng biết.' Thổ thần nói lời này xong, ma Ba-tuần sầu ưu khổ não, liền biến mất.

"Tỳ-kheo, hãy bằng phương tiện này mà biết rằng, pháp còn diệt huống gì là phi pháp. Ta trong thời gian dài đã nói kinh 'Nhất giác dụ'[30] cho các ngươi, không ghi văn của nó, [761b] huống gì là hiểu rõ nghĩa nó.[31] Vì sao vậy? Vì pháp này sâu huyền, vị Thanh văn, Bích-chi-phật nào tu pháp này thì được công đức lớn, được đến chỗ vô vi cam lồ. Vì sao nó được dụ là nương bè? Có nghĩa là nương mạn diệt mạn. Mạn đã diệt hết thì không còn các niệm tưởng não loạn nữa. Giống như da chồn hoang được thuộc kỹ, nắm tay mà đấm cũng không gây tiếng động, không chỗ nào cứng. Đây cũng như vậy, nếu tỳ-kheo nào hết kiêu mạn, không còn gì tăng giảm.

"Cho nên, nay Ta bảo các ngươi, giả sử ai bị giặc bắt giữ, chớ sanh ác niệm, phải đem tâm từ ban khắp mọi nơi, giống như da cực mềm kia, trong lâu dài sẽ đạt đến chỗ vô vi. Các tỳ-kheo, cần phải suy nghĩ như vậy."

Khi Phật nói pháp này, ba ngàn thiên tử dứt sạch bụi trần, ngay trên chỗ ngồi được mắt pháp thanh tịnh; sáu mươi tỳ-kheo khác cởi bỏ pháp phục, trở về đời sống bạch y; sáu mươi tỳ-kheo khác diệt tận các lậu, tâm giải thoát,[32] được mắt pháp thanh tịnh.

Các tỳ-kheo sau nghe những gì Phật dạy hoan hỷ phụng hành.

KINH SỐ 6[*]

Tôi nghe như vầy:

Một thời, đức Phật trú tại miếu thần, bên bờ sông Hằng,[33] nước Ma-kiệt, cùng với năm trăm tỳ-kheo.

Bấy giờ, Thế Tôn bảo các tỳ-kheo:

"Cũng như người chăn bò Ma-kiệt[34] ngu si ít trí, muốn đưa đàn bò từ bờ này sông Hằng sang bờ kia, nhưng không chịu dò xem chỗ cạn sâu bờ bên này, bên kia, mà lùa bò xuống nước. Trước tiên, cho qua những con bò gầy, và những con bê còn nhỏ. Ở giữa dòng nước, chúng hết sức yếu

---

[*] Pāli, *Cūḷagopālaka*, M. i. 225. Hán, *Tạp* (Việt) kinh 908.

đuối, không thể đến bờ kia được. Tiếp lại cho qua những con bò trung bình không mập không gầy. Chúng cũng không qua được, mà ở giữa dòng chịu khổ não. Cuối cùng cho qua những con bò khỏe mạnh nhất, cũng bị mắc khốn ở giữa dòng.³⁵

"Nay, tỳ-kheo trong chúng của Ta cũng lại như vậy. Tâm ý ám độn không có trí sáng, không phân biệt đường đi sanh tử, không phân biệt cầu, thuyền của ma. Muốn vượt qua dòng sanh tử mà không tập tu pháp cấm giới, liền bị ma Ba-tuần chi phối. Tìm cầu Niết-bàn mà theo tà đạo để mong được diệt độ, rốt cuộc không được kết quả, tự tạo tội nghiệp, lại đẩy người khác sa đọa vào tội lỗi.

"Cũng như người chăn bò Ma-kiệt thông tuệ nhiều trí, ý muốn đưa bò từ bờ này sang bờ kia. Trước hết thăm dò nơi sâu, cạn, rồi đưa những con bò khỏe mạnh nhất đến bờ kia trước.³⁶ Kế đó **[761c]** đưa những con bò trung bình không mập không ốm, cũng sang được đến bờ bên kia. Kế đến đưa những con gầy nhất cũng vượt qua không xảy ra việc gì. Những con bê còn nhỏ³⁷ theo sau cùng mà được qua an ổn.

"Tỳ-kheo, ở đây cũng vậy, Như Lai khéo quán sát đời này đời sau, quán sát biển sanh tử, con đường đi của ma. Tự mình bằng bát chánh đạo mà vượt qua hiểm nạn sanh tử, lại bằng đường này để độ người chưa được độ.

"Cũng như con bò chính dẫn đầu, một con đi đúng thì những con khác đều đi theo. Đệ tử của Ta cũng như vậy, sạch hữu lậu, thành vô lậu, tâm giải thoát, trí huệ giải thoát, ở trong hiện pháp tự thân tác chứng mà tự an trú, vượt cảnh giới ma đến chỗ vô vi.

"Cũng như con bò khỏe mạnh kia vượt qua sông Hằng đến được bờ bên kia. Hàng Thanh văn của Ta cũng như vậy, đoạn năm hạ phần kết, thành A-na-hàm, ở trên kia mà vào Bát-niết-bàn, không còn trở lại cõi này nữa, qua cảnh giới ma đến chỗ vô vi.

"Cũng như những con bò trung bình không mập không ốm, qua được sông Hằng không có gì trở ngại. Đệ tử của Ta cũng lại như vậy, đoạn trừ ba kết; dâm, nộ, si mỏng, thành Tư-đà-hàm, trở lại đời này một lần nữa, rồi tận cùng mé khổ, qua cảnh ma giới, đến chỗ vô vi.

"Cũng như những con bò gầy dẫn theo những con bê qua được dòng sông Hằng kia. Đệ tử của Ta cũng lại như vậy, đoạn trừ ba[38] kết, thành Tu-đà-hoàn, tất đến chỗ được độ, qua cảnh giới ma, thoát khỏi nạn sanh tử.

"Cũng như những con bê nhỏ kia theo mẹ lội qua được. Đệ tử của Ta cũng lại như vậy, tùy tín hành,[39] tùy pháp hành,[40] đoạn trừ các sự trói buộc của ma, đến chỗ vô vi."[41]

Bấy giờ, Thế Tôn liền nói kệ này:

Bị ma vương bắt giữ
Không vượt bờ sinh tử.
Như Lai đã suốt cùng,
Trí soi tỏ thế gian.[42]

Điều chư Phật tỏ ngộ,
Bà-la-môn không hiểu.
Còn trong bờ sanh tử,
Lại độ người chưa độ.

Nay năm hạng người này,[43]
Còn lại không thể kể,
Muốn thoát nạn sanh tử,
Thảy nhờ oai lực Phật.

"Cho nên, tỳ-kheo, hãy chuyên tâm mình, sống không phóng dật, tìm cầu phương tiện thành tựu tám đạo phẩm Hiền thánh. Nương vào đạo Hiền thánh sẽ có thể vượt khỏi biển sanh tử. Vì sao vậy? Như người chăn bò ngu si kia, chính là **[762a]** bà-la-môn ngoại đạo, tự dìm trong dòng sanh tử, lại đẩy người khác đắm vào trong tội. Nước sông Hằng kia tức là biển sanh tử. Người chăn bò thông tuệ kia chính là Như Lai, đã vượt hiểm nạn sinh tử do tám đạo phẩm của Hiền thánh. Cho nên, tỳ-kheo, hãy tìm cầu phương tiện thành tựu bát Thánh đạo.

"Các tỳ-kheo, hãy học điều này như vậy."

Các tỳ-kheo sau khi nghe những gì Phật dạy hoan hỷ phụng hành.

KINH SỐ 7[*]

Tôi nghe như vầy.

Một thời, đức Phật ở trong vườn lê của Kỳ-bà-già[44] tại thành La-duyệt, cùng với một nghìn hai trăm năm mươi đệ tử, đều là A-la-hán, các lậu hoặc đã sạch, thấu suốt sáu thông, chỉ trừ một người là Tỳ-kheo A-nan.

Bấy giờ, vào ngày 15 tháng 7, ngày thọ tuế,[45] vua A-xà-thế, vào lúc nửa đêm sao sáng đã xuất hiện, nói với phu nhân Nguyệt Quang:[46]

"Hôm nay là ngày rằm, trăng tròn sáng quá, nên làm gì?"

Phu nhân đáp:

"Hôm nay là ngày rằm, là ngày thuyết giới[47], nên đàn ca, tự mình hưởng thụ năm dục."

Vua nghe xong những lời này mà không hài lòng. Vua lại hỏi thái tử Ưu-đà-da:[48]

"Đêm nay, thật trong sáng, nên làm gì?"

Thái tử Ưu-đà-da thưa vua:

"Như nửa đêm nay thật trong sáng, nên tập họp bốn loại binh đi chinh phạt ngoại địch các nước khác nào chưa hàng phục."

Sau khi vua A-xà-thế nghe những lời này xong, cũng lại không vừa ý, lại hỏi thái tử Vô Úy:[49]

"Như nay, đêm thật trong sáng, nên làm những gì?"

Vương tử Vô Úy đáp:

"Nay Bất-lan Ca-diếp,[50] rành về các toán số, biết cả về thiên văn địa lý, được mọi người tôn ngưỡng, có thể đi đến hỏi ông về những nghi nạn này, vị ấy sẽ nói lý rất vi diệu cho Tôn vương, hoàn toàn không có điều gì ngưng trệ."

---

[*] Pāli: *Samaññaphala*, D 2 (D. i. 47). Hán No 1(27), 22.

Sau khi nghe xong những lời này, cũng không vừa ý, vua lại hỏi đại thần Tu-ni-ma:[51]

"Như đêm nay, thật trong sáng, nên làm những gì?"

Tu-ni-ma tâu vua rằng:

"Như nửa đêm nay, thật là trong sáng. Gần đây không xa có A-di-súy[52] hiểu biết rộng, xin đại vương đến hỏi những điều nghi ngờ."

Vua nghe xong những lời này, cũng không vừa ý, lại hỏi Bà-la-môn Bà-sa[53]:

"Như nửa đêm nay, thật là trong sáng, nên làm những gì?"

Bà-la-môn **[762b]** đáp:

"Như nay ngày mười lăm, thật là trong sáng. Gần đây không xa có Cù-da-lâu,[54] cúi xin đại vương đến đó hỏi nghĩa này."

Sau khi nghe những lời này xong, cũng không hợp ý mình, vua lại hỏi Bà-la-môn Ma-đặc[55], rằng:

"Như nửa đêm nay, thật là trong sáng, nên làm việc gì?"

Bà-la-môn đáp:

"Đại vương nên biết, gần đây không xa có Ba-hưu Ca-diên,[56] cúi xin đại vương đến hỏi sự tình ông ấy."

Vua nghe những lời này xong cũng không hạp ý, lại hỏi điển binh Sách-ma[57]: "Như nửa đêm nay, thật là trong sáng, nên làm những gì?"

Sách-ma đáp:

"Gần đây không xa có Tiên-tất Lô-trì[58] rành về thuật toán số, có thể đến đó hỏi đạo nghĩa."

Vua nghe những lời này xong, cũng không hạp ý mình, lại bảo đại thần Tối Thắng[59], rằng:

"Như nay ngày mười lăm, thật là trong sáng, nên làm những gì?"

Tối Thắng tâu vua rằng:

"Nay có Ni-kiền Tử⁶⁰ đọc rộng các kinh, là tối thượng trong các thầy, cúi xin đại vương đến đó hỏi đạo nghĩa."

Vua nghe những lời này xong, không hạp ý, bèn suy nghĩ: 'Những người này đều là những kẻ ngu muội, không phân biệt chơn ngụy, không có phương tiện thiện xảo.'

Bấy giờ, vương tử Kỳ-bà-già đang đứng bên trái vua. Vua quay lại hỏi Kỳ-bà-già rằng:

"Như nửa đêm nay, thật là trong sáng, nên làm những gì?"

Kỳ-bà-già liền quỳ trước vua, tâu rằng:

"Hiện Như Lai đang du hóa ở gần đây không xa, trong vườn của hạ thần,⁶¹ dẫn theo một nghìn hai trăm năm mươi tỳ-kheo. Cúi xin đại vương đến đó hỏi đạo nghĩa. Vì Như Lai là ánh sáng, là mặt trời, không có điều gì bế tắc, thông suốt việc ba đời, không gì là không thấu suốt. Chính Ngài sẽ giảng nói sự ấy cho vua, những hồ nghi của vua sẽ tự nhiên sáng tỏ."

Sau khi nghe những lời Kỳ-bà-già, vua A-xà-thế vui mừng hớn hở, phát sanh tâm thiện, liền khen Kỳ-bà-già rằng:

"Lành thay, lành thay! Vương tử⁶² khéo nói lời này. Vì sao vậy? Hiện thân tâm ta đang thật là bức sốt, vì vô cớ đã bắt giết phụ vương. Lâu nay ta lúc nào cũng tự suy nghĩ, ai có thể tỏ ngộ tâm ý ta? Nay những lời Kỳ-bà-già vừa nói thật hợp ý ta. Kỳ diệu thay, nghe đến tiếng Như Lai, ta tự nhiên bừng tỉnh."

Lúc ấy, vua hướng về Kỳ-bà-già nói kệ này:

Đêm nay trăng cực sáng;
Tâm ý không được tỏ.
[762c] *Các khanh mỗi người nói,*
Nên đến ai hỏi đạo.

Bất-lan, A-di-sủy,
Ni-kiền, đệ tử Phạm:
Bọn họ, không thể cậy,
Không thể giúp được gì.

Đêm nay thật cực sáng,
Trăng tròn không tỳ vết;
Nay hỏi Kỳ-bà-già
Nên đến ai hỏi đạo.

Lúc ấy, Kỳ-bà-già trả lời vua bằng bài kệ:

Nghe âm thanh nhu nhuyến,
Thoát khỏi cá ma-kiệt.
Mong đúng thời đến Phật,
Nơi vĩnh viễn không sợ.

Vua lại đáp bằng bài kệ:

Trước đây ta đã làm
Việc vô ích chống Phật:
Hại con Phật chân chánh
Tên là Tần-bà-sa.[63]
Nay hết sức hổ thẹn,
Mặt mũi nào gặp Phật?
Vì sao nay ông bảo
Khiến ta đi gặp Người?

Kỳ-bà-già lại trả lời vua bằng bài kệ:

Chư Phật không kia, đây;
Kết sử đã trừ hẳn;
Tâm bình đẳng không hai;
Đó là nghĩa Phật pháp.

Nếu dùng hương chiên-đàn,
Thoa lên tay phải Phật;
Cầm dao chặt tay trái,
Tâm không sanh tăng giảm.

Như thương con La-vân,
Con duy nhất, không hai.
Tâm đối với Đề-bà,
Oán thân không có khác.

Mong đại vương hạ cố,

Đến thăm gặp Như Lai.
Nghi ngờ sẽ được dứt,
Chớ có điều e ngại.

Rồi vua A-xà-thế bảo vương tử Kỳ-bà-già rằng:

"Vậy ông hãy nhanh chóng chuẩn bị năm trăm con voi đực và năm trăm con voi cái, đốt năm trăm ngọn đèn."

Kỳ-bà-già đáp:

"Vâng, thưa đại vương!"

Vương tử Kỳ-bà-già liền chuẩn bị một ngàn con voi, và đốt năm trăm ngọn đèn, rồi đến trước tâu vua rằng:

"Xe cộ đã chuẩn bị xong, vua biết đúng thời!"

Lúc ấy, vua A-xà-thế dẫn theo những người tùy tùng đến trong vườn lê, giữa đường lại sinh lòng sợ hãi, toàn thân lông dựng đứng, quay qua bảo vương tử Kỳ-bà-già rằng:

"Nay ta không bị ông gạt đó chứ? **[763a]** Không đem ta nạp cho kẻ thù chứ?"

Kỳ-bà-già tâu vua:

"Thật sự không có lý này. Cúi xin đại vương tiến lên trước chút nữa. Như Lai cách đây không xa."

Bấy giờ, vua A-xà-thế trong lòng còn lo sợ, hỏi lại Kỳ-bà-già rằng:

"Ta không bị ngươi dụ hoặc chăng? Ta nghe nói Như Lai dẫn đầu một nghìn hai trăm năm mươi đệ tử, sao giờ không nghe một tiếng động?"

Kỳ-bà-già đáp:

"Đệ tử Như Lai thường nhập định, không có loạn tưởng. Cúi xin đại vương hãy tiến tới trước chút nữa."

Vua A-xà-thế liền xuống xe, đi bộ qua cổng, đến trước giảng đường, rồi đứng im lặng quán sát Thánh chúng, và quay sang hỏi Kỳ-bà-già rằng:

"Như Lai hiện đang ở đâu?"

Bấy giờ, tất cả Thánh chúng đều nhập hỏa quang tam-muội chiếu sáng khắp giảng đường kia, không đâu không sáng. Khi ấy, Kỳ-bà-già lập tức quỳ xuống, đưa tay phải chỉ hướng Như Lai và nói:

"Như Lai đang ngồi chính giữa, như mặt trời phá tan mây."

Vua A-xà-thế nói với Kỳ-bà-già rằng:

"Thật kỳ diệu thay, Thánh chúng này tâm định đến như vậy! Vì do duyên gì lại có ánh sáng này?"

Kỳ-bà-già tâu vua:

"Do sức tam-muội mà phát ra ánh sáng."

Vua lại bảo:

"Như hôm nay ta quan sát Thánh chúng, thấy rất là yên lặng. Mong cho thái tử Ưu-đà-da của ta cũng nên vô vi yên lặng như vậy."

Rồi vua A-xà-thế lại chắp tay tự giới thiệu:

"Cúi xin Thế Tôn soi xét đến."

Thế Tôn bảo:

"Xin chào đại vương!"

Vua nghe tiếng nói của Như Lai, trong lòng hết sức hoan hỷ. Ông đến gặp Như Lai, tự nói vương hiệu.

Bấy giờ, vua A-xà-thế đi đến trước Phật, năm vóc gieo xuống đất, đặt hai tay lên chân Như Lai, tự xưng tên hiệu, và nói rằng:

"Cúi xin Thế Tôn rủ lòng thương tưởng, nhận sự hối lỗi của con. Phụ vương vô tội mà con đã bắt giết. Cúi xin nhận sự sám hối, từ đây con sửa đổi lỗi lầm quá khứ, tu dưỡng điều tương lai."

Thế Tôn bảo:

"Nay thật đúng thời, thích hợp để hối lỗi, đừng để sai sót. Phàm người sống ở đời, ai biết tự sửa đổi lỗi lầm của mình, người đó được gọi là thượng nhân. Pháp của Ta rất là rộng lớn, nên trong đó hợp thời sám hối."

Vua bèn đảnh lễ sát chân Như Lai, rồi ngồi qua một bên. Bấy giờ, vua bạch Phật:

"Con có điều muốn hỏi. Cúi xin Như Lai cho phép, con mới dám hỏi."

Phật bảo vua:

"Có nghi nan, hợp thời cứ hỏi."

Vua bạch Phật:

"Đời này tạo phước có lãnh thọ báo ứng hiện tại chăng?"[64]

Phật bảo [763b] vua:

"Xưa nay vua đã từng hỏi ai đạo nghĩa này chưa?"

Vua bạch Phật:

"Trước đây con đã từng đem ý nghĩa này hỏi người khác. Con đã hỏi Bất-lan Ca-diếp rằng 'Thế nào, Bất-lan Ca-diếp, đời này tạo phước có lãnh thọ báo ứng hiện tại chăng?' Bất-lan Ca-diếp đáp con rằng: 'Không có phước, không có bố thí, không báo thiện ác đời này đời sau; trong đời không có người thành tựu A-la-hán.'[65] Bấy giờ, con đang hỏi về sự thọ lãnh kết quả báo ứng, vị ấy trả lời là không. Như có người hỏi ý nghĩa của dưa, lại được trả lời bằng lý của mận, nay Bất-lan Ca-diếp cũng như vậy. Lúc ấy, con tự nghĩ: 'Bà-la-môn này đã không soi tỏ cho ta. Ý nghĩa mà nhà vua thuộc dòng hào tộc hỏi, người này tìm cách dẫn báo việc khác.' Bạch Thế Tôn, lúc ấy con muốn chém đầu ông ấy liền. Vì không chấp nhận lời ông ấy nói nên con khiến đuổi đi.

"Rồi con đến chỗ A-di-sủy hỏi về ý nghĩa này. A-di-sủy nói với con rằng: 'Nếu ở bên trái sông[66] giết hại chúng sanh, gây vô số tội thì cũng không có tội, không có quả báo xấu.'[67] Bạch Thế Tôn, lúc ấy con lại tự nghĩ: 'Ta hỏi về ý nghĩa thọ báo đời này, người ấy bèn đem việc giết hại trả lời ta. Giống như có người hỏi ý nghĩa của lê lại được trả lời bằng mận.' Con liền bỏ đi.

"Con lại đến chỗ Cù-da-lâu mà hỏi ý nghĩa này. Người ấy đáp con rằng: 'ở bên phải sông[68] tạo các công đức không thể tính hết, trong trường hợp đó cũng không có báo lành.'[69] Lúc ấy, con lại tự nghĩ: 'Ý nghĩa mà nay ta hỏi, rốt cùng không được trả lời hợp lý.' Con lại bỏ đi.

"Con lại đến chỗ Ba-hưu Ca-diên mà hỏi ý nghĩa này. Người đó đáp: 'Chỉ có một người ra đời, một người chết, một người qua lại lãnh thọ khổ, vui.'[70] Lúc ấy, con lại tự nghĩ: 'Nay những điều ta hỏi về quả báo đời này, bèn đem việc sống chết tương lai đáp.' Con lại bỏ đi.

"Con đến Tiên-tất Lô-trì hỏi ý nghĩa này. Người đó đáp con rằng: 'Quá khứ đã diệt không sanh trở lại nữa; tương lai chưa đến cũng lại không có; hiện tại không dừng, không dừng tức là biến đổi.'[71] Con lại tự nghĩ: 'Điều mà nay ta hỏi là báo đời này, lại được trả lời bằng ba thời; điều này không phù hợp chánh lý.' Con lại bỏ đi.

"Con lại đến chỗ Ni-kiền Tử mà hỏi nghĩa này: 'Thế nào, Ni-kiền Tử, đời này làm phước có được thọ báo đời này không?' Ông đáp **[763c]** con rằng: 'Chúng sanh bị trói buộc không nhân, không duyên. Chúng sanh tham đắm, trói buộc cũng không có nhân, cũng không có duyên. Chúng sanh thanh tịnh cũng không có nhân, cũng không có duyên.'[72] Lúc ấy, con lại tự nghĩ: 'Những bà-la-môn này thật là ngu muội, không phân biệt được chơn, ngụy, như người mù không mắt, rốt cùng không trả lời được ý nghĩa của những câu hỏi, tựa như đùa cợt với người thuộc dòng Chuyển Luân Thánh vương.' Sau đó con lại bỏ đi.

"Bạch Thế Tôn, nay con hỏi ý nghĩa ấy: Đời này làm phước có nhận hiện báo không?' Cúi xin Thế Tôn giảng dạy nghĩa ấy."

Bấy giờ, Thế Tôn bảo:

"Đại vương! Nay Ta hỏi đại vương, tùy theo sở thích mà trả lời. Đại vương có hay không những người phụ trách rượu, bếp, chấp chưởng việc thưởng phạt, quản lý tài vật, những người phục dịch?"

Vua bạch Phật :

"Thưa có."

"Nếu những người phục dịch ấy làm lụng mệt nhọc qua một thời gian lâu dài, đại vương có tưởng thưởng họ không?"

Vua bạch Phật:

"Tùy theo công sức mà chu cấp vật dụng, không để có oán trách."

Phật bảo vua rằng:

"Do phương tiện này mà biết, đời này làm phước, được thọ báo hiện tiền. Thế nào, đại vương đã ở địa vị cao, thương xót dân đúng lễ nghĩa, rồi lại còn ban thưởng cho họ nữa không?"

Vua bạch Phật:

"Vâng, bạch Thế Tôn, con cho thức ăn ngon ngọt để nuôi sống, khiến không oán hận."

Phật bảo vua:

"Do phương tiện này mà biết, người ấy ngày xưa xuất thân thấp hèn, dần dần tích chứa công lao mà được hoan lạc đồng với vua. Vì vậy cho nên, đời này làm phước được thọ báo hiện tại."

Phật bảo vua:

"Người có công lao ấy, trải qua nhiều năm, đến tâu với vua rằng: 'Chúng tôi đã lập công lao, vua đã biết rõ. Nay có ước nguyện muốn thỉnh cầu vua.' Vua sẽ cho phép không?"

Vua bạch Phật:

"Tùy theo sở nguyện họ, con sẽ không phản đối."

Phật bảo vua:

"Người có công ấy muốn được phép từ biệt vua, cạo bỏ râu tóc, mặc ba pháp y, xuất gia học đạo, tu hạnh thanh tịnh, vua cho phép không?"

Vua bạch Phật:

"Vâng, cho phép."

Phật bảo vua:

"Giả sử vua thấy người ấy đã cạo bỏ râu tóc, xuất gia học đạo, đang ở gần Ta, vua sẽ làm gì?"

Vua bạch Phật:

"Con sẽ tôn kính, cúng dường và tùy thời lễ lạy."

Phật bảo vua:

"Do phương tiện này mà biết, đời này làm phước thì được thọ báo hiện tiền. Giả sử người có công lao ấy, giữ giới hoàn toàn không có hủy phạm, vua sẽ làm gì?"

Vua bạch Phật:

"Con sẽ suốt đời cung cấp y phục, đồ ăn thức uống, giường nằm, ngọa cụ, thuốc men chữa bệnh, không để thiếu thốn."

Phật **[764a]** bảo vua:

"Do phương tiện này mà biết, đời này làm phước thì được thọ báo hiện tiền. Giả sử người ấy lại đã làm sa-môn, dứt sạch hữu lậu, thành vô lậu, tâm giải thoát, huệ giải thoát, tự thân tác chứng mà tự an trú, biết như thật rằng: 'Sinh tử đã dứt, phạm hạnh đã lập, việc cần làm đã xong, không còn tái sinh đời sau nữa', vua sẽ làm gì?"

Vua bạch Phật:

"Con sẽ thừa sự, cúng dường suốt đời y phục, đồ ăn thức uống, giường nằm ngọa cụ, thuốc men chữa bệnh, không để thiếu thốn."

Phật bảo vua:

"Do nhờ phương tiện này mà biết, đời này làm phước được thọ báo hiện tiền. Giả sử nếu khi người ấy tuổi thọ đã hết, và Bát-niết-bàn, vào trong Niết-bàn giới vô dư, thì vua sẽ làm gì?"

Vua bạch Phật:

"Con sẽ xây tháp lớn ở tại ngã tư đường và dùng hương hoa cúng dường, treo tràng phan bảo cái, thừa sự lễ kính. Vì sao vậy? Vì đó là thân trời, chẳng phải là thân người."

Phật bảo vua:

"Do phương tiện này mà biết, đời này làm phước được thọ báo hiện tiền."

Vua bạch Phật:

"Nay, con nhờ những thí dụ này mà hiểu rõ. Hôm nay Thế Tôn giảng thêm ý nghĩa này, con từ nay về sau tin nhận ý nghĩa này. Cúi xin Thế Tôn hãy nhận con làm đệ tử, con quy y Phật, Pháp, Tăng Tỳ-kheo. Nay con lại sám hối, vì con đã ngu si nhầm lẫn, phụ vương vô tội mà bắt giết. Nay đem thân mạng tự quy y. Cúi xin Thế Tôn trừ tội lỗi kia, giảng nói diệu pháp để con mãi mãi được an lạc. Như con tự biết đã tạo những tội báo, không có căn lành."

Phật bảo vua:

"Có hai hạng người không tội mà mạng chung được sinh lên trời trong khoảnh khắc co duỗi cánh tay. Sao gọi là hai? Một là người không tạo gốc tội mà tu thiện; hai là người cải hối tội mà mình đã tạo. Đó gọi là hai hạng người khi mạng chung sẽ sanh lên trời không có gì nghi ngờ."

Bấy giờ, Thế Tôn liền nói kệ này:

Người làm việc rất ác;
Hối lỗi, chuyển thành nhẹ.
Sám hối không lười nghỉ,
Gốc tội được nhổ hẳn.

"Cho nên, đại vương hãy trị dân đúng pháp, chớ đừng phi pháp. Phàm người theo pháp giáo hóa cai trị, khi chết sẽ được sinh lên trời, thiện xứ. Sau khi mạng chung, danh tiếng sẽ được vang dội khắp bốn phương. Người sau cùng truyền tụng: 'Xưa có vị vua lấy chánh pháp **[764b]** giáo hóa cai trị, không có cong vạy.' Mọi người xưng tụng nơi sanh của người ấy. Tuổi thọ được thêm, không bị chết yểu.

"Cho nên, đại vương hãy phát tâm hoan hỷ hướng về Tam bảo Phật, Pháp, Thánh chúng.

"Đại vương, hãy học điều này như vậy."

Bấy giờ, vua A-xà-thế liền rời chỗ ngồi đứng dậy, đảnh lễ sát chân Phật rồi lui đi. Vua đi không xa, Phật bảo các tỳ-kheo:

"Vua A-xà-thế này nếu không hại phụ vương thì hôm nay đã chứng đắc sơ quả sa-môn, ở trong hàng bốn đôi tám bậc, cũng đắc tám phẩm đạo của Hiền thánh, trừ bỏ tám ái, vượt tám nạn. Tuy vậy, nay còn được hạnh phúc lớn, được tín tâm vô căn.[73] Cho nên, tỳ-kheo, người đã tạo tội hãy tìm cầu phương tiện thành tựu tín tâm vô căn. Trong ưu-bà-tắc của Ta, người được tín vô căn chính là vua A-xà-thế."

Các tỳ-kheo sau khi nghe những gì Phật dạy hoan hỷ phụng hành.

KINH SỐ 8*

Tôi nghe như vầy:

Một thời, đức Phật ở trong vườn Cấp Cô Độc, rừng cây Kỳ-đà, nước Xá-vệ.

Bấy giờ, Thế Tôn bảo các tỳ-kheo:

"Có tám pháp thế gian[74] theo đó chúng sanh xoay chuyển. Những gì là tám? 1. lợi, 2. suy, 3. vinh, 4. nhục, 5. khen, 6. chê, 7. khổ, 8. lạc. Tỳ-kheo, đó là có tám pháp mà thế gian theo đó xoay chuyển. Các tỳ-kheo, hãy nên tìm cầu phương tiện trừ tám pháp này.

"Các tỳ-kheo, hãy học điều này như vậy."

Các tỳ-kheo sau khi nghe những gì Phật dạy hoan hỷ phụng hành.

KINH SỐ 9

Tôi nghe như vầy:

Một thời, đức Phật ở trong vườn Cấp Cô Độc, rừng cây Kỳ-đà, nước Xá-vệ.

Bấy giờ, Thế Tôn bảo các tỳ-kheo:

"Như Lai xuất hiện ở thế gian, lại thành Phật đạo ở thế gian, nhưng không bị tám pháp thế gian lôi cuốn.

"Ví như hoa sen sinh ra từ bùn lầy, hết sức tươi sạch, không nhiễm nước bùn, được chư thiên yêu kính, ai thấy đều vui vẻ trong lòng. Như Lai cũng lại như vậy, được sanh từ bào thai, ở trong đó được nuôi lớn, được thành thân Phật.

"Cũng ví như ngọc lưu-ly là loại báu làm sạch nước, không bị bụi nhơ làm nhiễm. Như Lai cũng lại như vậy, cũng sanh ở thế gian, không bị tám pháp thế gian nhiễm đắm.

* Pāli, A. viii. 5. Lokadhamma (R. iv. 156).

"Cho nên, tỳ-kheo, hãy nên tinh tấn tu hành tám pháp.

"Các tỳ-kheo, hãy học điều này như vậy."

[764c] *Các tỳ-kheo sau khi nghe những gì Phật dạy hoan hỷ phụng hành.*

KINH SỐ 10

Tôi nghe như vầy:

Một thời, đức Phật ở trong vườn Cấp Cô Độc, rừng cây Kỳ-đà, nước Xá-vệ.

Bấy giờ, Thế Tôn bảo các tỳ-kheo:

"Có tám hạng người lưu chuyển sinh tử mà không trụ sinh tử. Sao gọi là tám? Hướng Tu-đà-hoàn, đắc Tu-đà-hoàn; hướng Tư-đà-hàm, đắc Tư-đà-hàm; hướng A-na-hàm, đắc A-na-hàm; hướng A-la-hán, đắc A-la-hán. Này các tỳ-kheo, đó gọi là có tám hạng người lưu chuyển sinh tử mà không trụ sinh tử. Cho nên, tỳ-kheo, hãy tìm cầu phương tiện thoát nạn sinh tử.

"Các tỳ-kheo, hãy học điều này như vậy."

Các tỳ-kheo sau khi nghe những gì Phật dạy hoan hỷ phụng hành.

Kệ tóm tắt:

> *Huyết Mã, trai, Nan-đà,*
> *Đề-bà-đạt, thuyền bè.*
> *Chăn bò, tín vô căn,*
> *Thế pháp, thiện, tám người.*[75]

Chú thích

[1] Mã Huyết thiên tử 馬血天子. *Tạp* (Việt) kinh 1221: Xích Mã thiên tử 赤馬天子. Pāli: *Rohitasso devaputto.*

[2] Nguyên Hán: Phi nhân chi thời 非人之時, thời gian sinh hoạt của loài phi nhân. *Tạp* ibid.: Sau giữa đêm. Pāli: *abhikkantāya rattiyā.*

[3] *Tạp* ibid.: "Có thể vượt qua biên tế của thế giới này để đi đến chỗ không sinh, không già, không chết chăng?" Pāli: *yattha nu kho, bhante, na jāyati na jīyati na mīyati na cavati na upapajjati, sakkā nu kho so, bhante, gamanena lokassa anto ñātuṃ vā daṭṭhuṃ vā pāpuṇituṃ vā'ti?*

[4] Bà-già Phạm thiên 婆伽梵天 (Pl.: *Baka Brahmā*). *Tạp* ibid. Bà-cú Phạm thiên 婆句梵天.

[5] *Tạp* (Việt) kinh 1096, (Hán) kinh 1195, tr. 324b04. Cf. Pāli: , S. 6. 4. *Bako-Brahmā.*

[6] *Tạp* ibid.: "Dùng mũi tên nhọn trong khoảnh khắc bắn xuyên qua bóng cây đa-la."

[7] *Tạp* ibid.: "Nay Ta chỉ bằng cái thân một tầm để nói về thế giới, về sự tập khởi của thế giới, về sự diệt tận của thế giới, về con đường đưa đến sự diệt tận của thế giới."

[8] Bát quan trai pháp 八關齋法. Pāli: *aṭṭhaṅgasamannāgato uposatho.*

[9] Mỗi nửa tháng.

[10] Nguyên Hán: Tùng triêu chí mộ 從朝至暮; Hán dịch không chính xác. Nên hiểu: Từ sáng cho đến hết đêm, tức đến sáng hôm sau.

[11] vua Chuyển luân hiệu Tương-già (Pāli: *Saṅkha*), đồng thời với Phật Di-lặc; xem *Trường*, kinh 6 "Chuyển luân vương tu hành".

[12] Đăng Quang 燈光, trên kia dịch là Định Quang 定光; xem kinh 3 phẩm 20, cht. 4. Cũng gọi là Phật Nhiên Đăng 燃燈 (Skt. *Dīpaṅkara*). Nội dung chuyện kể dưới đây đồng nhất với chuyện kể trong kinh 3 phẩm 20, nhưng với nhiều chi tiết bất nhất.

[13] Bát-đầu-ma đại quốc 鉢頭摩大國; trên kia dịch là Bát-ma đại quốc 鉢摩大國. Xem kinh 3 phẩm 20 cht. 5.

¹⁴ 提波延那.

¹⁵ 梵志子 phạm chí tử; đoạn dưới gọi là Ma-nạp 摩納, thiếu niên bà-la-môn.

¹⁶ Di-lặc 彌勒, phiên âm từ *Megha* (không phải là *Maitreya*, hiệu Phật tương lai), trên kia dịch là Vân Lôi 雲雷; xem kinh 3 phẩm 20 cht. 7.

¹⁷ Có bản chép là nhĩ 耳: Lỗ tai.

¹⁸ Pāli: Phật ở bên bờ sông Hằng (*Gaṅgā*), địa phận *Kosambī*.

¹⁹ Pāli: *nibbānaninnā, bhikkhave, sammādiṭṭhi nibbānapoṇā nibbānapabbhārā"ti*, "xuôi về Niết-bàn, nghiêng về phía Niết-bàn, dốc về Niết-bàn, là chánh kiến."

²⁰ Mục ngưu nhân Nan-đà 牧牛人難陀. Pāli: *Nando gopālako.*

²¹ Các bản TNM thêm "và chư thiên".

²² Nên hiểu: Tìm lõi cây. Cf. Pāli: *sāratthiko sāragavesī.*

²³ Trong bản: 求寶 *cầu bảo.* Chép nhầm, nên sửa lại là 求實 *cầu thật.*

²⁴ Nên hiểu: Bỏ qua lõi cây, chỉ mang lấy cành.

²⁵ Nguyên Hán: Tăng thượng mạn, trùng lập với mạn thứ bảy. Đây nên đọc là tăng thượng quá mạn, tức mạn quá mạn kể trong *Câu-xá.*

²⁶ Kiêu mạn, mạn mạn, tăng thượng mạn, tự mạn, tà kiến mạn, mạn trung mạn, tăng thượng mạn 憍慢 慢慢 增上慢 自慢 邪見慢 慢中慢 增上慢; bảy mạn, xem *Câu-xá 19* (tr. 101a12): Mạn, quá mạn, mạn quá mạn, ngã mạn, tăng thượng mạn, ty mạn, tà mạn 1. 慢, 2. 過慢, 3.慢過慢, 4. 我慢, 5. 增上慢, 6. 卑慢, 7. 邪慢. Bản Hán liệt kê trên của Kinh, trùng lặp tăng thượng mạn nhưng thiếu mạn quá mạn.

²⁷ Nguyên Hán: Vô mạn; có lẽ chép nhầm.

²⁸ Chân Tịnh vương 真淨王, tức vua Tịnh Phạn (Pāli. *Suddhodana*). Xem kinh 5, phẩm 24.

²⁹ Bản Hán, hết quyển 38.

³⁰ Nhất giác dụ kinh 一覺喻經, Tống-Nguyên-Minh: 'Duyên nhất giác dụ kinh 緣一覺喻經.' *Duyên nhất giác* là từ dịch khác của Bích-chi-phật; xem *Lục độ tập kinh.*

³¹ 不錄其文，況解其義, dịch sát, nhưng chưa rõ ý.

³² Nguyên Hán: Lậu tận ý giải , 漏盡意解, chính xác, nên hiểu: Diệt tận các lậu, vô lậu, tâm giải thoát. Định cú Pāli: *āsavānaṃ khayā anāsavaṃ cetovimuttiṃ.*

³³ Thần kỳ Hằng thủy 神祇恒水. Pāli: Tại làng *Ukkacelā*, bên bờ sông Hằng, vương quốc *Vajji. Cela*, trong bản Hán là *Cetiya*: Linh miếu (thần kỳ).

[34] Ma-kiệt mục ngưu nhân 摩竭牧牛人. Pāli: *māgadhako gopālako*, người chăn bò người xứ *Māgadha*.

[35] Hán dịch thiếu chính xác. Nên hiểu: Vì không quan sát và chọn bờ để qua, khiến cho cả bò khỏe cũng bị nước nhận chìm. Xem nội dung được giải thích đoạn sau.

[36] Hán dịch thiếu chính xác. Nên hiểu, đưa các con bò lớn và khỏe đi trước để cản dòng xiết cho các con bò yếu nương theo mà vượt qua.

[37] Tiểu độc tùng mẫu 小犢從母, chính xác là những con bê mới sinh nhưng Hán dịch không tìm ra từ để dịch. Pāli: *vacchako taruṇako tāvadeva jātako*.

[38] Trong bản không có. Y theo bản Tống-Nguyên-Minh thêm vào cho đủ nghĩa.

[39] Trì tín 持信; đây chỉ hạng tùy tín hành, hàng Dự lưu độn căn. Pāli: *saddhānusārino*.

[40] Phụng pháp 奉法; đây chỉ hạng tùy pháp hành, hàng Dự lưu lợi căn. Pāli: *dhammānusārino*.

[41] Pāli: *tepi tiriyaṃ mārassa sotaṃ chetvā sotthinā pāraṃ gamissanti*, cắt ngang dòng nước của ma, qua bờ bên kia an toàn.

[42] Pāli: *ayaṃ loko paro loko, jānatā suppakāsito; yañca mārena sampattaṃ, appattaṃ yañca maccunā*, bậc Tri Giả (Phật) đã minh giải rõ ràng đời này, đời sau, nơi nào ma đến được, nơi nào không đến được.

[43] Năm hạng người, năm bậc Thánh kể trên: A-la-hán, A-na-hàm, Tư-đà-hàm, Tu-đà-hoàn, Tùy tín hành và tùy pháp hành; dụ với đàn bò gồm năm hạng của người chăn bò.

[44] Kỳ-bà-già lê viên 耆婆伽梨園. No 1(27): Kỳ-bà đồng tử Am-bà viên 耆舊童子菴婆園. Pāli: *jīvakassa komārabhaccassa ambavane*, trong vườn xoài của y sỹ Kỳ-bà.

[45] Pāli: *tadahuposathe pannarase komudiyā cātumāsiniyā*, ngày bố-tát, ngày 15, tháng Komudi, sau mùa hạ an cư.

[46] Nguyệt Quang phu nhân 月光夫人; không rõ Pāli.

[47] 說戒之日, Pāli nói là *taduposathe pannarase*, vào ngày thứ 15, ngày bố-tát, tức ngày trai giới, ngày những người bà-la-môn cúng tế thần linh; vào ngày này Tăng tỳ-kheo tụng giới bổn nên Luật gọi là ngày thuyết giới; nguyên nghĩa của nó không chỉ sự thuyết giới. Trong đoạn Hán dịch, nói là "ngày thuyết giới, nên đàn ca...", câu văn trở thành vô lý.

[48] Ưu-đà-da thái tử 優陀耶太子. Pāli: *Udayabhaddo kumāro*, nhưng không được đề cập trong đoạn này.

[49] Vô Úy vương tử 無畏王子. Pāli: Abhaya-kumāra; anh em dị bào của A-xà-thế; cũng không được đề cập trong đoạn này. Hán có thể nhầm, vì vương tử Vô Úy là Phật tử, chắc không khuyên vua đi hỏi đạo nơi ngoại đạo.

[50] Bất-lan Ca-diệp 不蘭迦葉. No 1 (27): Bà-la-môn Vũ Xá đề nghị Bất-lan Ca-diệp. Pāli: *Pūraṇo kassapo.*

[51] Tu-ni-ma 須尼摩. No 1(27): Tu-ni-đà 須尼陀. Pāli: Một đại thần không nêu tên, *aññataropi kho rājāmacco.*

[52] A-di-sủy (chuyên) 阿夷尚. No 1(27): Điển Tác đề nghị. Pāli: *Ajita Kesakambala.*

[53] Bà-sa 婆沙. Có lẽ đại thần *Vassakāra*, theo Pāli.

[54] Cù-da-lâu 瞿耶樓; do Tu-ni-đà đề nghị. Pāli: *Makkhali Gosāla.*

[55] Ma-đặc 摩特.

[56] Ba-hưu Ca-diên 彼休迦㳘. No 1(27): Do viên tướng giữ cửa tên Già-la 伽羅 守門將 đề nghị. Pāli: *Pakudha-Kaccāyana.*

[57] Sách-ma điển binh sư 索摩典兵師, vị tướng chỉ huy quân đội.

[58] Tiên-tất Lô-trì 先畢盧持. No 1(27) Ưu-đà-di Mạn-đề Tử 優陀夷漫提子 đề nghị Pāli: *Sañjaya-Belaṭṭhaputta.*

[59] Tối Thắng 最勝.

[60] Ni-kiền Tử 尼揵子. Vương tử Vô Úy đề nghị. Pāli: *Nigaṇṭha Nāṭaputta.*

[61] Nguyên Hán: Bần tụ viên 貧聚園; xem cht. 44 trên.

[62] Vương tử 王子. Pāli: *Komārabhacca*, người được vương tử (*kumāra*) nuôi dưỡng (Sớ giải Pāli: *kumārena bhatoti komārabhacco*). Hán dịch có thể nhầm, vì Kỳ-bà là y sỹ của vua chứ không phải là "vương tử" (con vua).

[63] Tần-bà-sa 頻婆娑, vua cha của A-xà-thế; là Phật tử nhiệt thành.

[64] Hán dịch câu này không hết ý. Tham khảo, No 1(27): Người làm các doanh nghiệp, nhận được kết quả này trong hiện tại. Người tu đạo, có nhận được báo ứng hiện tại không? Pāli: *diṭṭheva dhamme sandiṭṭhikaṃ sāmaññaphalaṃ paññapetun'ti?* Có kết quả thiết thực của sa-môn ngay trong đời này chăng?

[65] No 1(27): Thuyết của Mạt-già-lê Câu-xá-lê. Đoạn trên, kinh 11, phẩm 38 nói đây là thuyết của A-di-sủy. Hán dịch bất nhất. *Sāmaññaphala*, thuyết đoạn diệt (*uccheda*) của *Ajita kesakambala.*

[66] No 1(27): Hằng thủy nam 恒水[10]南, bờ nam sông Hằng. *Sāmaññaphala: dakkhiṇaṃ cepi gaṅgāya tīraṃ.*

[67] No 1(27) thuyết của Bất-lan Ca-diếp. Đoạn trên, kinh 11, phẩm 38 nói đây là thuyết của Cù-da-lâu. *Sāmaññaphala*: Thuyết vô nghiệp (*akiriya*: phi hành động) của *Pūraṇa Kassapa*.

[68] No 1(27): Hằng thủy bắc ngạn 恒水北岸; trong đoạn về thuyết của Bất-lan Ca-diếp; xem cht. 50 trên.

[69] Đoạn trên, kinh 11, phẩm 38, nói đây là thuyết của Ba-hưu Ca-chiên. Hán dịch bất nhất.

[70] Hán dịch bất nhất, khác với đoạn trên, xem kinh 11, phẩm 38, thuyết của Ba-hưu Ca-chiên.

[71] Hán dịch tiền hậu bất nhất; xem kinh 11 phẩm 38 trên.

[72] Cf. Pāli, *Sāmaññaphala*, thuyết luân hồi tịnh hóa (*saṃsārasuddhi*) của *Makkhali Gosāla*.

[73] Vô căn tín 無根信. Tín mà không có thiện căn, có tín (hay bốn chứng tịnh, Pāli: *avecca-pasāda*) nhưng không có gốc rễ trong kiến đạo. Xem giải thích của *Tỳ-bà-sa 103*, tr. 536b09.

[74] Thế bát pháp 世八法. Xem *Trường 8* kinh 9 "Chúng tập", tr. 52b11, thế bát pháp: Lợi (đắc), suy (thất), hủy (nhục), dự (vinh), xưng (khen), cơ (chê), khổ, lạc 利,衰,毀,譽,稱,譏,苦,樂. Pāli: *aṭṭhime lokadhammā: lābho, alābho, yaso, ayaso, nindā, pasaṃsā, sukhaṃ, dukkhaṃ.*

[75] Bản Hán, hết quyển 39.

THIÊN CHÍN PHÁP

44. CHÍN CHÚNG SANH CƯ

KINH SỐ 1*

[764c20] Tôi nghe như vầy:

Một thời, đức Phật ở trong vườn Cấp Cô Độc, rừng cây Kỳ-đà, nước Xá-vệ.

Bấy giờ, Thế Tôn bảo các tỳ-kheo:

"Có chín nơi cư trú của chúng sanh,[1] là nơi ở của chúng sanh. Những gì là chín?

1. "Hoặc có chúng sanh nhiều thân khác nhau, và nhiều tưởng khác nhau. Đó là chỉ cho trời và người.[2]

2. "Hoặc có chúng sanh có nhiều thân, nhưng một tưởng. Đó là chỉ trời Phạm-ca-di xuất hiện đầu tiên.[3]

3. "Hoặc có chúng sanh có một thân, và nhiều tưởng. Đó là trời Quang âm.[4]

4. "Hoặc có chúng sanh đồng một thân, và đồng một tưởng. Đó là trời Biến tịnh.[5]

5. "Hoặc có chúng sanh vô lượng không. Đó là trời Không xứ.[6]

6. "Hoặc có chúng sanh vô lượng thức. Đó là trời Thức xứ.[7]

---

* Pāli, A. IX. 24. *Sattāvāsa* (R. iv. 401).

▫ *Xem chú thích: tr.223–226*

7. "Hoặc có chúng sanh Vô sở hữu xứ. Đó là trời Vô sở hữu xứ.⁸

8. "Hoặc có chúng sanh có tưởng, không tưởng. Đó là trời Phi tưởng phi phi **[765a]** tưởng xứ.⁹

"Tên gọi của những chỗ được sinh ra có chín. Này các tỳ-kheo, đó gọi là chín nơi cư trú của chúng sanh. Các loài quần manh đã từng ở, đang ở, sẽ ở.

"Cho nên tỳ-kheo, hãy tìm cầu phương tiện thoát ly chín nơi này.

"Các tỳ-kheo, hãy học điều này như vậy."

Các tỳ-kheo sau khi nghe những gì Phật dạy hoan hỷ phụng hành.

KINH SỐ 2

Tôi nghe như vầy:

Một thời, đức Phật ở trong vườn Cấp Cô Độc, rừng cây Kỳ-đà, nước Xá-vệ.

Bấy giờ, Thế Tôn bảo các tỳ-kheo:

"Ta sẽ nói về chín đức của sẵn nguyện¹⁰, các ngươi hãy suy nghĩ kỹ, nay Ta sẽ diễn giải ý nghĩa này."

Các tỳ-kheo vâng lời Phật giáo giới. Phật bảo các tỳ-kheo:

"Thế nào là chín đức của sẵn nguyện? Tỳ-kheo nên biết, thí chủ đàn-việt phải thành tựu ba pháp; vật được thí cũng phải thành tựu ba pháp; người nhận vật cũng phải thành tựu ba pháp.

"Thế nào là thí chủ đàn-việt kia phải thành tựu ba pháp? Thí chủ đàn-việt này thành tựu tín, thành tựu thệ nguyện, không sát sinh. Đó gọi là thí chủ đàn-việt thành tựu ba pháp.

"Thế nào là vật được thí cũng phải thành tựu ba pháp? Vật được thí này phải thành tựu sắc, thành tựu hương, thành tựu vị. Đó gọi là vật được thí thành tựu ba pháp.

"Thế nào là người nhận vật phải thành tựu ba pháp? Người nhận vật này thành tựu giới, thành tựu trí tuệ, thành tựu tam-muội. Đó gọi là người nhận thí thành tựu ba pháp.

"Như vậy, nếu sự đạt-sẩn[11] thành tựu chín pháp này, sẽ đưa đến quả báo lớn, đến chỗ cam lồ diệt tận. Phàm ai là thí chủ muốn cầu phước này, hãy tìm cầu phương tiện thành tựu chín pháp này.

"Tỳ-kheo, hãy học điều này như vậy."

Các tỳ-kheo sau khi nghe những gì Phật dạy hoan hỷ phụng hành.

KINH SỐ 3

Tôi nghe như vầy:

Một thời, đức Phật ở trong vườn Cấp Cô Độc, rừng cây Kỳ-đà, nước Xá-vệ.

Bấy giờ, Thế Tôn bảo các tỳ-kheo:

"Để thành tựu chín pháp.[12] Những gì là chín? Mặt gượng,[13] chịu nhục, tâm tham, keo kiết, tâm niệm không xả ly, hay quên, ít ngủ, che giấu dâm dật,[14] và không biết đền trả là chín. Tỳ-kheo, đó gọi là thành tựu chín pháp.

"Tỳ-kheo ác cũng thành tựu chín pháp. Thế nào là chín? Ở đây, tỳ-kheo ác làm mặt gượng, chịu nhục, tâm tham, keo kiết, hay quên, ít ngủ, dâm dật che giấu, không biết đền trả, [765b] niệm không xả ly. Đó là chín.

"Thế nào là tỳ-kheo ác làm mặt gượng? Ở đây, tỳ-kheo ác, điều không đáng tìm cầu mà tìm cầu, trái với hạnh sa-môn. Tỳ-kheo như vậy gọi là mặt gượng.

"Thế nào là tỳ-kheo ác chịu nhục? Ở đây, tỳ-kheo ác ở chỗ các tỳ-kheo hiền thiện mà tự khen ngợi mình, hủy báng người khác. Tỳ-kheo như vậy gọi là tỳ-kheo ác chịu nhục.

"Thế nào là tỳ-kheo sinh tâm tham? Ở đây, tỳ-kheo thấy tài và vật của người khác đều sinh tâm tham. Đó gọi là tham.

"Thế nào là tỳ-kheo keo kiết? Ở đây tỳ-kheo được y bát không cho người dùng chung, thường cất giấu cho riêng mình. Như vậy gọi là keo kiết.

"Thế nào là tỳ-kheo hay quên? Ở đây, tỳ-kheo ác thường hay để rơi rớt những lời hay, thiện; cũng không tư duy phương tiện, lại luận bàn về chuyện quốc gia binh chiến. Như vậy gọi là tỳ-kheo ác thành tựu điều hay quên này.

"Thế nào là tỳ-kheo ác ít ngủ? Ở đây, tỳ-kheo ác, những pháp cần tư duy mà không tư duy. Như vậy gọi là tỳ-kheo ác ít ngủ.

"Thế nào là tỳ-kheo ác che giấu dâm dật? Ở đây, tỳ-kheo ác che giấu những việc làm, không nói cho người khác, nghĩ rằng, 'Mong người khác không biết những việc làm[15] của ta.' Như vậy gọi là tỳ-kheo che giấu những việc làm dâm dật.

"Thế nào là tỳ-kheo ác không biết đền trả? Ở đây, tỳ-kheo ác không có tâm cung kính, không hầu hạ sư trưởng, và tôn kính những vị đáng quí trọng. Tỳ-kheo ác như vậy gọi là không biết đền trả.

"Nếu tỳ-kheo ác thành tựu chín pháp này[16], niệm không xả ly, trọn không thành đạo quả. Cho nên, tỳ-kheo, hãy suy niệm xả bỏ các pháp ác.

"Tỳ-kheo, hãy học điều này như vậy."

Các tỳ-kheo sau khi nghe những gì Phật dạy hoan hỷ phụng hành.

KINH SỐ 4

Tôi nghe như vầy:

Một thời, đức Phật ở trong vườn Cấp Cô Độc, rừng cây Kỳ-đà, nước Xá-vệ.

Bấy giờ, Thế Tôn bảo các tỳ-kheo:

"Chim khổng tước thành tựu chín pháp. Những gì là chín? Ở đây, chim khổng tước hình dáng xinh đẹp, tiếng kêu trong suốt, bước khoan thai, đi đúng lúc, ăn uống điều độ, thường nghĩ biết đủ, niệm không phân tán, ít ngủ nghỉ, lại cũng ít ham muốn, biết đền trả. Này các tỳ-kheo, đó gọi là chim khổng tước thành tựu chín pháp.

"Tỳ-kheo hiền thiện cũng thành tựu chín pháp. Thế nào là chín? Ở đây, tỳ-kheo hiền thiện tướng mạo xinh đẹp, tiếng nói trong suốt, bước khoan thai, **[765c]** đi đúng lúc, ăn uống có điều độ, thường nghĩ biết đủ, niệm không phân tán, ít ngủ nghỉ, ít ham muốn, biết đền trả.

"Sao gọi là tỳ-kheo hiền thiện tướng mạo xinh đẹp? Tỳ-kheo kia ra, vào, lui, tới, đi, đứng thích hợp, trọn không mất tư cách. Như vậy gọi là tỳ-kheo hiền thiện tướng mạo đoan chánh.

"Sao gọi là tỳ-kheo tiếng nói trong suốt? Ở đây, tỳ-kheo khéo phân biệt nghĩa lý, trọn không lẫn lộn. Như vậy gọi là tỳ-kheo tiếng nói trong suốt.

"Sao gọi là tỳ-kheo bước khoan thai? Ở đây, tỳ-kheo biết đúng thời mà đi, không để mất thứ lớp; lại biết khi đáng tụng thì biết tụng; khi đáng tập thì biết tập; khi đáng im lặng thì biết im lặng; khi nên dậy thì biết dậy. Như vậy gọi là tỳ-kheo bước khoan thai.

"Sao gọi là tỳ-kheo đi đúng lúc? Ở đây, tỳ-kheo khi nên đi thì đi, khi nên đứng thì đứng, tùy thời nghe pháp. Như vậy gọi là tỳ-kheo hành đúng lúc.

"Sao gọi là tỳ-kheo ăn uống điều độ? Ở đây, tỳ-kheo được thức ăn dư còn lại, phân chia cho người, không tiếc những cái mình có. Như vậy gọi là tỳ-kheo ăn uống điều độ.[17]

"Sao gọi là tỳ-kheo ít ngủ nghỉ? Ở đây, tỳ-kheo vào đầu đêm tập tỉnh thức, tập ba mươi bảy phẩm đạo không để rơi rớt, hằng làm thanh tịnh ý bằng kinh hành, khi nằm, khi tỉnh thức; lại vào giữa đêm tư duy pháp sâu xa, đến lúc cuối đêm nằm nghiêng hông phải sát đất, hai chân xếp lên nhau, tư duy về tưởng ánh sáng, rồi đứng lên kinh hành mà làm thanh tịnh ý. Như vậy gọi là tỳ-kheo ít ngủ nghỉ.

"Sao gọi là tỳ-kheo ít ham muốn, biết đền trả? Ở đây, tỳ-kheo thờ phụng Tam tôn, vâng kính sư trưởng. Như vậy gọi là tỳ-kheo ít ham muốn, biết đền trả. Như vậy là tỳ-kheo hiền thiện thành tựu chín pháp, các ngươi hãy niệm tưởng phụng hành.

"Tỳ-kheo, hãy học điều này như vậy."

Các tỳ-kheo sau khi nghe những gì Phật dạy hoan hỷ phụng hành.

KINH SỐ 5[*]

Tôi nghe như vầy:

Một thời, đức Phật ở trong vườn Cấp Cô Độc, rừng cây Kỳ-đà, nước Xá-vệ.

Bấy giờ, Thế Tôn bảo các tỳ-kheo:

"Người nữ thành tựu chín pháp để trói buộc người nam. Những gì là chín? Ca, múa, kịch,[18] nhạc, cười, khóc, trau chuốt nghi dung,[19] huyễn thuật mê hoặc,[20] nhan sắc thể hình.[21] Trong tất cả hình thức ấy, chỉ có xúc[22] trói người chặt nhất, gấp trăm nghìn lần, không có gì để so sánh.

"Ở đây Ta thấy ý nghĩa này, xúc trói người chặt nhất không cho thoát khỏi; [766a] đó là sợi dây buộc chặt người nam vào người nữ. Cho nên, Tỳ-kheo, hãy niệm tưởng xả bỏ chín pháp này.

"Tỳ-kheo, hãy học điều này như vậy."

Các tỳ-kheo sau khi nghe những gì Phật dạy hoan hỷ phụng hành.

KINH SỐ 6[**]

Tôi nghe như vầy:

Một thời, đức Phật ở Ưu-ca-la,[23] trong vườn Trúc,[24] cùng đại chúng năm trăm tỳ-kheo.

Bấy giờ, Thế Tôn bảo các tỳ-kheo:

"Nay Ta sẽ nói pháp vi diệu cho các ông, phần đầu thiện, phần giữa thiện, phần cuối thiện, nghĩa lý sâu nhiệm, tu hành phạm hạnh thanh tịnh. Kinh này gọi là 'Gốc của tất cả các pháp.'[25] Các ngươi nên suy nghĩ kỹ."

Các tỳ-kheo thưa:

---

[*] Pāli, A.viii. 17 *Bandhana* (R.iv.196). Hán, No 26(106), kinh Tưởng.
[**] Tham chiếu Pāli, *Mūlapariyāya*, M. i. 1. Hán, *Trung* kinh 106.

"Thưa vâng, bạch Thế Tôn!"

Các tỳ-kheo vâng lời Phật dạy. Phật bảo:

"Thế nào là gốc của tất cả các pháp? Ở đây, tỳ-kheo, người phàm phu không gặp lời dạy của Hiền thánh, cũng không gìn giữ lời dạy của Như Lai, không gần gũi thiện tri thức, không chịu nghe lời dạy của thiện tri thức. Chúng quán sát đất này mà biết như thật rằng, 'Đây là đất; như thật là đất.'²⁶ Cũng vậy²⁷, đây là nước, là lửa, là gió. Bốn thứ này hợp lại thành con người.²⁸ Đó là sự vui thích của người ngu.²⁹ Hoặc trời tự biết là trời, thích ở cõi trời.³⁰ Phạm thiên tự biết là Phạm thiên. Đại Phạm thiên tự biết là Đại Phạm thiên, không ai vượt qua. Trời Quang âm trở lại tự biết do trời Quang âm đến. Trời Biến tịnh tự biết là trời Biến tịnh. Trời Quả thật³¹ tự biết là trời Quả thật mà không lầm lẫn. Trời A-tỳ-da-đà³² tự biết là trời A-tỳ-da-đà. Trời Không xứ tự biết là trời Không xứ. Trời Thức xứ tự biết là trời Thức xứ. Trời Vô sở hữu xứ tự biết là trời Vô sở hữu xứ. Trời Phi tưởng phi phi tưởng xứ tự biết là trời Phi tưởng phi phi tưởng xứ.

"Thấy, tự biết là thấy; nghe, tự biết là nghe; muốn, tự biết là muốn; trí, tự biết là trí;³³ một loại tự biết là một loại; nhiều loại tự biết là nhiều loại;³⁴ thảy đầy đủ tự biết là thảy đầy đủ; Niết-bàn tự biết là Niết-bàn, ở trong đó mà tự vui thích. Vì sao vậy? Vì chẳng phải là những lời nói của người trí.³⁵

"Thánh đệ tử đến gặp bậc Thánh, vâng thọ pháp người, hầu hạ thiện tri thức, thường thân cận thiện tri thức,³⁶ quán sát đất, thảy đều biết rõ ràng từ đâu đến, cũng không đắm trước vào đất, **[766b]** không có tâm nhiễm ô. Nước, lửa, gió, cũng như vậy. Người, trời, Phạm vương, Quang âm, Biến tịnh, Quả thật, trời A-tỳ-da-đà, Không xứ, Thức xứ, Vô sở hữu xứ, Phi tưởng phi phi tưởng xứ; thấy, nghe, nhớ, biết; một loại, nhiều loại, cho đến đối với Niết-bàn cũng không đắm ở Niết-bàn, không khởi tưởng Niết-bàn. Vì sao vậy? Vì tất cả đều do khéo phân biệt khéo quán sát.

"Nếu tỳ-kheo kia là A-la-hán lậu tận, việc cần làm đã xong, đã đặt gánh nặng xuống, đã dứt sạch nguồn gốc sinh tử, bình đẳng giải thoát.³⁷ Vị ấy có thể phân biệt đất, thấy không khởi tưởng đắm trước vào đất.

Người, trời, Phạm vương *cho đến* Hữu tưởng vô tưởng xứ cũng vậy; cho đến đối với Niết-bàn, cũng không đắm trước vào Niết-bàn, không khởi tưởng Niết-bàn. Vì sao vậy? Vì đều do đã diệt trừ dâm, nộ, si mà được như vậy.

"Tỳ-kheo, nên biết, Như Lai, Chí chơn, Đẳng chánh giác, đối với đất khéo hay phân biệt, cũng không đắm trước nơi đất, không khởi tưởng về đất. Vì sao vậy? Vì do phá được lưới ái mà được như vậy. Nhân hữu mà có sinh, nhân sinh mà có lão, tử, thảy đều trừ hết.[38] Cho nên Như Lai thành Vô thượng Chánh giác."

Khi đức Phật nói những lời này, các tỳ-kheo không lãnh thọ những lời dạy này.[39] Vì sao? Vì do ma Ba-tuần làm bế tắc tâm ý.

"Kinh này gọi là: 'Gốc rễ của tất cả các pháp.' Nay Ta nói đầy đủ. Những điều mà chư Phật Thế Tôn cần làm, nay Ta đã làm đầy đủ. Các ngươi hãy nghĩ tưởng ở nơi nhàn tĩnh, dưới bóng cây, chánh ý ngồi thiền, tư duy diệu nghĩa. Nay không làm, sau hối vô ích. Đây là những lời giáo giới của Ta."

Các tỳ-kheo sau khi nghe những gì Phật dạy hoan hỷ phụng hành.

KINH SỐ 7

Tôi nghe như vầy:

Một thời, đức Phật ở Ca-lan-đà, trong vườn Trúc, thành La-duyệt, cùng đại chúng năm trăm tỳ-kheo.

Bấy giờ, trong thành La-duyệt có một tỳ-kheo mang trọng bệnh, rất khốn khổ, nằm đại tiểu tiện, không thể tự đứng dậy, cũng chẳng có tỳ-kheo nào đến chăm sóc. Ngày đêm ông xưng danh hiệu Phật: "Sao ta không được Thế Tôn thương tưởng đến?"

Lúc ấy Như Lai bằng thiên nhĩ nghe tỳ-kheo kia đang than oán kêu la, hướng về Như Lai. Thế Tôn bảo các tỳ-kheo:

"Ta với các ngươi cùng đi xem xét các phòng, thăm viếng các trú xứ."

Các tỳ-kheo thưa:

"Thưa vâng, bạch Thế Tôn!"

Thế Tôn [766c] cùng với Tăng Tỳ-kheo vây quanh lần lượt đi qua các phòng. Khi ấy tỳ-kheo bệnh từ xa trong thấy Thế Tôn đến, liền từ chỗ ngồi muốn đứng dậy, mà không thể cử động được. Thế Tôn đến chỗ tỳ-kheo, bảo rằng:

"Thôi, được rồi, tỳ-kheo! Chớ cử động. Ta đã có chỗ ngồi dọn sẵn để ngồi."

Lúc ấy, Tỳ-sa-môn thiên vương biết ý nghĩ của Như Lai, biến mất khỏi thế giới Dã mã, hiện đến chỗ Phật, đảnh lễ sát chân rồi đứng sang một bên.

Thích Đề-hoàn Nhân biết ý nghĩ trong tâm Như Lai, liền đi đến chỗ Phật.

Phạm thiên vương cũng biết ý nghĩ trong tâm Như Lai, bèn biến mất khỏi Phạm thiên, hiện đến chỗ Phật, đảnh lễ sát chân Phật, ngồi qua một bên.

Tứ thiên vương cũng biết ý nghĩ trong tâm Như Lai, đi đến chỗ Phật, đảnh lễ sát chân, đứng qua một bên.

Bấy giờ, Phật bảo tỳ-kheo bệnh:

"Bệnh khổ của ngươi nay có giảm, không tăng thêm chăng?"

Tỳ-kheo thưa:

"Bệnh khổ của đệ tử có tăng chứ không giảm, rất ít có ai để nhờ cậy."

Phật bảo tỳ-kheo:

"Người chăm sóc bệnh hiện ở đâu? Người nào đến chăm sóc bệnh?"

Tỳ-kheo bạch Phật:

"Con mắc bệnh này, nhưng không người chăm sóc."

Phật bảo tỳ-kheo:

"Trước kia, khi ngươi chưa bệnh, có đến thăm hỏi người bệnh không?"

Tỳ-kheo bạch Phật:

"Con không hề đến thăm hỏi những người bệnh."

Phật bảo tỳ-kheo:

"Ngươi ở không được điều ích lợi ở trong chánh pháp. Vì sao? Tất cả do không đến thăm hỏi bệnh. Nay tỳ-kheo, ngươi chớ lo sợ, Ta sẽ tự thân cấp dưỡng cho ngươi, không để thiếu thốn. Như Ta nay, trên trời và giữa người, đi một mình không bạn lứa, nhưng vẫn có thể chăm sóc tất cả bệnh nhơn; cứu giúp những ai không có người cứu giúp; làm con mắt cho những ai mù tối; cứu chữa những ai tật bệnh."

Rồi Thế Tôn tự mình dọn các thứ bất tịnh, lại trải tọa cụ cho. Lúc ấy, Tỳ-sa-môn thiên vương cùng Thích Đề-hoàn Nhân bạch Phật:

"Chúng con sẽ tự mình chăm sóc tỳ-kheo bệnh này. Như Lai chớ lại nhọc sức."

Phật bảo chư thiên:

"Các ông, thôi đi được rồi, Như Lai sẽ tự biết thời. Như Ta nhớ lại, thuở xưa khi chưa thành Phật đạo, đang tu hạnh Bồ-tát, đã từng xả bỏ mạng căn cho một con chim bồ câu, huống chi ngày nay đã thành Phật đạo mà bỏ tỳ-kheo này sao? Quyết không có việc này. Lại nữa, trước kia Thích Đề-hoàn Nhân không chăm sóc tỳ-kheo bệnh này; Tỳ-sa-môn thiên vương, Chủ hộ thế, cũng không chăm [767a] sóc."

Khi ấy, Thích Đề-hoàn Nhân cùng Tỳ-sa-môn thiên vương đều im lặng không đáp.

Bấy giờ, Như Lai tự tay cầm chổi quét dọn đất dơ, rồi trải bày tọa cụ, lại giặt giũ ba pháp y cho ông, nâng đỡ tỳ-kheo bệnh cho ngồi vào trong nước sạch mà tắm gội. Chư thiên ở trên dùng nước thơm rưới xuống.

Thế Tôn sau khi đã tắm gội cho tỳ-kheo rồi, dìu ngồi lại lên giường, tự tay trao thức ăn. Khi Thế Tôn thấy tỳ-kheo ăn xong, bèn rửa bát và bảo tỳ-kheo kia:

"Nay ngươi nên xả bệnh ba đời. Vì sao? Tỳ-kheo, nên biết, sinh có sự nguy khốn là ở trong bào thai. Sinh thì có già. Phàm người già, hình suy khí cạn. Nhân già có bệnh. Phàm người bệnh, ngồi nằm rên rỉ, bốn trăm lẻ bốn thứ bệnh đều đến cùng lúc. Nhân bệnh có chết. Phàm người chết, thần và xác phân ly, nhắm theo đường lành dữ. Nếu ai tội nhiều sẽ vào địa ngục, núi đao rừng kiếm, xe lửa, lò than, ăn uống đồng sôi. Hoặc làm súc sanh, bị người sai sử, ăn toàn rơm cỏ, chịu khổ vô cùng. Lại ở trong vô số kiếp không thể tính đếm làm thân ngạ quỷ, thân dài mười do-tuần, cổ nhỏ như cây kim, lại bị nước đồng sôi rót vào miệng. Trải qua vô số kiếp, mới được làm thân người, lại bị đánh đập, tra khảo, không thể kể hết. Lại được sinh lên trời ở trong vô số kiếp, cũng trải qua ân ái, hội họp, lại gặp ân ái biệt ly, tham dục không chán đủ. Khi được đạo Hiền thánh, bây giờ mới lìa khổ.

"Có chín hạng người lìa được khổ hoạn. Những gì là chín? Hướng A-la-hán, đắc A-la-hán; hướng A-na-hàm, đắc A-na-hàm; hướng Tư-đà-hàm, đắc Tư-đà-hàm; hướng Tu-đà-hoàn, đắc Tu-đà-hoàn, và người chủng tánh[40] là chín.

"Này tỳ-kheo, Như Lai xuất hiện ở thế gian được nói là rất khó gặp, thân người khó được, sinh nhằm trung bộ cũng khó được, gặp gỡ thiện tri thức cũng vậy. Nghe pháp được giảng thuyết cũng rất khó. Pháp pháp tương sinh, thật lâu mới có một lần.

"Tỳ-kheo nên biết, nay Như Lai xuất hiện ở thế gian, người được nghe chánh pháp, các căn không thiếu để có thể nghe chánh pháp kia, mà nay không ân cần, sau này hối không kịp. Đây là những lời giáo giới của Ta."

Bấy giờ, tỳ-kheo bệnh kia, sau khi nghe Như Lai dạy, được nhìn rõ tôn nhan, liền ngay trên chỗ ngồi mà đạt được [**767b**] ba minh, dứt sạch các lậu, tâm giải thoát.[41] Phật bảo tỳ-kheo:

"Người đã hiểu rõ nguồn gốc của bệnh rồi chưa?"

Tỳ-kheo bạch Phật:

"Con đã hiểu rõ căn nguyên bệnh. Xa lìa sinh, già, bệnh, chết này đều là nhờ thần lực của Như Lai gia bị, nhờ bốn vô lượng tâm bao trùm khắp tất cả, không lường, không giới hạn, không thể kể hết. Thân, khẩu, ý trong sạch."

Đức Thế Tôn sau khi thuyết pháp đầy đủ rồi, liền từ chỗ ngồi đứng dậy mà đi. Bấy giờ, Thế Tôn bảo Tôn giả A-nan:

"Người hãy đánh kiền chùy, gọi các tỳ-kheo có mặt tại thành La-duyệt tập trung tất cả tại giảng đường Phổ hội."

A-nan vâng lời Phật dạy, họp các tỳ-kheo tại giảng đường Phổ hội, rồi đến trước Phật, bạch rằng:

"Các tỳ-kheo đã họp. Cúi xin Thế Tôn biết thời."

Thế Tôn đi đến chỗ giảng đường, ngồi lên chỗ đã dọn sẵn. Bấy giờ Thế Tôn bảo các tỳ-kheo:

"Các người xuất gia học đạo vì sợ quốc vương, giặc cướp chăng? Hay là, tỳ-kheo, do bởi tín tâm kiên cố mà tu phạm hạnh vô thượng, muốn được xả ly sinh, già, bệnh, chết, ưu bi, khổ não, và cũng muốn dứt lìa mười hai sự lôi kéo[42]?"

Các tỳ-kheo thưa:

"Thật như vậy, Thế Tôn."

Phật bảo các tỳ-kheo:

"Vì mục đích mà các người xuất gia học đạo, cùng một Thầy, hòa một như nước với sữa, nhưng lại không chăm sóc lẫn nhau. Từ nay về sau hãy chăm sóc lẫn nhau. Nếu tỳ-kheo bệnh nào không có đệ tử, trong chúng hãy cử người theo thứ tự chăm sóc người bệnh. Vì sao? Ngoài đây ra, Ta không thấy nơi nào mà sự bố thí có phước hơn chăm sóc người bệnh. Chăm sóc người bệnh cũng như chăm sóc Ta không khác vậy."

Rồi Thế Tôn bèn nói kệ này:

Nếu có cúng dường Ta,
Cùng chư Phật quá khứ;
Phước đức thí cho Ta,
Như nuôi bệnh không khác.

Thế Tôn sau khi dạy những lời này xong, bảo A-nan:

"Từ nay về sau, các tỳ-kheo hãy nên chăm sóc lẫn nhau. Nếu có tỳ-kheo nào biết mà không làm, sẽ căn cứ vào pháp luật mà xử trị. Đây là những lời giáo giới của Ta."

Các tỳ-kheo sau khi nghe những gì Phật dạy hoan hỷ phụng hành.

KINH SỐ 8*

Tôi nghe như vầy:

Một thời, đức Phật ở trong vườn Cấp Cô Độc, rừng cây Kỳ-đà, nước Xá-vệ.

Bấy giờ, Thế Tôn bảo các tỳ-kheo:

"Có chín hạng người đáng kính, đáng quí, cúng dường họ thì được phước. Những gì là chín? Hướng [767c] A-la-hán, đắc A-la-hán; hướng A-na-hàm, đắc A-na-hàm; hướng Tư-đà-hàm, đắc Tư-đà-hàm; hướng Tu-đà-hoàn, đắc Tu-đà-hoàn và người hướng chủng tánh[43] là thứ chín.

"Này các tỳ-kheo, đó gọi là chín hạng người mà ai cúng dường đến sẽ được phước, trọn không mảy may giảm thiểu."

Các tỳ-kheo sau khi nghe những gì Phật dạy hoan hỷ phụng hành.

KINH SỐ 9

Tôi nghe như vầy:

Một thời, đức Phật ở Ca-lan-đà, trong vườn Trúc, thành La-duyệt, cùng đại chúng năm trăm tỳ-kheo.

Bấy giờ, vương tử Vũ-hô[44] đến chỗ Thế Tôn, đảnh lễ sát chân, ngồi qua một bên. Lúc ấy vương tử Vũ-hô bạch Thế Tôn:

"Con từng nghe, Tỳ-kheo Châu-lợi-bàn-đặc[45] cùng Bà-la-môn Lô-ca-diên[46] luận biện với nhau, nhưng tỳ-kheo này không trả lời được. Con cũng từng nghe, trong chúng đệ tử Như Lai, người có các căn ám độn, không có tuệ sáng, không ai hơn tỳ-kheo này.

"Trong hàng ưu-bà-tắc tại gia của Như Lai, người Cù-đàm họ Thích trong thành Ca-tỳ-la-vệ có các căn ám độn, tình ý bế tắc."

Phật bảo vương tử:

---

* Pāli, A. IX. 10. Āhuneyya (R.iv.373).

"Tỳ-kheo Châu-lợi-bàn-đặc có sức thần túc, được pháp thượng nhơn, không học tập theo lối đàm luận của thế gian. Hơn nữa, vương tử nên biết, tỳ-kheo này có được diệu nghĩa."

Vương tử Vũ-hô bạch Thế Tôn:

"Tuy Phật có nói như vậy, nhưng trong ý con vẫn có suy nghĩ này: 'Sao có thần lực lớn mà không thể biện luận với ngoại đạo dị học?' Nay con thỉnh Phật cùng Tăng Tỳ-kheo, chỉ trừ một người Châu-lợi-bàn-đặc."

Thế Tôn im lặng nhận lời thỉnh. Sau khi thấy Thế Tôn đã nhận lời thỉnh rồi, vương tử liền từ chỗ ngồi đứng dậy, đảnh lễ sát chân Thế Tôn, nhiễu quanh ba vòng rồi lui đi. Liền đêm đó, ông sửa soạn các thứ đồ ăn thức uống ngon ngọt, trải tọa cụ tốt. Sau đó, đến trình đã đúng giờ.

Bấy giờ, Thế Tôn đưa bát cho Tỳ-kheo Châu-lợi-bàn-đặc giữ ở lại sau, rồi dẫn các tỳ-kheo vây quanh trước sau vào thành La-duyệt, đến chỗ vương tử kia, mọi người theo thứ lớp mà ngồi. Bấy giờ, vương tử bạch Thế Tôn:

"Cúi xin Như Lai trao bát cho con. Con sẽ tự tay dâng thức ăn cho Như Lai."

Phật bảo vương tử:

"Bát ở chỗ Tỳ-kheo Châu-lợi-bàn-đặc, không mang đến đây."

Vương tử bạch Phật:

"Cúi xin Thế **[768a]** Tôn sai một tỳ-kheo đến lấy bát lại."

Phật bảo vương tử:

"Ông hãy tự mình đến đó lấy bát của Như Lai mang lại đây."

Bấy giờ Tỳ-kheo Châu-lợi-bàn-đặc hóa làm năm trăm cây hoa. Dưới mỗi cây đều có Tỳ-kheo Châu-lợi-bàn-đặc ngồi. Vương tử sau khi nghe Phật dạy bèn đi lấy bát. Từ xa nhìn thấy dưới năm trăm cây đều có Tỳ-kheo Châu-lợi-bàn-đặc đang ngồi thiền, buộc niệm ở trước không bị phân tán, ở dưới gốc cây. Thấy vậy, ông suy nghĩ: 'Người nào là Tỳ-kheo Châu-lợi-bàn-đặc?' Rồi vương tử Vũ-hô trở lại chỗ Thế Tôn, bạch Phật:

"Con đến trong vườn kia, thấy toàn là Tỳ-kheo Châu-lợi-bàn-đặc, không biết người nào là Tỳ-kheo Châu-lợi-bàn-đặc."

Phật bảo vương tử:

"Ông hãy quay trở lại khu vườn, đứng chính giữa mà búng ngón tay, nói như vầy: Vị nào thật sự là Tỳ-kheo Châu-lợi-bàn-đặc, xin rời chỗ ngồi đứng dậy."

Vương tử Vũ-hô vâng lời dạy, trở lại khu vườn, đứng ở giữa vườn mà nói như vầy: 'Vị nào thật sự là Tỳ-kheo Châu-lợi-bàn-đặc, xin ngài liền từ chỗ ngồi đứng lên.' Vương tử nói lời này xong, tức thì năm trăm Tỳ-kheo biến hóa kia tự nhiên biến mất, chỉ còn lại một Tỳ-kheo Châu-lợi-bàn-đặc."

Vương tử Vũ-hô cùng Tỳ-kheo Châu-lợi-bàn-đặc đến chỗ Thế Tôn, đảnh lễ sát chân, đứng qua một bên. Bấy giờ vương tử Vũ-hô bạch Phật:

"Cúi xin Thế Tôn, con nay xin sám hối, tự trách mình không tin những lời dạy của Như Lai. Tỳ-kheo này thật có thần túc, có oai lực lớn."

Phật bảo vương tử:

"Ta nhận lời ông sám hối. Những gì Như Lai nói, không có hai lời. Lại nữa, thế gian này có chín hạng người qua lại. Thế nào là chín? Một, đoán biết ý nghĩ của người; hai, nghe rồi mới biết; ba, xem tướng sau đó mới biết; bốn, quán sát nghĩa lý sau đó mới biết; năm, biết vị nếm[47] sau đó mới biết; sáu, biết nghĩa biết vị nếm[48] sau đó mới biết; bảy, không biết nghĩa không biết vị; tám, học ở sức thần túc tư duy;[49] chín, nghĩa được nhận rất ít. Vương tử, đó là chín hạng người xuất hiện ở thế gian. Như vậy, vương tử, người xem tướng kia, trong tám[50] hạng người, là tột bậc nhất, không ai hơn được.

"Nay Tỳ-kheo Châu-lợi-bàn-đặc chỉ tập thần túc, chứ không học pháp khác. Tỳ-kheo này thường dùng thần túc thuyết pháp cho người.

"Ở đây Tỳ-kheo A-nan của Ta xem tướng **[768b]** mà đoán biết ý nghĩ của người, biết Như Lai cần cái này, không cần cái này; cũng biết Như Lai sẽ nói việc này, bảo xa lìa việc này. Tất cả đều biết rõ ràng. Như nay, không có ai vượt lên trên Tỳ-kheo A-nan về việc xem rộng các nghĩa kinh, không đâu không khắp.

"Lại nữa, Tỳ-kheo Châu-lợi-bàn-đặc này có thể hóa một thân thành nhiều thân, rồi hiệp trở lại thành một. Tỳ-kheo này ngày sau sẽ diệt độ ở giữa hư không. Ta không thấy người nào khác diệt độ như Tỳ-kheo A-nan và Tỳ-kheo Châu-lợi-bàn-đặc này."

Bấy giờ, Phật lại bảo các tỳ-kheo:

"Tỳ-kheo đệ nhất trong hàng Thanh văn của Ta, biến hóa thân hình có thể lớn hay nhỏ, không có ai để sánh như Tỳ-kheo Châu-lợi-bàn-đặc."

Bấy giờ, vương tử Vũ-hô tự tay châm đồ ăn thức uống cúng dường chúng Tăng. Rửa bát xong, ông dọn chỗ ngồi nhỏ ngồi trước Như Lai, chắp tay bạch Thế Tôn:

"Cúi xin Thế Tôn cho phép Tỳ-kheo Châu-lợi-bàn-đặc thường đến nhà con. Tùy theo chỗ cần dùng như y phục, các đồ linh tinh khác của sa-môn, thảy đều nhận tại nhà con. Con sẽ cung cấp những thứ cần dùng suốt đời."

Phật bảo vương tử:

"Vương tử, ông hướng về Tỳ-kheo Châu-lợi-bàn-đặc sám hối, tự mình thưa thỉnh. Vì sao? Người không trí mà muốn phân biệt người có trí; trường hợp này khó gặp. Nói rằng người trí có thể phân biệt người trí, lý này có thể có."

Bấy giờ vương tử Vũ-hô tức thì hướng về Tỳ-kheo Châu-lợi-bàn-đặc lễ và tự xưng danh tánh, cầu sám hối:

"Tỳ-kheo đại thần túc, con đã sinh ý khinh mạn! Từ nay về sau không dám tái phạm. Cúi xin ngài nhận sự sám hối. Con không dám tái phạm."

Tỳ-kheo Châu-lợi-bàn-đặc đáp:

"Tôi nhận ông hối lỗi. Sau chớ tái phạm, cũng chớ hủy báng Hiền thánh nữa. Vương tử, nên biết, chúng sanh nào hủy báng Thánh nhơn tất sẽ bị đọa vào ba đường ác, sinh vào trong địa ngục. Vương tử hãy học điều này như vậy."

Bấy giờ Phật nói pháp vi diệu cho vương tử Vũ-hô, khuyến khích khiến hoan hỷ, rồi ngay trên chỗ ngồi diễn nói chú nguyện này:

Tế tự: Lửa trên hết;

Kinh sách: tụng trên hết;

Cõi người: vua là tôn;

Các sông: biển đứng đầu;

Các sao: trăng sáng nhất;

Ánh sáng: mặt trời nhất;

[768c] *Trên dưới cùng bốn phương,*

Những vật có hình dáng,

Trời cùng người thế gian:

Phật là đấng tối tôn.

Ai muốn cầu phước kia

Cúng dường Phật chánh giác.[51]

Thế Tôn sau khi nói bài kệ này xong, rời chỗ ngồi đứng dậy. Bấy giờ, vương tử Vũ-hô nghe những gì Phật dạy hoan hỷ phụng hành.

KINH SỐ 10

Tôi nghe như vầy:

Một thời, đức Phật ở trong vườn Cấp Cô Độc, rừng cây Kỳ-đà, nước Xá-vệ.

Bấy giờ, A-nan bạch Thế Tôn:

"Nói thiện tri thức, đó là một nửa của người phạm hạnh,[52] hướng dẫn đường lành, cho đến vô vi."

Phật bảo A-nan:

"Chớ nói như vậy, rằng thiện tri thức, đó là một nửa của người phạm hạnh. Vì sao? Thiện tri thức là toàn bộ của người phạm hạnh, cùng giúp đỡ, trông coi, hướng dẫn nhau theo con đường lành. Ta cũng do thiện tri thức mà thành Vô thượng Chánh chơn Đẳng chánh giác. Do thành đạo quả, độ thoát chúng sanh không thể kể hết, thảy đều thoát sinh, lão, bệnh, tử. Do phương tiện này mà biết, thiện tri thức là toàn bộ của người phạm hạnh.

"Lại nữa, A-nan, nếu người thiện nam, kẻ tín nữ thân cận thiện tri thức thì tín căn sẽ được tăng thêm, các phẩm đức văn, thí, huệ thảy đều đầy đủ.

"Ví như trăng đang lúc tròn đầy, ánh sáng càng tăng dần gấp bội. Đây cũng như vậy, nếu có người thiện nam, kẻ tín nữ nào gần gũi thiện tri thức thì tín, văn, niệm, thí, huệ thảy đều tăng thêm. Do phương tiện này mà biết thiện tri thức là toàn bộ của người phạm hạnh.

"Nếu ngày xưa Ta không thân cận thiện tri thức, chắc chắn không gặp Phật Đăng Quang để được thọ ký. Vì thân cận thiện tri thức nên Ta được gặp Phật Đề-hòa-kiệt-la[53] thọ ký. Do phương tiện này mà biết thiện tri thức là toàn bộ của người phạm hạnh.

"A-nan, hiện tại nếu thế gian không có thiện tri thức sẽ không có trật tự của tôn ti; cha mẹ, sư trưởng, anh em, tông thân, tất sẽ cùng loài với heo, chó không khác, tạo các duyên ác, gieo tội duyên địa ngục. Nhờ thiện tri thức mà phân biệt có cha mẹ, sư trưởng, anh em, tông thân."

Rồi Thế Tôn liền nói kệ này:

> *Bạn lành thiện tri thức*
> *Thân pháp, không vì ăn[54],*
> **[769a]** *Dẫn dắt lên đường lành.*
> *Thân cận đây là nhất.*

"Cho nên, A-nan, chớ nói rằng thiện tri thức là một nửa phạm hạnh."

Bấy giờ, A-nan sau khi nghe những gì Phật dạy hoan hỷ phụng hành.

KINH SỐ 11*

Tôi nghe như vầy:

Một thời, đức Phật ở trong núi Kỳ-xà-quật, thành La-duyệt, cùng với đại chúng năm trăm tỳ-kheo.

---

* Pāli: A.ix. 24 *Sattāvāsa* (R.iv.401).

Lúc ấy, Thích Đề-hoàn Nhân biến mất khỏi trời Tam thập tam, hiện đến chỗ Phật, đảnh lễ sát chân, rồi đứng qua một bên, bạch Phật:

"Trời cùng con người có niệm tưởng gì? Ý cầu mong những gì?"

Phật bảo:

"Thế gian trôi nổi, tánh chất không đồng, định hướng khác biệt, niệm tưởng chẳng phải một.

"Thiên đế nên biết, vô số a-tăng-kỳ kiếp xưa kia, Ta cũng sinh ý nghĩ này: Loài trời và chúng sanh, ý thú hướng về đâu? Ước nguyện điều gì? Từ kiếp đó đến nay, Ta không thấy tâm của một ai giống nhau.

"Thích Đề-hoàn Nhân nên biết, chúng sanh thế gian khởi tưởng điên đảo: Vô thường chấp tưởng thường, không phải lạc cho là tưởng lạc, không ngã chấp có tưởng ngã, không phải tịnh chấp có tưởng tịnh, đường chánh khởi tưởng đường tà, ác khởi tưởng phước, phước khởi tưởng ác. Do phương tiện này nên biết, căn tánh của các loài chúng sanh thật khó lường, tánh hạnh chúng khác biệt nhau.

"Nếu tất cả chúng sanh đều cùng một tưởng, không có nhiều tưởng, thì không thể nhận biết có chín chỗ cư trú của chúng sanh[55], cũng khó phân biệt được chín nơi cư trú của chúng sanh này; chỗ thần thức y tựa cũng lại khó rõ, cũng không biết có tám địa ngục lớn, cũng khó biết nơi hướng đến của súc sanh, không phân biệt có sự khổ của địa ngục, không biết có sự hào quí của bốn dòng họ, không biết con đường dẫn đến chỗ a-tu-la, cũng lại không biết có trời Tam thập tam.

"Giả sử tất cả đều cùng một tâm, sẽ như trời Quang âm. Vì chúng sanh có nhiều loại thân khác nhau, nhiều tưởng niệm cũng khác nhau, cho nên biết có chín nơi cư trú của chúng sanh, chín nơi thần thức y tựa; biết có tám địa ngục lớn, ba đường ác, cho đến trời Tam thập tam. Do phương tiện này mà biết tánh của các loài chúng sanh không đồng, những điều chúng làm đều khác."

Lúc ấy, Thích Đề-hoàn Nhân bạch Thế Tôn:

"Kỳ diệu thay, những điều Như Lai đã nói! Tánh và hành của chúng sanh không đồng, tưởng niệm mỗi khác. Vì hành vi của chúng sanh kia [769b] không đồng, nên đưa đến xanh, vàng, trắng, đen,[56] cao thấp không đều.

"Bạch Thế Tôn, chư thiên bận rộn nhiều việc, con muốn quay trở về trời."

Phật bảo Thích Đề-hoàn Nhân:

"Nên biết đúng thời."

Lúc ấy, Thích Đề-hoàn Nhân liền từ chỗ ngồi đứng dậy, đảnh lễ sát chân Phật, rồi lui đi.

Thích Đề-hoàn Nhân sau khi nghe những gì Phật dạy hoan hỷ phụng hành.

Kệ tóm tắt:

> *Chín cư, sẩn, khổng tước*
> *Trói buộc, căn bản pháp,*
> *Bệnh, cúng dường, Bàn-đặc*
> *Phạm hạnh, tưởng đa dạng.*[57]

Chú thích

[1] Cửu chúng sanh cư xứ 九眾生居處. Cf. *Trường*, kinh 9 "Chúng tập": Cửu chúng sanh cư 九眾生居. *Tập dị 19*, tr. 446b14: Cửu hữu tình cư 九有情居. *Câu-xá 8* tr. 43b8. Pāli, *Saṅgītisutta*, D.iii. 263: *nava sattāvāsā*.

[2] *Tập dị*: Người và một phần trời. Pāli: *manussā ekacce ca devā ekacce ca vinipātikā*, loài người, một phần chư thiên, và chúng sanh trong cõi dữ. Một phần chư thiên, chỉ chư thiên Dục giới.

[3] *Tập dị*: Chư thiên trên Phạm chúng thiên trong thời kỳ kiếp sơ. Pāli: *devā brahmakāyikā paṭhamābhinibbattā*.

[4] Quang âm thiên 光音天. *Câu-xá*: Cực quang tịnh thiên 極光淨天. Pāli: *devā ābhassarā*.

[5] Biến tịnh thiên 遍淨天. Pāli: *devā subhakiṇhā*.

[6] Không xứ thiên 空處天. Hán dịch đoạn này nhảy sót mất một tầng thứ năm. *Tập dị*, hữu tình cư thứ năm: Vô tưởng hữu tình thiên 無想有情天, Pāli: *devā asaññasattā*; hữu tình cư thứ sáu, Không vô biên xứ thiên 空無邊處天. Pāli: *ākāsānañcāyatanūpagā*.

[7] Thức xứ thiên 識處天. Tập dị: Hữu tình cư thứ bảy, Thức vô biên xứ thiên 識無邊處天. Pāli: *viññāṇañcāyatanūpagā*.

[8] Bất dụng xứ thiên 不用處天. *Tập dị*, hữu tình cư thứ tám, Vô sở hữu xứ thiên 無所有處天. Pāli: *ākiñcaññāyatanūpagā*.

[9] Hữu tưởng vô tưởng xứ thiên 有想無想處天. Tập dị: Phi tưởng phi phi tưởng xứ thiên 非想非非想處天. Pāli: *nevasaññānāsaññāyatanūpagā*.

[10] Sẩn nguyện 嚫願, trên kia, và tiếp theo dưới, dịch là đạt-sẩn 達嚫, Pāli: *dakkhiṇā* (Skt. *dakṣiṇā*), thí tụng, bài kệ chú nguyện thí chủ sau khi nhận cúng dường.

[11] Đạt-sẩn, xem cht. 10 trên; xem thêm cht. 13 kinh 2 phẩm 33.

[12] Đoạn văn thiếu; ý nghĩa đầy đủ, xem đoạn kết.

[13] Hán: Cưỡng nhan 強顏, mặt gượng làm vui.

[14] Ẩn nặc dâm dật 隱匿 婬泆; có bản chép không có chữ *dâm*. Đoạn dưới chép là dâm dật ẩn (có bản chép *tĩnh*) nặc 婬泆隱/靜匿.

[15] Nguyên Hán: Hành dâm 行婬. Tống-Nguyên-Minh: Sở hành 所行. Bản khác chép không có chữ *dâm*.

[16] Phần trên chỉ giải thích tám pháp, thiếu "niệm không xả ly 念不捨離."

[17] Có lẽ ở đây Hán bị nhảy sót 2 ý, là: thường nghĩ biết đủ và niệm không phân tán.

[18] Nguyên Hán: Kỹ 伎, trong định cú ca vũ kỹ 歌舞伎, chỉ chung các loại ca kịch (Pāli: *naṭa*).

[19] Nguyên Hán: Thường cầu phương nghi 常求方宜.

[20] Nguyên Hán: Tự dĩ huyễn thuật 自以幻術.

[21] Pāli, ibid., tám hình thức người nữ trói buộc người nam: *ruṇṇena*: khóc, *hasitena*: cười, *bhaṇitena*: trò chuyện, *ākappena*: phục sức, *vanabhaṅgena*: hoa quả, *gandhena*: hương, *rasena*: vị, *phassena*: xúc.

[22] Nguyên Hán: Cánh lạc 更樂.

[23] Ưu-ca-la 優迦羅. Pāli: Ukkaṭṭhā, một thị trấn thuộc *Kosala*, gần *Himalaya*.

[24] Pāli: Trong rừng *Subhaga*, dưới gốc cây Sa-la vương.

[25] Pāli: *sabbadhammamūlapariyāyaṃ*, pháp môn căn bản của tất cả các pháp.

[26] Pāli: *pathaviṃ pathavito sañjānāti; pathaviṃ pathavito saññatvā pathaviṃ maññati*, ở đất mà có ấn tượng là đất, tư duy là đất.

[27] Để bản chép dư một số chữ, lược bỏ.

[28] Pāli: *pathaviṃ maññati, pathaviyā maññati, pathavito maññati, pathaviṃ meti maññati*, nó tư duy đất, tư duy về đất, tư duy từ đất, nghĩ rằng "Đất là của ta." No 26(106): "Nơi đất tưởng là đất, [nghĩ rằng], đất là Thần [ngã], đất là sở hữu của Thần [ngã]…"

[29] Pāli: *pathaviṃ abhinandati*, người ấy hoan hỷ đất.

[30] Trong bản chép dư chữ thiên. Tham chiếu Pāli: *deve devato sañjānāti*, đối với chư thiên, nó có ấn tượng (tưởng) chư thiên." Nghĩa các đoạn sau, chuẩn theo đây.

[31] Quả thật 果實, hoặc Quảng quả thiên. Pāli: *Vehapphala*, tầng cao nhất thuộc tứ thiền của phàm phu.

[32] A-tỳ-da-đà 阿毘耶陀; theo thứ tự Pāli, sau *Vehapphala* được kể là *Abhibhū* (Thắng thiên). Có lẽ Skt. *Avṛha*, Vô phiền thiên, tầng thứ nhất trong 5 Tịnh cư thiên.

[33] Hán: kiến 見… văn 聞… dục 欲… trí 智; chính xác nên hiểu là kiến, văn, giác, tri; xem đoạn dưới. Pāli: *diṭṭhaṃ*, cái được thấy; *sutaṃ*, cái được nghe; *mutaṃ*, cái được tri giác; *viññāta*, cái được nhận thức (giác quan).

[34] Hán: Nhất loại 一類, nhược can loại 若干類. Pāli: *ekattaṃ*, đồng nhất, và *nānattaṃ*, đa thù tính.

[35] Pāli: *apariññātaṃ tassā'ti vadāmi*, "Ta nói, người ấy không biến tri về [những] cái đó."

[36] Pāli: *yopi so, bhikkhave, bhikkhu sekkho appattamānaso anuttaraṃ yogakkhemaṃ patthayamāno viharati*, Tỳ-kheo thuộc bậc hữu học, tâm chưa chứng đắc, đang tìm cầu sự an ổn tối thượng.

[37] Hán: Bình đẳng giải thoát 平等解脫. Pāli: *sammadaññāvimutto*, bằng chánh trí mà giải thoát.

[38] Pāli: *nandī dukkhassa mūlan'ti– iti viditvā 'bhavā jāti bhūtassa jarāmaraṇan'ti*, vì biết rằng, hỷ ái là gốc rễ của khổ; do hữu có sanh; và có già, chết đối với sinh vật."

[39] Pāli: *na te bhikkhū ... abhinandunti*, các tỳ-kheo không hoan hỷ. Trung, ibid.: Các tỳ-kheo hoan hỷ.

[40] Chủng tánh nhân 種性人, đoạn dưới: Hướng chủng tánh nhân 向種性人, thấp, dưới hướng Tu-đà-hoàn. Pāli, cf. A. iv. tr. 372: *gotrabhū*, hạng phàm phu đang hướng đến Tu-đà-hoàn đạo (*Sotāpattimagga*). Xem cht. 43 dưới.

[41] Nguyên Hán: Ý giải 意解.

[42] Hán: Thập nhị khiên liên 十二牽連.

[43] Hán: hướng chủng tánh nhân 向種性人. Pāli: *gotrabhū* giai đoạn chuyển chủng tánh, tương đương với phàm phu (*puthujjana*, A. ix. 9; R.iv.372), từ phàm phu bước vào Thánh đạo; giai đoạn hiện quán Thánh đế, đủ năng lực để thành bậc hữu học, trong sát-na vô gián sẽ trở thành vị hướng Tu-đà-hoàn. (Sớ giải Pāli: *sotāpattimaggassa anantarapaccayena sikhāpattabalavipassanācittena samannāgato*).

[44] Nguyên Hán âm: Mãn-hô 滿呼. Hán chép nhầm, cần sửa lại 雨呼 *vũ-hô* cho phù hợp âm gốc Phạn. Pāli tương đương: Uposatha(-kumāra), chuyện kể trong *Jātaka* iv. 133. Xem kinh 4, phẩm 50.

[45] Châu-lợi-bàn-đặc 朱利槃特. Xem kinh 12, phẩm 20. Pāli: *Cūḷapanthaka*.

[46] Lô-ca-diên 盧迦延. Trên kia, kinh 10 phẩm 17, dịch nghĩa là Thế Điển 世典. Pāli: *Lokāyatika*.

[47] Nguyên Hán: Vị 味; nên hiểu là văn cú hay âm vận. Ở đây, sau khi nghe văn cú của người kia rồi mới nhận biết.

[48] Hán: Tri nghĩa, tri vị 知義知味, "theo nghĩa và văn mà biết." Pāli: *atthato byañjanato*.

[49] Tư duy thần túc 思惟神足 (Pāli: *vīmaṃsā-iddhipāda*); một trong bốn thần túc (Pāli: *cattāro iddhipādā*).

[50] Bản Hán ghi "tám".

[51] Nguyên Hán: Tam-phật 三佛, phiên âm từ *sambuddha*. Xem kinh 4 phẩm 18.

[52] Bán phạm hạnh chi nhân 半梵行之人. Cf. No 99(1238). Pāli: *upaḍḍhamidaṃ, bhante, brahmacariyassa– yadidaṃ kalyāṇamittatā (...)*, "Bạch Thế Tôn, một nửa đời sống phạm hạnh này là thiện hữu."

[53] Đề-hòa-kiệt-la 提和竭羅, phiên âm của từ Dīpaṃkāra, tức dịch nghĩa Đăng Quang 燈光 ở trên. Cũng dịch là Nhiên Đăng, Đính Quang.

[54] Hán: phi vị thực 非為食. Thức ăn, đây chỉ các hưởng thụ vật chất.

[55] Cửu chúng sanh cư xứ 九眾生居處. Xem kinh 1, phẩm 44, và cht. 2. Pāli: *nava sattāvāsa*.

[56] Màu sắc, đây chỉ các sắc dân.

[57] Bản Hán, hết quyển 40.

45. PHẨM MÃ VƯƠNG

KINH SỐ 1*

[769b15] Tôi nghe như vầy:

Một thời Phật trú tại Ca-lan-đà, trong Trúc viên, thành La-duyệt, cùng đại chúng năm trăm tỳ-kheo.

Lúc bấy giờ trong thành ấy có một người bà-la-môn tên là Ma-hê-đề-lợi[1], rất thông suốt các kinh thư, kỹ thuật của ngoại đạo. Thiên văn, địa lý, không thứ gì là không thành thạo. Những gì là phép tắc ứng đối trong đời, ông thảy đều thông suốt. Bà-la-môn này có một người con gái tên là Ý Ái[2], cực kỳ thông minh, nhan sắc xinh đẹp hiếm có trên đời.

Bấy giờ, người bà-la-môn này suy nghĩ như vầy: "Trong kinh điển Bà-la-môn có nói rằng, có hai con người xuất hiện ở đời, rất là khó gặp. Hai con người ấy là ai? Đó là, Như Lai, Chí chân, Đẳng chánh giác, và Chuyển Luân Thánh vương. Khi Chuyển Luân Thánh vương xuất hiện ở đời, bấy giờ bảy bảo vật tự nhiên hưởng ứng. Ta nay có nữ bảo này, nhan sắc xinh đẹp lạ lùng; là bậc nhất trong các ngọc nữ. Nhưng nay không có Chuyển Luân Thánh vương. Ta nghe nói con trai của Chân Tịnh vương tên là Tất-đạt có ba mươi hai tướng tốt của bậc đại nhân và tám mươi vẻ đẹp, đã xuất gia học đạo. Nếu người ấy sống tại gia chắc chắn sẽ là Chuyển Luân Thánh vương. Nếu xuất gia học đạo, chắc chắn thành Phật. Nay ta hãy đem con gái này đến cho sa-môn ấy."

---

* Tham chiếu, *Trung 34 kinh 136 "Thương nhân cầu tài".*

▫ *Xem chú thích: tr.252*

Rồi người bà-la-môn dẫn cô gái đến chỗ Thế Tôn. **[769c]** Trước mặt Thế Tôn, ông thưa rằng:

"Mong sa-môn hãy nhận ngọc nữ này."

Bấy giờ Phật bảo bà-la-môn:

"Thôi, thôi, bà-la-môn! Ta không cần đến con người dính trước dục vọng này."

Người bà-la-môn ba lần thưa với Phật:

"Hãy nhận ngọc nữ này. So sánh cả thế gian, không ai bằng đứa con gái này."

Phật bảo bà-la-môn:

"Ta đã thọ nhận ý của ông. Nhưng Ta đã xả bỏ gia đình, không còn quen thói dục vọng nữa."

Khi ấy có một vị Tỳ-kheo trưởng lão đứng sau Như Lai, đang cầm quạt, hầu Phật. Trưởng lão Tỳ-kheo này liền bạch Như Lai:

"Thế Tôn! Cúi mong Như Lai thọ nhận cô gái này. Nếu Như Lai không cần đến, hãy cho con để sai khiến."

Thế Tôn bèn bảo trưởng lão này:

"Ngươi thật là ngu hoặc, mới dám trước mặt Như Lai phun ra lời nói xấu xa ấy. Sao ngươi lại để cho tâm ý bị buộc chặt vào cô gái này? Phàm là nữ nhân, đều có chín pháp xấu. Chín pháp đó là gì? Một, người nữ vốn xú uế, bất tịnh. Hai, người nữ hay ác khẩu. Ba, người nữ không biết trả ơn. Bốn, người nữ hay ganh tị. Năm, người nữ hay keo kiệt. Sáu, người nữ hay ưa đi chơi. Bảy, người nữ có nhiều sân hận. Tám, người nữ nói dối nhiều. Chín, người nữ hay nói lời thiếu suy nghĩ.

"Này các tỳ-kheo, người nữ có chín pháp là các hành xấu xa như vậy."

Rồi Thế Tôn nói bài kệ này:

Thường vui cười, khóc lóc;
Vẻ thân mà không thân.
Hãy tìm phương tiện khác.
Các người chớ loạn niệm.

Tỳ-kheo trưởng lão bạch Phật:

"Mặc dù người nữ có chín pháp xấu xa ấy; nhưng ở đây con quán sát cô gái này, không thấy có tỳ vết gì."

Phật bảo tỳ-kheo:

"Ngươi, kẻ ngu si này, không tin điều được nói bởi chính thần khẩu của Như Lai sao? Nay Ta sẽ nói cho ngươi biết:

"Trong quá khứ lâu xa,³ trong thành Ba-la-nại có một người lái buôn tên là Phổ Phú. Ông dẫn năm trăm khách buôn đi vào biển tìm châu báu. Thế nhưng bên cạnh biển lớn kia có nơi vốn là trú xứ của la-sát hay ăn thịt người.

"Khi ấy trong biển nổi gió, thổi thuyền của họ đến bộ la-sát kia. Các la-sát thấy bọn khách buôn đến thì vui mừng khôn kể. Chúng ẩn hình la-sát, biến thành người nữ, xinh đẹp không thể sánh, rồi nói với các khách buôn: 'Chào mừng các bạn đến đây. Bến bảo vật này không khác gì thiên cung kia, có nhiều trân bảo đến hằng nghìn trăm loại; có đủ các thứ đồ ăn thức uống; lại có các cô gái xinh đẹp, [770a] thảy đều không chồng. Các bạn hãy ở đây vui thú với chúng tôi."

"Tỳ-kheo, nên biết, trong bọn khách buôn kia, những kẻ ngu hoặc khi thấy các cô gái liền móng tâm say đắm. Thương chủ Phổ Phú liền suy nghĩ như vầy, 'Trong biển lớn này là chỗ ở của loài phi nhân, làm sao có các cô gái này ở đó? Đấy nhất định là la-sát, không nghi ngờ gì nữa.' Rồi vị thương chủ bảo cô gái ấy, 'Thôi đủ rồi, các cô em! Chúng tôi không tham nữ sắc.'

"Thời bấy giờ, vào các ngày mùng tám, mười bốn và mười lăm mỗi nửa tháng, Mã vương⁴ bay vòng trong hư không, nói lời răn dạy này: 'Ai muốn vượt qua hiểm nạn của biển lớn, ta sẽ chở qua.' Trong khi ấy, vị thương chủ kia leo lên cây cao, trông thấy Mã vương ở đằng xa, nghe tiếng dội của âm thanh, hoan hỷ phấn khởi khôn xiết. Ông đi đến chỗ Mã vương, nói rằng, 'Chúng tôi gồm có năm trăm khách buôn bị gió thổi đến chỗ cực kỳ hiểm nạn này. Chúng tôi muốn vượt qua biển. Xin ngài giúp vượt qua.' Mã vương bảo các khách buôn, 'Các ông hãy lại hết đây. Tôi sẽ mang các ông đến bờ biển.' Thương chủ Phổ Phú bèn bảo các khách buôn, 'Mã vương đang ở gần đây, chúng ta tất cả hãy đến chỗ đó để cùng vượt qua hiểm nạn của biển.' Bọn khách buôn nói, 'Thôi, thôi, ông chủ. Chúng ta tốt hơn nên ở lại đây mà cùng hưởng vui thú. Sở dĩ ở tại Diêm-phù-đề phải cần lao khổ nhọc nên chúng ta đi tìm chỗ sung sướng. Chốn này có đủ bảo vật trân kỳ, cùng ngọc nữ xinh đẹp. Nên ở lại đây mà hưởng thụ năm thứ dục lạc. Những ngày tiếp theo, chúng ta thâu thập tài bảo hàng hóa rồi sẽ cùng nhau vượt qua hiểm nạn này.' Vị đại thương chủ nói với mọi người, 'Thôi đủ rồi, các người ngu si. Ở đây không có nữ nhân đâu. Trong biển cả làm gì có chỗ ở của loài người.' Bọn khách buôn nói, 'Hãy thôi đi, ông chủ. Chúng tôi không thể bỏ chỗ này mà đi được.'

"Bấy giờ Thương chủ Phổ Phú bèn nói bài kệ rằng:

> *Chúng ta gặp chốn hiểm*
> *Chớ tưởng nam hay nữ*
> *Đó là bọn la-sát*
> *Sẽ ăn dần chúng ta.*

"Nếu các bạn không đi theo tôi, các bạn hãy bảo bọc lấy nhau. Nếu tôi có điều gì xúc phạm do bởi thân, miệng, ý, mong các bạn bỏ qua cho, chớ để trong lòng.' Các khách buôn khi ấy cũng nói bài kệ để chia tay:

> *Chúng tôi gởi lời thăm*
> *Bà con tại Diêm-phù.*
> **[770b]** *Nay vui thú chốn này*
> *Chưa rõ ngày về quê.*

"Vị thương chủ đáp lại bằng bài kệ:

> *Các bạn đang lâm nạn;*
> *Mê hoặc, không chịu về.*
> *Như vậy, không bao lâu,*
> *Bị quỷ ăn thịt hết.*

"Nói kệ xong, ông bỏ đi. Đến chỗ Mã vương, ông đảnh lễ sát chân, rồi cưỡi đi. Bọn người kia, sau khi từ xa thấy thương chủ đã cưỡi Mã vương đi rồi, trong số đó hoặc có người kêu réo, hoặc có người lớn tiếng hờn trách. Trong khi ấy, chúa tể đại la-sát nói với các la-sát bằng bài kệ này:

> *Đã rơi miệng sư tử,*
> *Thoát ra thật quá khó.*

Huống gì vào bãi ta,
Muốn ra, thật quá khó.

"Bấy giờ, chúa tể la-sát hóa làm một người con gái cực kỳ xinh đẹp, lấy hai tay chỉ vào bụng mà nói, 'Nếu ta chẳng ăn thịt ngươi thì ta rốt lại không làm la-sát.'

"Trong lúc đó, Mã vương chở thương chủ vượt qua bờ biển bên kia; năm trăm khách buôn còn lại thảy đều bị khốn hết.

"Lúc bấy giờ vua Phạm-ma-đạt đang cai trị nhân dân trong thành Ba-la-nại. Khi ấy có la-sát đuổi theo sau vị đại thương chủ, nói rằng, 'Chao ôi, ta mất chồng rồi.'

"Khi thương chủ về đến nhà, la-sát hóa hình ẵm một bé trai, đi đến trước vua Phạm-ma-đạt tâu rằng, 'Thế gian có điều hết sức tai quái, xin hãy trừ diệt cho sạch.' Vua hỏi, 'Thế gian có điều tai quái gì mà phải diệt cho sạch?' La-sát tâu, 'Tôi bị chồng bỏ, mà chẳng có lỗi gì với chồng cả.' Phạm-ma-đạt thấy cô gái này cực kỳ xinh đẹp lạ thường, liền nổi tâm niệm say đắm. Ông bảo người nữ, 'Chồng của cô là người không có nghĩa nên mới bỏ cô mà đi.' Rồi Phạm-ma-đạt khiến người đi gọi người chồng đến, hỏi rằng, 'Có thật ngươi bỏ người vợ xinh đẹp này không?' Thương chủ đáp, 'Đó là la-sát chứ không phải người nữ.' Nữ la-sát lại tâu vua, 'Người này không có đạo nghĩa làm chồng. Nay đã bỏ tôi, lại mắng chửi tôi là la-sát.' Vua hỏi, 'Nếu ngươi thật sự không cần dùng, ta sẽ thâu nhận.' Thương chủ tâu, 'Nó là la-sát. Tùy thánh ý của vua.'

"Bấy giờ Phạm-ma-đạt liền mang cô gái này để trong thâm cung, thỉnh thoảng tiếp nạp, không để cho giận hờn. Sau đó, **[770c]** phi nhân la-sát bắt vua mà ăn thịt, chỉ chừa lại xương, rồi bỏ đi.

"Tỳ-kheo, chớ nghĩ là ai khác lạ. Thương chủ lúc đó là Tỳ-kheo Xá-lợi-phất bây giờ. La-sát lúc đó nay là người nữ này. Vua Phạm-ma-đạt lúc đó, nay chính là Tỳ-kheo trưởng lão vậy. Mã vương lúc đó chính là Ta. Năm trăm khách buôn lúc bấy giờ nay là năm trăm tỳ-kheo. Bằng phương tiện này mà biết rằng, dục là vọng tưởng bất tịnh. Vậy mà ông còn khởi lên ý tưởng say đắm sao?'

Bấy giờ tỳ-kheo ấy liền lễ dưới chân Phật, bạch Phật rằng:

"Thế Tôn, cúi xin nhận sự sám hối và tha thứ lỗi lầm nghiêm trọng này của con. Từ nay trở đi, con không còn dám tái phạm."

Tỳ-kheo này, sau khi nhận lời răn dạy của Như Lai, bèn một mình ở tại chỗ nhàn tĩnh, khắc kỷ tu tập. Sở dĩ thiện nam tử siêng năng tu hành là muốn đạt được phạm hạnh vô thượng. Bấy giờ, tỳ-kheo ấy thành A-la-hán.

Các tỳ-kheo sau khi nghe những gì Phậy dạy hoan hỷ phụng hành.

KINH SỐ 2[*]

Tôi nghe như vầy:

Một thời, Phật trú tại Thích-sí,[5] trong vườn trái cây Ám-bà-lê quả,[6] cùng với chúng đại Tỳ-kheo năm trăm vị.

Bấy giờ Tôn giả Xá-lợi-phất, Tôn giả Mục-kiền-liên, sau khi tọa hạ ở đó, dẫn năm trăm tỳ-kheo đi du hóa trong nhân gian; lần hồi đi đến trong một ngôi làng của Thích-sí.

Khi ấy các tỳ-kheo mới đến, và các tỳ-kheo đã trú ở đó cùng bàn luận, cùng thăm hỏi nhau, cao giọng lớn tiếng. Thế Tôn nghe các tỳ-kheo cao giọng lớn tiếng, bèn hỏi A-nan:

"Trong khu vườn này, tiếng của ai mà vang lớn thế? Giống như tiếng cây, đá gãy, vỡ."

A-nan bạch Phật:

"Nay Xá-lợi-phất và Mục-kiền-liên dẫn năm trăm tỳ-kheo đến đây. Các tỳ-kheo mới đến và các tỳ-kheo cũ ở đây chào hỏi nhau nên có tiếng ồn ấy."

Phật bảo A-nan:

"Ông bảo Tỳ-kheo Xá-lợi-phất và Mục-kiền-liên hãy đi chỗ khác ngay. Chớ có trú ở đó."

---

[*] Tham chiếu Pāli, M. 67 *Cātumā* (R.i. 456). Hán, No 137.

A-nan vâng lời Phật dạy, đi đến chỗ Xá-lợi-phất và Mục-kiền-liên, bảo họ rằng:

"Thế Tôn có dạy, các Thầy hãy mau rời khỏi đây; chớ có trú nơi này."

Xá-lợi-phất đáp:

"Thưa vâng! Kính vâng lời dạy."

Rồi Xá-lợi-phất và Mục-kiền-liên tức thì rời khỏi khu vườn ấy, dẫn năm trăm tỳ-kheo bước lên đường mà đi.

Lúc bấy giờ, những người họ Thích nghe Xá-lợi-phất và Mục-kiền-liên bị Phật đuổi, liền đi đến chỗ Tỳ-kheo Xá-lợi-phất và Mục-kiền-liên [771a], đảnh lễ sát chân, và bạch Xá-lợi-phất rằng:

"Các Hiền giả, nay muốn đi đâu?"

Xá-lợi-phất đáp:

"Chúng tôi bị Như Lai đuổi, đang đi tìm chỗ an nghỉ."

Những người họ Thích bạch Xá-lợi-phất:

"Thưa các Hiền giả, các ngài hãy chờ đây một lát. Chúng tôi sẽ đến sám hối với Như Lai."

Rồi những người họ Thích đi đến chỗ đức Thế Tôn, đảnh lễ sát chân Phật, rồi bạch Phật rằng:

"Cúi xin Thế Tôn tha thứ lỗi lầm cho các tỳ-kheo ở xa đến. Cúi xin Thế Tôn tùy thời thích hợp răn dạy những vị mới học đạo trong các tỳ-kheo từ xa đến ấy. Những người mới vào trong Chánh pháp chưa được nhìn thấy tôn nhan dễ sinh tâm biến đổi thoái thất. Giống như chồi non mà không được tưới nhuần thì không thể phát triển. Các tỳ-kheo này cũng vậy. Họ chưa được nhìn thấy Như Lai mà phải bỏ đi, e rằng tâm sẽ bị biến đổi thoái thất."

Khi ấy, Phạm thiên vương biết được những điều suy nghĩ trong tâm của Như Lai, trong khoảnh khắc như lực sĩ co duỗi cánh tay, biến mất khỏi cõi Phạm thiên, hiện đến chỗ Như Lai, cúi lạy dưới chân rồi đứng sang một bên. Bấy giờ Phạm thiên vương bạch Phật rằng:

"Cúi xin Thế Tôn tha thứ những lỗi lầm mà các tỳ-kheo từ xa đến đã gây ra, tùy thời thích hợp mà răn dạy. Trong số đó hoặc có vị chưa đạt đến cứu cánh, sẽ sanh tâm biến đổi thoái thất. Những ai chưa được nhìn thấy dung mạo của Như Lai, tâm ý bị biến đổi, họ sẽ quay trở về nghiệp cũ. Cũng như con nghé mới sinh mà mất mẹ, nó buồn rầu, bỏ ăn. Ở đây cũng vậy, nếu tỳ-kheo tân học mà không được nhìn thấy Như Lai, chắc sẽ rời bỏ Chánh pháp này."

Bấy giờ Thế Tôn nhận lời can gián của những người họ Thích, và thí dụ nghé con của Phạm thiên vương. Rồi Thế Tôn quay liếc nhìn A-nan, A-nan nghĩ rằng, "Như Lai đã chấp nhận lời can gián của mọi người, và của Phạm thiên vương." A-nan bèn vội đi đến chỗ Xá-lợi-phất và Mục-kiền-liên mà nói như vầy:

"Như Lai muốn gặp chúng Tăng. Trời và người thảy đều bày tỏ nghĩa lý này."

Xá-lợi-phất bảo các tỳ-kheo:

"Các thầy hãy thâu thập y, bát. Chúng ta cùng đi đến chỗ Thế Tôn. Bởi vì Như Lai đã chấp nhận cho chúng ta sám hối."

Rồi Xá-lợi-phất và Mục-kiền-liên dẫn năm trăm tỳ-kheo đi đến chỗ Thế Tôn, đảnh lễ sát chân, rồi ngồi qua một bên.

Đức Phật hỏi Xá-lợi-phất:

"Ta vừa rồi đuổi Tăng Tỳ-kheo đi. Ý ông nghĩ sao?"

Xá-lợi-phất đáp:

"Vừa rồi Như Lai đuổi chúng Tăng đi, con [771b] suy nghĩ như vầy, 'Như Lai ưa sống nơi chỗ nhàn tĩnh, một mình, vô vi, không ưa chỗ ồn ào. Do đó mà đuổi chúng Tăng đi vậy."

Phật bảo Xá-lợi-phất:

"Sau đó ông suy nghĩ gì? Khi ấy Thánh chúng sẽ do ai dắt dẫn?"

Xá-lợi-phất bạch Phật:

"Thế Tôn, khi ấy con lại suy nghĩ, 'Ta cũng nên sống một mình nơi chỗ nhàn tĩnh, không ở giữa chốn ồn ào."

Phật bảo Xá-lợi-phất:

"Chớ nói như vậy. Chớ có ý nghĩ như vậy, rằng 'Ta cũng nên sống một mình nơi chỗ nhàn tĩnh.' Như nay, người dắt dẫn chúng Tăng há không phải là Tỳ-kheo Xá-lợi-phất và Mục-kiền-liên chăng?"

Thế Tôn lại hỏi Đại Mục-kiền-liên:

"Khi Ta đuổi chúng Tăng đi, ông suy nghĩ gì?"

Mục-kiền-liên bạch Phật:

"Khi Như Lai đuổi chúng Tăng, con suy nghĩ như vầy, 'Như Lai muốn được sống một mình, vô vi, nên đuổi chúng Tăng đi vậy.'"

Phật bảo Mục-kiền-liên:

"Sau đó ông lại có ý nghĩ gì?"

Mục-kiền-liên bạch Phật:

"Nay Như Lai đuổi chúng Tăng đi, chúng con cần phải nhóm họp trở lại, không để cho tan rã."

Phật bảo Mục-kiền-liên:

"Lành thay, Mục-kiền-liên! Như điều ông nói. Đứng đầu trong chúng, duy chỉ Ta và hai ông thôi. Từ nay về sau, Mục-kiền-liên hãy dạy bảo các Tỳ-kheo hậu học, để cho được sống lâu dài trong chốn an ổn, không để cho nửa chừng bị rơi rụng, đọa lạc sinh tử.

"Tỳ-kheo nào thành tựu chín pháp sẽ không thể phát triển lớn lên ngay trong hiện pháp. Những gì là chín? Thân cận tùng sự với ác tri thức; không sự việc mà hằng ưa đi rong; thường xuyên ôm bệnh lâu dài; ham thích cất chứa tài vật, tham đắm y bát; phần nhiều trống rỗng, hư dối; ý loạn không định; không có sự sáng suốt của huệ; không hiểu rõ nghĩa lý; không tùy thời thích hợp sám hối. Này Mục-kiền-liên, đó là chín pháp mà tỳ-kheo nào thành tựu thì trong hiện pháp không thể tăng trưởng lớn mạnh, không được thấm nhuần.

"Có chín pháp mà tỳ-kheo nào thành tựu thì có thể hoàn tất những điều cần làm. Những gì là chín? Tùng sự với thiện tri thức; tu hành Chánh pháp, không dính mắc nghiệp tà; hằng sống nơi chốn đơn độc, không ưa thích chỗ đông người; ít bệnh, không hoạn; không cất chứa các thứ tài bảo, cũng không tham đắm y bát; cần hành tinh tấn; tâm không loạn động; nghe nghĩa lý liền hiểu rõ không cần phải nhắc lại; tùy thời thích hợp nghe pháp mà không biết chán. Này Mục-kiền-liên, đó là chín pháp mà tỳ-kheo nào thành tựu thì ngay trong hiện tại **[771c]** được nhiều lợi ích. Cho nên, Mục-kiền-liên, hãy nhớ chuyên cần đi đến dạy dỗ các tỳ-kheo, khiến họ trong lâu dài đạt đến chỗ vô vi."

Rồi Thế Tôn nói bài kệ này:

> *Thường niệm tự giác ngộ;*
> *Chớ đắm nhiễm phi pháp;*
> *Tu tập phải chánh hành;*
> *Vượt được nạn sinh tử.*

> *Làm vậy, mà được vậy,*
> *Làm điều này, phước này.*
> *Chúng sinh trôi nổi lâu,*
> *Đoạn trừ già, bệnh, chết;*

> *Không tập điều cần làm;*
> *Rồi lại hành phi pháp.*
> *Người buông lung như vậy,*
> *Tác thành hành hữu lậu.*

> *Nếu có tâm tinh cần,*
> *Luôn luôn dẫn đầu tâm;*
> *Lần lượt dạy bảo nhau,*
> *Sẽ thành bậc vô lậu.*

"Cho nên, này Mục-kiền-liên, hãy cùng răn dạy các tỳ-kheo như vậy; hãy nhớ nghĩ học như vậy."

Rồi Thế Tôn nói pháp cực kỳ vi diệu cho các tỳ-kheo, khiến họ phát tâm hoan hỷ.

Lúc bấy giờ, các tỳ-kheo sau khi nghe pháp này, trong chúng đó có hơn sáu mươi tỳ-kheo được lậu tận, tâm giải thoát.

Các tỳ-kheo sau khi nghe những gì Phật dạy hoan hỷ phụng hành.

KINH SỐ 3

Tôi nghe như vầy:

Một thời, Phật trú tại nước Xá-vệ, vườn Cấp Cô Độc, rừng cây Kỳ-đà.

Bấy giờ, Thế Tôn nói với các tỳ-kheo:

"Nếu có tỳ-kheo nào sống nương tựa thôn xóm mà pháp thiện tiêu diệt, pháp ác cứ tăng trưởng; thì tỳ-kheo ấy nên học như vầy: 'Ta nay sống nơi thôn xóm mà pháp ác cứ tăng, pháp thiện giảm dần, niệm không chuyên nhất, không thể dứt sạch các lậu, không đạt đến nơi chốn vô vi an ổn. Những gì mà ta có được, như áo, chăn, đồ ăn, thức uống, giường chõng, ngọa cụ, thuốc men trị bệnh, thảy đều khó nhọc mới thu hoạch được.' Rồi tỳ-kheo ấy nên học như vầy: 'Ta nay sống trong thôn xóm này, mà pháp ác cứ tăng, pháp thiện thì tiêu diệt. Ta cũng không phải vì áo, chăn, đồ ăn, thức uống, giường chõng, ngọa cụ, thuốc men trị bệnh mà làm sa-môn. Điều mà ta mong cầu ước nguyện nay vẫn chưa có kết quả.' Tỳ-kheo ấy nên rời bỏ thôn xóm ấy mà đi.

"Lại nữa, hoặc có tỳ-kheo nào sống nương nơi thôn xóm, mà pháp thiện tăng trưởng, pháp ác tiêu diệt. Những gì có được, như áo, chăn, đồ ăn, thức uống, giường chõng, ngọa cụ, thuốc men trị bệnh, thảy đều khó nhọc mới có, tỳ-kheo ấy nên học như vầy: 'Ta nay nương nơi thôn xóm này mà sống, thiện pháp tăng trưởng, pháp ác [772a] tiêu diệt. Những gì có được, như áo, chăn, đồ ăn, thức uống, giường chõng, ngọa cụ, thuốc men trị bệnh, thảy đều khó nhọc mới có. Nhưng ta không vì áo chăn mà xuất gia học đạo, tu tập phạm hạnh. Điều mà ta mong cầu ước nguyện bởi học đạo ắt sẽ thành tựu. Ta hãy trọn đời thừa sự, cúng dường pháp ấy.'"

Rồi Thế Tôn nói bài kệ này:

> *Áo chăn và ẩm thực,*
> *Giường chõng và chỗ nghỉ,*
> *Chớ móng tâm tham đắm,*
> *Chớ trở lại đời này.*
>
> *Không phải vì cơm áo*

Mà xuất gia học đạo.
Người sở dĩ học đạo,
Tất đạt thành sở nguyện.

Tỳ-kheo nên thích thời
Suốt đời sống thôn kia;
Ở đó Bát-niết-bàn
Dứt sạch gốc rễ mạng.

"Ở đây, tỳ-kheo kia hoặc sống giữa nhân gian, thôn xóm nhàn tĩnh, mà pháp thiện tăng trưởng, pháp ác tiêu diệt, tỳ-kheo ấy nên suốt đời sống tại thôn xóm đó, không nên rời bỏ đi xa."

Khi ấy A-nan bạch Thế Tôn rằng:

"Như Lai há không thường nói, bốn đại y vào thức ăn mà tồn tại, và y nơi pháp được niệm tưởng trong tâm, các pháp thiện y tâm mà sinh. Vả lại, tỳ-kheo kia y thôn xóm mà sống, với tinh cần khổ nhọc mới tìm cầu được y phục, thức ăn; vị ấy làm thế nào để sanh pháp thiện, sống nơi thôn xóm đó, không bỏ đi xa?"

Phật bảo A-nan:

"Áo chăn, cơm nước, giường chõng và ngọa cụ, thuốc men, đều có ba loại. Nếu tỳ-kheo chuyên niệm sự cúng dường bốn nhu yếu,[7] mà sở cầu không toại; thì sự y tựa ấy là khổ. Nếu phát khởi tâm tri túc, không móng tâm tham đắm, chư thiên và loài người thảy đều hoan hỷ. Các tỳ-kheo hãy học điều này. Ta vì lý do đó mà nói ý nghĩa này. Cho nên, này A-nan, tỳ-kheo hãy chuyên niệm thiểu dục, tri túc."

Như vậy, A-nan nghe những điều Phật dạy hoan hỷ phụng hành.

KINH SỐ 4

Tôi nghe như vầy:

Một thời, đức Phật ở trong vườn Bà-la.[8]

Bấy giờ, đến giờ, đức Thế Tôn khoác y, cầm bát, vào thôn Bà-la khất thực. Khi ấy ác ma Ba-tuần suy nghĩ như vầy: 'Nay sa-môn này muốn vào thôn khất thực. Ta hãy tìm cách khiến đàn ông, đàn bà không bố thí cho.' Rồi ác ma Ba-tuần bảo nhân dân khắp trong nước chớ bố thí đồ ăn cho Sa-môn Cù-đàm.

Khi Thế Tôn vào thôn khất thực, mọi người **[772b]** đều không nói năng gì với Như Lai, cũng không thừa sự cúng dường. Như Lai khất thực xong mà không nhận được gì, bèn trở ra khỏi thôn. Lúc bấy giờ, ác ma Ba-tuần đến chỗ Như Lai, hỏi Phật:

"Sa-môn, khất thực xong, có được gì không?"

Thế Tôn đáp:

"Do hành vi của ma mà Ta không nhận được thức ăn. Rồi không bao lâu ngươi cũng sẽ nhận lãnh quả báo này. Này ma, nay hãy nghe Ta nói.

"Trong Hiền kiếp, có Phật hiệu là Câu-lâu-tôn Như Lai, Chí chân, Đẳng chánh giác, Minh hành túc, Thiện thệ, Thế gian giải, Vô thượng sỹ, Điều ngự trượng phu, Thiên nhân sư, hiệu là Phật Thế Tôn, xuất hiện ở đời.⁹ Lúc bấy giờ đức Phật ấy cũng nương nơi thôn xóm này mà trú ngụ, dẫn theo đồ chúng bốn mươi vạn người. Bấy giờ ác ma Ba-tuần suy nghĩ như vầy: 'Ta nay tìm cầu phương tiện của sa-môn này, quyết không cho được gì.' Rồi ác ma lại nghĩ: 'Ta nay hãy khuyến cáo mọi người trong thôn Bà-la đừng cho sa-môn này đồ ăn. Khi các Thánh chúng khoác y, cầm bát vào thôn khất thực, nhưng các tỳ-kheo cuối cũng không nhận được gì, bèn trở ra khỏi thôn.

"Lúc bấy giờ, đức Phật kia nói với các tỳ-kheo pháp vi diệu này, 'Phàm có chín điều để quán sát thức ăn. Bốn loại thức ăn của nhân gian, và năm loại thức ăn xuất thế gian. Bốn loại thức ăn của nhân gian là gì? Một là đoàn thực; hai là xúc thực; ba là niệm thực; bốn là thức thực. Đó là bốn loại thức ăn của thế gian. Năm loại thức ăn xuất thế gian là gì? Một, thức ăn bởi thiền; hai, thức ăn bởi nguyện; ba, thức ăn bởi niệm; bốn, thức ăn bởi tám giải thoát; năm, thức ăn bởi hỷ. Đó là năm loại thức ăn biểu hiện của xuất thế gian. Như vậy, tỳ-kheo, các ngươi hãy chuyên niệm xả bỏ bốn loại thức ăn, tìm cầu phương tiện có được năm loại thức ăn. Như vậy, tỳ-kheo, hãy học điều này.' Các tỳ-kheo lúc bấy giờ thọ nhận lời dạy của đức Phật kia, tự mình khắc kỷ để hoàn thành có năm loại thức ăn. Vì vậy, ma Ba-tuần không thừa cơ hội được. Ba-tuần bèn nghĩ, 'Ta nay đã không lung lạc được sa-môn này. Ta hãy tìm cơ hội nơi mắt, tai, mũi, lưỡi, thân, ý. Ta hãy khuyến khích mọi người trong thôn khiến cho chúng sa-môn nhận được các thứ lợi lộc trước đó chưa hề được; các lợi lộc đã được càng tăng thêm, cho đến mức khiến lòng tham lợi dưỡng của các tỳ-kheo kia không thể xả bỏ trong chốc lát. Rồi ta sẽ thừa cơ hội từ nơi mắt, tai, mũi, lưỡi, thân, ý, **[772c]** được chăng?'

"Bấy giờ, các Thanh văn của đức Phật kia, đến giờ, khoác y, cầm bát vào thôn khất thực. Khi ấy nhân dân trong thôn Bà-la¹⁰ kia cung cấp cho tỳ-kheo các thứ áo chăn, cơm nước, giường chõng và ngọa cụ, thuốc men, không để cho thiếu thốn. Mọi người đến trước, nắm y tăng-già-lê, ép phải nhận các vật bố thí.

"Đức Phật kia lúc bấy giờ nói pháp này cho chúng Thanh văn: 'Phàm lợi dưỡng khiến người rơi xuống nẻo xấu, không khiến cho đạt đến chỗ an ổn vô vi. Tỳ-kheo các người chớ móng khởi ý tưởng tham đắm. Hãy chuyên niệm xả ly các thứ lợi dưỡng. Nếu tỳ-kheo tham đắm lợi dưỡng sẽ không thể thành tựu năm phần pháp thân, không đầy đủ giới đức. Cho nên, này các tỳ-kheo, tâm lợi dưỡng chưa sinh thì khiến cho đừng sinh. Tâm lợi dưỡng đã sinh thì hãy nhanh chóng trừ diệt. Như vậy, tỳ-kheo, hãy học điều này.'"

Lúc bấy giờ ma Ba-tuần bèn ẩn hình mà đi mất.

Các tỳ-kheo sau khi nghe những gì Phật dạy hoan hỷ phụng hành.

KINH SỐ 5

Tôi nghe như vầy:

Một thời, Phật ở tại vườn Cấp Cô Độc, rừng cây Kỳ-đà, nước Xá-vệ.

Bấy giờ Thế Tôn nói với các tỳ-kheo:

"Hãy hành tâm từ; trải rộng tâm từ. Do hành tâm từ, những gì là tâm sân hận thù nghịch, tự chúng sẽ tiêu trừ. Vì sao vậy? Tỳ-kheo, nên biết, xưa có một con quỷ cực kỳ xấu xa hung bạo. Nó đến ngồi trên tòa của Thích Đề-hoàn Nhân. Lúc bấy giờ các trời Tam thập tam vô cùng tức giận, rằng 'Con quỷ này sao dám đến ngồi trên chỗ ngồi của chúa chúng ta?' Khi chư thiên vừa khởi tâm sân hận, con quỷ kia liền trở thành có dung mạo đẹp đẽ dị thường. Lúc đó, Thích Đề-hoàn Nhân cùng với các ngọc nữ đang vui đùa tại giảng đường Phổ tập. Bấy giờ có một thiên tử đi đến chỗ Thích Đề-hoàn Nhân, tâu với Đế Thích rằng, 'Cù-dực,[11] nên biết, nay có một con quỷ đang ngồi trên tôn tòa. Chư thiên Tam thập tam thảy đều tức giận. Khi chư thiên vừa khởi tâm sân hận, con quỷ ấy bỗng trở nên có dung mạo đẹp đẽ khác thường.' Thích Đề-hoàn Nhân liền nghĩ, 'Con quỷ này tất phải là quỷ thần diệu.' Rồi Thích Đề-hoàn Nhân đi đến chỗ con quỷ kia, cách nhau không xa, cùng xưng tên họ, 'Ta là Thích Đề-hoàn Nhân, chúa của chư thiên.' Khi Thích Đề-hoàn Nhân tự xưng danh tính, con quỷ kia liền trở thành có dung mạo xấu xí, dễ ghét. Con quỷ đó tức thì biến mất.

"Tỳ-kheo, do phương tiện này mà biết, [773a] ai hành từ tâm không rời, thì đức của người ấy là như vậy.

"Lại nữa, tỳ-kheo, ngày xưa Ta trong bảy năm hằng tu từ tâm, trải qua bảy kiếp thành, kiếp hoại, không qua lại sinh tử. Khi kiếp sắp hoại, sinh lên trời Quang âm. Khi kiếp sắp thành, sinh lên trời Vô tưởng[12]. Hoặc làm Phạm thiên thống lãnh chư thiên, thống lãnh mười nghìn thế giới. Lại có khi 37 lần làm Thích Đề-hoàn Nhân. Lại vô số lần làm Chuyển Luân Thánh vương. Do phương tiện này mà biết rằng, ai hành từ tâm, đức của người ấy là như vậy.

"Lại nữa, ai hành từ tâm, khi thân hoại mạng chung, sinh lên cõi trời, rời xa ba ác đạo, tránh khỏi tám nạn.

"Lại nữa, ai hành từ tâm thì sinh vào nước trung chánh.

"Lại nữa, ai hành từ tâm, có dung mạo xinh đẹp, các căn không khuyết, hình thể toàn vẹn.

"Lại nữa, ai hành từ tâm, tự thân được thấy Như Lai, thừa sự chư Phật, không thích sống tại gia, muốn được xuất gia học đạo, khoác ba pháp y, cạo bỏ râu tóc, tu hành pháp sa-môn, tu phạm hạnh vô thượng.

"Tỳ-kheo, nên biết, cũng như kim cang mà người mang lấy ăn, trọn không bao giờ tiêu hóa mà phải xổ ra. Người hành từ tâm cũng vậy. Nếu Như Lai xuất thế, người đó sẽ hành đạo, tu phạm hạnh vô thượng, *cho đến* biết như thật rằng: 'Sinh tử đã dứt, phạm hạnh đã lập, điều cần làm đã làm xong, không còn tái sinh đời sau.'"

Lúc bấy giờ Tôn giả A-nan bạch Phật rằng:

"Thế Tôn, giả sử khi Như Lai không xuất thế, mà thiện nam tử kia không thích sống tại gia, sẽ phải quy hướng về đâu?"

Phật bảo A-nan:

"Nếu khi Như Lai không xuất thế, mà thiện nam tử kia không thích sống tại gia, tự mình cạo bỏ râu tóc, sống nơi chỗ nhàn tĩnh, tự khắc kỷ tu tập, tức ngay ở nơi đó mà các lậu diệt tận, thành vô lậu hành."

A-nan bạch Phật:

"Thế Tôn, người tự mình tu phạm hạnh, hành theo ba thừa kia sẽ quy hướng về đâu?"

Phật bảo A-nan:

"Như điều ông nói, Ta hằng thuyết hành của ba thừa. Chư Phật trong ba đời, quá khứ và vị lai, cũng thuyết hành của ba thừa.

"A-nan, nên biết, có một thời, các loài chúng sinh có dung mạo và thọ mạng càng lúc càng giảm thiểu, thân hình gầy yếu, không có uy thần, nhiều sân, nộ, tật đố, nhuế, si, gian nguy, huyễn hoặc, sở hành không chân chánh. Hoặc có chúng sinh có các căn linh lợi, nhanh nhẹn, chúng tranh giành lẫn nhau, đấu tranh kiện tụng nhau; hoặc chúng nắm tay, [773b] hoặc lấy ngói, đá, dao, gậy, tàn hại nhau. Các loài chúng sinh vào lúc bấy giờ khi cầm đến cọng cỏ, cỏ liền biến thành đao kiếm, cắt đứt mạng căn kẻ khác. Trong số đó, chúng sinh nào hành từ tâm, không có sân nộ, thấy sự biến quái này, trong lòng kinh sợ, thảy cùng nhau bỏ chạy, tránh xa chốn hung ác này. Trong chốn núi non, chúng tự nhiên cạo bỏ râu tóc, khoác ba pháp y, tu phạm hạnh vô thượng, tự mình khắc kỷ tu tập, tâm được giải thoát khỏi các lậu mà nhập cảnh giới vô lậu. Mỗi mỗi nói với nhau rằng, 'Chúng ta đã thắng kẻ thù.' A-nan, nên biết, những người đó được nói là tối thắng."

A-nan bạch Phật:

"Những vị ấy thuộc vào bộ nào, Thanh văn bộ, Bích-chi-phật bộ hay Phật bộ?"

Phật bảo A-nan:

"Những vị ấy cần được nói là thuộc Bích-chi-phật bộ. Vì sao vậy? Những người ấy đều do tạo các công đức, hành các gốc rễ thiện, tu thanh tịnh bốn đế, phân biệt các pháp. Phàm hành pháp thiện ở đây là hành từ tâm vậy. Vì sao vậy? Bước đi nhân ái, hành từ tâm, đức ấy rộng lớn. Ngày xưa Ta khoác khôi giáp nhân từ này mà hàng phục ma và quyến thuộc của nó, ngồi dưới gốc thọ vương, thành đạo Vô Thượng. Do phương tiện này mà biết từ là tối đệ nhất; từ là pháp tối thắng. A-nan, nên biết, do đó mà nói, ai hành từ tâm là tối thắng, đức của người ấy là như vậy, không thể ước tính. Vậy hãy nên tầm cầu phương tiện hành từ tâm. Như vậy, A-nan, hãy học điều này."

A-nan sau khi nghe những gì Phật dạy hoan hỷ phụng hành.

KINH SỐ 6[*]

Tôi nghe như vầy:

Một thời, Phật ở tại vườn Cấp Cô Độc, rừng cây Kỳ-đà, nước Xá-vệ.

Bấy giờ, Tôn giả Xá-lợi-phất, vào lúc sáng sớm, rời tĩnh thất, đi đến chỗ Thế Tôn, đảnh lễ sát chân, rồi ngồi qua một bên. Khi ấy Phật nói với Xá-lợi-phất:

"Ông hôm nay các căn thanh tịnh, nhan sắc khác người. Ông đang an trú trong tam-muội nào?"

Xá-lợi-phất bạch Phật:

"Kính vâng, bạch Thế Tôn, con hằng an trú Không tam-muội."

Phật bảo Xá-lợi-phất:

"Lành thay, lành thay, như Xá-lợi-phất mới có thể an trú nơi Không tam-muội. Vì sao vậy? Trong các tam-muội, Không[13] tam-muội là tối thượng đệ nhất. Tỳ-kheo an trú Không tam-muội không chấp trước ngã,

---

[*] Tham chiếu Pāli, M. 151 *Piṇḍapātapārisuddhisuttaṃ* (R. iii. 293). Hán, *Tạp* (bản Việt) kinh 238.

nhân, thọ mạng, cũng không thấy có chúng sinh, cũng không thấy có bản mạt của các hành. Do không thấy có, nên không tạo gốc rễ của hành. Do không có [773c] hành nên không còn tái sinh đời sau. Do không còn tái sinh đời sau nên không còn thọ nhận quả báo khổ lạc.

"Xá-lợi-phất nên biết, ngày xưa khi Ta chưa thành Phật, ngồi dưới gốc thọ vương, suy nghĩ như vầy: 'Các loài chúng sinh này do không nắm bắt được pháp gì mà phải trôi lăn trong sinh tử, không được giải thoát?' Khi ấy, Ta lại nghĩ, vì không có Không tam-muội nên phải trôi nổi sinh tử, không được giải thoát. Có Không tam-muội này, nhưng chúng sinh chưa đạt được, khiến chúng sinh khởi tưởng niệm đắm trước. Do khởi tưởng thế gian nên thọ nhận phần sinh tử. Nếu đạt được Không tam-muội này, không có gì là sở nguyện, do đó đạt được Vô nguyện tam-muội. Do đạt được Vô nguyện tam-muội, không mong cầu chết nơi này sinh về nơi kia; hoàn toàn không có tưởng niệm. Bấy giờ hành giả ấy lại đạt được và an trú trong Vô tướng tam-muội.

"Các loài chúng sanh này do không đạt được ba tam-muội này nên trôi nổi sinh tử.

"Sau khi quán sát các pháp, Ta liền đắc Không tam-muội. Sau khi đắc Không tam-muội, Ta liền thành A-nậu-đa-la tam-miệu-tam-bồ-đề. Ta lúc bấy giờ do đạt được Không tam-muội, bảy ngày bảy đêm quán sát cây đạo thọ, mắt không hề nháy.

"Xá-lợi-phất, do phương tiện này mà biết rằng Không tam-muội là tối đệ nhất trong các tam-muội. Vua trong các tam-muội là Không tam-muội vậy. Cho nên, Xá-lợi-phất, hãy tìm cầu phương tiện hoàn thành Không tam-muội. Như vậy, Xá-lợi-phất, hãy học điều này."

Xá-lợi-phất sau khi nghe những gì Phật dạy hoan hỷ phụng hành.

KINH SỐ 7

Tôi nghe như vầy:

Một thời, Phật trú tại Ca-lan-đà trong Trúc viên, thành La-duyệt, cùng với chúng đại Tỳ-kheo một ngàn hai trăm năm mươi vị.

Lúc bấy giờ, trong thành La-duyệt có một trưởng giả tên là Thi-lợi-quật[14], có nhiều của cải, nhiều bảo vật, vàng, bạc, châu báu, xa cừ, mã não, không sao kể xiết. Nhưng ông lơ là Phật pháp, chỉ phụng sự ngoại đạo là Ni-kiền Tử. Quốc vương, đại thần thảy đều quen biết ông.

Lúc bấy giờ, các hàng tại gia và xuất gia ngoại đạo và các đệ tử xuất gia và tại gia của Ni-kiền Tử tự nói lời phỉ báng rằng: 'Có ngã, và chấp có thân của ngã.' Chúng cùng với các nhóm sáu tôn sư ngoại đạo tập họp tại một nơi, bàn luận như vầy:

"Nay Sa-môn Cù-đàm không việc gì mà không biết. Ông ấy có Nhất thiết trí. Song, chúng ta không được lợi dưỡng, mà sa-môn ấy lại có nhiều lợi dưỡng. Phải tìm phương tiện không cho ông ấy được lợi dưỡng. Chúng ta hãy đến **[774a]** nhà Thi-lợi-quật, khiến trưởng giả ấy bày kế sách."

Rồi ngoại đạo xuất gia, Ni-kiền Tử, cùng với sáu tôn sư, đi đến nhà Trưởng giả Thi-lợi-quật, nói với trưởng giả này rằng:

"Đại gia nên biết, ông là người được sinh bởi Phạm thiên, là con của Phạm thiên, có được lợi ích. Nay ông hãy đến chỗ Sa-môn Cù-đàm, vì thương tưởng chúng tôi, thỉnh sa-môn cùng chúng tỳ-kheo về nhà để tế tự. Lại sai làm một hầm lửa lớn ở trong nhà, đốt ngọn lửa cực kỳ rực rỡ. Trong các thức ăn đều bỏ thuốc độc rồi mời đến ăn. Nếu Sa-môn Cù-đàm có Nhất thiết trí, biết rõ[15] sự việc trong ba đời, sẽ không nhận lời mời. Nếu không có Nhất thiết trí, tất sẽ nhận lời mời, dẫn đệ tử đến đây, để tất cả đều bị đốt cháy. Trời người sẽ được yên ổn, không có tai hại."

Thi-lợi-quật im lặng nhận lời của sáu tôn sư. Ông ra khỏi thành, đi đến chỗ Thế Tôn, cúi đầu lễ sát chân, mà trong lòng chứa chất độc hại, bạch Như Lai rằng:

"Cúi xin Thế Tôn cùng Tỳ-kheo Tăng nhận lời mời của tôi."

Thế Tôn biết rõ những điều suy nghĩ trong tâm ông, im lặng nhận lời. Thi-lợi-quật thấy Như Lai im lặng nhận lời mời, liền đứng dậy, đảnh lễ sát chân Phật, rồi thối lui mà đi. Giữa đường, ông nghĩ như vầy: 'Nay điều mà sáu tôn sư của ta nói rất là chính xác. Nhưng sa-môn không biết những điều suy nghĩ trong tâm ta. Họ sẽ bị lửa lớn đốt cháy.'

Rồi Thi-lợi-quật trở về nhà, sai làm một hầm lửa lớn, đốt ngọn lửa lớn hừng hực. Lại sai làm các món ăn đủ loại, tất cả đều bỏ thuốc độc. Ở bên ngoài cửa lại làm một hầm lửa lớn, với ngọn lửa lớn hừng hực. Bên trên ngọn lửa đặt các giường ngồi, cũng bôi các thứ kịch độc. Đến giờ, sai người đi báo giờ ăn đã đến.

Bấy giờ Thế Tôn biết giờ ăn đã đến, bèn khoác y, cầm bát, dẫn các tỳ-kheo vây quanh trước sau, đi đến nhà ấy. Ngài lại lệnh các Tỳ-kheo Tăng không ai được đi trước Ngài, không được ngồi trước Ngài, cũng không được ăn cái gì trước Ngài. Trong lúc đó, các nhóm nhân dân trong thành La-duyệt nghe nói Thi-lợi-quật cho đào đất làm hầm lửa, lại làm thức ăn độc mà thỉnh Phật và chúng Tăng; bốn bộ chúng thảy đều than khóc, "Như Lai và Tỳ-kheo Tăng tất bị hại chăng?"

Có người đi đến chỗ Thế Tôn, đảnh lễ sát chân, bạch Phật rằng:

"Cúi xin Thế Tôn chớ đến nhà trưởng giả đó. Ông ấy làm hầm lửa lớn, lại làm các thức ăn độc."

Phật nói:

"Mọi người chớ ôm lòng sợ hãi. **[774b]** Như Lai không bao giờ bị kẻ khác hại. Giả sử ngọn lửa trong Diêm-phù-đề cao đến Phạm thiên cũng không thể đốt cháy Ta được; huống gì ngọn lửa nhỏ ấy mà hại được Như Lai. Không bao giờ có trường hợp ấy. Các ưu-bà-tắc, nên biết, Ta không còn có tâm gây hại."

Bấy giờ, Thế Tôn với các tỳ-kheo vây quanh trước sau đi vào thành La-duyệt, đến nhà trưởng giả. Thế Tôn bảo các tỳ-kheo:

"Các người chớ đi vào nhà gia chủ trước, cũng chớ có ăn trước. Đợi Như Lai ăn rồi mới ăn.

Khi Thế Tôn vừa cất chân lên trên ngưỡng cửa, hầm lửa tự nhiên hóa thành ao tắm cực kỳ mát mẻ, trong đó đầy các loại hoa; cũng có mọc hoa sen lớn như bánh xe, cọng bằng bảy báu; và cũng mọc các loại sen khác, trong đó ong mật bay nhởn nhơ.

Trong lúc đó, Thích Đề-hoàn Nhân, Phạm thiên vương, và Tứ thiên vương, cùng với càn-thát-bà, a-tu-la, các dạ-xoa, quỷ thần các loại, thấy trong hầm lửa mọc lên hoa sen này, ai nấy đều chúc mừng chuyện lạ, khác giọng, cùng lời, thảy đều nói: "Thế mới biết Như Lai là đệ nhất trong các bậc chiến thắng."

Lúc bấy giờ, trong nhà trưởng giả có đủ các ngoại đạo dị học cùng tụ tập về đó. Khi ấy, các ưu-bà-tắc, ưu-bà-di, sau khi thấy sự biến hóa của Như Lai, hoan hỷ phấn chấn không dừng được. Các ngoại đạo dị học sau khi thấy sự biến hóa của Như Lai thì trong lòng ưu sầu. Trong hư không, chư thiên, tôn thần rải xuống đủ các loại danh hoa lên trên thân Như Lai. Thế Tôn lúc ấy bước trên không mà đi, cách mặt đất bốn tấc. Chỗ nào Như Lai cất chân, chỗ đó mọc lên đóa hoa sen lớn như bánh xe. Rồi Thế Tôn quay về bên phải, bảo các tỳ-kheo:

"Các ngươi hãy đạp lên hoa sen mà đi."

Khi ấy các Thanh văn đều bước trên hoa sen mà đến nhà trưởng giả.

Rồi Thế Tôn nói thí dụ bằng câu chuyện cổ tích:

"Ta, từ quá khứ cho đến nay, đã cúng dường hằng sa chư Phật, thừa sự, lễ kính, chưa hề làm sai Thánh ý; nay mang những điều này ra mà thệ nguyện, khiến cho các chỗ ngồi đều được vững vàng."

Rồi Thế Tôn bảo các tỳ-kheo:

"Ta cho phép các tỳ-kheo trước hết lấy tay đặt lên chỗ ngồi, rồi sau đó mới ngồi. Đây là giáo sắc của Ta."

Khi Thế Tôn và các Tỳ-kheo Tăng đã ngồi lên chỗ ngồi, thì dưới chỗ ngồi ấy thảy đều mọc lên hoa sen thơm lừng.

Thi-lợi-quật thấy sự biến hóa của Như Lai như vậy, trong lòng suy nghĩ: 'Ta bị ngoại đạo dị học dối gạt, làm ta mất đi sở hành trong loài người, vĩnh viễn mất con đường sinh thiên.' Trong lòng rất phẫn nộ, như [774c] uống phải chất độc. 'Ta chắc sẽ đọa trong ba ác đạo. Quả thật, Như Lai xuất thế, rất khó gặp.' Hiểu biết điều này rồi, ông liền rơi lệ, đánh lễ sát chân Phật, bạch rằng:

"Cúi mong Như Lai nghe con sám hối lỗi lầm. Con sẽ sửa đổi việc làm quá khứ, tu tập tương lai. Tự biết mình có tội đã xúc nhiễu Như Lai. Cúi nguyện Thế Tôn nhận sự hối lỗi của con. Từ nay không còn tái phạm nữa."

Phật bảo trưởng giả:

"Sửa đổi lỗi lầm, dẹp bỏ tâm ý trước kia, mới có thể tự biết đã xúc phạm Như Lai. Trong pháp của Hiền thánh, thật là rộng rãi. Ta chấp nhận cho ông sửa lỗi, tùy pháp mà xả bỏ. Ta nay nhận sự hối lỗi của ông. Về sau chớ tái phạm."

Nói như vậy ba lần.

Lúc bấy giờ, vua A-xà-thế nghe Trưởng giả Thi-lợi-quật đặt bày hầm lửa, và pha thức ăn độc để hại Như Lai, bèn nổi cơn thịnh nộ, bảo các quần thần:

"Cần phải tiêu diệt hết những người trên Diêm-phù-lợi-địa có cùng tên Thi-lợi-quật này!"

Rồi vua A-xà-thế lại nhớ đến công đức của Như Lai, buồn khóc rơi lệ, cởi mũ thiên quan xuống, nói với quần thần:

"Ta nay sống mà làm gì, nếu như Như Lai bị lửa đốt cháy, và chúng Tăng cũng đều bị đốt cháy. Các ngươi hãy đến nhà trưởng giả mà trông chừng Như Lai."

Khi ấy Kỳ-bà-già vương tử tâu vua A-xà-thế:

"Đại vương, chớ có lo rầu, cũng đừng khởi lên ý tưởng ác. Vì sao? Như Lai không bao giờ bị kẻ khác hại. Hôm nay Thi-lợi-quật sẽ làm đệ tử của Như Lai. Ngưỡng mong đại vương hãy đến xem sự biến hóa."

Bấy giờ A-xà-thế theo lời khuyến dụ của Kỳ-bà-già, bèn cưỡi con voi lớn Tuyết sơn, đi đến nhà Trưởng giả Thi-lợi-quật. Vua xuống voi, đi vào nhà Thi-lợi-quật. Lúc ấy đám đông đang tụ tập ngoài cửa, có đến tám vạn bốn nghìn người. Khi A-xà-thế trông thấy hoa sen lớn như bánh xe, hoan hỷ phấn khởi không dừng được, bèn nói lên rằng:

"Cầu cho Như Lai hằng thắng các chúng ma."

Rồi vua bảo Kỳ-bà-già vương tử:

"Lành thay, Kỳ-bà-già, ông mới tin có sự việc như vậy nơi Như Lai!"

Bấy giờ vua A-xà-thế đi đến Thế Tôn, đảnh lễ sát chân, rồi ngồi qua một bên. Khi ấy A-xà-thế thấy từ miệng Như Lai phóng ra ánh sáng, và cũng nhìn thấy nhan sắc lạ thường của Như Lai, trong lòng hết sức hoan hỷ không dừng được.

Lúc bấy giờ Trưởng giả Thi-lợi-quật bạch Thế Tôn:

"Những thức ăn mà con dọn ra đều có độc. Cúi mong Thế Tôn đợi giây lát, [775a] con sẽ cho dọn thức ăn khác. Sở dĩ như vậy, để không khiến thân thể của Như Lai có tăng tổn."

Phật bảo trưởng giả:

"Như Lai cùng các đệ tử không bao giờ bị kẻ khác làm hại. Những thức ăn mà trưởng giả đã dọn lên, hãy tùy thời thích hợp mà dâng cúng."

Khi ấy trưởng giả tự tay san sớt, bưng lên các món thức ăn.

Bấy giờ Thế Tôn nói bài kệ này:

> *Chí thành Phật, Pháp, Tăng,*
> *Giải độc không còn gì.*
> *Chư Phật không có độc.*
> *Chí thành Phật, giải độc.*

> *Chí thành Phật, Pháp, Tăng,*
> *Giải độc không còn gì.*
> *Chư Phật không có độc.*
> *Chí thành Pháp, giải độc.*

> *Chí thành Phật, Pháp, Tăng,*
> *Giải độc không còn gì.*
> *Chư Phật không có độc.*
> *Chí thành Tăng, giải độc.*

> *Độc tham dục, sân nhuế;*
> *Thế gian có ba độc.*
> *Như Lai hằng không độc.*
> *Chí thành Phật, giải độc.*

> *Độc tham dục, sân nhuế;*
> *Thế gian có ba độc.*
> *Pháp Như Lai không độc.*
> *Chí thành Pháp, giải độc.*

> *Độc tham dục, sân nhuế;*
> *Thế gian có ba độc.*

Tăng Như Lai không độc.

Chí thành Tăng, giải độc.

Thế Tôn, sau khi nói bài kệ này bèn ăn thức ăn có pha chất độc. Thế Tôn bảo các tỳ-kheo:

"Các ngươi chớ có ăn trước. Hãy đợi Như Lai ăn đã, sau đó mới ăn.

Bấy giờ trưởng giả tự tay san sớt, bưng dọn đủ các món thức ăn cúng dường Phật và Tỳ-kheo Tăng.

Khi Trưởng giả Thi-lợi-quật thấy Như Lai đã ăn xong, cất dẹp bát, ông dọn một chỗ ngồi nhỏ ngồi trước Như Lai. Thế Tôn bèn thuyết các đề tài vi diệu cho trưởng giả và đám đông tám vạn bốn nghìn người. Ngài thuyết các đề tài về thí, về giới, về sinh thiên, dục là bất tịnh, dâm dật là tai họa lớn, xuất yếu là lạc. Như Lai xem xét thấy tâm ý của gia chủ cùng tám vạn bốn nghìn người đã khai tỏ, không còn bụi bẩn, như pháp mà chư Phật thường thuyết là khổ, tập, tận, đạo; Ngài thuyết cho hết thảy chúng tám vạn bốn nghìn người, phân biệt chi tiết các hành của chúng. Ngay lúc ấy, mọi người từ trên chỗ ngồi sạch hết các bụi bẩn, được pháp nhãn thanh tịnh, cũng như tấm vải mới dễ nhuộm màu sắc, mọi người lúc bấy giờ cũng như vậy, mỗi người đều ngay trên chỗ ngồi mà [775b] thấy được dấu tích của đạo, thấy pháp, đắc pháp, phân biệt các pháp, vượt qua nghi hoặc, được vô sở úy, không thờ ai khác làm Thầy, tự quy y Phật, Pháp, Tăng, thọ năm giới.

Lúc bấy giờ, Trưởng giả Thi-lợi-quật tự biết đã thấy được dấu tích của đạo, bèn đến trước Phật bạch rằng:

"Cúng thí chất độc cho Như Lai mà lại được quả báo lớn; cúng thí cam lộ cho các ngoại đạo dị học lại thọ nhận tội. Vì sao vậy? Hôm nay con đem chất độc cúng dường Phật và Tỳ-kheo Tăng mà ở ngay trong hiện pháp được chứng nghiệm này. Đã từ lâu con bị ngoại đạo mê hoặc nên mới móng tâm như vậy đối với Như Lai. Những ai phụng sự ngoại đạo dị học đều bị rơi vào biên tế."

Phật bảo Thi-lợi-quật:

"Đúng như điều ông nói, không có gì khác, đều là bị người khác dối gạt."

Trưởng giả Thi-lợi-quật bạch Phật:

"Từ nay về sau, con không còn tin ngoại đạo dị học này nữa. Con cũng không thuận cho bốn bộ chúng tại gia cúng dường."

Phật bảo trưởng giả:

"Chớ nói như vậy. Ông trước kia thường cúng dường các vị ngoại đạo này. Bố thí cho súc sinh còn được phước khó lường, huống gì bố thí cho người. Nếu có ngoại đạo dị học hỏi, 'Thi-lợi-quật là đệ tử của ai?' ông trả lời như thế nào?"

Thi-lợi-quật tức thì rời chỗ ngồi đứng dậy, chắp tay quỳ dài, bạch Thế Tôn:

"Con là đệ tử của Thích-ca Văn, là đấng tiên nhân thứ bảy, dũng mãnh mà giải thoát, nay thọ thân người này."

Thế Tôn nói:

"Lành thay, trưởng giả, ông đã có thể nói lời tán thán vi diệu ấy."

Rồi Thế Tôn lại nói lần nữa pháp thậm thâm cho trưởng giả, tức thời thuyết bài kệ này:

> Tế tự, lửa trên hết,
> Các sách, tụng hơn hết;
> Vua tôn quý giữa người,
> Các dòng, biển là nhất.
> Các sao, trăng đứng đầu,
> Chiếu sáng, mặt trời trước;
> Bốn bên, trên và dưới,
> Ở các phương, cảnh vức,
> Trời cùng người thế gian,
> Phật là bậc tối thượng.
> Ai muốn cầu phước kia,
> Nên quy y Tam-phật.

Thế Tôn, sau khi nói bài kệ này, bèn rời chỗ ngồi đứng dậy.

Bấy giờ Trưởng giả Thi-lợi-quật, và những người đến hội nghe những điều Phật dạy, hoan hỷ phụng hành.[16]

Chú thích

1 摩醯提利 Ma-hê-đề-lợi. *Phiên Phạn ngữ 6* (T54 tr. 1020b15): "Ma-hê-đề-lợi 摩醯提利, nên nói là Ma-hiển-đà-la 摩顯陀羅, dịch là Đại Thiên chủ 大 天主". Theo định nghĩa này, Sanskrit: *Mahendriya*. Từ này gần âm Pāli: Māgandiya, tên người bà-la-môn có con gái tên là *Māgandiyā*, được kể trong *Truyện pháp cú*. Cf. Dhp. 179 (DhA. iii. 193 tt).

2 意愛 Ý Ái, xem cht. 1 trên.

3 Từ đây trở xuống, chuyện kể tương đương Pāli, J. 196 *Valāhassa*.

4 馬王 Mã vương = Vân mã vương; Pāli: *Valāhassa*.

5 Thích-sí 釋翅, phiêm âm, tương đương Pāli: *Sakkesu*, "giữa những người họ Thích." Nhưng, M 67, ibid.: Trú tại *Cātumā*, trong khu rừng xoài.

6 Ám-bà-lê quả viên 闇婆梨果園, khu vườn xoài. Pāli, *Cātumā*, một ngôi làng của người họ Thích.

7 Tứ sự 四事, cũng gọi là tứ duyên, hoặc tứ y: Y, thực, ngọa cụ, y dược.

8 Bà-la viên 婆羅園. Xem kinh 1, phẩm 23.

9 Cf. Pāli, M. 50 *Māratajjanīyasuttaṃ* (R.i. 332). Hán, *Trung 30*, kinh 131 Hàng ma (tr. 620c07).

10 Để bản: Bà-la-môn thôn 婆羅門村. TNM, và các đoạn trên: Bà-la thôn.

11 Cù-dực 瞿翼, các nơi khác âm là Câu-dực; họ của Đế Thích. Pāli: *Kosiya*.

12 無想天 Vô tưởng thiên. Có thể có sự chép nhầm. Nên hiểu sinh vào Không cung điện của Phạm thiên. Xem *Trường 14*, kinh 21 "Phạm động (=võng)" (tr. 90b).

13 Để bản chép nhầm là hư không 虛空.

14 尸利掘Thi-lợi-quật. Có thể đồng nhất Pāli: *Sirigutta*, đệ tử Phật, và bạn là Garahadinna, đệ tử của Ni-kiền Tử. Chuyện kể trong *Truyện Pháp cú*, cf. Dhp. 58 (DhA. i. 434).

15 Trong truyện kể Pāli, chính *Sirigutta* gạt các Ni-kiền Tử rơi xuống hố phân. *Garahadinna* bèn trả thù bằng cách muốn gạt Phật cho rơi xuống hầm lửa.

16 Bản Hán, hết quyển 41.

THIÊN MƯỜI PHÁP

[775c07] 46. PHẨM KẾT CẤM

KINH SỐ 1

Tôi nghe như vầy:

Một thời, Phật ở tại vườn Cấp Cô Độc, rừng cây Kỳ-đà, nước Xá-vệ.

Bấy giờ Thế Tôn nói với các tỳ-kheo:

"Có mười công đức của pháp sự[1] mà Như Lai xuất hiện ở đời thuyết cấm giới cho các tỳ-kheo.

"Những gì là mười? Thừa sự Thánh chúng; hòa hiệp thuận thảo; an ổn Thánh chúng; hàng phục người xấu; khiến các tỳ-kheo có tàm quý không bị quấy nhiễu; người không tin khiến xác lập tín căn; người đã tin khiến càng tăng ích; ngay trong hiện tại được dứt sạch các lậu; cũng khiến các thói xấu hữu lậu đời sau được trừ diệt; lại khiến Chánh pháp tồn tại ở thế gian lâu dài, thường niệm tư duy bằng phương tiện nào để Chánh pháp tồn tại lâu dài.

"Tỳ-kheo, đó là mười pháp công đức, nay Như Lai xuất hiện ở đời thuyết cấm giới cho tỳ-kheo. Cho nên, tỳ-kheo, hãy tìm cầu phương tiện thành tựu cấm giới, chớ để thoái thất.

"Như vậy, tỳ-kheo, hãy học điều này."

Các tỳ-kheo sau khi nghe những gì Phật dạy hoan hỷ phụng hành.

□ *Xem chú thích: tr.274–278*

KINH SỐ 2*

Tôi nghe như vầy:

Một thời, Phật ở tại vườn Cấp Cô Độc, rừng cây Kỳ-đà, nước Xá-vệ.

Bấy giờ Thế Tôn nói với các tỳ-kheo:

"Có mười sự, là chỗ cư trú của Thánh.² Các Thánh trong ba đời thường cư trú nơi đó. Những gì là mười? Năm sự đã trừ; thành tựu sáu sự; hằng hộ một sự;³ hộ trì bốn bộ chúng;⁴ quán sát các sự yếu kém;⁵ bình đẳng thân cận;⁶ chánh hướng vô lậu;⁷ thân hành khinh an;⁸ tâm khéo giải thoát; tuệ giải thoát.

"Thế nào, tỳ-kheo, là năm sự đã trừ? Ở đây, tỳ-kheo đã đoạn trừ năm kết.⁹ Như vậy, năm sự đã được trừ.

"Thế nào là tỳ-kheo thành tựu sáu sự? Ở dây, tỳ-kheo vâng hành sáu pháp tôn trọng.¹⁰ Như vậy, tỳ-kheo thành tựu sáu sự.

"Thế nào là tỳ-kheo hằng hộ một sự? Ở đây, tỳ-kheo hằng thủ hộ tâm đối với hữu lậu, vô lậu, hữu vi, vô vi, cho đến cửa Niết-bàn.¹¹ Như vậy, tỳ-kheo hằng hộ [776a1] một sự.

"Thế nào là tỳ-kheo thủ hộ bốn bộ chúng? Ở đây, tỳ-kheo thành tựu bốn thần túc.¹² Như vậy mà thủ hộ bốn bộ chúng.

"Thế nào là tỳ-kheo quán sát sự yếu kém? Ở đây, tỳ-kheo đã tận trừ các hành sinh tử.¹³ Như vậy, tỳ-kheo quán sát sự yếu kém.¹⁴

"Thế nào là tỳ-kheo bình đẳng thân cận? Ở đây, tỳ-kheo đã đoạn tận ba kết.¹⁵ Đó là tỳ-kheo bình đẳng thân cận.

"Thế nào là tỳ-kheo chánh hướng vô lậu? Ở đây, tỳ-kheo trừ khử kiêu mạn.¹⁶ Như vậy, tỳ-kheo chánh hướng vô lậu.

"Thế nào là tỳ-kheo thân hành khinh an? Ở đây, tỳ-kheo đã diệt tận vô minh.¹⁷ Như vậy, tỳ-kheo thân hành khinh an.

---

* Pāli, A.x.19-20 *Ariyavāsa* (R.v. 29)

"Thế nào là tỳ-kheo tâm hoàn toàn được giải thoát? Ở đây, tỳ-kheo đã đoạn tận ái. Như vậy, tỳ-kheo tâm hoàn toàn giải thoát.

"Thế nào là tỳ-kheo tuệ giải thoát? Ở đây, tỳ-kheo quán khổ, tập, tận, đạo, như thật biết rõ. Như vậy là tỳ-kheo tuệ giải thoát.

"Tỳ-kheo, đó là mười sự, chốn cư trú của Hiền thánh. Các Hiền thánh xưa đã cư trú nơi trú xứ này, sẽ cư trú và đang cư trú. Cho nên, tỳ-kheo, hãy niệm trừ năm sự, thành tựu sáu pháp, thủ hộ một pháp, hộ trì bốn bộ chúng, quán sát yếu kém, bình đẳng thân cận, chánh hướng vô lậu, thân hành khinh an, tâm được giải thoát, trí tuệ giải thoát.

"Như vậy, tỳ-kheo, hãy học điều này."

Các tỳ-kheo sau khi nghe những gì Phật dạy hoan hỷ phụng hành.

KINH SỐ 3

Tôi nghe như vầy:

Một thời, Phật ở tại vườn Cấp Cô Độc, rừng cây Kỳ-đà, nước Xá-vệ.

Bấy giờ Thế Tôn nói với các tỳ-kheo:

"Như Lai thành tựu mười lực, tự biết là bậc Vô sở trước,[18] ở giữa đại chúng mà có thể rống tiếng sư tử, chuyển pháp luân vô thượng mà cứu độ chúng sinh, rằng đây là sắc, đây là tập khởi của sắc, đây là sự diệt tận của sắc, đây là xuất yếu của sắc; quán sát đây là thọ, tưởng, hành, thức; sự tập khởi của thức, sự diệt tận, sự xuất yếu của thức. Nhân bởi cái này, có cái này; đây sinh thì kia sinh; do duyên vô minh mà có hành, hành duyên thức, thức duyên danh sắc, danh sắc duyên sáu xứ, sáu xứ duyên xúc, xúc duyên thọ, thọ duyên ái, ái duyên thủ, thủ duyên hữu, hữu duyên sanh,[19] sanh duyên chết, sầu ưu khổ não, không thể kể xiết. Nhân có thân năm uẩn này mà có pháp tập khởi này[20]; đây diệt thì kia diệt, đây không thì kia không, do vô minh diệt tận mà hành diệt tận, hành tận nên thức tận, thức tận nên danh sắc tận, danh sắc tận nên sáu xứ tận, sáu xứ tận nên xúc tận, xúc tận nên thọ tận, thọ tận nên **[776b]** ái tận, ái tận nên thủ tận, thủ tận nên hữu tận, hữu tận nên sanh tận, sanh tận nên chết tận, sầu ưu, khổ não thảy đều diệt tận.

"Tỳ-kheo, nên biết, pháp của Ta sâu thẳm, rộng lớn không có bờ mé, đoạn trừ các hồ nghi, là chốn an ổn, chánh pháp. Nếu thiện nam tử, thiện nữ nhân chuyên cần dụng tâm không để khuyết, dù cho thân thể khô kiệt, hủy hoại, vẫn không bao giờ xả bỏ hành tinh tấn, buộc chặt tâm không quên lãng; tu hành pháp khổ thật không phải dễ, ưa chốn nhàn tĩnh, tịch tĩnh tư duy, không xả bỏ hành đầu-đà, như nay Như Lai hiện tại khéo tu phạm hạnh.

"Cho nên, tỳ-kheo, nếu khi tự quán sát, tư duy pháp vi diệu, hãy quán sát hai nghĩa, hành không buông lung, để cho thành tựu kết quả chắc thật, đạt đến chỗ diệt tận của cam lộ. Nếu khi nhận sự cúng dường của người khác, áo chăn, cơm nước, giường chõng, ngọa cụ, thuốc men trị bệnh mà không uổng công khó nhọc của người, và cũng khiến cho cha mẹ được quả báo ấy, thừa sự chư Phật, lễ kính, cúng dường.

"Như vậy, tỳ-kheo, hãy học điều này."

Các tỳ-kheo sau khi nghe những gì Phật dạy hoan hỷ phụng hành.

KINH SỐ 4[*]

Tôi nghe như vầy:

Một thời, Phật ở tại vườn Cấp Cô Độc, rừng cây Kỳ-đà, nước Xá-vệ.

Bấy giờ Thế Tôn nói với các tỳ-kheo:

"Như Lai thành tựu mười lực,[21] được bốn vô sở úy, ở giữa đại chúng mà có thể rống tiếng sư tử.

"Những gì là mười lực? Ở đây, Như Lai như thật biết rõ đây là xứ, biết rõ như thật là phi xứ.[22]

"Lại nữa, Như Lai biết rõ xứ sở, biết rõ tùy thuộc nhân duyên nào mà các chúng sinh thọ lãnh quả báo ấy.[23]

"Lại nữa, Như Lai biết rõ uẩn[24] sai biệt, giới sai biệt[25] xứ sai biệt;[26] biết rõ như thật.[27]

---

[*] Pāli, A. X. 21 Sīha (R. v. 32).

"Lại nữa, Như Lai biết rõ như thật giải thoát sai biệt, vô lượng giải thoát.[28]

"Lại nữa, Như Lai biết rõ trí tuệ nhiều hay ít của chúng sinh; biết rõ như thật.[29]

"Lại nữa, Như Lai biết rõ những điều suy nghĩ trong tâm của chúng sinh; biết rõ như thật.[30] Tâm có dục, biết rõ tâm có dục; tâm không dục, biết rõ tâm không dục; tâm có sân nhuế, biết rõ tâm có sân nhuế; tâm không sân nhuế, biết rõ tâm không sân nhuế; tâm ngu si, biết rõ tâm ngu si; tâm không ngu si, biết rõ tâm không ngu si; tâm có ái, biết rõ tâm có ái; tâm không ái, biết rõ tâm không ái; tâm có thủ, biết rõ tâm có thủ; tâm không thủ, biết rõ tâm không thủ; tâm loạn, biết rõ tâm loạn; tâm không loạn, biết rõ tâm không loạn; tâm tán, biết rõ tâm tán; **[776c]** tâm không tán, biết rõ tâm không tán; tâm hẹp, biết rõ tâm hẹp; tâm không hẹp, biết rõ tâm không hẹp; tâm rộng, biết rõ tâm rộng; tâm không rộng, biết rõ tâm không rộng; tâm vô lượng, biết rõ tâm vô lượng; tâm hạn lượng, biết rõ tâm hạn lượng; như thật biết rõ. Tâm định, biết tâm định; tâm không định, biết tâm không định; tâm giải thoát, biết tâm giải thoát; tâm không giải thoát, biết tâm không giải thoát.

"Lại nữa, Như Lai biết rõ tận cùng tất cả con đường mà tâm hướng đến,[31] hoặc một,[32] hai đời, ba đời, bốn đời, năm đời, mười đời, năm mươi đời, trăm đời, nghìn đời, ức trăm nghìn đời, vô lượng đời, trong thành kiếp, hoại kiếp, vô lượng thành hoại kiếp, xưa kia ta sinh ở đó với tên họ như vậy, ăn thức ăn như vậy, thọ khổ lạc như vậy, thọ mạng dài, ngắn, chết nơi đây sinh nơi kia, chết nơi kia sinh nơi này; tự nhớ lại như vậy, những sự việc vô lượng đời trước.

"Lại nữa, Như Lai biết định hướng sống chết của chúng sinh;[33] bằng thiên nhãn mà quán sát các loài chúng sinh, hoặc có sắc đẹp, sắc xấu, thiện thú, ác thú tùy theo hành nghiệp đã gieo trồng, tất cả đều biết rõ. Hoặc có chúng sinh hành ác bởi thân, miệng, ý, phỉ báng Hiền thánh, gây nghiệp tà kiến, thân hoại mạng chung sinh vào trong địa ngục. Hoặc có chúng sinh hành thiện bởi thân, miệng ý, không phỉ báng Hiền thánh, hằng hành chánh kiến, thân hoại mạng chung sinh vào cõi thiện, sinh lên trời. Đó gọi là bằng thiên nhãn thanh tịnh quán sát định hướng của chúng mà các hành vi đưa đến.

"Lại nữa, Như Lai biết rõ các lậu đã diệt tận,[34] thành vô lậu, tâm giải thoát, trí tuệ giải thoát, sinh tử đã dứt, phạm hạnh đã lập, điều cần làm đã làm xong, không còn tái sinh đời sau nữa, biết rõ như thật.[35]

"Đó gọi là mười lực của Như Lai, tự gọi là bậc Vô trước, được bốn vô sở úy, ở giữa đại chúng mà rống tiếng sư tử, chuyển Phạm luân.

"Thế nào là bốn vô sở úy mà Như Lai có được?[36] Như Lai thành Đẳng chánh giác; (nếu có chúng sinh muốn nói là biết, trường hợp này không thể có;)[37] hoặc có sa-môn, bà-la-môn muốn đến phỉ báng Phật, nói là không thành Đẳng chánh giác, trường hợp này không thể có. Vì trường hợp ấy không thể có, nên Ta được an ổn.

"Nhưng hôm nay khi Ta nói, Ta đã diệt tận các lậu. Giả sử có sa-môn, bà-la-môn, hoặc thiên, hoặc ma thiên, đến mà nói Ta chưa diệt tận các lậu, trường hợp ấy không thể có. Vì trường hợp ấy không thể có, nên Ta được an ổn.

"Lại nữa, pháp mà Ta thuyết, đây là xuất yếu của Hiền thánh, như thật đoạn tận biên tế khổ. Giả sử [777a] có sa-môn, bà-la-môn, thiên, hoặc ma thiên, đến nói là chưa đoạn tận biên tế khổ, trường hợp này không thể có. Vì trường hợp này không thể có, nên Ta được an ổn.

"Lại nữa, pháp chướng ngại[38] mà ta nói là khiến đọa lạc cõi dữ; giả sử có sa-môn, bà-la-môn, đến muốn nói điều đó không đúng; trường hợp này không thể có.

"Tỳ-kheo, đó là bốn vô sở úy của Như Lai.

"Giả sử có ngoại đạo dị học hỏi Sa-môn Cù-đàm kia có lực gì, vô úy gì mà tự xưng là bậc Vô trước, Tối tôn, các ngươi hãy trả lời bằng mười lực này.

"Giả sử ngoại đạo dị học nói, 'Chúng tôi cũng thành tựu mười lực,' Tỳ-kheo các ngươi nên hỏi lại, 'Ông có mười lực gì?' Khi ấy ngoại đạo dị học ắt không thể trả lời, và lại tăng thêm nghi hoặc. Vì sao? Ta không thấy có sa-môn, bà-la-môn nào tự xưng đắc bốn vô sở úy, trừ Như Lai. Cho nên, tỳ-kheo, hãy tìm cầu phương tiện thành tựu mười lực, bốn vô sở úy.

"Như vậy, tỳ-kheo, hãy học điều này."

Các tỳ-kheo sau khi nghe những gì Phật dạy hoan hỷ phụng hành.

KINH SỐ 5*

[780c07]³⁹ Tôi nghe như vầy:

Một thời, Phật ở tại vườn Cấp Cô Độc, rừng cây Kỳ-đà, nước Xá-vệ.

Bấy giờ Thế Tôn nói với các tỳ-kheo:

"Có mười niệm, được phân biệt rộng rãi, tu tập, đoạn tận dục ái, sắc ái, vô sắc ái, kiêu mạn, vô minh. Những gì là mười? Đó là niệm Phật, niệm Pháp, niệm Tăng Tỳ-kheo, niệm giới, niệm thí, niệm thiên, niệm tịch tĩnh,⁴⁰ niệm an-ban, niệm thân, niệm sự chết.

"Đó là, tỳ-kheo, nếu có chúng sinh tu hành mười niệm này sẽ đoạn tận dục ái, sắc ái, vô sắc ái; hết thảy vô minh, kiêu mạn, thảy đều được đoạn tận.

"Tỳ-kheo, hãy học điều này như vậy."

Các tỳ-kheo sau khi nghe những gì Phật dạy hoan hỷ phụng hành.

KINH SỐ 6**

[777a15] Tôi nghe như vầy:

Một thời, Phật ở tại vườn Cấp Cô Độc, rừng cây Kỳ-đà, nước Xá-vệ.

Bấy giờ Thế Tôn nói với các tỳ-kheo:

"Gần gũi cung vua,⁴¹ có mười phi pháp. Những gì là mười? Ở đây, trong nội cung⁴² có khởi tâm mưu hại muốn giết quốc vương. Do bởi âm mưu này, quốc vương bị giết. Nhân dân nước đó nghĩ rằng: 'Sa-môn, đạo sĩ này thường xuyên lui tới. Đây chắc chắn là việc làm của sa-môn ấy.' Đó là phi pháp thứ nhất, nạn do gần gũi cung vua.

---

* Để bản nhảy sót kinh số 5. Kinh này được bố khuyết ở cuối quyển 42, y các bản Tống, Nguyên, Minh.

** Pāli, A. X. 45. *Pavesana* (R.v.81).

"Lại nữa, đại thần phản nghịch, bị vua bắt và giết. Khi ấy nhân dân nghĩ rằng, 'Sa-môn, đạo sĩ này thường xuyên lui tới. Đây là việc làm của sa-môn ấy.' Đây là phi pháp thứ hai, nạn do vào trong cung vua.[43]

"Lại nữa, nội cung bị mất tài bảo, khi ấy người giữ kho nghĩ rằng, 'Ở đây bảo vật này luôn luôn được ta canh giữ, lại cũng không có ai khác đi vào đây. Nhất định là do sa-môn ấy làm.' Đó là phi pháp thứ ba, nạn do đi vào cung vua.

"Lại nữa, con gái của vua đang tuổi tráng thịnh, chưa có chồng mà mang thai. Khi ấy người trong nước nghĩ rằng, 'Trong đây không ai khác lui tới. Nhất định là do sa-môn ấy làm.' Đó là phi pháp thứ tư, nạn do gần gũi cung vua.

"Lại nữa, vua mắc bệnh nặng, **[777b]** trúng thuốc của người khác. Khi ấy nhân dân nghĩ rằng, 'Trong đây không có ai khác. Nhất định là do sa-môn ấy làm.' Đó là phi pháp thứ năm, nạn do gần gũi cung vua.

"Lại nữa, các đại thần của vua tranh chấp nhau, gây thương tổn nhau. Khi ấy nhân dân nghĩ rằng, 'Các đại thần này trước kia hòa hiệp, nay lại tranh chấp nhau. Đây không phải là việc làm của ai khác, mà nhất định là do sa-môn, đạo sĩ ấy.' Đây là phi pháp thứ sáu, nạn do gần gũi cung vua.

"Lại nữa, hai nước tranh chấp nhau, mỗi bên đều tranh thắng. Khi ấy nhân dân nghĩ rằng, 'Sa-môn, đạo sĩ này nhiều lần lui tới nội cung. Đây nhất định là việc làm của sa-môn ấy.' Đây là phi pháp thứ bảy, nạn do gần gũi cung vua.

"Lại nữa, quốc vương trước kia vốn ưa huệ thí, phân chia tài vật cho dân; về sau keo lẫn, hối tiếc, không huệ thí nữa. Khi ấy nhân dân nghĩ rằng, 'Quốc vương của chúng ta trước kia vốn ưa huệ thí; nay lại tham lam keo kiệt, không có tâm huệ thí. Đây nhất định là việc làm của sa-môn ấy.' Đây là phi pháp thứ tám, nạn do gần gũi cung vua.

"Lại nữa, quốc vương hằng đúng theo pháp mà thâu tài vật của dân. Về sau, lấy tài vật của dân một cách phi pháp. Khi ấy nhân dân nghĩ rằng, 'Quốc vương của chúng ta trước kia thâu tài vật của dân một cách hợp pháp, nay lấy tài vật của dân một cách phi pháp. Đây nhất định là việc làm của sa-môn ấy.' Đây là phi pháp thứ chín, nạn do gần gũi cung vua.

"Lại nữa, nhân dân trong quốc thổ mắc phải bệnh dịch tràn lan, thảy đều do duyên đời trước. Khi ấy nhân dân nghĩ rằng, 'Chúng ta xưa kia không có tật bệnh. Nay người bị bệnh chết nằm đầy đường. Đây nhất định do chú thuật của sa-môn gây nên.' Đây là phi pháp thứ mười, nạn do gần gũi cung vua.

"Tỳ-kheo, đó là mười phi pháp, tai họa do đi vào cung vua. Cho nên, tỳ-kheo, chớ móng tâm gần gũi cung vua.

"Tỳ-kheo, hãy học điều này như vậy."

Các tỳ-kheo sau khi nghe những gì Phật dạy hoan hỷ phụng hành.

KINH SỐ 7

Tôi nghe như vầy:

Một thời, Phật ở tại vườn Cấp Cô Độc, rừng cây Kỳ-đà, nước Xá-vệ.

Bấy giờ Thế Tôn nói với các tỳ-kheo:

"Nếu quốc vương thành tựu mười pháp thì không thể tồn tại lâu dài, bị nhiều giặc cướp. Những gì là mười?

"Ở đây, quốc vương tham lam keo kiệt, vì chút sự việc nhỏ mà nổi thịnh nộ, không quán sát nghĩa lý. Nếu quốc vương thành tựu pháp thứ nhất này, sẽ không tồn tại lâu dài, nước có nhiều giặc cướp.

"Lại nữa, vua ấy tham đắm tài vật, không khứng chịu thí xả[44]. Quốc vương [777c] thành tựu pháp thứ hai này, sẽ không tồn tại lâu dài.

"Lại nữa, vua kia không chịu nghe can gián, là người bạo ngược, không có từ tâm. Đây là pháp thứ ba mà quốc vương thành tựu sẽ không tồn tại lâu dài.

"Lại nữa, vua kia bắt oan nhân dân, giam cầm ngang ngược, nhốt trong lao ngục không có ngày ra. Đó là pháp thứ tư, khiến vua không tồn tại lâu dài.

"Lại nữa, quốc vương tuyển dụng thần tá phi pháp, không y theo chánh hành. Đó là pháp thứ năm, khiến vua không tồn tại lâu dài.

"Lại nữa, quốc vương tham đắm sắc đẹp của người, xa lánh vợ của mình. Đó là quốc vương thành tựu pháp thứ sáu, không tồn tại lâu dài.

"Lại nữa, quốc vương ưa uống rượu, không lo liệu quan sự. Đó là thành tựu pháp thứ bảy, không tồn tại lâu dài.

"Lại nữa, quốc vương ưa thích ca múa, hý nhạc, không lo liệu quan sự. Đó là pháp thứ tám, không tồn tại lâu dài.

"Lại nữa, quốc vương hằng mang bệnh tật, không có ngày nào khỏe mạnh. Đó là pháp thứ chín, không tồn tại lâu dài.

"Lại nữa, quốc vương không tin bề tôi trung hiếu, lông cánh yếu ớt, không có người phò tá mạnh. Đó là quốc vương thành tựu pháp thứ mười, không tồn tại lâu dài.

"Ở đây, chúng tỳ-kheo cũng vậy, nếu thành tựu mười pháp, công đức gốc rễ thiện không tăng trưởng, thân hoại mạng chung sinh vào địa ngục. Mười pháp ấy là gì?

"Ở đây, tỳ-kheo không trì cấm giới, cũng không có tâm cung kính. Đó là tỳ-kheo thành tựu pháp thứ nhất, không cứu cánh đạt đến nơi phải đạt đến.

"Tỳ-kheo không thừa sự Phật, không tin lời nói chân thật. Đó là tỳ-kheo thành tựu pháp thứ hai, không tồn tại lâu dài.

"Lại nữa, tỳ-kheo không thừa sự Pháp, các giới luật bị khuyết thủng. Đó là tỳ-kheo thành tựu pháp thứ ba, không tồn tại lâu dài.

"Lại nữa, tỳ-kheo không thừa sự Thánh chúng, tâm ý hằng tự ty, không tin lời dạy của chúng. Đó là tỳ-kheo thành tựu pháp thứ tư, không tồn tại lâu dài.

"Lại nữa, tỳ-kheo tham đắm lợi dưỡng, tâm không buông bỏ. Đó là tỳ-kheo thành tựu pháp thứ năm, không tồn tại lâu dài.

"Lại nữa, tỳ-kheo không học hỏi nhiều, không siêng năng đọc tụng, ôn tập. Đó là tỳ-kheo thành tựu pháp thứ sáu, không tồn tại lâu dài.

"Lại nữa, tỳ-kheo không tùng sự theo thiện tri thức, mà thường xuyên tùng sự theo ác tri thức. Đó là tỳ-kheo thành tựu pháp thứ bảy, không tồn tại lâu dài.

"Lại nữa, tỳ-kheo hằng ưa bận rộn công việc, không thích tọa thiền. Đó là tỳ-kheo thành tựu pháp thứ tám, không tồn tại lâu dài,

"Lại nữa, tỳ-kheo **[778a]** ham thích toán số, bỏ đạo chạy theo thế tục, không học tập chánh pháp. Đó là tỳ-kheo thành tựu pháp thứ chín, không tồn tại lâu dài.

"Lại nữa, tỳ-kheo không ưa tu phạm hạnh, tham đắm bất tịnh. Đó là tỳ-kheo có pháp thứ mười, không tồn tại lâu dài.

"Đó gọi là, tỳ-kheo thành tựu mười pháp này nhất định đọa ba ác đạo, không sinh vào chỗ lành.

"Nếu quốc vương nào thành tựu mười pháp thì sẽ được tồn tại lâu dài ở đời. Những gì là mười?

"Quốc vương không tham đắm tài vật, không nổi thịnh nộ, cũng không vì chuyện nhỏ mà sinh tâm thù oán. Đó là pháp thứ nhất khiến được tồn tại lâu dài.

"Lại nữa, quốc vương hằng nghe lời can gián của quần thần, không nghịch lời của họ. Đó là thành tựu pháp thứ hai thì được tồn tại lâu dài.

"Lại nữa, quốc vương thường ưa huệ thí, cùng chung vui với dân. Đó là pháp thứ ba khiến cho tồn tại lâu dài.[45]

"Lại nữa, quốc vương trưng thu tài vật hợp pháp chứ không phải phi pháp. Đó là pháp thứ tư khiến tồn tại lâu dài.

"Lại nữa, quốc vương kia không tham đắm sắc người khác, hằng tự thủ hộ với vợ của mình. Đó là thành tựu pháp thứ năm khiến tồn tại lâu dài.

"Lại nữa, quốc vương không uống rượu, tâm không hoang loạn. Đó là thành tựu pháp thứ sáu, khiến tồn tại lâu dài.

"Lại nữa, quốc vương không cười giỡn, mà hàng phục kẻ thù bên ngoài. Đó là thành tựu pháp thứ bảy, khiến tồn tại lâu dài.

"Lại nữa, quốc vương y theo pháp mà trị hóa, không bao giờ bẻ cong. Đó là thành tựu pháp thứ tám, khiến tồn tại lâu dài.

"Lại nữa, quốc vương cùng với quần thần hòa thuận, không có tranh chấp. Đó là thành tựu pháp thứ chín, khiến tồn tại lâu dài,

"Lại nữa, quốc vương không có bệnh hoạn, khí lực cường thịnh. Đó là pháp thứ mười, khiến tồn tại lâu dài.

"Nếu quốc vương thành tựu mười pháp này sẽ được tồn tại lâu dài, không có gì lo ngại.

"Chúng tỳ-kheo cũng vậy, nếu thành tựu mười pháp, chỉ trong khoảnh khắc như co duỗi cánh tay liền được sinh lên trời. Những gì là mười?

"Ở đây, tỳ-kheo thọ trì giới cấm, giới đức đầy đủ, không phạm chánh pháp. Đó là tỳ-kheo thành tựu pháp thứ nhất này khi thân hoại mạng chung sinh lên trời, vào chỗ lành.

Lại nữa, tỳ-kheo có tâm cung kính đối với Như Lai. Đó là tỳ-kheo thành tựu pháp thứ hai, được sinh vào chỗ lành.

"Lại nữa, tỳ-kheo thuận tùng giáo pháp, không một điều vi phạm. Đó là tỳ-kheo thành tựu pháp thứ ba, được sinh vào chỗ lành.

"Lại nữa, tỳ-kheo [**778b**] cung phụng Thánh chúng, không có tâm biếng nhác. Đó là thành tựu pháp thứ tư, được sinh lên trời.

"Lại nữa, tỳ-kheo thiểu dục, tri túc, không say đắm lợi dưỡng. Đó là tỳ-kheo có pháp thứ năm, được sinh lên trời.

"Lại nữa, tỳ-kheo không làm theo tự ý mà hằng tùy thuận giới pháp. Đó là thành tựu pháp thứ sáu, được sinh vào chỗ lành.

"Lại nữa, tỳ-kheo không mê đắm công việc bận rộn, thường ưa tọa thiền. Đó là thành tựu pháp thứ bảy, được sinh lên trời.

"Lại nữa, tỳ-kheo ưa chỗ nhàn tĩnh, không ưa sống giữa nhân gian. Đó là thành tựu pháp thứ tám, được sinh vào chỗ lành.

"Lại nữa, tỳ-kheo không tùng sự theo ác tri thức, mà thường tùng sự theo thiện tri thức. Đó là thành tựu pháp thứ chín, được sanh vào chỗ lành.

"Lại nữa, tỳ-kheo thường tu phạm hạnh, xa lìa ác pháp, nghe nhiều, học nghĩa, không để mất thứ tự. Như vậy tỳ-kheo thành tựu mười pháp, trong khoảnh khắc như co duỗi cánh tay, sinh vào chỗ lành, sinh lên trời.

"Đó là, mười phi pháp hành khiến vào địa ngục, hãy nên bỏ tránh xa. Mười chánh pháp hành, hãy nên cùng vâng tu tập.

"Tỳ-kheo, hãy học điều này như vậy."

Các tỳ-kheo sau khi nghe những gì Phật dạy hoan hỷ phụng hành.

KINH SỐ 8[*]

Tôi nghe như vầy:

Một thời, Phật ở tại Ca-lan-đà, trong Trúc viên, thành La-duyệt, cùng với chúng đại tỳ-kheo năm trăm vị.

Bấy giờ, số đông tỳ-kheo, đến giờ khoác y, cầm bát, vào thành La-duyệt khất thực. Khi ấy, số đông tỳ-kheo nghĩ như vầy: "Chúng ta vào thành khất thực, nhưng còn quá sớm. Chúng ta hãy đến chỗ ngoại đạo dị học để cùng luận nghị." Rồi chúng tỳ-kheo đi đến chỗ ngoại đạo dị học.

Khi các ngoại đạo thấy các sa-môn đến, bảo nhau rằng: "Các bạn hãy giữ im lặng, chớ nói lớn tiếng. Đệ tử của Sa-môn Cù-đàm đang đi đến đây. Pháp của sa-môn ca ngợi những người im lặng. Chớ để họ biết chánh pháp của chúng ta loạn hay không loạn."

Bấy giờ, số đông các tỳ-kheo đi đến chỗ ngoại đạo dị học, sau khi chào hỏi nhau, ngồi xuống một bên. Khi ấy, các ngoại đạo hỏi các tỳ-kheo:

"Sa-môn Cù-đàm của các ông dạy các đệ tử bằng diệu pháp này, rằng: 'Này các tỳ-kheo, hãy thấu suốt hết thảy các pháp, và hãy tự mình an trú.'⁴⁶ Phải vậy chăng? Chúng tôi cũng dạy **[778c]** các đệ tử diệu pháp này để tự an trú. Những điều chúng tôi nói có gì khác với các ông, có gì sai biệt? Thuyết pháp, giáo giới cũng như nhau, không có gì khác."

Số đông các tỳ-kheo, sau khi nghe những điều ngoại đạo nói, không khen hay, cũng không chê dở, bèn rời chỗ ngồi đứng dậy mà bỏ đi.

---

[*] Pāli, A.X. 27. *Mahāpañhā* 1 (R.v. 48).

Sau đó, các tỳ-kheo bảo nhau: "Chúng ta hãy đem nghĩa lý này đến bạch Thế Tôn. Nếu Như Lai có dạy điều gì, chúng ta sẽ ghi nhớ mà phụng hành."

Rồi số đông các tỳ-kheo, sau khi vào thành La-duyệt khất thực, trở về trong phòng, cất y bát, đi đến Thế Tôn, cúi đầu lạy sát chân, rồi ngồi qua một bên. Khi ấy số đông các tỳ-kheo đem duyên sự trước đó kể hết lên Như Lai.

Bấy giờ Thế Tôn nói với các tỳ-kheo:

"Sau khi các ngoại đạo dị học kia hỏi nghĩa này, các ngươi hãy trả lời bằng những lời này: "Luận một điều, nghĩa một điều, diễn một điều; *cho đến* luận mười, nghĩa mười, diễn mười.[47] Khi nói lời này có ý nghĩa gì, các ngươi mang lời này đến hỏi, những người kia sẽ không thể trả lời. Các ngoại đạo do thế càng tăng thêm ngu hoặc. Vì sao vậy? Vì không phải là cảnh giới của họ. Cho nên, tỳ-kheo, Ta không thấy có trời, người, ma hoặc ma thiên, Đế Thích, Phạm thiên vương, mà có thể trả lời được điều đó, trừ Như Lai và đệ tử của Như Lai nghe từ Ta nói, điều này không luận đến.[48]

1. "Luận một, nghĩa một, diễn một; Ta tuy đã nói ý nghĩa này, nhưng do đâu mà nói? Hết thảy chúng sinh do thức ăn mà tồn tại; không thức ăn thì chết.

"Tỳ-kheo đối với pháp ấy mà bình đẳng nhàm tởm, bình đẳng giải thoát, bình đẳng quán sát, bình đẳng phân biệt ý nghĩa của nó, bình đẳng chấm dứt biên tế khổ;[49] đồng một nghĩa, không hai' [50]điều mà Ta nói, chính xác là như vậy.

2. "Nghĩa hai, luận hai, diễn hai, *cho đến* luận mười, nghĩa mười, diễn mười;[51] Ta tuy đã nói ý nghĩa này, nhưng do đâu mà nói? Danh và sắc. Danh là gì? Thọ, tưởng, niệm, xúc, tư duy; đó là danh. Cái kia sao gọi là sắc? Bốn đại, và sắc do bốn đại tạo; đó gọi là sắc, do duyên bởi căn bản này mà nói là sắc.

"Luận hai, nghĩa hai, diễn hai, do bởi nhân duyên này mà Ta nói đến. Tỳ-kheo bình đẳng nhàm tởm, bình đẳng giải thoát, bình đẳng quán sát, bình đẳng phân biệt ý nghĩa của nó, bình đẳng chấm dứt biên tế khổ.

3. "Luận ba, nghĩa ba, diễn ba; do đâu mà nói **[779a]** nghĩa này? Do ba thọ. Những gì là ba? Khổ thọ, lạc thọ, không khổ không lạc thọ.

"Vì sao được nói là lạc thọ? Trong tâm có ý tưởng lạc, cũng không phân tán; đó gọi là lạc thọ.

"Vì sao được nói là khổ thọ? Trong tâm mê loạn không định tĩnh chuyên nhất, tư duy với nhiều ý tưởng khác nhau; đó gọi là khổ thọ.[52]

"Thế nào là cảm thọ không khổ không lạc? Ý tưởng không khổ không lạc trong tâm, lại không phải là chuyên nhất định tĩnh, cũng không phải loạn tưởng, cũng không tư duy pháp và phi pháp, hằng tự tịch mặc, tâm không có ghi nhận gì; đó gọi là cảm thọ không khổ không lạc.

"Tỳ-kheo bình đẳng nhàm tởm, bình đẳng giải thoát, bình đẳng quán sát, bình đẳng phân biệt ý nghĩa của nó, bình đẳng chấm dứt biên tế khổ. Luận ba, nghĩa ba, diễn ba, điều mà Ta nói, chính xác là như vậy.

4. "Luận bốn, nghĩa bốn, diễn bốn; do đâu mà nói nghĩa này? Đó là bốn đế.[53] Những gì là bốn? Thánh đế khổ, tập, tận, đạo.

"Vì sao được gọi là Thánh đế khổ? Sinh khổ, già khổ, bệnh khổ, chết khổ, lo, buồn, não khổ, oán ghét gặp nhau khổ, ân ái biệt ly khổ, ước muốn không được khổ.[54]

"Vì sao được gọi là Thánh đế tập? Ái gốc cùng với dục tương ưng.[55]

"Vì sao được gọi là Thánh đế khổ tận? Ái kia vĩnh viễn đoạn tận không còn tàn dư cũng không tái sinh khởi; đó gọi là khổ tận đế.

"Vì sao được gọi là Thánh đế khổ xuất yếu? Đó là tám phẩm đạo của Hiền thánh: chánh kiến, chánh tư duy, chánh ngữ, chánh mạng, chánh nghiệp, chánh tinh tấn, chánh niệm, chánh tam-muội; đó là đạo có tám phẩm.

"Tỳ-kheo bình đẳng nhàm tởm, bình đẳng giải thoát, bình đẳng quán sát, bình đẳng phân biệt ý nghĩa của nó, bình đẳng chấm dứt biên tế khổ. Đó là luận bốn, nghĩa bốn, diễn bốn, điều mà Ta nói, chính xác là như vậy.

5. "Luận năm, nghĩa năm, diễn năm; do đâu mà nói nghĩa này? Đó là năm căn.[56] Những gì là năm? Căn tín, căn tinh tấn, căn niệm, căn định,

căn huệ.

"Thế nào là căn tín? Đệ tử Hiền thánh tin đạo pháp của Như Lai, rằng Như Lai là bậc Chí chân, Đẳng chánh giác, Minh hành túc, Thiện thệ, Thế gian giải, Vô thượng sỹ, Điều ngự trượng phu, Thiên nhân sư, hiệu Phật Thế Tôn, xuất hiện ở đời. Đó gọi là căn tín.

"Thế nào là căn tinh tấn? Thân, tâm, ý tinh cần không mệt mỏi; diệt **[779b]** pháp bất thiện, tăng ích pháp thiện, hằng chấp trì tâm; đó là căn tinh tấn.

"Thế nào là căn niệm? Không quên những điều đã tụng tập, hằng giữ trong tâm, ghi nhớ không thất lạc, pháp hữu vi vô lậu không bao giờ bị mất; đó là căn niệm.

"Thế nào là căn định? Trong tâm không động loạn, không có các tưởng sai biệt, hằng chuyên tinh nhất ý; đó là căn tam-muội.

"Thế nào là căn trí tuệ? Biết khổ, biết tập, biết tận, biết đạo; đó là căn trí tuệ. Đó là năm căn.

"Tỳ-kheo ở trong đó mà bình đẳng giải thoát, bình đẳng phân biệt ý nghĩa ấy, bình đẳng chấm dứt biên tế khổ. Đó là luận năm, nghĩa năm, diễn năm, điều mà Ta nói, chính xác là như vậy.

6. "Luận sáu, nghĩa sáu, diễn sáu; do đâu mà nói nghĩa này? Đó là sáu trọng pháp.[57] Sáu [trọng pháp] ấy là gì?

"Ở đây, tỳ-kheo thường xuyên hành từ tâm bởi thân, hoặc ở chỗ vắng vẻ, hoặc ở trong phòng, tâm thường như một,[58] đáng tôn, đáng quý, đưa đến hòa hiệp. Đây là pháp tôn trọng thứ nhất của tỳ-kheo.

"Lại nữa, hành từ tâm bởi miệng, không hề hư dối, đáng kính, đáng quý; đó là pháp tôn trọng thứ hai.

"Lại nữa, hành từ tâm bởi ý, không khởi ganh tị oán ghét, đáng kính, đáng quý; đó là pháp tôn trọng thứ ba.

"Lại nữa, nếu được lợi dưỡng đúng pháp, cho đến còn dư trong bình bát, đều đem chia cho các bạn đồng phạm hạnh, tâm bình đẳng mà cho; đó là pháp tôn trọng thứ tư, đáng kính, đáng quý.

"Lại nữa, phụng trì cấm giới không có điều rơi rớt, giới mà bậc hiền trí quý trọng; đó là pháp tôn trọng thứ năm, đáng kính, đáng quý.

"Lại nữa, chánh kiến mà Hiền thánh được xuất yếu, đến chỗ chấm dứt khổ tế, ý không tạp loạn, cùng tu hành với các đồng phạm hạnh pháp ấy; đó là pháp tôn trọng thứ sáu, đáng kính, đáng quý.

"Bấy giờ tỳ-kheo bình đẳng nhàm tởm, bình đẳng giải thoát, bình đẳng phân biệt ý nghĩa ấy, bình đẳng chấm dứt biên tế khổ. Đó là luận sáu, nghĩa sáu, diễn sáu, điều mà Ta nói, chính xác là như vậy.

7. "Luận bảy, nghĩa bảy, diễn bảy; do đâu mà nói nghĩa này? Đó là bảy y chỉ xứ của thần thức.[59] Bảy [y chỉ xứ của thần thức] ấy là gì?

"Hoặc có chúng sinh có nhiều tưởng sai biệt, nhiều thân sai biệt; đó là trời[60] và người.

"Hoặc có chúng sinh có nhiều thân nhưng một tưởng; đó là trời Phạm-ca-di khi mới thác sinh.[61]

"Hoặc có chúng sinh một tưởng, một thân; đó là trời Quang âm.

[779c] "Hoặc có chúng sinh một thân, nhiều tưởng sai biệt; đó là trời Biến tịnh.

"Hoặc có chúng sinh không xứ vô lượng; đó là trời Không xứ.

"Hoặc có chúng sinh thức xứ vô lượng; đó là trời Thức xứ.

"Hoặc có chúng sinh vô sở hữu xứ vô lượng; đó là trời Vô sở hữu xứ.

"Hoặc có chúng sinh phi tưởng phi phi tưởng vô lượng; đó là trời Phi tưởng phi phi tưởng.[62] Đó là bảy y chỉ xứ của thần [thức].

"Ở đó, tỳ-kheo bình đẳng giải thoát, cho đến, bình đẳng chấm dứt biên tế khổ. Đó là luận bảy, nghĩa bảy, diễn bảy, điều mà Ta nói, chính xác là như vậy.

8. "Luận tám, nghĩa tám, diễn tám; do đâu mà nói nghĩa này? Đó là tám pháp thế gian,[63] tùy theo đời mà xoay chuyển. Tám [pháp thế gian] ấy là gì? Đắc, thất, vinh, nhục, khen, chê, khổ, lạc.[64] Đó là tám pháp thế gian, tùy theo đời mà xoay chuyển. Tỳ-kheo trong đó bình đẳng giải thoát, cho đến bình đẳng chấm dứt biên tế khổ. Đó là luận tám, nghĩa

tám, diễn tám, điều mà Ta nói, chính xác là như vậy.

9. "Luận chín, nghĩa chín, diễn chín; do đâu mà nói nghĩa này? Đó là chín cư xứ của chúng sinh.[65] Những gì là chín [cư xứ của chúng sinh]?

"Hoặc có chúng sinh có nhiều tưởng sai biệt, nhiều thân sai biệt; đó là trời và người.[66]

"Hoặc có chúng sinh có nhiều thân nhưng một tưởng; đó là trời Phạm-ca-di khi mới thác sinh.

"Hoặc có chúng sinh một tưởng, một thân; đó là trời Quang âm.

"Hoặc có chúng sinh một thân, nhiều tưởng sai biệt; đó là trời Biến tịnh.

"Hoặc có chúng sinh không xứ vô lượng; đó là trời Không xứ.

"Hoặc có chúng sinh thức xứ vô lượng; đó là trời Thức xứ.

"Hoặc có chúng sinh vô sở hữu xứ vô lượng; đó là trời Vô sở hữu xứ.

"Hoặc có chúng sinh phi tưởng phi phi tưởng vô lượng; đó là trời Phi tưởng phi phi tưởng.

"Vô tưởng chúng sinh, và các loài thọ sanh khác.

"Đó là chín y chỉ xứ của thần [thức]. Tỳ-kheo trong đó bình đẳng giải thoát, *cho đến* bình đẳng chấm dứt biên tế khổ. Đó là luận chín, nghĩa chín, diễn chín, điều mà Ta nói, chính xác là như vậy.

10. "Luận mười, nghĩa mười, diễn mười; do đâu mà nói nghĩa này? Đó là mười niệm.[67] Những gì là mười? Niệm Phật, niệm Pháp, niệm Tăng Tỳ-kheo, niệm giới, niệm thí, niệm thiên, niệm chỉ tức, niệm an-ban, niệm thân, niệm sự chết. Tỳ-kheo trong đó bình đẳng giải thoát, *cho đến* bình đẳng chấm dứt biên tế khổ. Đó là luận mười, nghĩa mười, diễn mười, điều mà Ta nói, chính xác là như vậy.

"Như vậy, tỳ-kheo, từ một cho đến mười.

[780a] "Tỳ-kheo, nên biết, nếu ngoại đạo dị học mà nghe những lời này, còn chưa dám nhìn kỹ vào sắc mặt, huống nữa là trả lời. Tỳ-kheo nào hiểu rõ được nghĩa này, ở ngay trong hiện pháp, là người tối tôn đệ nhất.

"Lại nữa, tỳ-kheo, tỳ-kheo-ni nào tư duy nghĩa này, cho đến mười năm, nhất định thành tựu hai quả: hoặc A-la-hán, hoặc A-na-hàm.

"Tỳ-kheo, hãy bỏ qua mười năm; nếu trong một năm mà tư duy nghĩa này, ắt thành tựu hai quả, trọn không nửa chừng thoái thất.

"Tỳ-kheo, hãy bỏ qua một năm. Trong bốn bộ chúng, trong mười tháng, cho đến một tháng, ai tư duy nghĩa này, ắt thành tựu hai quả, cũng không nửa chừng thoái thất.

"Vả, hãy bỏ qua một tháng. Ai trong chúng bốn bộ bảy ngày tư duy nghĩa này ắt thành tựu hai quả, quyết không nghi ngờ."

Khi ấy A-nan ở sau Thế Tôn cầm quạt, hầu Phật. Bấy giờ A-nan bạch Phật:

"Thế Tôn, pháp này cực kỳ sâu thẳm. Ở địa phương nào có pháp này, nên biết ở đó gặp được Như Lai. Kính bạch Thế Tôn, pháp này tên gọi là gì? Nên phụng hành như thế nào?"

Phật bảo A-nan:

"Kinh này có tên là 'Thập pháp nghĩa'. Hãy ghi nhớ phụng hành."

Bấy giờ A-nan và các tỳ-kheo, nghe những gì Phật dạy, hoan hỷ phụng hành.

KINH SỐ 9[*]

Tôi nghe như vầy:

Một thời, Phật ở tại vườn Cấp Cô Độc, rừng cây Kỳ-đà, nước Xá-vệ.

Bấy giờ Thế Tôn nói với các tỳ-kheo:

"Những ai tu hành mười tưởng, sẽ diệt tận các lậu, đạt được thần thông, tự thân tác chứng, dần dần đạt đến Niết-bàn. Những gì là mười? Tưởng xương trắng, tưởng bầm tím, tưởng sình trương, tưởng ăn không hết,[68] tưởng huyết, tưởng nhai cắn,[69] tưởng thường vô thường, tưởng

---

[*] Pāli, A.X. 56-57. *Saññā* (R.v. 105).

tham thực, tưởng sự chết, tưởng tất cả thế gian không có gì lạc.[70] Đó là mười tưởng mà tỳ-kheo tu tập sẽ diệt tận các lậu, đạt đến Niết-bàn giới.

"Lại nữa, tỳ-kheo, trong mười tưởng này, tưởng tất cả thế gian không có gì đáng ham thích là tối đệ nhất. Vì sao vậy? Người tu hành về sự không có gì đáng ham thích, và người thọ trì, tín phụng pháp; hai hạng người này tất vượt bực mà thủ chứng. Cho nên, tỳ-kheo, hãy ngồi dưới gốc cây, nơi chỗ vắng vẻ, giữa trời trống, tư duy mười tưởng này.

"Tỳ-kheo, hãy học điều này như vậy."

Các tỳ-kheo sau khi nghe những gì Phật dạy hoan hỷ phụng hành.

KINH SỐ 10

Tôi nghe như vầy:

Một thời, Phật ở tại vườn Cấp Cô Độc, rừng cây Kỳ-đà, nước Xá-vệ.

Bấy giờ có một tỳ-kheo đi đến chỗ Thế Tôn, đảnh lễ sát chân, **[780b]** rồi ngồi qua một bên.

Tỳ-kheo này bạch Thế Tôn:

"Như Lai hôm nay dạy các tỳ-kheo pháp mười tưởng. Những ai tu hành có thể đoạn trừ các lậu, thành hạnh vô lậu. Thế Tôn, như con thì không có khả năng tu hành các tưởng này. Sở dĩ vì dục tâm của con quá nhiều, thân ý hừng hực không thể yên nghỉ."

Bấy giờ Thế Tôn nói với tỳ-kheo ấy:

"Người hãy xả bỏ tưởng tịnh[71] mà tư duy tưởng bất tịnh; xả tưởng thường mà tư duy tưởng vô thường; xả tưởng hữu ngã mà tư duy tưởng vô ngã, xả tưởng khả lạc mà tư duy tưởng bất khả lạc. Vì sao vậy? Nếu tỳ-kheo tư duy tưởng tịnh, dục tâm liền hừng hực; nếu tư duy tưởng bất tịnh, sẽ không có dục tâm.

"Tỳ-kheo, nên biết, dục là bất tịnh, như đống phân kia; dục như chim sáo bắt chước các giọng nói; dục không có đáp trả lại, như rắn độc kia; dục như ảo thuật, như tuyết tan dưới nắng. Hãy niệm xả bỏ dục như vất bỏ trong bãi tha ma. Dục trở lại hại mình như rắn chứa chất độc. Dục không biết chán như khát mà uống nước mặn. Dục khó được thỏa mãn như biển nuốt sông. Dục có nhiều tai họa như xóm la-sát. Dục như kẻ thù hãy nên tránh xa. Dục như một chút mật ngọt dính trên lưỡi dao. Dục không đáng yêu như xương trắng trên đường. Dục hiện ngoại hình như hoa mọc trong nhà xí. Dục không chân thật như bình vẽ kia bên trong chứa đồ hôi thối, bên ngoài trông đẹp đẽ. Dục không bền chắc như đống bọt nước. Cho nên, tỳ-kheo, hãy nhớ tránh xa tưởng tham dục, tư duy tưởng bất tịnh. Tỳ-kheo, nay ngươi hãy nhớ, xưa ngươi đã phụng hành mười tưởng nơi Phật Ca-diếp. Hôm nay hãy lặp lại tư duy mười tưởng, tâm giải thoát khỏi hữu lậu."

Lúc bấy giờ tỳ-kheo ấy buồn rầu, rơi lệ không cầm được, tức thì cúi đầu lạy sát chân Phật, bạch Thế Tôn:

"Vâng, bạch Thế Tôn. Con chất chứa mê hoặc đã lâu. Như Lai tự thân thuyết mười tưởng, con mới có thể xa lìa dục. Nay con xin sám hối, về sau không còn tái phạm. Cúi xin Như Lai chấp nhận sự sám hối lỗi lầm nghiêm trọng này; lượng thứ cho điều mà con bất cập."

Phật bảo tỳ-kheo:

"Ta nhận sự sửa lỗi của ông. Hãy chớ tái phạm. Lại nữa, Như Lai đã dạy ông mười tưởng, mà ông không khứng phụng trì."

Tỳ-kheo kia sau khi nghe Thế Tôn giáo giới, sống nơi chỗ nhàn tĩnh, tự mình khắc kỷ tư duy, vì mục đích mà thiện gia nam tử cạo bỏ râu tóc, khoác ba pháp y, tu phạm hạnh vô thượng, ấy là muốn đạt thành sở nguyện, như thật biết: 'Sinh tử đã hết, phạm hạnh đã lập, điều cần làm đã làm xong, **[780c]** không còn tái sinh nữa.' Bấy giờ tỳ-kheo thành A-la-hán.

Các tỳ-kheo sau khi nghe những gì Phật dạy hoan hỷ phụng hành.

Kệ tóm tắt:

> *Kết cấm, Hiền thánh cư,*
> *Hai lực, và Mười niệm,*
> *Thân quốc, không quái ngại,*
> *Mười luận, tưởng, quán tưởng.*[72]

Chú thích

¹ Thập sự công đức 十事功德; đoạn dưới: Thập pháp công đức 十法功德. Cf. *Tứ phần 1* (570c03), thập cú nghĩa 十句義: 1. Nhiếp thủ đối với Tăng; 2. Khiến cho Tăng hoan hỷ; 3. Khiến cho Tăng an lạc; 4. Khiến cho người chưa tín thì có tín; 5. Người đã có tín khiến tăng trưởng; 6. Để điều phục người chưa được điều phục; 7. Người có tàm quý được an lạc; 8. Đoạn hữu lậu hiện tại; 9. Đoạn hữu lậu đời vị lai; 10. Chánh pháp được cửu trụ. *Ngũ phần* (T22n1421, tr.3c1), thập lợi 十利: 1. Tăng hòa hiệp; 2. Tăng đoàn kết; 3. Chế ngự người xấu; 4. Để cho người biết hổ thẹn được yên vui; 5. Đoạn hữu lậu đời nay; 6. Diệt hữu lậu đời sau; 7. Khiến người chưa tin có tín tâm; 8. Khiến người có tín tâm được tăng trưởng; 9. Để Chánh pháp lâu dài; 10. Phân biệt tì-ni phạm hạnh tồn tại lâu dài. *Tăng kỳ* (T22n1425,tr.228c24), thập sự lợi ích 十事利益: 1. Nhiếp Tăng; 2. Cực nhiếp Tăng; 3. Để Tăng an lạc; 4. Chiết phục người không biết hổ thẹn; 5. Để người có tàm quý sống yên vui; 6. Người chưa tin được tin; 7. Người đã tin thì tin thêm; 8. Trong đời này được lậu tận; 9. Các lậu đời vị lai không sinh; 10. Để chánh pháp lâu dài. *Căn bản hữu bộ luật* (T23n1442,tr.629b22), như Pāli, Vin. iii. tr.32: *saṅghasuṭṭhutāya* (vì sự ưu mỹ của Tăng); *saṅghaphāsutāya* (vì sự an lạc của Tăng); *dummaṅkūnaṃ puggalānaṃ niggahāya* (để chế phục hạng người không biết hổ thẹn); *pesalānaṃ bhikhūnaṃ phāsuvihārāya* (để các tỷ-kheo nhu hòa sống an lạc); *diṭṭhadhammikānaṃ āsavānaṃ saṃvarāya* (để ngăn chặn hữu lậu đời này); *samparāyikānaṃ āsavānaṃ paṭighātāya* (để đối trị hữu lậu đời sau); *appasannānaṃ pasādāya* (vì tịnh tín của người chưa có tín); *pasannānaṃ bhiyyobhāvāya* (vì sự tăng trưởng của người có tín); *saddhammaṭṭhitiyā* (vì sự trường tồn của chánh pháp); *vinayānuggahāya* (để nhiếp hộ Tì-ni).

² Pāli, ibid., *dasa ariyāvāsā*, mười Thánh cư. Hán, *Trường 9* kinh 8 (tr. 57a): Mười Hiền thánh cư 十賢聖居.

³ *Trường* ibid., xả một 捨一. Pāli: *ekārakkho hoti*, một thủ hộ.

[4] *Trường* ibid., y bốn 依四. Pāli: *caturāpasseno hoti*, bốn y cứ.

[5] *Trường* ibid., diệt dị đế 滅異諦. Pāli: *paṇunnapaccekasacco hoti*, trừ khử sự thật cá biệt.

[6] *Trường* ibid., thắng diệu cầu 勝妙求.

[7] *Trường* ibid., vô trược tưởng 無濁想. Pāli: *anāvilasaṅkappo hoti*, không tư duy vẩn đục.

[8] Nguyên Hán: Y ỷ thân hành 依倚身行. Pāli: *pasaddhakāyasaṅkhāro*. *Trường*, ibid., thân hành dĩ lập 身行已立.

[9] Năm kết 五結. Pāli: Năm triền cái.

[10] Hán: Thừa lục trọng chi pháp 承六重之法. Xem phẩm 37, sáu trọng pháp. Pāli, *chaḷaṅga-samannāgato*, thành tựu sáu chi: thấy sắc, nghe tiếng, v.v., ý thức pháp, mà không hỷ, không ưu, an trú xả (*neva sumano hoti na dummano, upekkhako viharati*).

[11] Pāli: Một thủ hộ: Với tâm được thủ hộ bởi chánh niệm (*ekārakkho hoti ... satārakkhena cetasā samannāgato hoti*).

[12] Pāli: Thân cận (*paṭisevati*), kham nhẫn (*adhivāseti*), xả ly (*parivajjeti*), trừ khử (*vinodeti*).

[13] Pāli: Gác qua một bên các sự thật chủ quan: thế giới thường hay vô thường...

[14] Để bản chép sót một đoạn.

[15] Pāli: *samavayasaṭṭhesano hoti*, diệt trừ ba tầm cầu: dục tầm cầu (*kāmesanā*), hữu tầm cầu (*bhavesanā*), phạm hạnh tầm cầu (*brahmacariyesanā*).

[16] Ba tư duy vẩn đục: Dục (*kāma*), sân (*byāpāda*), hại (*vihiṃsā*).

[17] Pāli: Chứng nhập và an trú thiền thứ tư, xả niệm thanh tịnh (*upekkhāsatipārisuddhiṃ catutthaṃ jhānaṃ upasampajja viharati*).

[18] Pāli, định cú: *āsabhaṃ ṭhānaṃ paṭijānāti*, tự xác nhận địa vị Ngưu vương.

[19] Bản Hán: 有緣死. Có lẽ Hán bị nhảy sót, đây thiếu sanh, vì có sanh mới có chết.

[20] Dịch sát theo Hán; nên hiểu: "Như vậy là sự tập khởi của năm thủ uẩn." Định cú Pāli: *evam etassa kevalassa dukkhakhandhassa samudayo hoti*, như vậy là sự tập khởi của khối thuần đại khổ uẩn.

[21] cf. *Tạp* (Việt) kinh 652; *Tỳ-bà-sa 30* (156c19).

[22] Thị xứ, phi xứ 是處非處. Pāli: *ṭhānañca ṭhānato aṭṭhānañca aṭṭhānato*.

[23] *Tỳ-bà-sa* ibid.: Nghiệp pháp tập trí lực 業法集智力. Pāli: *atītānāgatapaccuppannānaṃ kammasamādānānaṃ ṭhānaso hetuso vipākaṃ yathābhūtaṃ pajānāti*, như thực biết rõ dị thục, tùy theo nguyên nhân và điều kiện của sự thọ báo của các hành vi quá khứ, vị lai và hiện tại.

[24] Nguyên Hán: giới 界, có thể chép nhầm.

[25] Hán: Trì 持. *Trì* tức *giới* đều dịch từ tiếng Phạn *dhātu*.

[26] Nguyên Hán: 如來知若干種界、若干種持、若干種入，如實知之, Như Lai tri nhược can chủng giới, nhược can chủng trì, nhược can chủng nhập.

[27] *Tỳ-bà-sa*, lực thứ tư: Chủng chủng giới trí lực 種種界智力. Pāli: *anekadhātuṃ nānādhātuṃ lokaṃ* [biết rõ] thế gian với giới đa thù, giới sai biệt.

[28] *Tỳ-bà-sa* ibid., lực thứ năm: Chủng chủng thắng giải trí lực 種種勝解智力. Pāli: *sattānaṃ nānādhimuttikataṃ*, chí hướng (thắng giải) sai biệt của các chúng sanh.

[29] Tỳ-bà-sa. lực thứ 6: Căn thắng liệt trí lực 根勝劣智力. Pāli: *parasattānaṃ parapuggalānaṃ indriyaparopariyattaṃ*, biết căn cơ hơn kém của các loại chúng sanh, con người.

[30] Chỉ lực về tha tâm trí, không được kể trong các bản liệt kê mười lực khác, ngoài đây, và *Trường A-hàm Thập báo pháp* (T1 tr. 241b18). *Tỳ-bà-sa*, thay bằng lực thứ ba: Tĩnh lự giải thoát đẳng trì đẳng chí phát khởi tạp nhiễm thanh tịnh trí lực 靜慮解脫等持等至發起雜染清淨智力. Pāli: *jhānavimokkhasamādhisa-māpattīnaṃ saṃkilesaṃ vodānaṃ vuṭṭhānaṃ*, sự xuất khởi thanh tịnh, tạp nhiễm của các sự chứng nhập các thiền, giải thoát, tam-muội. Không có tương đương với bản Hán này.

[31] *Tỳ-bà-sa*, lực thứ bảy: Biến thú hành trí lực 遍趣行智力. Pāli: *sabbatthagāminiṃ paṭipadaṃ*, hành tích dẫn đến tất cả các định hướng, những thực hành nào dẫn đến cõi nào. Trong bản Hán này, lực này được kể chung với *Tỳ-bà-sa*, lực thứ tám: Túc trụ tùy niệm trí lực 宿住隨念智力. Pāli: *anekavihitaṃ pubbenivāsaṃ anussarati*, nhớ lại vô số đời trước.

[32] Văn từ đây trở xuống, thuộc túc mạng trí; xem cht. 31 trên.

[33] *Tỳ-bà-sa*, lực thứ chín: Tử sanh trí lực 死生智力. Pāli: *dibbena cakkhunā... satte passati cavamāne upapajjamāne*, bằng thiên nhãn... thấy chúng sanh đang chết, đang tái sanh...

[34] *Tỳ-bà-sa*, lực thứ mười: Lậu tận trí lực 漏盡智力. Pāli: *āsavānaṃ khayā anāsavaṃ cetovimuttiṃ*, lậu tận, vô lậu tâm giải thoát.

[35] Xem thêm, *Câu-xá 27* tr. 140b9, như *Tì-bà-sa*; *Đại trí độ 24* (T25 tr. 235c22 tt); *Du-già sư địa 49* (T30 tr. 569a4 tt): 1. 處非處智力 xứ phi xứ trí lực. 2. 自業智力 tự nghiệp trí lực. 3. 靜慮解脫等持等至智力 tĩnh lự giải thoát đẳng trì đẳng chí trí lực. 4. 根勝劣智力 căn thắng liệt trí lực. 5. 種種勝解智力 chủng chủng thắng giải trí lực. 6. 種種界智力 chủng chủng giới

trí lực. 7. 遍趣行智力 biến thú hành trí lực. 8. 宿住隨念智力 túc trụ tùy niệm trí lực. 9. 死生智力 tử sinh trí lực. 10. 漏盡智力 lậu tận trí lực.

[36] So sánh, phẩm 27, kinh số 6. Văn và nghĩa không nhất quán giữa hai đoạn dịch này. Tham chiếu, *Câu-xá 27* tr. 140c17: 1. Chánh đẳng giác vô úy 正等覺無畏; 2. lậu vĩnh tận vô úy 漏永盡無畏 3. thuyết chướng pháp vô úy 說障法無畏; 4. thuyết xuất đạo vô úy 說出道無畏; xem thêm, *Đại trí độ 25* (T25 tr. 241b24)

[37] Câu văn này nghi là chép nhầm, dư, nên cho vào ngoặc.

[38] Nguyên Hán: Nội pháp 內法; Hán dịch sai, hiểu nhầm *antarāyikadharma* (pháp chướng ngại) thành *antaradharma*, pháp trung gian hay nội pháp.

[39] Số trang có đảo lộn so với Đại chánh.

[40] Nguyên Hán: 念止觀 niệm chỉ quán. Có lẽ chỉ tức nhưng chép nhầm thành chỉ quán. Xem kinh 7 phẩm 2 (niệm hưu tức); kinh 5 phẩm 40.

[41] Hán: Quốc gia 國家, nhà của nước, tức nhà của vua. Pāli: *rājantepura*, nội cung hay hậu cung của vua; mười điều tai hại khi đi vào hậu cung của vua.

[42] Hán: Quốc gia, xem cht. 41 ngay trên.

[43] Hán: Nhập quốc 入國, nên hiểu là nhập hậu cung.

[44] 庶幾＝譴讓 thứ cơ.

[45] Để bản nhảy sót.

[46] Pāli: *sabbaṃ dhammaṃ abhijānātha, sabbaṃ dhammaṃ abhiññāya viharathā'ti*, các ngươi hãy chứng tri tất cả pháp. Sau khi chứng tri tất cả pháp, các ngươi hãy an trú.

[47] Pāli: *eko, āvuso, pañho eko uddeso ekaṃ veyyākaraṇaṃ, dve pañhā dve uddesā dve veyyākaraṇāni, … dasa pañhā dasuddesā dasa veyyākaraṇānī'ti*, một câu hỏi, một tuyên bố, một trả lời, cho đến mười…

[48] Định cú Pāli: *aññatra tathāgatena vā tathāgatasāvakena vā ito vā pana sutvā*: Ngoại trừ Như lai, hay đệ tử của Như lai, hay sau khi nghe từ đây.

[49] Pāli: *sammā nibbindamāno sammā virajjamāno sammā vimuccamāno sammā pariyantadassāvī sammadatthaṃ abhisamecca diṭṭheva dhamme dukkhassantakaro hoti*, chân chánh yểm ly, chân chánh ly tham, chân chánh giải thoát, chân chánh quan sát biên tế, chân chánh hiện quán nghĩa lý, ngay trong đời này mà chấm dứt biên tế khổ.

[50] Để bản và Tống nhảy sót. Nguyên, Minh bổ khuyết: *Nhất luận nhất nghĩa nhất diễn*, một luận, một nghĩa, một diễn (điều mà Ta đã nói…)

[51] Có thể để bản chép nhầm. Nguyên, Minh: "Luận hai, nghĩa hai, diễn hai."

[52] Định nghĩa không thấy trong Pāli.

[53] Pāli: Bốn loại thức ăn (catūsu āhāresu)

[54] Nguyên-Minh thêm: "Tóm tắt, năm thạnh ấm khổ. Đó gọi là Thánh đế Khổ."

[55] Hán: 愛本與欲相應. Chính xác nên hiểu là "khát ái đương lai câu hữu với hỷ tham (Pāli: taṇhā ponobhavikā nandirāgasahagatā, nhưng bản Hán có lẽ hiểu ponobbhavika, đương lai hữu, là pubbabhavika?)

[56] Pāli: Năm thủ uẩn (pañcasu upādānakkhandhesu).

[57] Sáu pháp tôn trọng, xem kinh số 1 phẩm 37. Pāli: Sáu nội xứ (chasu ajjhattikesu āyatanesu).

[58] Đây hiểu là tâm thường hòa hiệp như một với các bạn đồng tu.

[59] 神識依止處 thần thức y chỉ xứ, xem kinh 5 phẩm 39. Pāli: sattasu viññāṇaṭṭhitīsu, bảy thức trú.

[60] Chính xác: Một bộ phận của chư thiên.

[61] Chính xác: Xuất hiện vào thời kiếp sơ.

[62] Hán dịch dư trú xứ thứ tám. Trú xứ của thức chỉ đến Vô sở hữu xứ thiên. Xem kinh 5 phẩm 39. Xem Tập dị 17, mục bảy pháp.

[63] Pāli: aṭṭhasu lokadhammesu.

[64] Nguyên Hán: Lợi suy hủy dự xưng ky khổ lạc 利衰毀譽稱譏苦樂.

[65] Xem kinh 1 phẩm 44. Pāli: navasu sattāvāsesu, chín hữu tình cư.

[66] Tập dị: Người và một phần trời. Pāli: manussā ekacce ca devā ekacce ca vinipātikā, loài người, một phần chư thiên, và chúng sanh trong cõi dữ. Một phần chư thiên, chỉ chư thiên Dục giới.

[67] Pāli: Dasasu akusalesu kammapathesu, mười nghiệp đạo bất thiện.

[68] Chỉ tử thi mà chim, thú ăn chưa hết.

[69] Chỉ tử thi bị chim thú ăn.

[70] Chín tưởng đầu thuộc sáu đề mục trong 9 đề mục quán tử thi. Pāli: asubhasaññā (bất tịnh tưởng), maraṇasaññā (tử tưởng), āhārepaṭikūlasaññā (yếm nghịch thực tưởng, ghê tởm thức ăn), sabbaloke anabhiratisaññā (thế gian bất khả lạc tưởng), aniccasaññā (vô thường tưởng), anicce dukkhasaññā (vô thường tức khổ tưởng), dukkhe anattasaññā (khổ tức vô ngã tưởng), pahānasaññā (đoạn tưởng), virāgasaññā (ly tham tưởng), nirodhasaññā (diệt tận tưởng). Cf. Tỳ-bà-sa 166 (tr. 836c23): Vô thường tưởng, vô thường khổ tưởng, khổ vô ngã tưởng, tử tưởng, bất tịnh tưởng, yếm thực tưởng, nhất thiết thế gian bất khả lạc tưởng, đoạn tưởng, ly tưởng, diệt tưởng.

[71] Tịnh tưởng, xem thân (và mọi vật) đều sạch sẽ, đẹp đẽ, đáng ham thích.

[72] Bản Hán, hết quyển 42.

47. PHẨM THIỆN ÁC

KINH SỐ 1

[780c21] Tôi nghe như vầy:

Một thời, Phật ở tại vườn Cấp Cô Độc, rừng cây Kỳ-đà, nước Xá-vệ.

Bấy giờ Thế Tôn nói với các tỳ-kheo:

"Chúng sanh nào phụng hành mười pháp, sẽ sinh lên trời. Lại hành mười pháp sẽ sinh vào nẻo dữ. Lại hành mười pháp, nhập Niết-bàn giới.

"Tu hành mười pháp gì mà sinh vào nẻo dữ? Ở đây, có người sát sanh, trộm cướp, dâm dật, nói dối, ỷ ngữ, ác khẩu, hai lưỡi gây đấu loạn đây kia, tật đố, **[781a]** sân hận, khơi dậy tà kiến. Đó là mười pháp. Chúng sanh nào hành mười pháp này sẽ vào trong nẻo dữ.

"Tu hành mười pháp gì được sinh lên trời? Ở đây, có người không sát sanh, không trộm cướp, không dâm dật, không nói dối, không ỷ ngữ, không ác khẩu, không hai lưỡi gây đấu loạn đây kia, không tật đố, không sân hận, không khơi dậy tà kiến. Nếu ai hành mười pháp này sẽ được sinh lên trời.

"Tu hành mười pháp gì đến được Niết-bàn? Đó là mười niệm. Niệm Phật, niệm Pháp, niệm Tăng Tỳ-kheo, niệm thiên, niệm giới, niệm thí, niệm chỉ tức, niệm an-ban, niệm thân, niệm sự chết. Đó là tu hành mười pháp thì đạt được Niết-bàn.

"Tỳ-kheo, nên biết, hãy niệm xả ly mười pháp sinh lên trời và sinh vào nẻo dữ. Hãy niệm tưởng mười pháp khiến đạt đến Niết-bàn.

▫ Xem chú thích: tr.299-301

"Tỳ-kheo, hãy học điều này như vậy."

Các tỳ-kheo sau khi nghe những gì Phật dạy hoan hỷ phụng hành.

KINH SỐ 2

Tôi nghe như vầy:

Một thời, Phật ở tại vườn Cấp Cô Độc, rừng cây Kỳ-đà, nước Xá-vệ.

Bấy giờ, Thế Tôn nói với các tỳ-kheo:

"Do gốc rễ mười ác mà ngoại vật còn suy hao, huống nữa là nội pháp. Những gì là mười? Đó là, người sát sanh, trộm cướp, dâm dật, nói dối, ỷ ngữ, ác khẩu, hai lưỡi gây đấu loạn đây kia, tật đố, sân hận, ôm lòng tà kiến.

"Do quả báo của sát sanh, thọ mạng của chúng sanh rất ngắn. Do sự lấy của không được cho, chúng sanh sinh vào chỗ nghèo hèn. Do quả báo dâm dật, cửa nhà chúng sanh không được trinh trắng. Do nói dối, miệng của chúng sanh có mùi hôi thối, không được sạch thơm. Do ỷ ngữ, đất đai không được bằng phẳng. Do quả báo hai lưỡi, đất mọc gai chông. Do quả báo ác khẩu, có nhiều ngôn ngữ khác nhau. Do tật đố, thóc lúa không dồi dào. Do quả báo sân hại, có nhiều vật uế ác. Do quả báo tà kiến, tự nhiên sanh tám địa ngục. Nhân bởi mười ác báo này khiến các ngoại vật cũng suy hao, huống nữa vật nội thân.

"Đó là, tỳ-kheo, hãy niệm tránh xa mười pháp ác, tu hành mười pháp thiện.

"Tỳ-kheo, hãy học điều này như vậy."

Các tỳ-kheo sau khi nghe những gì Phật dạy hoan hỷ phụng hành.

KINH SỐ 3

Tôi nghe như vầy:

Một thời, Phật ở tại vườn Cấp Cô Độc, rừng cây Kỳ-đà, nước Xá-vệ.

Bấy giờ vua Ba-tư-nặc đi đến chỗ Thế Tôn, đánh lễ sát chân, rồi ngồi qua một bên. Khi ấy vua Ba-tư-nặc bạch Thế Tôn rằng:

"Như Lai có nói lời này chăng, 'Bố thí cho Ta thì được phước nhiều; cho người khác thì được phước ít. Hãy bố thí cho đệ tử Ta, chớ bố thí cho người khác?' Giả sử có ai nói điều này, người ấy không hủy báng pháp của Như Lai chăng?"

Phật nói với vua:

"Ta không nói điều này, [781b] 'Chỉ nên bố thí cho một mình Ta, đừng bố thí cho người khác.' Đại vương, nên biết, Ta thường nói điều này, 'Thức ăn dư trong bát của tỳ-kheo, đổ vào trong nước cho nhuyễn trùng ăn còn được phước, huống nữa bố thí cho người mà không được phước sao? Tuy nhiên, đại vương, Ta có nói điều này, 'Bố thí cho người trì giới được phước nhiều hơn cho người phạm giới.'"

Ba-tư-nặc ở trước Phật bạch rằng:

"Kính vâng, Thế Tôn. Bố thí cho người trì giới phước nhiều gấp bội hơn cho người phạm giới."

Vua lại bạch Phật:

"Ni-kiền Tử đến nói với con rằng, 'Sa-môn Cù-đàm là người biết huyễn thuật, có thể xoay chuyển người đời.' Điều này đúng chăng? Sai chăng?"

Phật nói:

"Đúng vậy, đại vương, như điều vừa nói. Ta có pháp huyễn có thể xoay chuyển người đời."

Vua bạch Phật:

"Cái gì gọi là pháp huyễn có thể xoay chuyển?"

Phật nói:

"Người sát sanh, tội ấy khó lường. Người không sát sanh, thọ phước vô lượng. Người lấy của không cho, mắc tội vô lượng. Người không trộm cướp được phước vô lượng. Người dâm dật thọ tội vô lượng. Người không dâm dật thọ phước vô lượng... Người tà kiến thọ tội vô lượng. Người chánh kiến thọ phước vô lượng. Pháp huyễn thuật của Ta chính xác được hiểu là như vậy."

Khi ấy vua Ba-tư-nặc bạch Phật:

"Thế gian này bao gồm loài người, ma hoặc ma thiên, cùng các loài hữu hình, nếu hiểu sâu sắc pháp huyễn thuật này sẽ được đại hạnh. Từ nay về sau, con không cho phép ngoại đạo dị học vào trong quốc giới của con. Cho phép bốn bộ chúng thường xuyên ở trong cung của con, và thường được cúng dường tùy theo nhu cầu."

Phật nói:

"Đại vương, chớ nói như vậy. Vì sao? Bố thí cho các loài súc sanh còn được phước; thậm chí bố thí cho người phạm giới còn được phước. Bố thí cho người trì giới, phước đức khó ước lượng. Bố thí tiên nhân ngoại đạo được một ức phước. Bố thí cho Tu-đà-hoàn, Tư-đà-hàm, A-na-hàm, A-la-hán, Bích-chi-phật và Phật, phước ấy khó lường. Cho nên, đại vương, hãy khơi dậy tâm cúng dường đệ tử Thanh văn của chư Phật trong tương lai, và quá khứ. Đại vương, hãy học điều này như vậy."

Vua Ba-tư-nặc sau khi nghe những gì Phật dạy hoan hỷ phụng hành.

KINH SỐ 4[*]

Tôi nghe như vầy:

Một thời, Phật ở tại vườn Cấp Cô Độc, rừng cây Kỳ-đà, nước Xá-vệ.

Bấy giờ số đông các tỳ-kheo sau bữa ăn đều tụ tập tại giảng đường Phổ hội, cùng [781c] bàn luận các đề tài này: 'Luận về y áo, phục sức, ăn uống; luận về lân quốc, giặc cướp, chiến tranh; luận về uống rượu, dâm dật, năm thứ nhạc, luận về vũ, hý kịch, kỹ nhạc. Những luận bàn không thiết yếu như vậy không thể kể xiết[1].'

Khi ấy, Thế Tôn bằng thiên nhĩ nghe các tỳ-kheo đang thảo luận như vậy, liền đi đến giảng đường Phổ hội, hỏi các tỳ-kheo:

"Các ngươi tụ tập tại đây muốn bàn luận điều gì?"

---

[*] Pāli, A. X. 69 *Kathāvatthu* 1 (R. v. 128).

Các tỳ-kheo bạch Thế Tôn:

"Chúng con cùng bàn luận những vấn đề không thiết yếu như vậy."

Phật bảo các tỳ-kheo:

"Thôi, thôi, tỳ-kheo! Chớ có bàn luận như vậy. Vì sao? Những bàn luận ấy phi nghĩa,[2] cũng không dẫn đến pháp thiện. Không do bàn luận này mà được tu hành phạm hạnh, không đạt đến chỗ Niết-bàn diệt tận, không được đạo bình đẳng của sa-môn. Đó là những luận bàn thế tục, không phải là luận bàn chân chánh hướng đến. Các ngươi đã bỏ tục học đạo, không nên tư duy các đề tài dẫn đến bại hoại như vậy. Nếu muốn luận bàn, các ngươi hãy luận bàn mười sự công đức.

"Những gì là mười? Tỳ-kheo tinh cần, thiểu dục tri túc, có tâm dũng mãnh, đa văn mà có thể nói pháp cho người, không sợ hãi, giới luật đầy đủ, tam-muội thành tựu, trí tuệ thành tựu, giải thoát thành tựu, giải thoát tri kiến thành tựu.[3] Nếu muốn luận bàn, các người hãy luận mười đề tài này. Vì sao? Chúng thấm nhuần tất cả, mang lại nhiều lợi ích, khiến có thể tu phạm hạnh, đạt đến chỗ vô vi diệt tận, là thiết yếu của Niết-bàn.

"Các ngươi, các thiện gia nam tử, đã xuất gia học đạo, hãy tư duy mười sự này. Luận như vậy là luận chánh pháp, bỏ xa nẻo dữ. Tỳ-kheo, hãy học điều này như vậy."

Các tỳ-kheo sau khi nghe những gì Phật dạy hoan hỷ phụng hành.

KINH SỐ 5

Tôi nghe như vầy:

Một thời, Phật ở tại vườn Cấp Cô Độc, rừng cây Kỳ-đà, nước Xá-vệ.

Bấy giờ, có số đông các tỳ-kheo đều tụ tập tại giảng đường Phổ hội, cùng bàn luận như vầy:

"Nay gạo thóc trong thành Xá-vệ khan hiếm, giá cả tăng vọt, xin ăn khó được. Vả, Thế Tôn có nói, nương nhờ ăn uống mà thân người được tồn tại. Bốn đại y tựa nơi pháp được niệm tưởng bởi tâm. Pháp y tựa trên gốc rễ dẫn đến nẻo lành. Hôm nay, chúng ta nên phân chia người theo thứ tự đi khất thực, khiến cho người khất thực được thấy có sắc da tươi đẹp, xúc cảm êm dịu, được y phục, cơm nước, giường chõng và ngọa cụ, thuốc men trị bệnh, há không phải tốt đẹp **[782a]** sao?"

Khi ấy, bằng thiên nhĩ thanh tịnh không chút tì vết, Thế Tôn từ xa nghe các tỳ-kheo cùng nhau bàn luận như vậy, tức thì đến giảng đường Phổ hội, ngồi xuống giữa đại chúng. Phật bảo các tỳ-kheo:

"Các ngươi tụ tập tại đây, đang bàn luận vấn đề gì?"

Các tỳ-kheo đáp:

"Chúng con bàn luận rằng, nay trong thành Xá-vệ, xin ăn khó được. Chúng con muốn phân chia từng người theo thứ tự đi khất thực, để cho tùy lúc được thấy có sắc da tươi đẹp, được y phục, cơm nước, giường chõng và ngọa cụ, thuốc men trị bệnh. Điều mà chúng con bàn luận là như vậy."

Phật bảo các tỳ-kheo:

"Tỳ-kheo khất thực bốn sự cúng dường là y áo, cơm nước, giường chõng và ngọa cụ, thuốc men trị bệnh, lại còn cần dùng đến sắc, thanh, hương, vị, xúc chạm trơn láng nữa hay sao? Ta hằng răn dạy rằng, khất thực có hai sự là đáng thân cận và không đáng thân cận. Giả sử được áo chăn, cơm nước, ngọa cụ, thuốc men trị bệnh, mà pháp ác tăng trưởng, pháp thiện không tăng trưởng, điều đó không nên thân cận. Nếu xin được y áo, cơm nước, giường chõng và ngọa cụ, thuốc men trị bệnh, mà pháp thiện tăng ích, pháp ác không tăng ích, điều đó nên thân cận.

"Tỳ-kheo các ngươi, ở trong pháp này muốn luận bàn điều gì? Những điều các ngươi luận bàn không phải là luận bàn hợp chánh pháp. Hãy xả bỏ pháp ấy, chớ tư duy thêm nữa. Vì không do đó mà đạt đến chỗ tĩnh chỉ, đến Niết-bàn diệt tận. Nếu muốn luận bàn, các ngươi hãy luận bàn mười pháp. Những gì là mười?[4] Tỳ-kheo tinh cần, thiểu dục, tri túc, có tâm dũng mãnh, nghe nhiều lại có thể nói pháp cho người, không sợ hãi không do dự, giới luật đầy đủ, tam-muội thành tựu, trí tuệ thành tựu, giải thoát thành tựu, giải thoát kiến huệ thành tựu. Nếu các ngươi muốn bàn luận, hãy bàn luận mười đề tài này. Vì sao vậy? Chúng thấm nhuần tất cả, mang lại nhiều lợi ích, khiến có thể tu phạm hạnh, đạt đến chỗ vô vi diệt tận, Niết-bàn giới. Các đề tài này là đích nghĩa của sa-môn, các người hãy nhớ nghĩ tư duy, chớ để tâm rời xa. Như vậy, tỳ-kheo, hãy học điều này."

Các tỳ-kheo sau khi nghe những gì Phật dạy hoan hỷ phụng hành.

KINH SỐ 6

Tôi nghe như vầy:

Một thời, Phật ở tại vườn Cấp Cô Độc, rừng cây Kỳ-đà, nước Xá-vệ.

Bấy giờ, số đông các tỳ-kheo đều tụ tập tại giảng đường Phổ hội, cùng bàn luận như vầy:

"Nay trong thành Xá-vệ khất thực khó được, không phải là nơi chốn an ổn cho tỳ-kheo. Chúng ta hãy cử một người theo thứ tự đi khất thực. Tỳ-kheo khất thực này có thể kiếm được [782b] các thứ y áo, cơm nước, gường chõng và thuốc men trị bệnh, không thiếu thốn thứ gì."

Khi ấy trong chúng có một tỳ-kheo thưa với các vị khác rằng:

"Chúng ta không có khả năng khất thực ở đây. Ai nấy hãy đi đến nước Ma-kiệt-đà, mà xin ăn ở đó. Vả, ở đó thóc gạo dồi dào, giá rẻ, đồ ẩm thực dư dả."

Lại có tỳ-kheo khác nói:

"Chúng ta không nên khất thực ở nước đó. Vì sao vậy? A-xà-thế đang cai trị ở đó. Ông hành động phi pháp, lại giết cha, cùng kết bạn với Đề-bà-đạt-đa. Do nhân duyên ấy, chúng ta không nên khất thực ở đó."

Lại có tỳ-kheo khác nói:

"Hiện nay, ở quốc thổ Câu-lưu-sa,[5] nhân dân đông đúc trù phú, nhiều của cải, bảo vật, ta nên đến đó khất thực."

Lại có tỳ-kheo khác nói:

"Không nên đến khất thực ở đó. Vì sao? vua Ác Sanh[6] đang cai trị ở đó, cực kỳ hung bạo, không có chút nhân từ. Nhân dân ở đó hung dữ, hay đấu tranh kiện tụng. Do nhân duyên này, không nên đến đó khất thực."

Lại có tỷ-kheo nói:

"Chúng ta nên đến thành Câu-thâm Bà-la-nại,⁷ nơi đó vua Ưu-điền đang cai trị. Vua nhiệt thành tin Phật pháp, tâm ý không lay động. Chúng ta nên đến đó khất thực, sẽ không trái với điều mong ước."

Bấy giờ, bằng thiên nhĩ thanh tịnh, Thế Tôn nghe các tỷ-kheo đang bàn luận như vậy, tức thì nghiêm chỉnh y phục, đi đến chỗ các tỷ-kheo, ngồi xuống giữa đại chúng, hỏi các tỷ-kheo:

"Các ngươi tụ tập tại đây đang bàn luận điều gì?"

Các tỷ-kheo đáp:

"Chúng con tụ tập tại đây, cùng nhau bàn luận rằng, 'Nay trong thành Xá-vệ thóc cao gạo quý, khất thực khó được. Chúng ta ai nấy hãy đến nước Ma-kiệt-đà, mà xin ăn ở đó. Vả, ở đó thóc gạo dồi dào, khất thực sẽ dễ được.' Trong chúng có tỷ-kheo nói, 'Chúng ta không nên khất thực ở nước đó. Vì sao vậy? A-xà-thế đang cai trị ở đó. Ông hành động phi pháp, lại giết cha, cùng kết bạn với Đề-bà-đạt-đa. Do nhân duyên ấy, chúng ta không nên khất thực ở đó.' Lại có tỷ-kheo khác nói, 'Hiện nay, ở quốc thổ Câu-lưu-sa, nhân dân đông đúc trù phú, nhiều của cải, bảo vật. Ta nên đến đó khất thực.' Lại có tỷ-kheo khác nói, 'Chúng ta không nên đến khất thực ở đó. Vì sao? vua Ác Sanh đang cai trị ở đó, cực kỳ hung bạo, không có chút nhân từ, hay đấu tranh kiện tụng. Do nhân duyên này, [782c] không nên đến đó khất thực.' Lại có tỷ-kheo nói, 'Chúng ta nên đến thành Câu-thâm Bà-la-nại, nơi đó vua Ưu-điền đang cai trị. Vua nhiệt thành tin Phật pháp, tâm ý không lay động. Chúng ta nên đến đó khất thực, sẽ không trái với điều mong ước.' Chúng con ở đây đang bàn luận những điều như vậy."

Phật bảo các tỷ-kheo:

"Các ông chớ có khen chê việc vua cai trị, quốc gia, bờ cõi; cũng chớ bàn luận sự hơn kém của các vua chúa."

Rồi Thế Tôn nói bài kệ này:

> *Phàm người tạo thiện, ác,*
> *Hành vi đều có nhân;*
> *Sẽ thọ báo như vậy,*

Không bao giờ hủy mất.

Phàm người tạo thiện, ác,
Hành vi đều có nhân.
Làm thiện, nhận báo thiện.
Làm ác, nhận báo ác.

"Cho nên, tỳ-kheo, chớ móng tâm luận bàn quốc sự. Vì không do sự luận bàn này mà có thể đạt đến Niết-bàn diệt tận; cũng không phải là pháp chánh hành của sa-môn. Nếu bàn luận những sự việc ấy, đó không phải là chánh nghiệp. Các ngươi nên học mười đề tài bàn luận. Những gì là mười? Tỳ-kheo tinh cần, thiểu dục tri túc, có tâm dũng mãnh, đa văn mà có thể nói pháp cho người, không sợ hãi, giới luật đầy đủ, tam-muội thành tựu, trí tuệ thành tựu, giải thoát thành tựu, giải thoát tri kiến thành tựu. Nếu muốn luận bàn, các ngươi hãy luận mười đề tài này. Vì sao? Chúng thấm nhuần tất cả, mang lại nhiều lợi ích, khiến có thể tu phạm hạnh, đạt đến chỗ vô vi diệt tận, là thiết yếu của Niết-bàn.

"Các ngươi, các thiện gia nam tử, đã xuất gia học đạo, xa rời thế tục, hãy tinh cần tư duy, chớ để tâm rời xa. Tỳ-kheo, hãy học điều này như vậy."

Các tỳ-kheo sau khi nghe những gì Phật dạy hoan hỷ phụng hành.

KINH SỐ 7

Tôi nghe như vầy:

Một thời, Phật ở tại vườn Cấp Cô Độc, rừng cây Kỳ-đà, nước Xá-vệ.

Bấy giờ số đông các tỳ-kheo đều tụ tập tại giảng đường Phổ hội, cùng bàn luận như vầy:

"Nay vua Ba-tư-nặc hành phi pháp, phạm luật giáo của Thánh. Tỳ-kheo-ni Sám[8] đắc A-la-hán đạo, bị vua giữ trong cung suốt 12 năm, để cùng giao hội. Vua lại không phụng sự Phật, Pháp, Tăng Tỳ-kheo; không có tín tâm đối với A-la-hán, tức là không tin Phật, pháp, Thánh chúng. Chúng ta nên rời xa, không nên ở lại đất nước này. Vì sao? Khi vua hành phi pháp, đại thần của vua cũng hành phi pháp. Đại thần đã hành phi pháp, thì quan lại phò tá tả hữu [783a] cũng hành phi pháp. Quan lại hành phi pháp, thứ dân cũng hành phi pháp. Vậy chúng ta đi đến nước khác khất thực, chớ ở lại nước này. Vả lại, chúng ta có thể quan sát phong tục của nước đó. Do thấy phong tục ở đó mà có thể thấy được chỗ khác nhau."

Bấy giờ, bằng thiên nhĩ thanh tịnh, Thế Tôn nghe các tỳ-kheo đang bàn luận vấn đề này, liền đi đến chỗ các tỳ-kheo, ngồi xuống giữa đại chúng. Rồi Thế Tôn hỏi các tỳ-kheo:

"Các ông tụ tập tại đây đang bàn luận vấn đề gì?"

Các tỳ-kheo bạch Thế Tôn:

"Chúng con ở đây bàn luận rằng, vua Ba-tư-nặc hành phi pháp, phạm luật giáo của Thánh, giam giữ Tỳ-kheo-ni Sám trong cung suốt 12 năm, cốt để giao tiếp sắc. Vả lại, bậc đắc đạo vượt ngoài ba cõi, mà vua lại không phụng sự Phật, Pháp, Tăng Tỳ-kheo; không có lòng chí tín đối với A-la-hán. Đã không tâm này thì cũng không có tâm kia đối với ngôi Tam tôn. Chúng ta nên rời xa, không nên ở lại đất nước này. Vì sao? Khi vua hành phi pháp, đại thần của vua cũng hành phi pháp; thần tá, nhân dân cũng hành ác. Vả lại, chúng ta có thể quan sát phong hóa của nước khác."

Thế Tôn bảo các tỳ-kheo:

"Các ngươi chớ luận bàn đề tài quốc giới. Hãy tự mình khắc kỷ tư duy, nội tĩnh, so sánh, phân biệt. Bàn luận những điều như vậy thì không hợp chánh lý. Nó cũng không khiến mọi người có thể tu phạm hạnh, đạt đến chỗ Niết-bàn vô vi diệt tận. Hãy tự mình tu tập pháp hành xí nhiên,[9] tự quy y tối tôn. Nếu tỳ-kheo có thể tự tu tập phát khởi pháp lạc cho mình, hạng người đó được sinh từ chính thân thể Ta.

"Tỳ-kheo, làm thế nào để tự thắp sáng, phát khởi pháp lạc, không hư dối, tự quy tối tôn? Ở đây, tỳ-kheo tự quán nội thân, ý an chỉ trên thân,[10] tự thâu nhiếp tâm, trừ khử loạn tưởng, không có sầu ưu; tự quán ngoại thân, ý an chỉ trên thân, tự thâu nhiếp tâm, trừ khử loạn tưởng, không có sầu ưu; tự quán nội ngoại thân, ý an chỉ trên thân, tự thâu nhiếp tâm, trừ khử loạn tưởng, không có sầu ưu. Nội quán thọ, ngoại quán thọ, nội ngoại quán thọ; nội quán tâm, ngoại quán tâm, nội ngoại quán tâm; nội quán pháp, ngoại quán pháp, nội ngoại quán pháp, ý an chỉ trên pháp, tự thâu nhiếp tâm, trừ khử loạn tưởng, không có sầu ưu. Tỳ-kheo như vậy có thể tự mình thắp sáng, tu hành phát khởi pháp lạc, tự quy tối tôn. Tỳ-kheo nào trong hiện tại hay tương lai mà có thể tự thắp sáng, không thoái thất gốc rễ của hành, tỳ-kheo ấy được sinh từ chính Ta.

"Cho nên, tỳ-kheo, nếu muốn **[783b]** luận bàn, hãy luận bàn mười sự. Những gì là mười? Tỳ-kheo tinh cần, thiểu dục, tri túc, có tâm dũng mãnh, đa văn mà có thể nói pháp cho người, không sợ hãi, giới luật đầy đủ, tam-muội thành tựu, trí tuệ thành tựu, giải thoát thành tựu, giải thoát tri kiến thành tựu. Nếu muốn luận bàn, các người hãy luận mười đề tài này. Vì sao? Chúng thấm nhuần tất cả, mang lại nhiều lợi ích, khiến có thể tu phạm hạnh, đạt đến chỗ vô vi diệt tận, Niết-bàn giới. Những luận bàn ấy là đích nghĩa của sa-môn. Các ngươi hãy tinh cần tư duy, chớ để tâm rời xa. Tỳ-kheo, hãy học điều này như vậy."

Các tỳ-kheo sau khi nghe những gì Phật dạy hoan hỷ phụng hành.

KINH SỐ 8

Tôi nghe như vầy:

Một thời, Phật ở tại vườn Cấp Cô Độc, rừng cây Kỳ-đà, nước Xá-vệ.

Bấy giờ trong thành Xá-vệ có một gia chủ cúng cho La-hầu-la[11] một căn nhà để tọa thiền.[12] La-hầu-la nghỉ trong căn nhà ấy được vài ngày, rồi đi du hóa trong nhân gian. Khi ấy, gia chủ chợt có ý nghĩ đến thăm La-hầu-la. Nhưng khi thấy trong căn nhà của La-hầu-la vắng vẻ, không có người ở, ông bèn nói với một tỳ-kheo khác:

"Tôn giả La-hầu-la nay đang ở đâu?"

Tỳ-kheo đáp:

"La-hầu-la đi du hóa trong nhân gian."

Gia chủ nói:

"Cúi mong chư Hiền cắt cử người đến ở trong căn nhà của tôi. Thế Tôn cũng có nói, tạo lập vườn cây ăn trái và làm cầu, đò, dựng nhà xí gần đường đi, rồi đem bố thí, sẽ được phước lâu dài, giới pháp thành tựu;

sau khi chết tất được sinh lên trời. Vì lý do đó, tôi đã làm cho La-hầu-la một căn nhà. Nay La-hầu-la không thích nhà của tôi. Vậy cúi mong chư Hiền sai cử người đến ở trong căn nhà của tôi."

Các tỳ-kheo đáp:

"Sẽ theo lời gia chủ nói."

Bấy giờ các tỳ-kheo bèn cử một tỳ-kheo đến ở trong căn nhà đó.

Thời gian sau, La-hầu-la nghĩ rằng, "Ta xa Thế Tôn đã lâu, nay nên về thăm viếng."

Rồi Tôn giả La-hầu-la đi đến chỗ Thế Tôn, đảnh lễ sát chân, và ngồi qua một bên. Giây lát, bèn rời chỗ ngồi, trở về căn nhà cũ. Thấy có một tỳ-kheo khác ở trong đó, bèn hỏi:

"Ai đem nhà của tôi giao cho thầy ở vậy?"

Tỳ-kheo đáp:

"Chúng tăng sai cử tôi đến ở căn nhà này."

La-hầu-la quay trở lại chỗ Thế Tôn, đem nhân duyên này [783c] thuật lại đầy đủ cho Thế Tôn, rồi hỏi:

"Thế Tôn, không rõ có phải chúng Tăng sai cử đạo nhân đến ở trong căn nhà của con hay không?"

Phật bảo La-hầu-la:

"Ngươi hãy đi đến gia chủ mà nói rằng, 'Những gì tôi đã làm bởi thân, miệng, ý có điều gì lỗi lầm chăng? Há không phải ba hành vi bởi thân, bốn bởi miệng, ba bởi ý, có lỗi lầm gì chăng? Sao gia chủ bố thí nhà cho tôi, rồi sau lại mang nó cho Thánh chúng?"

La-hầu-la vâng lời Phật dạy, đi đến gia chủ, nói rằng:

"Há không phải ba hành vi bởi thân, bốn bởi miệng, ba bởi ý của tôi có lỗi lầm gì chăng?"

Gia chủ đáp:

"Tôi không thấy La-hầu-la có lỗi lầm gì do bởi thân, miệng, ý cả."

La-hầu-la nói với gia chủ:

"Vậy sao ông lấy lại phòng xá của tôi mà đem cho Thánh chúng?"

Gia chủ đáp:

"Tôi thấy nhà trống cho nên đem cho Thánh chúng. Khi ấy tôi nghĩ rằng, Tôn giả La-hầu-la chắc không thích ở trong căn nhà của tôi, vì vậy tôi mang đi huệ thí."

La-hầu-la sau khi nghe gia chủ nói như vậy, bèn trở về chỗ Thế Tôn, thuật lại đầy đủ nhân duyên sự việc lên Thế Tôn. Bấy giờ Thế Tôn bảo A-nan, hãy mau đánh kiền-chùy; các tỳ-kheo trong tinh xá Kỳ-hoàn vân tập hết vào giảng đường Phổ hội. A-nan vâng lệnh Thế Tôn, triệu tập các tỳ-kheo vào giảng đường Phổ hội.

Bấy giờ Thế Tôn nói với các tỳ-kheo:

"Nay Ta sẽ nói về huệ thí thanh tịnh. Các ông hãy khéo suy nghĩ kỹ."

Các tỳ-kheo vâng lời Phật lắng nghe.

Thế Tôn nói:

"Thế nào gọi là huệ thí thanh tịnh? Ở đây, tỳ-kheo, có người đã đem vật huệ thí, sau đó lấy lại đem cho người khác. Huệ thí ấy được nói là không đồng đều, không phải bình đẳng thí. Hoặc có người lấy của người khác đem huệ thí Thánh chúng. Lại có người đoạt của Thánh chúng đem thí cho người khác. Đấy đều là bố thí không bình đẳng, cũng không phải là huệ thí thanh tịnh.

"Như Chuyển Luân Thánh vương được tự tại trong cảnh giới của mình; cũng vậy, tỳ-kheo được tự tại đối với y bát của mình. Nếu ai lấy của người khác, mà không có lời hứa khả của người đó, rồi đem cho người kia; đó không phải là bình đẳng thí. Nay, Ta bảo các tỳ-kheo, thí chủ muốn cho nhưng người nhận không muốn cho, đây không phải là bố thí bình đẳng.

"Hoặc gặp trường hợp tỳ-kheo mạng chung, nên đem một phòng xá ấy đến giữa chúng, tác yết-ma, truyền cáo xướng lên rằng, 'Tỳ-kheo kia mạng chung, nay đem phòng xá này ra giữa Tăng phân xử. Muốn giao lại cho ai ở, tùy theo lời dạy của Thánh chúng. Này chư Hiền, nay [784a] trao cho tỳ-kheo... trú ở đó, mong các vị hãy chấp thuận. Ai không chấp thuận hãy nói.' Cần phải nói ba lần như vậy. Nếu trong chúng Tăng có một vị không chấp thuận mà đem cho, đó không phải là bình đẳng thí. Vật đó trở thành tạp uế. Nay hãy trả phòng xá lại cho La-hầu-la, hãy thanh tịnh thọ trì.”

Các tỳ-kheo sau khi nghe những gì Phật dạy hoan hỷ phụng hành.

KINH SỐ 9

Tôi nghe như vậy:

Một thời, Phật trú tại Ca-lan-đà, trong Trúc viên, thành La-duyệt, cùng chúng năm trăm đại tỳ-kheo.

Bấy giờ, Tôn giả Đại Quân-đầu[13] ở một chỗ tịch tĩnh, khởi lên ý nghĩ này: “Làm thế nào để biết tri kiến về khoảng trước, khoảng sau, khoảng giữa?”

Khi đến giờ, Đại Quân-đầu khoác y cầm bát đi đến Thế Tôn, đảnh lễ sát chân, rồi ngồi qua một bên. Tôn giả Quân-đầu bạch Thế Tôn rằng:

“Nay các tri kiến khoảng trước, khoảng sau này liên hệ nhau, làm sao để diệt tri kiến này? Lại khiến các tri kiến khác không sanh?”

Thế Tôn nói:

“Ở đây, này Quân-đầu, nơi mà tri kiến ấy xuất hiện, và nơi mà tri kiến ấy diệt mất, thảy đều vô thường, khổ, không. Quân-đầu, biết điều đó rồi, hãy phát khởi tâm ý này. Phàm pháp tri kiến có sáu mươi hai loại. Hãy an trú trên đất mười thiện để trừ khử tri kiến ấy. Những gì là mười? Ở đây, này Quân-đầu, người khác ưa sát sanh, còn ta sẽ không sát sanh; người khác ưa trộm cướp, ta không trộm cướp; người khác phạm phạm hạnh, ta hành phạm hạnh; người khác nói dối, ta không hành nói dối; người khác nói hai lưỡi gây đấu loạn đây kia, ỷ ngữ, ác khẩu, tật đố, sân hận, tà kiến, ta hành chánh kiến.

“Quân-đầu, nên biết, như từ con đường hiểm ác mà gặp được đường chánh, như từ tà kiến mà được đến chánh kiến, quay lưng với tà mà đi theo chánh. Cũng như người tự mình đang bị đắm mà muốn vớt người, không bao giờ có lý đó. Tự mình chưa diệt độ, mà muốn khiến người khác diệt độ, điều này không thể có. Như người không bị đắm mới có thể vớt người khác, lý này khả hữu. Ở đây cũng vậy, tự mình Bát-niết-bàn, lại khiến người khác chứng diệt độ, lý này khả hữu.

"Cho nên, này Quân-đầu, hãy niệm tưởng tránh xa sát hại mà diệt độ không sát hại, tránh xa trộm cướp mà diệt độ không trộm cướp, tránh xa dâm dật mà diệt độ không dâm dật, tránh xa vọng ngữ mà diệt độ không vọng ngữ, tránh xa ỷ ngữ mà diệt độ không ỷ ngữ, tránh xa ác ngôn mà diệt độ không ác ngôn, tránh xa gây đấu loạn đây kia mà diệt độ không đấu loạn đây kia, tránh xa tật đố mà diệt độ không tật đố, tránh xa sân nhuế mà diệt độ không sân nhuế, [**784b**] tránh xa tà kiến mà diệt độ chánh kiến.

"Quân-đầu, nên biết, phàm phu sanh tâm niệm này: 'Có ngã chăng? Không có ngã chăng? Vừa ngã vừa vô ngã chăng? Thế gian thường chăng? Thế gian vô thường chăng? Thế giới hữu biên chăng? Thế giới vô biên chăng? Mạng tức là thân chăng? Mạng khác thân chăng? Như Lai có chết chăng? Như Lai không chết chăng? Có chết chăng? Không có chết chăng? Ai tạo ra thế gian này? Rồi sanh các tà kiến, rằng Phạm thiên tạo ra thế gian này chăng? hay là Địa Chủ[14] tạo dựng thế gian này? Hoặc nói Phạm thiên tạo ra chúng sanh này, Địa Chủ tạo ra thế giới này. Chúng sanh trước kia không có, nay có. Có rồi, sẽ diệt. Phàm phu do không học, không có tri kiến, nên sanh ra các niệm tưởng này.'"

Bấy giờ Thế Tôn nói bài kệ này:

> *Phạm thiên tự nhiên có;[15]*
> *Phạm chí nói như vậy.*
> *Kiến này không chân chánh,*
> *Như sở kiến của họ.*
>
> *Chúa ta[16] sanh hoa sen;*
> *Phạm thiên hiện trong đó.*
> *Địa Chủ[17] sanh Phạm thiên:*
> *Tự sanh, không hợp lý.*
>
> *Địa Chủ, dòng sát-lị,*
> *Cha mẹ của phạm chí.[18]*
> *Làm sao con sát-lị,*
> *Sanh trở lại phạm chí?*

Đi tìm chỗ sở sanh,
Theo lời chư thiên nói.
Đó là lời khen ngợi,
Trở lại tự trói buộc.

Phạm thiên sanh loài người,
Địa Chủ tạo thế gian.
Hoặc nói, cái khác tạo.
Điều này ai xét cho?

Mê hoặc bởi tham sân,
Ba sự cũng hợp tập;
Tâm không được tự tại,
Tự xưng ta hơn đời.

Chẳng thần tạo thế gian,
Cũng chẳng Phạm thiên sanh.
Giả sử Phạm thiên tạo,
Đó không hư dối chăng?

Tìm dấu tích lại nhiều
Xét kỹ, biết hư ngôn.
Hành vi mỗi mỗi khác;
Hành ấy xét không thật.

"Quân-đầu, nên biết, sở kiến của các loài chúng sanh thì không đồng, mà tâm niệm cũng mỗi khác. Các tri kiến ấy đều vô thường. Ai ôm giữ tri kiến ấy, là pháp biến dịch, vô thường. Nếu người khác sát sanh, ta lìa sát sanh. [784c] Nếu người khác trộm cắp, ta sẽ xa lìa việc đó, không tập theo hành vi đó, mà chuyên tâm nhất ý không để thác loạn, tư duy trù lượng xem tà kiến khởi lên từ đâu, cho đến mười pháp ác thảy đều lìa bỏ, không tập theo các hành vi ấy. Nếu người khác sân nhuế, chúng ta học nơi nhẫn nhục. Người khác ôm lòng tật đố, ta nên xả ly. Người khác kiêu mạn, ta nghĩ đến xả ly. Người khác khen mình chê người, ta không khen mình chê người. Người khác không thiểu dục, ta nên học thiểu dục. Người khác phá giới, ta tu tập giới. Người khác giải đãi, ta hãy tinh tấn. Người khác không hành tam-muội, ta hành tam-muội. Hãy học như vậy. Người khác ngu hoặc, ta hành trí tuệ. Ai có thể quan sát phân biệt pháp này, tà kiến tiêu diệt, những cái còn lại không sanh."

Quân-đầu sau khi lãnh thọ những điều Như Lai dạy, ở nơi chỗ vắng tư duy, suy gẫm, mục đích mà thiện gia nam tử xuất gia học đạo, khoác ba pháp y, tu phạm hạnh vô thượng, biết như thật rằng: 'Sinh tử đã hết, phạm hạnh đã lập, điều cần làm đã làm xong, không còn tái sinh đời sau nữa.' Bấy giờ, Quân-đầu thành A-la-hán.

Quân-đầu sau khi nghe những gì Phật dạy hoan hỷ phụng hành.

KINH SỐ 10

Tôi nghe như vầy:

Một thời, Phật ở tại vườn Cấp Cô Độc, rừng cây Kỳ-đà, nước Xá-vệ.

Bấy giờ Thế Tôn nói với các tỳ-kheo:

"Chúng sanh trong địa ngục thọ báo của tội dài nhất là một kiếp. Cũng có kẻ nửa chừng mà yểu. Súc sanh thọ tội báo dài nhất một kiếp, cũng có yểu mạng nửa chừng. Thọ báo ngạ quỷ dài nhất một kiếp, cũng có yểu nửa chừng.

"Tỳ-kheo, nên biết, người Uất-đan-viết thọ lâu một nghìn năm; không có ai yểu mạng nửa chừng. Sở dĩ như vậy, vì con người trong quốc thổ đó không có sở hữu. Khi chúng mạng chung ở đây, liền sinh lên trời, sinh vào thiện xứ, không có ai đọa lạc.

"Người Phất-vu-đãi thọ năm trăm năm; cũng có kẻ nửa chừng yểu. Người Cù-da-ni thọ hai trăm năm mươi năm; cũng có kẻ nửa chừng yểu. Người Diêm-phù-đề thọ lâu nhất một trăm năm; phần lớn có kẻ yểu nửa chừng.

Giả sử loài người lấy mười lần mười tuổi thọ làm dấu hiệu, nhưng hành vi bất đồng, tính chất cũng khác nhau từng người. Mười năm đầu, tuổi ấu thơ chưa biết gì. Mười năm thứ hai, hơi có chút hiểu biết nhưng chưa thông suốt. Mười năm thứ ba, ý dục hừng hực, tham đắm sắc. Mười năm thứ tư, biết nhiều kỹ thuật, nhưng sở hành chưa có đầu mối. [785a] Mười năm thứ năm, thấy hiểu nghĩa lý, những gì đã học tập đều không quên. Mười năm thứ sáu, tham đắm tài sản, tâm ý không quyết.

Mười năm thứ bảy, lười biếng, ưa ngủ nghỉ, thể chất chậm chạp. Mười năm thứ tám, không còn tâm trai trẻ, cũng không ham lòe loẹt. Mười năm thứ chín, nhiều bệnh, da sần, mặt nhăn. Mười năm thứ mười, các căn suy hóa, khớp xương liền nhau, hay quên, hay nhầm lẫn.

"Tỳ-kheo, giả sử con người sống được một trăm năm, phải trải qua ngần ấy khó khăn.

"Giả sử con người thọ một trăm năm, sẽ trải qua ba trăm mùa gồm đông, hạ, và xuân-thu[19], nhưng so với tuổi thọ kia chưa đủ để nói. Nếu người thọ một trăm năm, sẽ ăn ba vạn sáu nghìn bữa ăn; trong thời gian đó, hoặc có khi không ăn, hoặc khi giận mà không ăn; không được cho nên không ăn; bệnh nên không ăn. Nói tóm lại, tính số người ấy ăn cùng không ăn, và bú sữa mẹ, có ba vạn sáu nghìn lần ăn. Tỳ-kheo, hạn số của người thọ một trăm năm tính theo sự ăn uống có tình trạng như vậy.

"Tỳ-kheo, nên biết, con người trong Diêm-phù-địa cũng có khi thọ mạng dài đến vô lượng. Trong thời quá khứ lâu xa, có vị vua tên gọi là Liệu Chúng Bệnh, thọ mạng rất dài, nhan sắc xinh đẹp, hưởng thọ khoái lạc vô lượng. Thời bấy giờ không có các tai hoạn về tật bệnh, tuổi già và chết.

"Khi ấy có cặp vợ chồng sinh một người con. Đứa con liền mạng chung. Cha mẹ ẵm cho nó ngồi, lại mang đồ ăn đến cho. Nhưng đứa con ấy không ăn, không uống, không ngồi. Vì sao? Nó đã chết. Cha mẹ nó bấy giờ mới nghĩ như vầy: 'Sao con ta hôm nay giận hờn gì mà không chịu ăn uống, cũng không nói năng gì?' Sở dĩ như vậy, con người thời đó chưa nghe đến âm hưởng tử vong nên mới như vậy. Rồi cha mẹ kia lại nghĩ, "Đã bảy ngày rồi con ta không ăn, không uống; và cũng không biết vì sao nó im lặng. Nay ta hãy đem nhân duyên này tâu cho vua Liệu Chúng Bệnh biết.'

"Người cha mẹ ấy liền đi đến vua, đem nhân duyên ấy tâu lên vua đầy đủ. Khi ấy đại vương liền nghĩ, 'Ngày nay đã nghe đến âm hưởng tử vong rồi.' Và bảo: 'Các người hãy mang đứa nhỏ ấy đến ta.' Cha mẹ liền ẵm đứa nhỏ đến chỗ quốc vương. Vua thấy nó, bèn nói với cha mẹ, 'Đứa nhỏ này chết rồi.' Cha mẹ nó hỏi, 'Chết nghĩa là sao?' Vua nói, 'Đứa nhỏ này không còn đi, đứng, nói năng, ăn uống, nô đùa; mình mẩy cứng đơ,

[785b] không còn làm gì được nữa. Ấy gọi là chết.' Người cha mẹ ấy hỏi, 'Sự biến đổi này trải qua bao lâu?' Vua nói, 'Chẳng bao lâu nữa thân thể đứa nhỏ này tan rữa, sình trương, hôi thối không chịu được.'

"Cha mẹ nó khi ấy chưa tin lời vua. Họ lại ẵm con trở về nhà. Không bao lâu, thân thể nó rữa, hôi thối cực kỳ. Bấy giờ cha mẹ này mới tin lời vua nói rằng 'Thân thể đứa nhỏ này không lâu sẽ sình trương, tan rữa.'

"Bấy giờ cặp vợ chồng này lại mang đứa nhỏ sình trương ấy đến chỗ quốc vương, tâu vua rằng, 'Tâu đại vương, nay chúng tôi mang đứa nhỏ này cống hiến cho đại vương.' Khi ấy cha mẹ này cũng không than khóc. Sở dĩ như vậy, vì chưa nghe đến tiếng chết. Sau đó, đại vương lột da nó làm trống, lại sắc lệnh dựng ngôi lầu bảy tầng, mang cái trống lớn này đặt vào đó, rồi sai bảo một người, 'Nhà ngươi phải biết, hãy giữ gìn cái trống này. Cứ một trăm năm, đánh một tiếng, không được sai thời.' Người ấy vâng lệnh vua, đúng một trăm năm thì đánh một tiếng. Nhân dân nghe tiếng trống ấy, quái lạ chưa từng có. Mọi người hỏi nhau, 'Âm hưởng gì vậy? Đó là tiếng của ai mà thấu đến đây?' Vua bảo: 'Đó là tiếng của da người chết.' Chúng sanh nghe điều này, bèn nghĩ, 'Lạ thay, tiếng trống nghe được này!'

"Tỳ-kheo, quốc vương bấy giờ há là ai khác chăng? Chớ nghĩ như vậy. Vì sao? Quốc vương thời bấy giờ chính là thân Ta vậy. Do đây mà biết, thuở xưa thọ mạng của người Diêm-phù-địa cực kỳ dài. Còn nay, thọ mạng của người Diêm-phù-địa cực ngắn; số giảm thiểu khó giới hạn. Vì sao vậy? Do sát hại quá nhiều, khiến cho tuổi thọ cực ngắn, sắc da cũng mất đẹp. Do nhân duyên này dẫn đến biến đổi quái lạ.

"Tỳ-kheo, nên biết, năm mươi năm ở Diêm-phù-địa bằng một ngày một đêm trên cõi Tứ thiên vương. Tính theo số ngày đêm ở đó, ba mươi ngày làm một tháng. Mười hai tháng làm một năm. Thọ mạng trời Tứ thiên vương là năm trăm năm, cũng có kẻ yểu nửa chừng.

"Tính số năm theo loài người, mười tám ức năm [của trời Tứ thiên vương] là một ngày một đêm trong địa ngục Hoàn hoạt.[20] Tính theo số một ngày một đêm ở đó, ba mươi ngày là một tháng; mười hai tháng là một năm. Tuổi thọ cực dài trong địa ngục Hoàn hoạt là một nghìn năm, cũng có kẻ yểu nửa chừng. Tính số năm theo loài người là ba mươi sáu vạn năm.

"Một trăm năm loài người bằng một ngày một đêm trên trời Tam thập tam. Tính theo số năm tháng ở đó, **[785c]** tuổi thọ trời Tam thập tam là một nghìn năm; cũng có vị nửa chừng yểu. Tính số năm theo loài người là ba mươi sáu ức năm, bằng một ngày một đêm trong địa ngục A-tỳ.[21] Tính theo số ngày đêm ở đó, ba mươi ngày là một tháng; mười hai tháng là một năm. Theo số ngày đêm ở đây, tuổi thọ là hai vạn năm. Tính theo tuổi thọ loài người, đây thọ một câu-lợi.[22]

"Như vậy, tỳ-kheo, tính theo số tuổi như vậy càng lúc càng tăng, trừ trời Vô tưởng. Trời Vô tưởng thọ tám vạn bốn nghìn kiếp. Trừ trời Tịnh cư không sinh trở lại đời này.

"Cho nên, tỳ-kheo, chớ để tâm buông lung, ở ngay nơi hiện thân mà chứng đắc lậu tận. Tỳ-kheo, hãy học điều này như vậy."

Các tỳ-kheo nghe những điều Phật dạy hoan hỷ phụng hành.[23]

Chú thích

[1] Những đề tài thuộc loại súc sanh luận, ngu si luận; thường kể 28 thứ. Pāli: *tiracchānakathā*.

[2] Phi nghĩa, được hiểu là không liên hệ mục đích cứu cánh.

[3] Pāli: *dasayimāni kathāvatthūni* (mười luận sự): *appiccha* (thiểu dục), *santuṭṭhi* (tri túc), *paviveka* (viễn ly), *asaṃsagga* (không quần tụ), *vīriyārambha* (tinh tấn), *sīla* (giới), *samādhi* (định), *paññā* (huệ), *vimutti* (giải thoát), *vimuttiñāṇadassana* (giải thoát tri kiến).

[4] Xem cht. 4 trên.

[5] Câu-lưu-sa 拘留沙. Không tìm thấy Pāli tương đương. *Phiên Phạn ngữ 8* (tr. 1034c18): Câu-lưu-sa, dịch là Uế trược 穢濁 (*Karuṣa*?), cũng dịch là Tác sự 作事. Đoạn sau, kinh 4 phẩm 49: Phật tại thành Câu-lưu-sa pháp hành, tương đương Pāli: *Kammāsadhamma* (*Kammāsadamma*), một thị trấn của nước *Kuru*.

[6] Kinh 5 phẩm 36: vua Ác Sanh cai trị nhân dân Ngũ đô.

[7] Câu-thâm 拘[08]深, hay Câu-thiểm-di, Pāli: *Kosambī*, thủ đô của vương quốc *Vatsa* (*Vaṃsa*), cai trị bởi vua *Udena* (Hán: Ưu-điền 優填). Thành Ba-la-nại, 婆羅奈城, không rõ ở đâu trong vương quốc này.

[8] Sám Tỳ-kheo-ni 讖比丘尼, có thể đồng nhất Pāli: *Khemā Therī* (Skt. *Kṣemā*), nhưng truyền thuyết trong đây không thấy kể trong văn học Pāli. Câu chuyện tương tự trên được kể trong *Soạn tập bách duyên*, với tên phiên âm Sai-ma Tỳ-kheo-ni 差摩比丘尼.

[9] Xí nhiên pháp hành 熾然法行, một cách dịch khác của ý nghĩa "Hãy là ngọn đèn cho mình (hòn đảo an toàn cho mình). Pháp là ngọn đèn (hòn đảo), là chỗ nương tựa." Cf. *Trường 6*, kinh 6; Cf. *Tạp* (Việt) kinh 82. Pāli, S.22.43 *Attadīpa* (R. iii. 42): *attadīpānaṃ, bhikkhave, viharataṃ attasaraṇānaṃ anaññasaraṇānaṃ, dhammadīpānaṃ dhammasaraṇānaṃ anaññasaraṇānaṃ yoni upaparikkhitabbā.*

[10] Thân ý chỉ 身意止, tức thân niệm xứ, cf. *Tạp 24*, kinh 368.

[11] La-vân.

¹² Xem *Tứ phần 50* (tr. 943a19).

¹³ Đại Quân-đầu 大均頭, tức Quân-đầu sa-di, xem kinh 9, phẩm 26. Pāli: *Mahā-Cunda*, tức *Cunda-samaṇuddesa*, em trai của ngài Xá-lợi-phất.

¹⁴ Địa Chủ, có lẽ dịch từ Skt. Iśvara: Tự Tại Chủ hay thượng đế, ở đây chỉ thần *Viṣṇu* (Vi-nựu), thần sáng tạo thế gian, mà trong hình thái nguyên thủy được gọi là *Nārāyaṇa* (Na-la-diên). Xem Đề-bà-đạt-đa *Bồ-tát thích Lăng-già kinh trung ngoại đạo tiểu thừa Niết-bàn luận*, T32 tr. 157a7: "Luận sư Vi-đà (*Veda*) nói, khởi thủy từ trong rốn của trời Na-la-diên (*Nārāyaṇa*) nảy sinh một hoa sen rất lớn, từ soa sen này sinh ra Phạm thiên (*Brahman*), Tổ phụ của muôn loài...."

¹⁵ 自然有, Skt. *svayambhu*, đấng Tự hữu, Tự sinh, từ chỉ Phạm thiên (*Brahman*) trước khi sáng tạo thế giới. Thoạt kỳ thủy, tất cả đều tối đen. Rồi đấng Tự Hữu – *Svayambhu* xuất hiện, đầu tiên sáng tạo ra nước, trong nước nổi lên bào thai bằng vàng (*hiranyagarbha*: kim thai). *Svayambhu* nhập vào trứng vàng, bây giờ được gọi là *Vishnu* (thần Vi-nựu)...

¹⁶ *Ngã chủ* 我主; không rõ chỉ cái gì, đồng nhất với Địa Chủ, tức dịch từ *Iśvara*, được dùng để chỉ *Nārāyaṇa*; xem cht. 14&15 trên.

¹⁷ Xem cht. 15 trên.

¹⁸ 梵志之父母. Phạm thiên (*Brahman*) sinh chủng tánh bà-la-môn, nhưng Phạm thiên sinh từ hoa sen của *Nārāyaṇa*, nên nói "Địa Chủ... là cha mẹ của phạm chí (=bà-la-môn)."

¹⁹ TMN, bỏ chữ xuân. Phụ chú cuối quyển: "Kinh nói, một trăm năm phải trải qua ba trăm mùa đông, hạ, thu. Tức mỗi mùa một trăm năm. Nói ba trăm, mà không nói xuân; đây là thuận theo ba mùa của Tây vực. Nói ba mùa, là mùa lạnh, mùa nóng và mùa mưa. Nói đông, tức là mùa lạnh ở nước đó. Hạ, tức mùa nóng, thu tức mùa mưa. Ba mùa ở đó, mỗi mùa có 4 tháng. Tính một năm có 12 tháng. Nay lấy đông, hạ, thu mà phỏng theo ba mùa, nhưng số tháng ít hơn thực tế, đó là vì dịch giả không rành ngôn ngữ địa phương."

²⁰ Hoàn hoạt địa ngục; thứ nhất trong 8 đại địa ngục. Cf. *Câu xá 11* (tr. 41a02): Đẳng hoạt địa ngục 活地獄. *Trường* kinh 20: Thế ký, phẩm địa ngục (tr. 0121b29): Tưởng 想. *Câu-xá* ibid. (tr.61c13): Tuổi thọ của Tứ đại thiên vương là 500 năm, bằng một ngày một đêm trong địa ngục Đẳng hoạt. Các con số tính toán trong bản Hán dịch này không chuẩn xác.

[21] *Câu-xá*, ibid., 100 năm loài người bằng 1 ngày 1 đêm trên Tam thập tam. Thọ mạng ở đây cực lâu là 1000 năm, bằng 1 ngày 1 đêm trong địa ngục Hắc thằng. Địa ngục Vô gián (A-tỳ) thọ một trung kiếp.

[22] Câu-lợi; *Phiên Phạn ngữ 10* (tr. 1054c08): Câu-lợi 拘利 ..., nên nói là câu-trí 拘致, dịch là một ức. Skt. *koṭi*.

[23] Bản Hán, hết quyển 43.

48. PHẨM MƯỜI BẤT THIỆN

KINH SỐ 1

[785c24] Tôi nghe như vầy:

Một thời, Phật ở tại vườn Cấp Cô Độc, rừng cây Kỳ-đà, nước Xá-vệ.

Bấy giờ, Thế Tôn nói với các tỳ-kheo:

"Chúng sanh nào tu hành sát sanh, quảng bá sát sanh, gieo trồng hành vi dẫn đến địa ngục, ngạ quỷ, súc sanh; nếu sanh trong loài người, thọ mạng cực ngắn. Sở dĩ như vậy, do hại sanh mạng kẻ khác.

"Chúng sanh nào trộm cướp vật của người khác, gieo trọng tội của ba nẻo dữ, nếu sanh trong loài người, thường gặp phải nghèo khốn, ăn không đủ no miệng, áo không đủ che thân; thảy đều **[786a]** do trộm cắp, cướp đoạt vật của người, tức đoạn mạng căn của người.

"Nếu có chúng sanh tham đắm dâm dật, gieo ba nẻo dữ, khi sanh trong loài người, gia đình không trinh khiết, do lén lút dâm dật.

"Hoặc có chúng sanh nói dối, gieo tội địa ngục, khi sanh trong loài người, bị người khinh khi, lời nói không được tin, bị người coi rẻ; sở dĩ như vậy đều do đời trước nói dối.

"Hoặc có chúng sanh hai lưỡi,[1] gieo tội ba ác đạo, giả sử sanh trong loài người, tâm thường không định, thường mang ưu sầu. Sở dĩ như vậy, do người ấy truyền lời dối trá cả hai đầu.

"Hoặc có chúng sanh nói lời thô ác, gieo tội ba ác đạo, nếu sanh trong loài người, làm người xấu xí, thường bị mắng nhiếc. Sở dĩ như vậy, do

□ *Xem chú thích: tr.335-337*

người kia có lời nói không chuyên chánh.

"Hoặc có chúng sanh gây đấu loạn đây kia, gieo tội ba ác đạo, giả sử sanh trong loài người, phần nhiều bị thù ghét, người thân ly tán. Sở dĩ như vậy đều do đời trước xúi dục đấu loạn.

"Hoặc có chúng sanh tật đố, gieo tội ba ác đạo, nếu sanh trong loài người, thiếu thốn y phục. Sở dĩ như vậy, do bởi người ấy khởi tâm tham lam tật đố.

"Hoặc có chúng sanh khởi tâm ác hại, gieo tội ba ác đạo, giả sử sanh trong loài người thường có nhiều điều hư dối, không hiểu chí lý, tâm loạn không định. Sở dĩ như vậy, đều do bởi đời trước sân hận thịnh nộ, không có nhân từ.

"Hoặc có chúng sanh hành tà kiến, gieo ba ác đạo; nếu sanh trong loài người, chỉ ở chỗ biên địa, không sanh vào chỗ trung ương, không nghe được nghĩa lý đạo pháp của Tam tôn; hoặc phải điếc, mù, câm, ngọng, thân hình không ngay, không rõ ý thú của pháp lành, pháp dữ. Sở dĩ như vậy, thảy đều do đời trước không có tín căn; cũng không tin sa-môn, bà-la-môn, cha mẹ, anh em.

"Tỳ-kheo, nên biết, do báo ứng của mười điều ác này đưa đến những tai ương như vậy. Cho nên, tỳ-kheo, hãy xa lìa mười điều ác, tu hành chánh kiến.

"Tỳ-kheo, hãy học điều này như vậy."

Các tỳ-kheo sau khi nghe những gì Phật dạy hoan hỷ phụng hành.

KINH SỐ 2

Tôi nghe như vầy:

Một thời, Phật ở tại vườn Cấp Cô Độc, rừng cây Kỳ-đà, nước Xá-vệ.

Bấy giờ, vào ngày mười lăm, khi thuyết giới, Thế Tôn với các tỳ-kheo vây quanh trước sau đi đến giảng đường Phổ hội.[2] Khi ấy Thế Tôn lặng lẽ quán sát các Thánh chúng, rồi im lặng không nói. Lúc bấy giờ A-nan bạch Phật:

"Hôm nay **[786b]** Thánh chúng đều tụ tập hết vào giảng đường. Cúi mong Thế Tôn thuyết cấm giới[3] cho các tỳ-kheo."

Nhưng Thế Tôn vẫn im lặng không nói. Giây lát sau, A-nan lại bạch Phật:

"Nay chính là lúc thích hợp, nên thuyết cấm giới, vì đầu hôm sắp hết."

Thế Tôn vẫn im lặng không nói. Giây lát sau nữa, A-nan lại bạch Phật:

"Sắp hết giữa đêm, chúng Tăng mệt mỏi. Cúi mong Thế Tôn đúng thời thuyết giới."

Thế Tôn vẫn im lặng không nói. Giây lát, A-nan lại bạch Phật:

"Phần cuối đêm sắp hết, cúi mong Thế Tôn kịp thời thuyết giới."

Phật bảo A-nan:

"Trong chúng có người không thanh tịnh, nên Ta không thuyết giới. Nay Ta cho phép thượng tọa thuyết giới. Nếu thượng tọa của Tăng không đủ khả năng thuyết giới, cho phép vị trì luật thuyết giới. Nếu không có người trì luật, ai có thể tụng giới thông suốt, hãy xướng lên, khiến thuyết giới. Từ nay trở đi, Như Lai không thuyết giới. Nếu trong chúng có người không thanh tịnh mà Như Lai thuyết giới, đầu người ấy sẽ bị vỡ làm bảy mảnh, như trái thù-la[4] kia không khác."

Nghe thế A-nan buồn khóc, bèn nói như vầy:

"Thánh chúng từ nay côi cút. Chánh pháp của Như Lai sao mà chóng vánh. Kẻ bất tịnh sao xuất hiện vội thế?"

Khi ấy Đại Mục-kiền-liên suy nghĩ như vầy: "Ai là người trong chúng này hủy phạm chánh pháp, để Như Lai không thuyết giới?" Rồi Đại Mục-kiền-liên liền nhập định, quán sát khắp trong Thánh chúng xem ai có tâm tỳ vết. Mục-liên khi ấy thấy hai Tỳ-kheo Mã Sư và Mãn Tú[5] đang ở trong chúng. Tôn giả tức thì rời chỗ ngồi, đi đến hai Tỳ-kheo ấy, nói:

"Các ông hãy rời khỏi chỗ ngồi này. Như Lai đang khiển trách. Do bởi các ông mà Như Lai không thuyết giới."

Hai tỳ-kheo này bấy giờ im lặng không nói. Mục-liên nói đến lần thứ ba: "Các ông hãy rời khỏi đây. Chớ có ở đây."

Nhưng hai tỳ-kheo này im lặng không trả lời. Tức thì, Mục-liên bước tới trước, nắm tay hai người lôi ra khỏi cửa, rồi đóng cửa lại, và bước lên bạch Phật:

"Tỳ-kheo bất tịnh đã ra ngoài. Cúi mong Thế Tôn phải thời thuyết giới."

Phật bảo Mục-liên:

"Thôi, thôi, Mục-liên! Như Lai không thuyết giới cho tỳ-kheo nữa. Như Lai không nói hai lời. Ông hãy trở về chỗ ngồi."

Mục-liên bấy giờ bạch Phật:

"Nay trong chúng này đã sạch **[786c]** vết bẩn, con không có khả năng hành pháp duy-na. Cúi mong Thế Tôn sai cử vị khác."

Thế Tôn im lặng hứa khả. Mục-liên đảnh lễ sát chân Thế Tôn, rồi trở về chỗ ngồi.

Khi ấy A-nan bạch Phật:

"Tỳ-bà-thi Như Lai xuất hiện ở đời, Thánh chúng nhiều hay ít? Trải thời gian bao lâu mới sanh vết bẩn. *Cho đến* đệ tử của Phật Ca-diếp nhiều hay ít? Thuyết giới như thế nào?"[6]

Phật bảo A-nan:

"Chín mươi mốt kiếp có Phật xuất thế, hiệu Tỳ-bà-thi Như Lai, Chí chân, Đẳng chánh giác. Bấy giờ có ba hội Thánh chúng. Hội thứ nhất, Thánh chúng gồm một trăm mười sáu vạn tám nghìn tỳ-kheo. Hội thứ hai, Thánh chúng gồm mười sáu vạn. Hội thứ ba, Thánh chúng mười vạn. Thảy đều là A-la-hán. Phật thọ tám vạn bốn nghìn tuổi. Trong vòng một trăm năm, Thánh chúng thanh tịnh. Đức Phật ấy lấy một bài kệ làm cấm giới.

> *Nhẫn nhục là bậc nhất.*
> *Phật nói vô vi nhất.*
> *Không vì cạo râu tóc*
> *Sa-môn mà hại người.*[7]

"Bấy giờ, Đức Phật ấy chỉ nói một bài kệ này làm cấm giới trong vòng một trăm năm. Khi cấu uế đã phát sanh mới lập cấm giới.

"Lại nữa, trong ba mươi mốt kiếp, có Phật hiệu Thi-khí Như Lai, Chí chân, Đẳng chánh giác xuất hiện ở thế gian. Bấy giờ cũng có ba hội Thánh chúng. Hội thứ nhất, Thánh chúng có mười sáu vạn. Hội thứ hai, Thánh chúng mười bốn vạn. Hội thứ ba, Thánh chúng mười vạn. Trong vòng tám mươi năm, trong chúng thanh tịnh, không có cấu uế, đức Phật ấy cũng nói một bài kệ:

> *Nếu mắt thấy phi tà*
> *Bậc trí giữ không đắm.*
> *Xả bỏ các điều ác,*
> *Là thông huệ trong đời.*

"Trong vòng tám mươi năm, đức Phật ấy nói một bài kệ này. Về sau, khi cấu bẩn phát sanh mới lập cấm giới.

"Phật Thí-khí thọ bảy vạn tuổi. Trong kiếp ấy có Phật xuất hiện ở thế gian, hiệu Tỳ-xá-phù; cũng có ba hội Thánh chúng. Hội thứ nhất, Thánh chúng gồm mười vạn đều là La-hán. Hội thứ hai, Thánh chúng tám vạn đều là La-hán. Hội thứ ba, Thánh chúng gồm bảy vạn đều là La-hán, đã diệt tận các lậu. Trong vòng bảy mươi năm không có cấu bẩn, Tỳ-xá-phù Như Lai nói một kệ rưỡi làm cấm giới:

> **[787a]** *Không hại, không chê bai,*
> *Mà phụng hành đại giới;*
> *Ăn uống biết vừa đủ;*
> *Giường chõng cũng như vậy.*
> *Trì chí chuyên nhất cảnh.*
> *Đây là lời Phật dạy.*

"Trong bảy mươi năm, lấy một kệ rưỡi này làm cấm giới. Về sau vết bẩn phát sanh mới lập cấm giới. Tỳ-xá-phù Như Lai thọ bảy vạn tuổi.

"Trong Hiền kiếp này có Phật xuất thế, hiệu Câu-lâu-tôn Như Lai. Bấy giờ có hai hội Thánh chúng. Hội thứ nhất, Thánh chúng gồm bảy vạn, thảy đều A-la-hán. Hội thứ hai, gồm sáu vạn A-la-hán. Trong sáu mươi năm không cấu bẩn, Đức Phật ấy lấy hai bài kệ làm cấm giới:

> *Ví như ong hái hoa,*
> *Sắc hương rất tinh khiết;*
> *Lấy vị mà cho người.*

Đạo sĩ sống trong thôn,

Không phỉ báng người khác;

Không dò xét lỗi người.

Chỉ quán thân hành mình,

Xem chánh hay không chánh.

"Trong sáu mươi năm lấy hai bài kệ này làm cấm giới. Từ đó về sau, khi cấu bẩn phát sanh mới lập cấm giới. Đức Phật ấy thọ sáu vạn tuổi.

"Trong Hiền kiếp lại có Phật xuất thế, hiệu Câu-na-hàm-mâu-ni Như Lai, Chí chân, Đẳng chánh giác. Bấy giờ có hai hội Thánh chúng. Hội thứ nhất, Thánh chúng gồm sáu mươi vạn, thảy đều A-la-hán. Hội thứ hai, Thánh chúng gồm bốn mươi vạn, thảy đều A-la-hán. Trong bốn mươi năm, bấy giờ chưa có vết bẩn, đức Phật ấy lấy một bài kệ làm cấm giới:

Giữ chí, chớ khinh miệt,

Hãy học đạo tịch tĩnh;

Bậc Hiền không ưu sầu,

Chỉ thường niệm tịch diệt.

"Trong bốn mươi năm, lấy một bài kệ này làm cấm giới. Từ đó về sau, khi có cấu bẩn, mới lập cấm giới. Đức Phật ấy thọ bốn vạn tuổi.

"Lại trong Hiền kiếp có Phật xuất thế, hiệu Ca-diếp. Bấy giờ Phật có hai hội Thánh chúng. Hội thứ nhất, Thánh chúng gồm bốn mươi vạn. Hội thứ hai, Thánh chúng gồm ba mươi vạn, thảy đều A-la-hán. Trong hai mươi năm chưa có cấu bẩn, thường lấy một bài kệ làm cấm giới:

[787b] *Hết thảy ác chớ làm;*

Hãy phụng hành điều thiện;

Tự tịnh tâm ý mình.

Là lời chư Phật dạy.

"Trong hai mươi năm lấy một bài kệ này làm cấm giới. Sau khi có phạm cấm mới lập cấm giới. Bấy giờ, Phật Ca-diếp thọ hai vạn tuổi.

"Nay Ta, Như Lai xuất hiện ở đời. Một hội Thánh chúng gồm một nghìn hai trăm năm mươi người. Trong mười hai năm không có cấu bẩn, cũng lấy một bài kệ làm cấm giới:

Giữ miệng, ý thanh tịnh;
Thân hành cũng thanh tịnh.
Thanh tịnh ba nghiệp đạo⁸.
Tu hành đạo tiên nhân.

"Trong mười hai năm lấy một bài kệ này làm cấm giới. Khi có người phạm luật, dần dần có 250 giới.

"Từ nay về sau, chúng Tăng tập họp, khải bạch như Luật, rằng: 'Các Hiền giả thảy cùng nghe, hôm nay ngày thứ mười lăm, thuyết giới. Tăng nay chấp thuận hòa hiệp thuyết cấm giới.' Khải bạch như vậy rồi, nếu có tỳ-kheo nào có nói điều gì⁹, không nên thuyết giới. Tất cả cùng im lặng, không ai nói gì, mới được thuyết giới. Cho đến sau khi nói xong Tựa của giới, cần phải hỏi, 'Các Hiền giả, có ai không thanh tịnh không?' Hỏi như vậy ba lần 'Có ai không thanh tịnh không?' Ai thanh tịnh thì im lặng mà ghi nhận.

"Tuy nhiên, nay con người thọ mạng ngắn, hết một đời không quá trăm năm. Cho nên, này A-nan, hãy khéo ghi nhớ kỹ."

Khi ấy A-nan bạch Thế Tôn rằng:

"Quá khứ xa xưa, chư Phật Thế Tôn thọ mạng cực dài, người phạm Luật ít, không có vết bẩn. Nhưng nay tuổi thọ con người ngắn, không quá mười lần mười. Sau khi chư Phật quá khứ diệt độ, Pháp lưu lại tồn tại ở đời trải qua bao lâu?"

Phật bảo A-nan:

"Chư Phật quá khứ sau khi diệt độ, có chánh pháp lưu lại ở đời không lâu."

A-nan bạch Phật:

"Nếu sau khi Như Lai diệt độ, Chánh pháp sẽ tồn tại ở đời này bao lâu?"

Phật bảo A-nan:

"Sau khi Ta diệt độ, Pháp sẽ tồn tại lâu. Sau khi Phật Ca-diếp diệt độ, di pháp chỉ tồn tại bảy ngày. Này A-nan, ông nay nghĩ rằng đệ tử của Như Lai rất ít. Chớ nghĩ như vậy. Ở phương đông, đệ tử Ta nhiều vô số.

ở phương nam, đệ tử nhiều vô số. Cho nên, này A-nan, hãy khởi lên ý nghĩ này: Ta, Phật Thích-ca Văn, thọ mạng cực kỳ lâu dài. Sở dĩ như vậy, vì nhục thân tuy vào diệt độ, nhưng Pháp thân vẫn tồn tại. Ông hãy ghi nhớ phụng hành ý nghĩa này."

A-nan và các tỳ-kheo sau khi nghe **[787c]** những điều Phật dạy hoan hỷ phụng hành.

KINH SỐ 3

Tôi nghe như vầy:

Một thời, Phật ở tại vườn Cấp Cô Độc, rừng cây Kỳ-đà, nước Xá-vệ, cùng với chúng đại tỳ-kheo năm trăm vị.

Bấy giờ A-nan bày vai phải, quỳ gối phải xuống đất, bạch Thế Tôn rằng:

"Như Lai soi tỏ huyền vi, không sự gì mà không xét. Ngài hiểu rõ hết thảy chư Phật quá khứ, hiện tại, vị lai. Ngài biết rõ tên họ, danh hiệu chư Phật quá khứ, đệ tử Bồ-tát theo hầu nhiều ít. Một kiếp, một trăm kiếp, cho đến vô số kiếp, Ngài tất quán sát biết rõ. Ngài cũng phân biệt biết rõ tên họ của quốc vương, đại thần, nhân dân; cũng như biết rõ bao nhiêu quốc giới khác nhau hiện tại. Chúng con muốn biết sự kiện trong tương lai lâu xa, đức Di-lặc ra đời, là bậc Chí chân, Đẳng chánh giác; đệ tử theo hầu, cùng cảnh Phật, phong tục, an lạc như thế nào, trải qua bao lâu."

Phật bảo A-nan:

"Ông hãy trở về chỗ ngồi, lắng nghe Ta nói về sự xuất hiện của Di-lặc, cùng quốc độ, phong tục, an lạc và đệ tử nhiều ít. Hãy khéo suy nghĩ, khéo ghi nhớ trong lòng."

A-nan vâng lời Phật dạy, trở về chỗ ngồi. Phật nói:

"Trong tương lai lâu xa, ở tại quốc giới này, có thành quách gọi là Kê-đầu;[10] đông sang tây mười hai do-tuần; nam đến bắc bảy do-tuần. Đất đai màu mỡ, nhân dân đông đúc, đường xá thành hàng. Bấy giờ trong thành có Long vương tên Thủy Quang, ban đêm làm mưa thơm thấm nhuần, ban ngày trong lành mát mẻ.

"Bấy giờ trong thành Kê-đầu có một con quỷ la-sát tên là Diệp Hoa.[11] Việc làm của nó đều tùy thuận pháp, không trái nghịch chánh giáo. Nó rình lúc mọi người đã ngủ, mới dọn dẹp các thứ bất tịnh dơ bẩn, rồi lại dùng nước thơm rưới lên đất, khiến cho cực kỳ sạch thơm.

"A-nan, nên biết, lúc bấy giờ Diêm-phù-địa từ đông sang tây, từ nam lên bắc, mười vạn do-tuần. Các núi, sông, vách đá đều tự tiêu diệt. Nước bốn biển dồn về một phương. Mặt đất Diêm-phù-địa trở nên bằng phẳng như mặt gương trong sáng.

"Trong toàn cõi Diêm-phù-địa, thóc gạo dồi dào, nhân dân đông đúc, có nhiều thứ trân bảo. Thôn xóm liên tiếp nhau chỉ cách khoảng tiếng gà gáy nghe được. Khi ấy các thứ hoa trái xấu dở khô chết hết, những thứ dơ bẩn cũng biến mất. Chỉ còn các loại cây trái ngon ngọt, hương thơm ngào ngạt, sanh trưởng trên đất đó.

"Khí hậu thời bấy giờ ôn hòa, bốn mùa thuận hợp. Trong thân người không có trăm lẻ tám thứ bệnh hoạn. Tham dục, sân hận, ngu si không lớn, không mãnh liệt. Tâm người quân bình, thảy đều đồng một ý. Gặp nhau thảy đều hoan hỷ, nói lời đẹp lòng với nhau. Ngôn ngữ chỉ một thứ, không có khác biệt. [788a] Như người Uất-đan-việt kia không khác. Vì người Diêm-phù-địa khi ấy đều đồng một thứ tiếng, không có nhiều thứ khác nhau.

"Các hạng nam nữ bấy giờ mỗi khi có ý muốn đại, tiểu tiện, đất tự nhiên mở ra; việc xong nó tự khép lại.

"Diêm-phù-địa thời bấy giờ có giống lúa mọc tự nhiên, không có vỏ trấu, mùi vị cực kỳ thơm ngon, ăn vào trừ các thứ bệnh khổ. Các loại vàng, bạc, trân bảo, xa cừ, mã não, trân châu, rơi vãi trên đất, không ai nghĩ đến thâu lượm. Khi người dân ở đó cầm lên một thứ, họ nói với nhau: 'Người xưa do các loại châu báu này mà tàn hại lẫn nhau, giam cầm đày đọa nhau, gây thêm vô số khổ não. Ngày nay các thứ này cùng một loại với sỏi đá, không ai cất giữ.'

"Trong thời đó có vị Pháp vương xuất hiện, tên là Tương-khư,[12] cai trị bằng chánh pháp, thành tựu bảy báu. Bảy báu là bánh xe, voi, ngựa, minh châu, ngọc nữ, điển binh và điển tàng. Đó là bảy báu. Vua thống lãnh toàn cõi Diêm-phù-địa, không dùng đến dao gậy mà tự nhiên đều thần phục.

"A-nan, như hiện nay có bốn kho báu.[13] Ở nước Càn-đà-việt[14] có kho báu Y-la-bát,[15] chứa nhiều loại trân báu kì lạ không thể tính kể. Thứ hai, tại nước Di-thê-la[16] có kho báu Ban-trù,[17] cũng chứa nhiều loại trân báu. Thứ ba, tại nước Tu-lại-tra[18] có kho báu, cũng chứa nhiều trân bảo.[19] Thứ tư, tại Bà-la-nại, Tương-khư có kho báu lớn, chứa nhiều trân bảo không thể kể xiết.[20] Bốn kho báu lớn này đúng lúc, tự nhiên xuất hiện. Những người canh giữ kho báu[21] đến tâu vua: 'Tâu đại vương, xin hãy dùng bảo vật trong các kho báu này mà ban phát cho những người nghèo khốn.' Đại vương Tương-khư sau khi nhận được các kho báu này cũng không cất làm của riêng, không có ý tưởng chiếm hữu tài vật.

"Thời bấy giờ trong nội cảnh Diêm-phù-địa có loại cây tự nhiên sanh ra y phục, thứ vải rất mịn và mềm mại; mọi người đến lấy mà dùng. Giống như hiện nay người Uất-đan-việt lấy y phục sanh ra tự nhiên ở trên cây không khác.

"Vua bấy giờ có vị đại thần tên là Tu-phạm-ma,[22] vốn là bạn thân của vua từ thời thơ ấu, mà vua rất yêu kính. Vả, ông này có nhan sắc đẹp đẽ, không cao, không thấp, không gầy, không mập, không đen, không trắng, không già, không trẻ. Tu-phạm-ma có vợ tên là Tu-phạm-việt,[23] đặc sắc bậc nhất trong các ngọc nữ, y như phi hậu của thiên đế. Miệng bà thường có mùi thơm của hoa sen ưu-bát; thân thể luôn luôn có mùi thơm chiên-đàn; có toàn vẹn tám mươi bốn tư thái của phụ nữ; không có bệnh hoạn, không hề loạn tưởng.

"Bấy giờ Bồ-tát Di-lặc từ **[788b]** trên trời Đâu-suất quan sát cha mẹ, ai không già cũng không trẻ, bèn giáng thần xuống đó, rồi sẽ sanh ra từ hông phải, như Ta ngày nay không khác. Bồ-tát Di-lặc cũng vậy. Tu-phạm-ma tức thì đặt tên cho con là Di-lặc mà thân hình được trang nghiêm bằng ba mươi hai tướng tốt và tám mươi vẻ đẹp; sắc da màu hoàng kim.

"Con người thời ấy thọ mạng rất dài, không có các thứ tật bệnh. Thảy đều thọ tám vạn bốn nghìn tuổi. Phụ nữ đến năm trăm tuổi mới lấy chồng.

"Bồ-tát Di-lặc sống tại gia không bao lâu, rồi xuất gia học đạo.

"Bấy giờ cách thành Kê-đầu không xa có một gốc đại thọ tên là Long hoa,[24] cao một do-tuần, rộng năm trăm bộ. Bồ-tát Di-lặc ngồi dưới gốc cây này mà thành đạo quả vô thượng. Vào nửa đêm, Di-lặc xuất gia, ngay đêm đó thành đạo vô thượng. Khi ấy ba nghìn đại thiên sát-độ chấn động. Địa thần liên tiếp truyền nhau: 'Nay Di-lặc đã thành Phật.' Lần lượt truyền cho đến cung điện Tứ thiên vương cũng nghe: 'Di-lặc đã thành Phật đạo.' Rồi lần lượt truyền lên các cõi trời Tam thập tam, Diệm thiên, Đâu-suất, Hóa tự tại, Tha hóa tự tại. Âm thanh truyền lần lên cho đến Phạm thiên: 'Di-lặc đã thành Phật đạo.'

"Bấy giờ có ma tên là Đại Tướng, cai trị đúng theo pháp. Khi nghe âm hưởng lan truyền danh giáo của Như Lai, hoan hỷ phấn chấn không dừng được, bảy ngày bảy đêm không ngủ. Khi ấy ma vương dẫn vô số người nhà trời của Dục giới đi đến Phật Di-lặc, cung kính lễ bái. Di-lặc Thánh tôn lần lượt giảng thuyết các đề tài vi diệu của chánh pháp cho chư thiên; các đề tài về thí, giới, sanh thiên, dục là tưởng bất tịnh, xuất yếu là vi diệu. Sau khi thấy mọi người đã phát tâm hoan hỷ, Ngài theo pháp mà chư Phật Thế Tôn thường thuyết, là khổ, tập, tận, đạo; phân rộng rãi ý nghĩa cho chư thiên và loài người. Lúc đó, ngay trên chỗ ngồi có tám vạn bốn nghìn con trời dứt sạch trần cấu, được pháp nhãn thanh tịnh.

"Bấy giờ Đại Tướng ma vương bố cáo với nhân dân cõi ấy rằng: 'Các người nên nhanh chóng xuất gia. Vì sao? Hôm nay đức Di-lặc đã vượt qua bờ bên kia, và cũng sẽ đưa các người vượt qua.'

"Bấy giờ trong thành Kê-đầu có một trưởng giả tên là Thiện Tài, nghe giáo lệnh của ma vương, lại nghe tiếng Phật, liền dẫn đại chúng gồm tám vạn bốn ngàn người đi đến Phật Di-lặc, đảnh lễ sát chân, [788c] rồi ngồi qua một bên. Đức Di-lặc lần lượt thuyết các đề tài vi diệu của pháp cho ông, luận về thí, giới, sanh thiên, dục là tưởng bất tịnh, xuất yếu là vi diệu. Khi Đức Di-lặc thấy tâm ý mọi người đã khai tỏ, như pháp mà chư Phật Thế Tôn thường thuyết, là khổ, tập, tận, đạo, Ngài đều phân biệt rộng rãi cho mọi người. Ngay khi ấy, từ trên chỗ ngồi, Thiện Tài cùng tám vạn bốn nghìn người dứt sạch trần cấu, được pháp nhãn thanh tịnh. Thiện Tài cùng tám vạn bốn nghìn người bước lên trước bạch Phật, cầu xin xuất gia, khéo tu phạm hạnh, tất cả đều thành đạo A-la-hán. Đấy là hội thứ nhất của Phật Di-lặc, có tám vạn bốn nghìn A-la-hán.

"Bấy giờ vua Tương-khư, khi nghe đức Di-lặc đã thành Phật đạo, liền đi đến chỗ Phật để nghe pháp. Được Di-lặc thuyết pháp cho ông; pháp mà khoảng đầu thiện xảo, khoảng giữa thiện xảo, khoảng cuối cũng thiện xảo; nghĩa lý sâu xa.

"Một thời gian sau, vua lập thái tử; rồi đem vật trân bảo cho thợ hớt tóc, lại đem các thứ bảo vật khác cho các bà-la-môn. Sau đó vua dẫn tám vạn bốn nghìn người đi đến chỗ Phật, cầu xin làm sa-môn. Tất cả đều thành đạo A-la-hán.

"Khi trưởng giả Tu-phạm-ma nghe đức Di-lặc đã thành Phật đạo, liền dẫn đại chúng gồm tám vạn bốn nghìn bà-la-môn đi đến chỗ Phật cầu xin làm sa-môn. Thảy đều đắc A-la-hán. Duy một mình Tu-phạm-ma đoạn trừ ba kết, rồi nhất định sẽ chấm dứt biên tế khổ.

"Mẹ của Phật là Phạm-ma-việt cũng dẫn tám vạn bốn nghìn thế nữ đi đến Phật cầu xin làm sa-môn. Các người nữ đều đắc A-la-hán; duy chỉ một người là Phạm-ma-việt đoạn trừ ba kết, thành Tu-đà-hoàn.

"Những người phụ nữ sát-lị nghe đức Di-lặc Như Lai xuất hiện ở thế gian, thành Đẳng chánh giác, có vài nghìn vạn người đi đến Phật, đảnh lễ sát chân, rồi ngồi qua một bên. Mỗi người đều sanh tâm cầu xin làm sa-môn, xuất gia học đạo. Trong đó, hoặc có người vượt thứ lớp mà chứng ngộ; hoặc có người không chứng ngộ. Này A-nan, những người không vượt thứ lớp chứng ngộ thảy đều là những người tùy pháp hành[25], nhằm tởm tất cả thế gian không có gì đáng vui thích.

"Di-lặc bấy giờ thuyết giáo pháp ba thừa. Như ngày nay trong các đệ tử của Ta, Đại Ca-diếp là người hành mười hai hạnh đầu-đà. Trong quá khứ đã từng tu phạm hạnh nơi chư Phật. Người này sẽ thường trợ giúp Di-lặc giáo hóa nhân dân."

Khi ấy Ca-diếp đang ngồi kiết già cách Như Lai không xa, chánh thân chánh ý, buộc niệm [789a] trước mắt. Bấy giờ Thế Tôn bảo Ca-diếp:

"Nay tuổi Ta đã suy hao, gần hơn tám chục. Nhưng nay Như Lai có bốn đại Thanh văn có thể đảm trách du hóa, mà trí tuệ vô tận, đầy đủ các phẩm đức. Bốn vị này là những ai? Đó là Tỳ-kheo Ca-diếp, Tỳ-kheo

Quân-đồ-bát-hán,[26] Tỳ-kheo Tân-đầu-lô,[27] Tỳ-kheo La-hầu-la.[28] Các ngươi, bốn đại Thanh văn không nên Bát-niết-bàn. Hãy đợi khi nào pháp Ta mất hẳn rồi hãy Bát-niết-bàn. Đại Ca-diếp cũng không nên Bát-niết-bàn. Hãy đợi cho đến Di-lặc xuất hiện ở thế gian. Vì sao? Các đệ tử được hóa độ bởi Di-lặc thảy đều là đệ tử của Thích-ca Văn, do sự giáo hóa của Ta được lưu lại mà dứt sạch các lậu. Trong thôn Tỳ-đề, quốc giới Ma-kiệt, Đại Ca-diếp sẽ trú trong núi ở đó.[29] Về sau, Di-lặc Như Lai sẽ dẫn vô số tùy tùng đi đến núi này. Do ân đức của Phật, các quỷ thần sẽ mở cửa núi, và được thấy Ca-diếp trong hang thiền. Khi ấy, đức Di-lặc duỗi cánh tay phải chỉ Ca-diếp mà bảo đại chúng: 'Đây là đệ tử của Phật Thích-ca Văn trong thời quá khứ xa xưa, tên là Ca-diếp, vẫn tồn tại cho đến nay, là vị đầu-đà khổ hành bậc nhất.' Mọi người khi ấy tán thán là chưa từng có. Ngay lúc ấy, vô số trăm nghìn người dứt sạch trần cấu, được pháp nhãn thanh tịnh.

"Đây gọi là hội thứ nhất,[30] có chín mươi sáu ức người thành A-la-hán. Những người ấy đều là đệ tử của Ta. Vì sao? Thảy đều do Ta giáo hóa mà được như vậy; và cũng do nhân duyên bốn sự[31] là huệ thí, nhân ái, lợi người và đẳng lợi.

"Này A-nan, bấy giờ Di-lặc Như Lai sẽ lấy y tăng-già-lê của Ca-diếp rồi khoác lên mình, tức thì thân thể của Ca-diếp tự nhiên rã vụn như sao trời. Di-lặc mới dùng đủ các loại hương hoa cúng dường Ca-diếp. Vì sao? Vì chư Phật Thế Tôn có tâm cung kính đối với Chánh pháp. Di-lặc cũng do Ta giáo hóa mà được thành đạo vô thượng chân chánh.

"A-nan, nên biết, hội thứ hai của Phật Di-lặc có 94 ức người, đều là A-la-hán, cũng đều là đệ tử di giáo của Ta, hành cúng dường bốn sự mà được như vậy.

"Lại nữa, hội thứ ba của Phật Di-lặc có 92 ức người, đều là A-la-hán, cũng là đệ tử di giáo của Ta.

"Thời bấy giờ, các tỳ-kheo đều có họ là đệ tử Từ thị, như ngày nay các Thanh văn [789b] đều được gọi là đệ tử Thích-ca.

"Bấy giờ, đức Di-lặc thuyết pháp cho các đệ tử: 'Tỳ-kheo các ngươi, hãy tư duy về tưởng vô thường, ở nơi lạc mà có ý tưởng là khổ, ở nơi chấp ngã mà có ý tưởng là vô ngã, ở nơi thật hữu mà có ý tưởng là không, tưởng sắc biến, tưởng bầm xanh, tưởng sình trương, tưởng ăn chưa hết, tưởng máu huyết, tưởng hết thảy thế gian không có gì khả lạc. Vì sao vậy? Tỳ-kheo nên biết, mười tưởng này đều là những điều đã được Thích-ca Văn Phật trong quá khứ nói cho các ngươi, để được dứt sạch hữu lậu, tâm được giải thoát.

"Trong đại chúng này, hoặc có người vốn là đệ tử của Phật Thích-ca Văn, thời quá khứ đã tu phạm hạnh, nay đến chỗ Ta. Hoặc phụng trì pháp của Phật Thích-ca Văn, nay đến chỗ Ta. Hoặc ở nơi Phật Thích-ca Văn cúng dường Tam bảo, nay đến chỗ Ta. Hoặc ở nơi Phật Thích-ca Văn mà tu hành gốc rễ thiện trong khoảng chừng búng ngón tay, nay đến chỗ Ta. Hoặc ở nơi Phật Thích-ca Văn hành bốn vô lượng tâm, nay đến chỗ Ta. Hoặc ở nơi Phật Thích-ca Văn mà thọ trì năm giới, ba tự quy y, nay đến chỗ Ta. Hoặc ở Phật Thích-ca Văn khởi dựng tháp miếu, nay đến chỗ Ta. Hoặc ở nơi Phật Thích-ca Văn mà tu sửa chùa, nay đến chỗ Ta. Hoặc ở nơi Phật Thích-ca Văn mà thọ trì bát quan trai pháp, nay đến chỗ ta. Hoặc ở nơi Phật Thích-ca Văn mà cúng dường hương hoa, nay đến chỗ ta. Hoặc ở nơi Phật ấy nghe Phật pháp mà buồn khóc rơi lệ, nay đến chỗ Ta. Hoặc ở nơi Phật Thích-ca Văn chuyên ý nghe Pháp, nay đến chỗ Ta. Hoặc suốt đời khéo tu phạm hạnh, nay đến chỗ Ta. Hoặc chép, đọc tụng, thọ trì, nay đến chỗ Ta. Hoặc người thừa sự cúng dường mà nay đến chỗ Ta.

"Rồi đức Di-lặc nói bài kệ này:

> *Tăng trưởng đức giới, văn,*
> *Nghiệp thiền và tư duy,*
> *Khéo tu hành phạm hạnh,*
> *Người ấy đến chỗ Ta.*

> *Khuyên thí, tâm hoan hỷ,*
> *Tu hành cội nguồn tâm,*
> *Ý không sai biệt tưởng,*
> *Người ấy đến chỗ Ta.*

> *Hoặc phát tâm bình đẳng,*
> *Và thừa sự chư Phật,*
> *Thức ăn cúng Thánh chúng,*

Người ấy đều đến Ta.

Hoặc tụng giới, khế kinh,
Khéo tập, thuyết cho người,
Nhiệt hành nơi gốc pháp,
Ngày nay đến chỗ Ta.

[789c] *Họ Thích khéo giáo hóa,*
Cúng dường các xá-lợi,
Thừa sự pháp, cúng dường,
Ngày nay đến chỗ Ta.

Nếu ai sao chép kinh,
Ban[32] bố trên lụa trắng.[33]
Những ai cúng dường kinh,
Nay đều đến chỗ Ta.

Lụa là và các vật,
Cúng dường nơi chùa tháp,
Tự xưng 'Nam-mô Phật,'
Thảy đều đến chỗ Ta.

Ai cúng dường hiện tại,
Và chư Phật quá khứ;
Thiền định, chánh bình đẳng,
Cũng không có tăng giảm,

Cho nên, đối Phật pháp,
Thừa sự nơi Thánh chúng,
Chuyên tâm thờ Tam bảo,
Tất đến chỗ vô vi.

"A-nan, nên biết, Di-lặc Như Lai sẽ nói bài kệ này giữa đại chúng.

"Bấy giờ trong đại chúng, chư thiên và loài người tư duy mười tưởng, khi ấy có một trăm mười triệu[34] người dứt sạch trần cấu, được pháp nhãn thanh tịnh. Trong một nghìn năm, trong chúng không có cáu bẩn, Di-lặc Như Lai bấy giờ chỉ nói một bài kệ làm cấm giới:

Miệng, ý không hành ác,
Thân cũng không sai phạm,

Trừ sạch ba nghiệp này,
Chóng vượt vực sanh tử.

"Sau một nghìn năm, sẽ có người phạm cấm giới, bấy giờ mới chế giới.

"Di-lặc Như Lai sẽ thọ tám vạn bốn nghìn năm. Sau khi Bát-niết-bàn, di pháp của Ngài sẽ tồn tại tám vạn bốn nghìn năm. Sở dĩ như vậy, vì chúng sanh thời bấy giờ thảy đều có căn tính linh lợi. Nếu có thiện nam tử, thiện nữ nhân nào muốn thấy Phật Di-lặc và các Thanh văn trong ba hội, thành Kê-đầu, vua Tương-khư và bốn đại bảo tàng, muốn được ăn thứ lúa tự nhiên, mặc loại y phục tự nhiên, rồi khi thân hoại mạng chung sanh lên trời, những thiện nam tử, thiện nữ nhân ấy hãy chuyên cần tinh tấn, không sanh lười biếng, và hãy cúng dường thừa sự các pháp sư bằng các thứ hương hoa thơm, cùng các phẩm vật cúng dường chớ để thiếu thốn.

"A-nan, hãy học điều này như vậy."

Bấy giờ, A-nan và các chúng hội nghe những điều Phật dạy hoan hỷ phụng hành.[35]

KINH SỐ 4[*]

[790a07] Tôi nghe như vầy:

Một thời, Phật ở tại vườn Cấp Cô Độc, rừng cây Kỳ-đà, nước Xá-vệ.

Bấy giờ số đông tỳ-kheo cùng tụ tập tại giảng đường Phổ hội. Mọi người đều có ý nghĩ này: "Thật kỳ diệu thay, hy hữu thay! Như Lai có thể phân biệt biết rõ chư Phật quá khứ đã nhập Niết-bàn, với tên hiệu như vậy, chủng tộc như vậy, sự trì giới và đệ tử tùy tùng như vậy, cùng tam-muội, trí tuệ, giải thoát, giải thoát tri kiến, thân thọ dài ngắn, thảy đều biết rõ. Thế nào, chư Hiền, đó là do Như Lai phân biệt pháp xứ cực kỳ thanh tịnh mới biết nguồn gốc danh hiệu của chư Phật chăng? Hay do chư thiên đến báo cho biết điều này chăng?"

---

[*] Tham chiếu Pāli, D. 14 *Mahāpadāna* (R. ii. 1). Hán, *Trường 1, kinh 1 "Đại bản".*

Khi ấy, bằng thiên nhĩ thông suốt, Thế Tôn nghe các tỳ-kheo đang khơi dậy đề tài này, liền đi đến chỗ các tỳ-kheo, rồi ngồi xuống ngay giữa đại chúng. Bấy giờ Thế Tôn hỏi các tỳ-kheo:

"Các ông tập họp tại đây, đang bàn luận chuyện gì?"

Các tỳ-kheo bạch Phật:

"Chúng con tập họp tại đây bàn luận các đề tài Phật pháp. Mọi người đều nêu lên vấn đề như vầy, 'Kỳ diệu thay, hy hữu thay, Như Lai có thể biết rõ chư Phật quá khứ với danh hiệu, chủng tộc như vậy; trí tuệ như vậy, cũng đều thông suốt tường tận. Thật kỳ diệu! Thế nào, này chư Hiền, đó là do sự phân biệt pháp giới của Như Lai cực kỳ thanh tịnh mới biết được nguồn gốc danh hiệu chư Phật, hay do chư **thiên** đến chỗ Phật nói lại sự kiện ấy?'"

Thế Tôn bảo các tỳ-kheo:

"Các ông có muốn nghe trí lực siêu việt của chư Phật quá khứ, cùng danh hiệu, thọ mạng dài vắn chăng?"

Các tỳ-kheo đáp:

"Nay là lúc thích hợp, cúi xin Như Lai giải bày nghĩa lý này."

Phật bảo các tỳ-kheo:

"Các ông hãy khéo suy nghĩ. Ta sẽ diễn rộng ý nghĩa cho các ông nghe."

Các tỳ-kheo vâng lời Phật dạy, lắng nghe.

Phật bảo các tỳ-kheo:

"Tỳ-kheo, nên biết, quá khứ cách nay chín mươi mốt kiếp, có Phật xuất thế, hiệu Tỳ-bà-thi Như Lai, Chí chân, Đẳng chánh giác.

"Lại ba mươi mốt kiếp, có Phật xuất thế hiệu **[790b]** Thi-khí Như Lai, Chí chân, Đẳng chánh giác.

"Lại ba mươi mốt kiếp, có Phật hiệu Tỳ-xá-phù Như Lai, Chí chân, Đẳng chánh giác xuất hiện ở đời.

"Trong Hiền kiếp này, có Phật xuất thế, hiệu Câu-lưu-tôn Như Lai, Ứng cúng, Đẳng chánh giác.

"Lại trong Hiền kiếp, có Phật xuất thế, hiệu Câu-na-hàm-mâu-ni Như Lai, Chí chân, Đẳng chánh giác.

"Lại trong Hiền kiếp, có Phật xuất thế, hiệu Ca-diếp.

"Lại trong Hiền kiếp, Ta, Thích-ca Văn Như Lai, Chí chân, Đẳng chánh giác, xuất hiện ở đời."

Rồi Thế Tôn nói bài kệ này:

> Trong chín mươi mốt kiếp
> Có Phật Tỳ-bà-thi.
> Trong ba mươi mốt kiếp
> Xuất hiện Phật Thi-khí.
>
> Lại ở trong kiếp đó
> Xuất hiện Phật Tỳ-xá.
> Ngày nay trong Hiền kiếp
> Bốn Phật lại ra đời:
>
> Câu-tôn, Na, Ca-diếp,
> Như mặt trời soi đời.
> Nếu muốn rõ tên họ,
> Và danh hiệu, như vậy

"Tỳ-bà-thi Như Lai xuất hiện trong chủng tộc sát-lị. Thi-khí Như Lai cũng xuất hiện trong sát-lị. Tỳ-xá-phù Như Lai cũng từ sát-lị. Câu-lưu-tôn xuất hiện trong dòng bà-la-môn. Câu-na-hàm-mâu-ni xuất hiện trong dòng bà-la-môn. Ca-diếp Như Lai xuất hiện trong dòng bà-la-môn. Như Ta nay xuất hiện trong dòng sát-lị."

Rồi Thế Tôn nói bài kệ này:

> Các Phật trước xuất hiện
> Đều từ dòng sát-lị.
> Câu-tôn, đến Ca-diếp,
> Xuất từ bà-la-môn.
>
> Chí tôn không ai bằng.
> Ta nay thầy trời người,
> Với các căn tịch tĩnh,
> Xuất từ dòng sát-lị.

"Tỳ-bà-thi Như Lai họ Cù-đàm.[36] Thi-khí Như Lai cũng từ họ Cù-đàm. Tỳ-xá-phù cũng họ Cù-đàm. Ca-diếp Như Lai xuất từ họ Ca-diếp. Câu-lâu-tôn, Câu-na-hàm-mâu-ni, cũng dòng họ Ca-diếp không khác. Ta, Như Lai đời hiện tại, họ Cù-đàm.'

Bấy giờ, Thế Tôn bèn nói bài kệ này:

Ba vị Chánh Giác đầu
Xuất từ họ Cù-đàm.
Sau cho đến Ca-diếp,
Đều có họ Ca-diếp.

[**790c**] *Như Ta đời hiện tại,*
Chư thiên nhân cúng dường,
Các căn đều tịch tĩnh,
Xuất từ họ Cù-đàm.

"Tỳ-kheo, nên biết, Tỳ-bà-thi Như Lai có họ[37] là Câu-lân-nhã.[38] Thi-khí Như Lai cũng xuất từ Câu-lân-nhã. Tỳ-xá-phù Như Lai cũng xuất từ Câu-lân-nhã. Câu-lưu-tôn Như Lai xuất từ Bà-la-đọa. Câu-na-hàm-mâu-ni cũng xuất từ Bà-la-đọa. Ca-diếp Như Lai cũng xuất từ Bà-la-đọa.[39]"

Bấy giờ, Thế Tôn nói bài kệ này:

Ba vị Chánh Giác đầu
Xuất từ Câu-lân-nhã.
Sau cho đến Ca-diếp
Đều từ Bà-la-đọa.

Như Ta đời hiện tại,
Chư thiên nhân cúng dường,
Các căn đều tịch tĩnh,
Xuất từ Câu-lân-nhã.[40]

"Tỳ-bà-thi Như Lai ngồi dưới bóng cây hoa Ba-la-lợi[41] mà thành Phật đạo. Thi-khí Như Lai ngồi dưới bóng cây Phân-đà-lợi[42] mà thành Phật đạo. Tỳ-xá-phù Như Lai ngồi dưới cây Sa-la[43] mà thành Phật đạo. Câu-lưu-tôn Như Lai ngồi dưới bóng cây Thi-lợi-sa[44] mà thành Phật đạo. Câu-na-hàm-mâu-ni Như Lai ngồi dưới bóng cây Ưu-đầu-bát-la[45] mà thành Phật đạo. Ca-diếp Như Lai ngồi dưới bóng cây Ni-câu-lưu[46] mà thành đạo quả. Như Ta, Như Lai trong đời hiện tại, ngồi dưới bóng cây Cát tường⁴⁷ mà thành Phật đạo."

Bấy giờ, Thế Tôn nói bài kệ này:

Vị thứ nhất thành đạo
Dưới cây Ba-la-lợi.
Thi-khí, Phân-đà-lợi.
Tỳ-xá, cây Sa-la.

Câu-tôn, cây Thi-lợi.
Câu-na, cây Bạt-la.
Ca-diếp, cây Câu-lưu.
Ta dưới cây Cát tường.

Bảy Phật, Thiên trung Thiên,
Soi tỏ khắp thế gian,
Nhân duyên dưới bóng cây,
Mà chứng thành đạo quả.

"Tỳ-bà-thi Như Lai có đại chúng đệ tử gồm mười sáu vạn tám nghìn người. Thi-khí Như Lai có đại chúng đệ tử gồm mười sáu vạn người. Tỳ-xá-phù Như Lai có đại chúng đệ tử mười vạn người. Câu-lưu-tôn Như Lai có đại chúng đệ tử tám vạn người. **[791a]** Câu-na-hàm-mâu-ni Như Lai có chúng đệ tử bảy vạn người. Ca-diếp Như Lai có chúng đệ tử sáu vạn người. Ta nay có chúng đệ tử một nghìn hai trăm năm mươi người. Thảy đều là A-la-hán, vĩnh viễn dứt sạch các lậu, không còn các triền phược."

Bấy giờ Thế Tôn nói bài kệ này:

Trăm nghìn sáu vạn tám,
Đệ tử Tỳ-bà-thi.
Trăm nghìn thêm sáu vạn,
Chúng đệ tử Thi-khí.

Chúng Tỳ-kheo trăm nghìn,
Đệ tử Tỳ-xá-bà.
Câu-tôn, chúng tám vạn.
Câu-na-hàm bảy vạn

Ca-diếp, chúng sáu vạn.
Thảy đều A-la-hán.

Ta nay Thích-ca Văn,
Nghìn hai trăm năm chục,
Đều là bậc Chân nhân,
Hiện đang hành giáo pháp.
Đệ tử theo di giáo,
Con số không thể lường.

"Tỳ bà-thi Như Lai có thị giả tên là Đại Đạo Sư.[48] Thi-khí Như Lai có thị giả tên là Thiện Giác.[49] Tỳ-xá-phù Như Lai có thị giả tên là Thắng Chúng.[50] Câu-lưu-tôn Như Lai có thị giả tên là Cát Tường.[51] Câu-na-hàm-mâu-ni Như Lai có thị giả tên là Tỳ-la-tiên.[52] Ca-diếp Như Lai có thị giả tên là Đạo Sư.[53] Ta nay có thị giả tên là A-nan."

Bấy giờ, Thế Tôn nói kệ:

Đại Đạo và Thiện Giác,
Thắng Chúng và Cát Tường,
Tỳ-la-tiên, Đạo Sư,
A-nan, vị thứ bảy.

Những vị này hầu Phật,
Không khi nào sái thời;
Phúng tụng và thọ trì,
Không để mất nghĩa lý.

"Tỳ-bà-thi Như Lai thọ tám vạn bốn nghìn tuổi. Thi-khí Như Lai thọ bảy vạn tuổi. Tỳ-xá-phù Như Lai thọ sáu vạn tuổi. Câu-lưu-tôn Như Lai thọ năm vạn tuổi. Câu-na-hàm Như Lai thọ bốn vạn tuổi. Ca-diếp Như Lai thọ hai vạn tuổi. Ta ngày nay thọ mạng rất ngắn. Tuổi thọ dài nhất không quá một trăm."

Bấy giờ, Thế Tôn nói kệ:

Phật đầu, tám vạn tư.
Phật kế, bảy vạn tuổi.
Tỳ-xá-bà, sáu vạn.
Câu-lưu, thọ năm vạn.

[791b] *Gấp đôi số hai vạn*
Tuổi thọ Câu-na-hàm.
Ca-diếp thọ hai vạn.
Chỉ Ta thọ trăm tuổi.

"Như vậy, này các tỳ-kheo, Như Lai quán sát biết rõ tên họ, danh hiệu của chư Phật; tất cả đều rõ ràng; chủng loại, xuất xứ, thảy đều quán triệt; trì giới, thiền định, trí tuệ, giải thoát, thảy đều thấu rõ."

Bấy giờ, A-nan bạch Thế Tôn:

"Như Lai cũng nói, Như Lai biết rõ quá khứ hằng sa chư Phật đã diệt độ, và vị lai hằng sa chư Phật sẽ xuất hiện. Vì sao Như Lai không ghi nhận những việc làm của ngần ấy chư Phật, mà nay chỉ nói đến sự tích của bảy vị Phật?"

Phật bảo A-nan:

"Tất cả đều có nhân duyên nên Như Lai chỉ nói sự tích của bảy vị Phật. Hằng sa chư Phật trong quá khứ cũng chỉ nói sự tích của bảy Phật. Tương lai Di-lặc xuất hiện ở đời cũng chỉ nói sự tích bảy Phật. Như khi Sư Tử Ứng Như Lai xuất hiện, cũng sẽ nói sự tích bảy Phật. Khi Phật Thừa Nhu Thuận xuất hiện ở đời, cũng sẽ nói sự tích bảy Phật. Khi Phật Quang Diệm xuất hiện ở đời cũng sẽ nói sự tích bảy Phật. Khi Phật Vô Cấu xuất hiện ở đời, cũng sẽ ghi nhận sự tích Phật Ca-diếp. Khi Phật Bảo Quang xuất hiện ở đời, cũng sẽ ghi nhận sự tích Thích-ca Văn."

Bấy giờ, Thế Tôn nói kệ này:

Sư Tử, Nhu Thuận, Quang,
Vô Cấu và Bảo Quang,
Tiếp theo sau Di-lặc,
Thảy đều thành Phật đạo.

Di-lặc kể Thi-khí.
Sư Tử thuật Tỳ-xá.
Nhu Thuận kể Câu-tôn.
Quang Diệm kể Mâu-ni.

Vô Cấu kể Ca-diếp.
Thảy đều nói bởi duyên.

Bảo Quang thành Chánh Giác,
Sẽ kể danh hiệu Ta.

Phật Chánh Giác quá khứ,
Cũng như Phật tương lai,
Đều kể truyện bảy Phật,
Và sự tích gốc ngọn.

"Thảy đều có nhân duyên nên Như Lai ghi nhận danh hiệu chỉ bảy Phật thôi."

A-nan bạch Phật:

"Kinh này tên gì? Phụng hành như thế nào?"

Phật nói:

"Kinh này gọi là "Ký Phật danh hiệu." Hãy ghi nhớ phụng hành."

A-nan và các tỳ-kheo sau khi nghe những gì Phật dạy hoan hỷ phụng hành.

KINH SỐ 5

[791c] Tôi nghe như vầy:

Một thời, Phật trú tại Ca-lan-đà, trong Trúc viên, thành La-duyệt.

Bấy giờ Trưởng giả Sư Tử đi đến chỗ Xá-lợi-phất, đảnh lễ sát chân, rồi ngồi qua một bên. Trưởng giả Sư Tử bạch Xá-lợi-phất rằng:

"Cúi mong Tôn giả nhận lời thỉnh của con."

Xá-lợi-phất im lặng nhận lời. Khi trưởng giả thấy Tôn giả im lặng nhận lời, bèn rời chỗ ngồi đứng dậy, đảnh lễ sát chân, rồi lui ra. Ông lại đi đến Đại Mục-kiền-liên, Ly-việt, Đại Ca-diếp, A-na-luật, Ca-chiên-diên, Mãn Nguyện Tử, Ưu-ba-ly, Tu-bồ-đề, La-hầu-la, Quân-đầu sa-di; thỉnh năm trăm vị thượng thủ như vậy.

Bấy giờ, trưởng giả trở về nhà sửa soạn đủ các thứ đồ ăn hết sức ngon lành, trải các chỗ ngồi rất đẹp. Sau đó, đến thưa là đã đến giờ:

"Thưa các Chân nhân A-la-hán biết cho, nay thức ăn đã dọn xong, cúi mong các vị hạ cố đến nhà con."

Khi ấy các Đại Thanh văn khoác ba y, cầm bát, đi vào thành, đến nhà trưởng giả. Trưởng giả thấy các vị Tôn giả đã yên chỗ ngồi rồi, tự tay san sớt, bưng dọn các thức ăn. Khi thấy Thánh chúng ăn xong, sau khi dùng nước rửa, ông dâng cúng mỗi vị một tấm lụa trắng, và bước lên trước để nhận chú nguyện. Lúc bấy giờ Xá-lợi-phất thuyết một bài pháp cực kỳ vi diệu cho trưởng giả nghe. Sau đó, ngài rời chỗ ngồi đứng dậy, trở về tĩnh thất.

Bấy giờ La-hầu-la đi đến chỗ Thế Tôn, đảnh lễ sát chân, rồi ngồi qua một bên. Thế Tôn hỏi:

"Ngươi từ đâu đến đây?"

La-hầu-la đáp:

"Hôm nay con được Trưởng giả Sư Tử đến thỉnh."

Phật hỏi:

"Thế nào, La-hầu-la, ăn uống có ngon hay không ngon?"

La-hầu-la đáp:

"Thức ăn rất ngon và rất dồi dào. Nay con nhận được tấm lụa trắng này từ đó."

Phật hỏi:

"Chúng Tăng đến đó bao nhiêu người? Ai là thượng tọa?"

La-hầu-la bạch:

"Hòa thượng Xá-lợi-phất ở đầu hàng thượng thủ. Các đệ tử thần đức khác có năm trăm vị."

Phật bảo La-hầu-la:

"La-hầu-la, gia chủ ấy có được phước nhiều không?"

La-hầu-la bạch Phật:

"Vâng, bạch Thế Tôn, trưởng giả ấy được phước báo không thể kể xiết. Thí cho một vị A-la-hán, phước còn khó hạn lượng, huống gì các bậc được chư thiên thần diệu cung kính. Hôm nay có năm trăm vị thảy đều là bậc Chân nhân. Cho nên phước của ông ấy làm sao mà lường hết được."

Phật bảo La-hầu-la:

"Nay công đức do bố thí năm trăm vị La-hán, so với công đức bố thí cho một sa-môn là người được sai cử thứ tự từ trong Tăng **[792a]** khi Tăng được thỉnh cúng dường; phước từ người được sai cử trong chúng này so với phước bố thí năm trăm La-hán, nhiều gấp trăm lần, nghìn lần, hàng ức vạn lần, không thể lấy thí dụ mà biết được. Vì sao? Phước từ người được Chúng sai cử khó mà hạn lượng, đưa đến chỗ cam lộ, diệt tận.

"La-hầu-la, nên biết, như có người tự mình thề rằng, 'Tôi sẽ uống hết nước trong các sông ngòi. Người ấy có thể làm được như vậy chăng?"

La-hầu-la bạch Phật:

"Thưa không, bạch Thế Tôn. Vì sao? Diêm-phù-địa này rất rộng lớn. Có bốn con sông lớn của Diêm-phù-địa, một là Hằng-già, hai là Tân-đầu, ba là Tư-đà, bốn là Bác-xoa. Mỗi con sông còn có 500 chi lưu. Người ấy không bao giờ có thể uống cho hết được. Chỉ nhọc công mà chẳng bao giờ thành."

"Người ấy lại nói rằng, 'Ta tự mình có phương tiện nhân duyên có thể uống hết các con nước.' Nhân duyên gì mà có thể uống hết các con nước? Khi ấy, người này nghĩ rằng, 'Tôi sẽ uống nước biển. Vì sao? Tất cả con sông đều đổ vào biển.' Thế nào, La-hầu-la, người ấy có thể uống hết các con nước chăng?"

La-hầu-la bạch Phật:

"Bằng phương tiện như vậy thì có thể uống hết các con nước. Vì sao? Tất cả mọi dòng nước đều đổ vào biển. Cho nên người ấy có thể uống hết nước."

Phật nói:

"Cũng vậy, La-hầu-la. Hết thảy sự bố thí riêng tư đều như dòng nước kia, hoặc được phước, hoặc không được phước. Chúng Tăng như biển cả kia. Vì sao? Cũng như nước của các sông khi đổ vào biển đều mất tên cũ, mà chỉ có một tên gọi là biển cả. La-hầu-la, ở đây cũng vậy. Nay mười hạng người đều từ trong Chúng mà ra; không có Chúng thì không thành. Những gì là mười? Đó là, hướng Tu-đà-hoàn, Tu-đà-hoàn, hướng Tư-đà-hàm, Tư-đà-hàm, hướng A-na-hàm, A-na-hàm, hướng A-la-hán, đắc A-la-hán, Bích-chi Phật, và Phật. Đó là mười hạng người đều do từ trong Chúng, không đơn độc, không biệt lập.

"La-hầu-la, hãy từ phương tiện này mà biết rằng, với người được sai cử từ Chúng, phước ấy không thể hạn lượng. Cho nên, này La-hầu-la, thiện nam tử, thiện nữ nhân nào muốn cầu phước không thể kể xiết ấy, hãy cúng dường Thánh chúng.

"La-hầu-la, nên biết, cũng như người lấy bơ bỏ vào nước, nó đặc lại chứ không tan ra. Nếu đem dầu bỏ vào nước, nó lan khắp trên mặt nước. [792b] Cho nên, này La-hầu-la, hãy nhớ nghĩ cúng dường Thánh chúng, Tăng Tỳ-kheo. La-hầu-la, hãy học điều này như vậy."

Bấy giờ, Trưởng giả Sư Tử nghe Như Lai tán thán phước do bố thí Chúng, chứ không tán thán các phước khác. Vào một lúc khác, trưởng giả đi đến chỗ Thế Tôn, đảnh lễ sát chân, rồi ngồi xuống một bên. Trưởng giả bạch Thế Tôn:

"Con có nghe Như Lai tán thán phước do cúng dường (bố thí) Chúng, mà không tán thán phước do người được biệt thỉnh. Từ nay về sau, con sẽ thường xuyên cúng dường Thánh chúng."

Phật nói:

"Ta không nói như vậy, rằng cúng dường Thánh chúng chứ đừng cúng dường người khác. Nay cúng bố thí cho súc sanh còn được phước, huống nữa cho người. Nhưng điều mà Ta nói, là phước nhiều hay ít. Vì sao vậy? Thánh chúng của Như Lai là bậc đáng kính, đáng quý trọng, là ruộng phước tối thượng của thế gian. Nay trong Chúng này có bốn Hướng và bốn Quả,[54] cùng Thanh văn thừa, Bích-chi-phật thừa, Phật thừa. Thiện nam tử, thiện nữ nhân nào muốn chứng đắc đạo của ba thừa, hãy tìm cầu từ trong Chúng. Vì sao vậy? Đạo của ba thừa đều xuất từ trong Chúng.

"Này trưởng giả, Ta quán sát nhân duyên ý nghĩa này cho nên mới nói như vậy. Ta cũng không khuyên dạy người chỉ nên cúng dường Thánh chúng chứ đừng cho các người khác."

Khi ấy trưởng giả bạch Thế Tôn:

"Đúng vậy, như lời Thế Tôn dạy. Từ nay về sau, nếu có làm phước nghiệp, con thảy đều cúng dường Thánh chúng, không lựa chọn người mà cho."

Sau đó, Thế Tôn nói pháp vi diệu cho trưởng giả, khiến ông sanh tâm hoan hỷ. Trưởng giả nghe xong, rời chỗ ngồi đứng dậy, đảnh lễ sát chân, rồi cáo lui.

Ý của Trưởng giả Sư Tử, lúc bấy giờ muốn lập phước nghiệp. Chư thiên khi ấy đến bảo ông rằng: "Vị này là hướng Tu-đà-hoàn. Vị này đắc Tu-đà-hoàn. Hãy thí cho vị này sẽ được phước nhiều. Thí cho vị kia sẽ được phước ít." Rồi chư thiên này nói bài kệ:

Phật khen thí lựa chọn.
Cho vị có đức này,
Cho vị ấy phước nhiều,
Như ruộng tốt trổ mạ.

Trưởng giả Sư Tử khi ấy im lặng không trả lời. Chư thiên này lại nói với trưởng giả: "Đây là người trì giới. Đây là người phạm giới. Đây là vị hướng Tu-đà-hoàn. Đây là vị đắc Tu-đà-hoàn. Vị này là hướng Tư-đà-hàm. Vị này đắc [792c] Tư-đà-hàm. Vị này hướng A-na-hàm. Vị này đắc A-na-hàm. Vị này hướng A-la-hán. Vị này đắc A-la-hán. Vị này là Thanh văn thừa. Vị này là Bích-chi-phật thừa. Vị này là Phật thừa. Thí cho vị này được ít phước. Thí cho vị này được nhiều phước."

Bấy giờ Trưởng giả Sư Tử im lặng không trả lời. Vì sao vậy? Ông chỉ nhớ đến giáo giới của Như Lai, là bố thí mà không lựa chọn.

Vào một lúc khác, Trưởng giả Sư Tử lại đi đến chỗ Thế Tôn, đảnh lễ sát chân, rồi ngồi qua một bên. Ông bạch Thế Tôn:

"Con ghi nhớ nên thỉnh Thánh chúng dùng cơm. Có vị trời đến bảo con, 'Đây là người trì giới. Đây là người phạm giới. Đây là vị hướng Tu-đà-hoàn. Đây là vị đắc Tu-đà-hoàn.' Cho đến, cả ba thừa, thảy đều phân biệt. Vị trời ấy lại nói kệ:

Phật khen thí lựa chọn.

Cho vị có đức này,

Cho vị ấy, phước nhiều,

Như ruộng tốt trổ mạ.

"Khi ấy con lại nghĩ như vầy: 'Không nên làm trái giáo giới của Như Lai. Há có thể sanh tâm lựa chọn sao? Không bao giờ nên có tâm thị phi ý cao thấp.' Rồi con lại nghĩ: 'Ta sẽ bố thí cho hết thảy mọi loài chúng sanh. Ai trì giới, người ấy được phước vô cùng. Ai phạm giới, tự mình lãnh thọ tai ương. Ta chỉ vì thương xót chúng sanh, rằng không ăn thì không thể sống.'"

Phật bảo trưởng giả:

"Lành thay, lành hay, trưởng giả, ông có thệ nguyện rộng lớn như vậy! Bồ-tát bố thí với tâm luôn luôn bình đẳng. Trưởng giả nên biết, khi Bồ-tát huệ thí, chư thiên đến bảo rằng, 'Thiện nam tử, nên biết, đây là người trì giới. Đây là người phạm giới, thí đây được phước nhiều, thí đây được phước ít.' Bồ-tát bấy giờ không hề có tâm như vậy, rằng: 'Nên thí đây. Không nên thí đây.' Nhưng Bồ-tát giữ tâm ý không có thị phi. Không nói đây trì giới. Cũng không nói đây phạm giới. Cho nên, này trưởng giả, hãy với tâm niệm bình đẳng mà huệ thí, trong lâu dài được phước vô lượng."

Bấy giờ, trưởng giả ghi nhớ lời dạy của Như Lai, nhìn chăm chú Thế Tôn, ý không di động, tức thì ngay trên chỗ ngồi mà được pháp nhãn thanh tịnh. Sau đó, trưởng giả rời chỗ ngồi đứng dậy, đảnh lễ sát chân Phật, rồi lui ra.

Trưởng giả đi chưa bao lâu, Phật nói với các tỳ-kheo:

"Trưởng giả Sư Tử này, do ghi nhớ bình đẳng thí, lại nhìn kỹ Như Lai từ đầu đến chân, tức thì ngay trên chỗ ngồi mà được pháp nhãn thanh tịnh."

Rồi Phật bảo các tỳ-kheo:

[793a] "Trong hàng ưu-bà-tắc của Ta, đệ tử đệ nhất bình đẳng thí, đó là Trưởng giả Sư Tử."

Các tỳ-kheo, sau khi nghe những gì Phật dạy, hoan hỷ phụng hành.

KINH SỐ 6[*]

Tôi nghe như vậy:

Một thời, Phật trú tại Ca-lan-đà, trong Trúc viên, thành La-duyệt, cùng chúng năm trăm đại tỳ-kheo.

Bấy giờ Tôn giả Xá-lợi-phất đang vá y trong một hang vắng trong núi Kỳ-xà-quật. Khi ấy có mười nghìn Phạm-di-ca từ cõi Phạm thiên biến mất và xuất hiện trước Xá-lợi-phất, đảnh lễ sát chân, nhiễu quanh ba vòng, rồi đứng hầu, và nói bài kệ tán thán này:

> *Quy mạng đấng Thượng Nhân.*
> *Quy mạng đấng Tôn Quý.*
> *Nay chúng tôi không biết[55]*
> *Ngài y nơi thiền nào?*

Sau khi các trời Phạm-di-ca nói xong bài kệ này, Xá-lợi-phất im lặng chấp nhận. Chư thiên sau khi thấy Xá-lợi-phất im lặng chấp nhận rồi, bèn đảnh lễ sát chân mà lui.

Chư thiên đi chưa xa, Xá-lợi-phất liền nhập Kim cang tam-muội. Khi ấy có hai con quỷ; một tên là Già-la, và một tên là Ưu-bà-già-la. Chúng được Tỳ-sa-môn thiên vương sai đi đến Tỳ-lâu-lặc-xoa thiên vương để luận bàn việc người và trời. Khi hai con quỷ bay ngang qua hư không, chúng từ xa thấy Xá-lợi-phất ngồi kiết già, buộc niệm trước mắt, tâm ý tịch nhiên định. Quỷ Già-la nói với quỷ kia:

"Bấy giờ ta có thể dùng nắm tay đấm lên đầu sa-môn này."

Quỷ Ưu-bà-già-la nói với con quỷ thứ hai:

'Người chớ có khởi ý nghĩ đánh lên đầu sa-môn. Vì sao? sa-môn này có thần đức, có oai lực rất lớn. Vị Tôn giả này tên là Xá-lợi-phất. Trong hàng đệ tử của Thế Tôn, ngài là vị thông minh tài cao không ai hơn, là đệ nhất trí tuệ trong các đệ tử. Nếu không, ngươi sẽ chịu khổ vô lượng lâu dài."

---

[*] Cf. Tạp (Việt) kinh 1244; Ud. 4.4. *Juṇha.*

Nhưng con quỷ kia lặp lại ba lần, nói:

"Ta có thể đánh lên đầu sa-môn này."

Quỷ Ưu-bà-già-la nói:

"Ngươi không nghe lời ta, thì ngươi cứ ở lại đây. Ta sẽ bỏ ngươi mà đi."

Con ác quỷ kia nói:

"Ngươi sợ sa-môn sao?"

Quỷ Ưu-bà-già-la nói:

"Ta sợ thật. Nếu ngươi lấy tay đánh sa-môn này, đất này sẽ nứt làm hai. Ngay lúc đó mưa to gió lớn sẽ nổi lên. Đất cũng rung động, chư thiên kinh sợ. Khi đất rung động, Tứ thiên vương cũng kinh sợ. Tứ thiên vương mà kinh sợ, **[793b]** chúng ta không ở yên được đâu."

Khi ấy, con ác quỷ nói:

"Ta có thể làm nhục sa-môn này."

Con quỷ thiện nghe thế liền bỏ đi. Con quỷ ác kia bèn lấy tay đánh vào đầu Xá-lợi-phất. Tức thì, trời đất bị chấn động. Bốn phía mưa to gió lớn kéo đến. Đất liền nứt làm hai. Con quỷ ác này toàn cả thân rơi xuống địa ngục.

Sau đó, Tôn giả Xá-lợi-phất từ tam-muội dậy, sửa lại y phục, và bước xuống núi Kỳ-xà-quật, đi đến chỗ Thế Tôn tại vườn Trúc, đảnh lễ sát chân, rồi ngồi qua một bên.

Bấy giờ Phật bảo Xá-lợi-phất:

"Thân thể ông nay không có bệnh tật gì chăng?"

Xá-lợi-phất đáp:

"Thân thể con nguyên chẳng bệnh hoạn gì. Duy chỉ có nhức đầu."

Thế Tôn nói:

"Quỷ Già-la lấy tay đánh vào đầu ông. Nếu nó lấy tay đánh vào núi Tu-di, núi ấy cũng bị vỡ làm đôi. Vì sao? Con quỷ ấy có sức mạnh to lớn. Nay nó đã chịu tội báo, toàn thân rơi vào địa ngục A-tỳ."

Rồi Thế Tôn nói với các tỳ-kheo:

"Kỳ diệu thay, hy hữu thay, Kim cang tam-muội có uy lực như vậy! Do uy lực của tam-muội này, không có gì làm tổn thương được. Giả sử mang cả núi Tu-di mà dộng vào đầu, nó cũng không hề làm tổn thương một sợi lông. Vì sao vậy? Tỳ-kheo, hãy lắng nghe!

"Trong Hiền kiếp này có Phật hiệu Câu-lưu-tôn Như Lai, Chí chân, Đẳng chánh giác. Đức Phật ấy có hai Đại Thanh văn; một tên là Đẳng Thọ, và một tên là Đại Trí.[56] Tỳ-kheo Đẳng Thọ có thần túc đệ nhất. Tỳ-kheo Đại Trí có trí tuệ đệ nhất; như Ta hiện nay có Xá-lợi-phất là trí tuệ đệ nhất và Mục-kiền-liên là thần thông đệ nhất. Hai vị Tỳ-kheo này, Đẳng Thọ và Đại Trí, đều đắc Kim cang tam-muội. Vào một hôm, Tỳ-kheo Đẳng Thọ nhập Kim cang tam-muội[57] tại một nơi vắng vẻ. Khi ấy, bọn chăn bò, chăn dê và những người đi lấy củi thấy tỳ-kheo này đang tọa thiền, họ bảo nhau rằng, 'Sa-môn này hôm nay đã bị vô thường bắt rồi.' Những người chăn bò và người lấy củi bèn gom lá, cây các thứ chất lên mình tỳ-kheo, xong rồi châm lửa đốt, rồi bỏ đi. Sau khi Tỳ-kheo Đẳng Thọ rời khỏi tam-muội, sửa lại y phục, rồi cũng bỏ đi. Ngay ngày hôm đó, Tỳ-kheo khoác y, cầm bát vào thôn khất thực. Những người lấy củi lượm cỏ thấy tỳ-kheo này vào thôn khất thực, liền bảo nhau, **[793c]** 'Tỳ-kheo này chết từ hôm qua rồi. Chúng ta đã châm lửa thiêu. Hôm nay ông ấy sống lại. Bây giờ nên đặt tên cho ông, gọi là Hoàn Hoạt.'[58]

"Tỳ-kheo nào đắc Kim cang tam-muội, lửa đốt không cháy, dao chém không đứt; xuống nước không bị chìm; không bị ai đả thương. Như vậy, này các tỳ-kheo, Kim cang tam-muội có uy đức như vậy. Nay Xá-lợi-phất đắc tam-muội này. Tỳ-kheo Xá-lợi-phất phần nhiều an trú trong hai chỗ, là Không tam-muội và Kim cang tam-muội. Cho nên, tỳ-kheo, hãy tìm cầu phương tiện hành Kim cang tam-muội.

"Tỳ-kheo, hãy học điều này như vậy."

Rồi Thế Tôn nói với các tỳ-kheo:

"Ta sẽ dạy các ông, như Tỳ-kheo Xá-lợi-phất, là Tỳ-kheo trí tuệ, đại trí, phân biệt trí, quảng trí, vô biên trí, tiệp tật trí, phổ du trí, lợi trí, thậm thâm trí, đoạn trí, thiểu dục tri túc, tịch tĩnh, dũng mãnh, niệm không phân tán, giới thành tựu, tam-muội thành tựu, trí tuệ thành tựu, giải thoát thành tựu, giải thoát tri kiến huệ thành tựu, nhu hòa, vô tránh, đoạn trừ sự ác, nhẫn các lời nói, tán thán sự dứt trừ ác, thường niệm xả ly, thương xót quần sanh, nhiệt hành chánh pháp, thuyết pháp cho người không hề mệt mỏi."

Bấy giờ Thế Tôn nói kệ:

Mười nghìn các dân trời,
Thảy đều Phạm-ca-di,
Tự quy Xá-lợi-phất,
Ở trên đỉnh Linh thứu.

Quy mạng đấng Thượng Nhân.
Quy mạng đấng Tôn Quý.
Nay chúng tôi không biết
Ngài y nơi thiền nào?

Hoa đệ tử như vậy
Làm đẹp cây Phật đạo.
Như vườn Trú độ[59] *trời,*
Khoái lạc không thể sánh.

"Hoa đệ tử, tức là Tỳ-kheo Xá-lợi-phất. Vì sao vậy? Con người này có thể làm đẹp cây Phật, cây đạo, tức là Như Lai vậy. Như Lai che mát tất cả chúng sanh. Cho nên, tỳ-kheo, hãy chuyên niệm tinh cần, dũng mãnh tinh tấn, như Tỳ-kheo Xá-lợi-phất. Tỳ-kheo, hãy học điều này như vậy."

Các tỳ-kheo sau khi nghe những gì Phật dạy hoan hỷ phụng hành.[60]

Chú thích

1 Hán: 兩舌 lưỡng thiệt, nhưng đây nên hiểu là ý ngữ, để không trùng lặp với tội ly gián đoạn dưới.

2 Xem *Trung* 9, kinh 37. Pāli, A. VIII. 20 *Uposatha* (R. iv. 204).

3 Cấm giới, đây chỉ Ba-la-đề-mộc-xoa, Biệt giải thoát giới kinh.

4 Thù-la quả 酬羅果, chưa rõ trái gì.

5 馬師、滿宿 Mã Sư, Mãn Tú, xem *Thập tụng 4* (T23 tr. 26b9); đồng nhất với *Tứ phần 5* (T22 tr. 596c18): 阿濕婆 A-thấp-ba và 富那婆娑 Phú-na-bà-sa. Pāli: *Assaji-Punabbasu.*

6 Cf. *Tứ phần 1* (tr. 569a22): Những vấn đề này do Xá-lợi-phất nêu lên hỏi Phật.

7 Các kệ Giới kinh, xem *Tứ phần giới bản* (T22 No 1429).

8 Nguyên Hán: hành tích.

9 Nghĩa là không có tỳ-kheo ngăn thuyết giới: 遮說戒 già thuyết giới, xem *Tứ phần 46*, tr. 906a.

10 Kê-đầu thành. Pāli: *Ketumatī,* cf. D. 26. *Cakkavatti* (R. iii. 75). Tham chiếu Hán, *Trường* kinh 6 (tr. 41c22).

11 Diệp Hoa 葉華, có lẽ dịch nghĩa từ Skt. *elāpattra* (Pāli: *erakapatta*), cùng tên với một Long vương mà đến thời Phật Di-lặc được thoát thân rồng.

12 Tương-khư 蠰佉. *Trường.* ibid. (tr. 42a09) Tương-già 儴伽. Pāli, ibid. (tr. 75), *Saṅkha.*

13 Bốn bảo tàng 寶藏, hầm mỏ quý. Xem đoạn sau, kinh 7, phẩm 51.

14 Càn-đà-việt 乾陀越, một phiên âm khác cho Kiện-đà-la (Skt.: *Gandhavati = Gandhāra*). Đoạn sau, kinh 7 phẩm 51 âm là Càn-đà-vệ 乾陀衛. Tại đây, theo truyền thuyết Pāli (Luật Thiện kiến), Tôn giả Mạt-điền-địa (*Majjhanhika*) đã chinh phục Long vương *Aravāḷa*, quy y dân xứ này. Về sau trở thành một trong hai trung tâm lớn của Hữu bộ.

15 Y-la-bát 伊羅鉢; Skt. *elāpatra*, nguyên tên của một Long vương, quản lý kho báu cùng tên. Xem kinh 7 phẩm 51 sau.

16 Di-thê-la 彌梯羅. Đoạn sau, kinh 7 phẩm 51 âm là Mật-đế-la 蜜締羅國. Pāli: *Mithilā*, kinh đô của vương quốc *Videha*, thời Phật.

[17] Ban-trù 般綢, kinh 7 phẩm 51 chép 斑稠. Nguyên tên một Long vương. Skt. *Pāṇḍuka*.

[18] Tu-lại-tra 須賴吒. Skt. *Suraṣṭa*.

[19] Kinh 7 phẩm 51: Kho báu Tân-già-la 賓伽羅 ở nước Tu-lại-tra, do Long vương Tân-già-la quản lý. Skt. *Piṅgala*.

[20] Kinh 7 phẩm 51: Đại bảo tàng Tương-khư 蠰佉 (Skt. *Saṅkha*) tại nước Bà-la-nại 婆羅奈 (*Vārāṇasī*).

[21] Kinh 7 phẩm 51: Bốn Long vương hiến bốn đại bảo tàng.

[22] Tu-phạm-ma 修梵摩. Pāli: *Subrahmā*.

[23] Tu-phạm-việt 梵摩越. Pāli: *Subrahmī*.

[24] Long hoa 龍華. Skt. *nāgapuṣpa* (= Mesua Roxburghii, Rottlera Tinctoria, Michelia Champaka L.). Pāli: *nāgapupphiya* (?), nhưng không thấy đề cập trong văn học Pāli. m. N. of sev. plants MBh. Hariv. Sus3r. &c.

[25] Nguyên Hán: 奉法 phụng pháp. Hạng Tu-đà-hoàn lợi căn. Pāli: *dhammānusārī*.

[26] 君屠鉢漢 Quân-đồ-bát-hán; trên kia, kinh 3 phẩm 4 âm là Quân-đầu-bà-hán 軍頭漢.

[27] Tân-đầu-lô 賓頭盧, tức vị thứ nhất trong 16 A-la-hán kể trong *Pháp trụ ký* (T49n2030, tr. 13a9), phiên âm khác là Tân-độ-la Bạt-ra-đọa-xà 賓度羅 跋囉惰闍 (Pāli. *Piṇḍola-bhāradvāja*).

[28] La-vân 羅云, tức La-hổ-la 囉怙羅 (Skt., Pāli: *Rāhula*), thứ 11 trong 16 A-la-hán kể trong *Pháp trụ ký* (tr. 13a14).

[29] Truyền thuyết phương bắc, Đại Ca-diếp hiện vẫn nhập định trong núi Kê túc (Skt. *Kukkuṭapādagiri*), nước Ma-kiệt-đà; cf. *Phú pháp nhân duyên* (T50n2058, tr. 301a16); *Pháp Hiển truyện* (T51n2085, tr. 863c27); *Tây vực ký 9* (T51n2087, tr. 919b25).

[30] Có thể có sự nhầm lẫn trong bản Hán này.

[31] Tứ sự 四事, đây chỉ bốn nhiếp sự, mà nội dung Hán dịch ở đây có khác.

[32] Văn bản in là tụng 頌, cước chú in là ban 頌, TNM: ban 班.

[33] Tố thượng 素上. Do chữ ban 頌 mà đọc nhầm là tụng 頌 nên có người *đoán đây là chữ án* 案 (án thư), thay vì *tố* 素. Nhưng Ấn-độ không có tục đọc sách trên án thư.

[34] Hán: thập nhất cai 十一姟; mỗi *cai* là 10 triệu. Con số ở đây chỉ có tính tượng trưng.

[35] Bản Hán, hết quyển 44.

[36] Nguyên Hán: Tánh 姓. Đoạn dưới cũng nói tánh thuộc Câu-lân-nhã. Có sự lầm lộn về dụng ngữ trong bản Hán dịch này. Xem cht.37 dưới.

[37] Tánh, Pāli: *gotta*, tức dòng họ, chỉ phương diện huyết thống.

[38] Câu-lân-nhã 拘隣若. Pāli: *Koṇḍañña*. Trên kia cũng nói là tánh Cù-đàm. *Trường 1* cũng như Pāli, chỉ nói tánh Câu-lị-nhã 拘利若 không nói đến tánh Cù-đàm.

[39] Bà-la-đọa 婆羅墮. Ba vị sau này, *Trường 1* và Pāli đều nói thuộc dòng họ Ca-diếp, như đoạn trên; không nói đến Bà-la-đọa.

[40] Không thấy nơi nào khác nói Thích Tôn thuộc họ Câu-lân-nhã.

[41] Ba-la-lợi 波羅利. Pāli: *Pāṭali*, cây có hoa màu hồng nhạt, tên khoa học *Bignonia suaveola*.

[42] Phân-đà-lợi 分陀利. Pāli: *Puṇḍarīka*, sen trắng.

[43] Để bản chép: Ba-la 波羅; nên sửa lại là Sa-la 沙羅. Pāli: *Sāla*.

[44] Thi-lợi-sa 尸利沙. Pāli: *Sirīsa*, Skt. *śirṣa*, hoa hợp hôn (*Huyền ứng âm nghĩa*).

[45] Ưu-đầu-bát-la 優頭跋羅. Pāli: *Udumbara*.

[46] Ni-câu-lưu 尼拘留. Pāli: *Nigrodha*, Skt. *nyagrodha*, một loại cây đa hay sung (*Ficus indiaca*).

[47] Cát tường 吉祥. Pāli: *Assattha*; Skt. *aśvattha*, cát tường thọ (*Ficus religiosa*).

[48] Đại Đạo Sư. *Trường 1*, thị giả Vô Ưu 無憂. Pāli: *Asoka*.

[49] Thiện Giác. *Trường 1*, thị giả Nhẫn Hành 忍行. Pāli: *Khemaṅkaro*.

[50] Thắng Chúng. *Trường 1*, thị giả Tịch Diệt 寂滅. Pāli: *Upasanto*.

[51] Cát Tường. *Trường 1*, thị giả Thiện Giác 善覺. Pāli: *Buddhijo*.

[52] Tỳ-la-tiên. *Trường 1*, thị giả An Hòa 安和. Pāli: *Sotthijo*.

[53] Đạo Sư. *Trường 1*, thị giả Thiện Hữu 善友. Pāli: *Sabbamitto*.

[54] Nguyên Hán: Đắc 得.

[55] Để bản: 不得 bất đắc. Các bản TM: 不知 bất tri,

[56] Đẳng Thọ 等壽 và Đại Trí 大智. Pāli: *Sañjīva, Vidhura*; cf. D.ii. 7.

[57] *Trung* kinh 131, M. 50: Nhập diệt tận định (*saññāvedayita-nirodha*).

[58] Hoàn Hoạt 還活, Pāli: *Sañjīva* (cf. M.i. 332), trên kia dịch là Đẳng Thọ.

[59] Cây trú độ (Pāli: *pāricchattaka*) trên trời Tam thập tam. Xem kinh số 2 phẩm 39. Cf. *Trung 1*, kinh 2 (tr. 422a20).

[60] Bản Hán, hết quyển 45.

THIÊN MƯỜI MỘT PHÁP

49. PHẨM PHÓNG NGƯU

KINH SỐ 1*

[794a07] Tôi nghe như vầy:

Một thời, Phật ở tại vườn Cấp Cô Độc, rừng cây Kỳ-đà, nước Xá-vệ.

Bấy giờ Thế Tôn nói với các tỳ-kheo:

"Người chăn bò nếu thành tựu mười một pháp, đàn bò sẽ không bao giờ tăng trưởng; nó cũng không thể giữ gìn bò. Những gì là mười một? Người chăn bò không phân biệt sắc, không hiểu tướng, cần vuốt chải mà không vuốt chải,[1] không che đậy vết thương lở, không tùy lúc xông khói, không biết ruộng tốt chỗ có nhiều cỏ, không biết chỗ nào an ổn, không biết chỗ dẫn bò qua sông, không biết thời nghi,[2] khi vắt sữa mà vắt cạn không biết chừa lại, khi bò đã lớn có thể dùng mà lại không tùy thời chăm sóc.[3]

"Tỳ-kheo, đó là mười một pháp mà nếu người chăn bò thành tựu, thì sẽ không thể phát triển đàn bò, không thể chăm sóc thân chúng. Ở đây, tỳ-kheo trong chúng cũng vậy, sẽ không thể thêm ích được gì. Những gì là mười một? Không phân biệt sắc, không hiểu rõ tướng, cần vuốt chải mà không vuốt chải, không che đậy vết thương lở, không tùy lúc xông khói, không biết ruộng tốt chỗ có nhiều cỏ, không biết chỗ nào an ổn,

---

* Tham chiếu Pāli, A. XI. 17 (R. v. 347), M. 33 *Mahāgopālaka* (R. i. 220). Hán, *Tạp (Việt) 909.*

□ *Xem chú thích: tr.392-396*

không biết chỗ dẫn bò qua sông, không biết đúng lúc cho ăn, không biết chừa lại, không kính trọng biệt đãi các Tỳ-kheo trưởng lão.

"Thế nào là tỳ-kheo không biết sắc? Ở đây, tỳ-kheo, có bốn đại và sắc do bốn đại tạo, mà hoàn toàn không biết. Tỳ-kheo, như vậy là không biết sắc.

"Thế nào là tỳ-kheo không hiểu rõ tướng? Ở đây, tỳ-kheo không biết hành vi gì là ngu, hành vi gì là trí; thảy đều không như thật biết. Tỳ-kheo, như vậy là không hiểu rõ tướng.

"Thế nào, tỳ-kheo cần vuốt chải mà không vuốt chải? Ở đây, tỳ-kheo thấy sắc liền khởi tưởng về sắc, có các loạn niệm, lại không thủ hộ nhãn căn; do không khéo nhiếp niệm **[794b]** nên gây ra các lỗi lầm tai ương,[4] không thủ hộ nhãn căn.[5] Cũng vậy, tỳ-kheo khi tai nghe tiếng, mũi ngửi hương, lưỡi nếm vị, thân xúc chạm trơn láng, ý biết pháp, mà khởi các tưởng tạp loạn, cũng không phòng hộ ý căn, không sửa đổi hành vi. Tỳ-kheo, như vậy là cần vuốt chải mà không vuốt chải.

"Thế nào, tỳ-kheo, là không che đậy vết thương? Ở đây tỳ-kheo khởi dục tưởng mà không xả ly, cũng không trừ khử niệm ấy. Hoặc khởi sân tưởng, sát hại tưởng, khởi các tưởng ác bất thiện mà không hề xả bỏ.[6] Tỳ-kheo, như vậy là không che đậy vết thương.

"Thế nào, tỳ-kheo, là không tùy thời xông khói? Ở đây, pháp mà tỳ-kheo đọc tụng không tùy thời nói cho người khác nghe. Tỳ-kheo, như vậy là không tùy thời xông khói.

"Thế nào, tỳ-kheo, không biết ruộng tốt, nhiều cỏ? Ở đây, tỳ-kheo không biết bốn ý chỉ; không như thật biết. Tỳ-kheo, như vậy là không biết ruộng tốt, nhiều cỏ.

"Thế nào, tỳ-kheo, không biết chỗ qua sông? Ở đây tỳ-kheo không biết tám phẩm đạo của Hiền thánh. Tỳ-kheo, như vậy là không biết chỗ qua sông.

"Thế nào, tỳ-kheo, không biết điều yêu quý[7]? Ở đây, tỳ-kheo, đối với 12 bộ: Khế kinh, Kỳ-dạ, Thọ quyết, Kệ, Nhân duyên, Bản mạt, Phương đẳng, Thí dụ, Sanh kinh, Thuyết, Quảng phổ, Vị tằng hữu pháp. Tỳ-kheo, như vậy không biết điều được yêu quý.

"Thế nào, tỳ-kheo, không biết thời nghi? Ở đây, tỳ-kheo đi đến nhà hèn hạ, nhà cờ bạc. Tỳ-kheo, như vậy là không biết thời nghi.

"Thế nào, tỳ-kheo, không biết chừa lại? Ở đây, tỳ-kheo có bà-la-môn, ưu-bà-tắc, là những người có tín tâm, đến thỉnh. Nhưng tỳ-kheo ấy tham ăn uống, không biết đủ mà dừng lại. Tỳ-kheo, như vậy là không biết chừa lại.

"Thế nào, tỳ-kheo, không kính các Tỳ-kheo trưởng lão cao đức? Ở đây, tỳ-kheo không khởi tâm cung kính người có đức. Tỳ-kheo như vậy có nhiều sai phạm. Đó gọi là tỳ-kheo không kính trưởng lão.

"Nếu tỳ-kheo nào thành tựu mười một pháp này, người ấy ở trong chánh pháp này trọn không được điều gì lợi ích.

"Lại nữa, nếu người chăn bò thành tựu mười một pháp, người ấy có thể chăm sóc đàn bò không hề thất thời, được nhiều lợi ích. Những gì là mười một? Ở đây, người chăn bò biết sắc, biết phân biệt tướng, cần vuốt chải thì vuốt chải, che đậy vết thương lở, tùy thời xông khói, biết ruộng tốt chỗ có nhiều cỏ, biết chỗ qua sông, biết yêu mến bò, phân biệt **[794c]** thời nghi, biết tính hạnh, khi vắt sữa thì biết chừa lại, tùy thời chăm sóc con bò đang được dùng.[8] Như vậy là người chăn bò biết chăm sóc đàn bò.

"Cũng vậy, cũng như người chăn bò, tỳ-kheo thành tựu mười một pháp mà không mất thời tiết, trọn không bị trở ngăn. Tỳ-kheo thành tựu mười một pháp như vậy, ngay trong hiện tại, được nhiều điều lợi ích. Những gì là mười một? Ở đây, tỳ-kheo biết sắc, biết tướng, biết vuốt chải, biết che đậy vết thương, biết xông khói, biết ruộng tốt chỗ có nhiều cỏ, biết điều đáng yêu, biết chọn đường đi, biết chỗ qua sông, biết ăn vừa đủ no, biết kính Tỳ-kheo trưởng lão mà tùy thời lễ bái.

"Thế nào là tỳ-kheo biết sắc? Ở đây, tỳ-kheo biết sắc bốn đại, và cũng biết sắc do bốn đại tạo. Đó gọi là tỳ-kheo biết sắc.

"Thế nào là tỳ-kheo biết tướng? Ở đây, tỳ-kheo biết tướng ngu, biết tướng trí; biết như thật. Như vậy, tỳ-kheo biết tướng.

"Thế nào là tỳ-kheo biết vuốt chải? Ở đây, tỳ-kheo khi khởi tâm niệm dục tưởng, liền biết xả ly, không thân cận, vĩnh viễn không có dục tưởng.

Khi sân tưởng, hại tưởng, các tưởng ác bất thiện khởi lên, liền biết xả ly, không thân cận, vĩnh viễn không có sân tưởng các thứ. Như vậy, tỳ-kheo biết vuốt chải.

"Thế nào là tỳ-kheo biết che đậy vết thương? Ở đây, tỳ-kheo khi mắt thấy sắc mà không khởi sắc tưởng, cũng không nhiễm trước, mà làm thanh tịnh nhãn căn; trừ khử các pháp ác bất thiện, sầu ưu, tâm không tham đắm, ở trong đó mà thủ hộ nhãn căn. Cũng vậy, tỳ-kheo khi tai nghe tiếng, mũi ngửi hương, lưỡi nếm vị, thân biết trơn láng, ý biết pháp mà không khởi thức tưởng, cũng không nhiễm trước, mà thanh tịnh ý căn. Như vậy, tỳ-kheo biết che đậy vết thương.

"Thế nào, tỳ-kheo biết xông khói? Ở đây, tỳ-kheo nói lại cho người khác pháp mà mình đã từng nghe. Như vậy, tỳ-kheo biết xông khói.

Thế nào, tỳ-kheo biết ruộng tốt chỗ có nhiều cỏ? Ở đây, tỳ-kheo như thật biết tám phẩm đạo Hiền thánh.[9] Như vậy, tỳ-kheo biết ruộng tốt chỗ có nhiều cỏ.

"Thế nào, tỳ-kheo biết điều đáng yêu quý? Ở đây, tỳ-kheo nghe pháp bảo mà Như Lai đã nói, trong tâm liền yêu quý. Như vậy, tỳ-kheo biết điều đáng yêu quý.

"Thế nào, tỳ-kheo biết chọn đường đi? Ở đây, tỳ-kheo đối với 12 bộ kinh[10] biết lựa chọn mà hành. Đó là, Khế kinh, Kỳ-dạ, Thọ quyết, Kệ, Nhân duyên, Bản mạt, Phương đẳng, Thí dụ, [795a] Sanh kinh, Thuyết, Quảng phổ, Vị tằng hữu pháp. Như vậy, tỳ-kheo biết chọn đường đi.

"Thế nào, tỳ-kheo biết chỗ qua sông? Ở đây, tỳ-kheo biết bốn niệm xứ. Đó là tỳ-kheo biết chỗ qua sông.

"Thế nào, tỳ-kheo biết ăn vừa đủ no?[11] Ở đây, tỳ-kheo có bà-la-môn, ưu-bà-tắc, là những người có tín tâm, đến thỉnh. Tỳ-kheo không tham ăn uống, có thể biết đủ mà dừng lại. Tỳ-kheo, như vậy là biết vừa đủ.

"Thế nào, tỳ-kheo tùy thời cung kính Tỳ-kheo trưởng lão? Ở đây, tỳ-kheo thường với thiện hành bởi thân, miệng, ý đối với các Tỳ-kheo trưởng lão. Như vậy tỳ-kheo tùy thời cung phụng các Tỳ-kheo trưởng lão.

"Tỳ-kheo thành tựu mười một pháp như vậy, ở ngay trong hiện pháp, được nhiều điều lợi ích."

Bấy giờ, Thế Tôn bèn nói kệ:

Chăn bò không buông lung,
Người chủ được nhiều phước.
Sáu bò trong sáu năm,
Lần lượt thành sáu chục.

Tỳ-kheo giới thành tựu,
Tự tại trong thiền định,
Sáu căn được vắng lặng,
Sáu năm thành sáu thông.

"Như vậy, tỳ-kheo, nếu ai có thể xa lìa pháp ác này, thành tựu mười một pháp kể sau cùng này, người ấy ở trong hiện pháp được nhiều điều lợi ích. Tỳ-kheo, hãy học điều này như vậy."

Các tỳ-kheo sau khi nghe những gì Phật dạy hoan hỷ phụng hành.

KINH SỐ 2

Tôi nghe như vầy:

Một thời, Phật ở tại vườn Cấp Cô Độc, rừng cây Kỳ-đà, nước Xá-vệ.

Bấy giờ, Thế Tôn nói với các tỳ-kheo:

"Nếu tỳ-kheo thành tựu mười một pháp này chắc chắn có điều được tăng trưởng. Những gì là mười một? Ở đây, tỳ-kheo thành tựu giới, thành tựu tam-muội, thành tựu trí tuệ, thành tựu giải thoát, thành tựu giải thoát tri kiến, các căn tịch tĩnh, ăn uống biết đủ, hằng tu hành cộng pháp, và cũng biết phương tiện ấy, phân biệt nghĩa ấy, không đắm lợi dưỡng. Như vậy, tỳ-kheo, nếu thành tựu mười một pháp này, có khả năng để tăng trưởng. Vì sao vậy? Tất cả các thực hành, chân chánh có mười một pháp."

Lúc bấy giờ, A-nan bạch Thế Tôn rằng:

"Vì sao chân chánh có mười một pháp, mà không nhiều hơn?"

"Những gì là mười một?[12] Đó là, a-lan-nhã, khất thực, ngồi một chỗ, ăn một bữa, ăn đúng giữa trưa, ăn không chọn nhà, thủ ba y, ngồi dưới gốc cây, ngồi giữa trời trống, chỗ nhàn tĩnh, mặc y vá, hoặc ở tại bãi tha ma.[13] Đó là tỳ-kheo, nếu thành tựu mười một pháp này, thì **[795b]** có điều sở đắc.[14]

"Nay Ta lại nói thêm cho ông biết. Nếu ai trong mười một năm học pháp này, tức hiện thân thành A-na-hàm, chuyển thân thành A-la-hán.

"Này các tỳ-kheo, hãy bỏ qua mười một năm. Nếu ai trong chín, tám, bảy, sáu, năm, bốn, ba, hai, một năm học pháp này, người ấy sẽ thành một trong hai quả, hoặc A-na-hàm, hoặc A-la-hán.

"Hãy bỏ qua mười hai tháng. Tỳ-kheo nào có thể trong một tháng tu hành pháp này, tỳ-kheo ấy chắc chắn thành một trong hai quả: hoặc A-na-hàm, hoặc A-la-hán. Vì sao vậy? Mười hai nhân duyên đều xuất từ mười một pháp. Đó là, sanh, già, bệnh, chết, ưu, sầu, khổ, não.

"Nay Ta dạy các tỳ-kheo, hãy như Tỳ-kheo Ca-diếp. Giả sử có người hành pháp khiêm khổ, khó có hành nào sánh kịp. Vì sao? Tỳ-kheo Ca-diếp đã thành tựu mười một pháp này. Nên biết, các Như Lai[15] trong quá khứ thành Đẳng chánh giác cũng do thành tựu mười một pháp khổ này. Nay, Tỳ-kheo Ca-diếp, vì thương tưởng hết thảy chúng sanh; nếu cúng dường các Thanh văn quá khứ, thân sau mới được báo ứng. Giả sử cúng dường Ca-diếp, ngay thân này mà thọ nhận báo ứng. Giả sử Ta không thành Vô thượng Đẳng chánh giác, sau sẽ do Ca-diếp thành Đẳng chánh giác. Do nhân duyên này, Ca-diếp vượt hơn các Thanh văn quá khứ. Ai có thể hành như Ca-diếp, ấy là hành tối thượng. Như vậy, tỳ-kheo, hãy học điều này."

Các tỳ-kheo sau khi nghe những gì Phật dạy hoan hỷ phụng hành.

KINH SỐ 3

Tôi nghe như vầy:

Một thời, Phật ở tại vườn Cấp Cô Độc, rừng cây Kỳ-đà, nước Xá-vệ.

Bấy giờ, Phật đang thuyết pháp cho vô số chúng sanh vây quanh trước sau. Trong lúc ấy, Xá-lợi-phất đang dẫn một số đông các tỳ-kheo đi kinh hành. Đại Mục-kiền-liên, Đại Ca-diếp, A-na-luật, Ly-việt, Ca-chiên-diên,

Mãn Nguyện Tử, Ưu-ba-li, Tu-bồ-đề, La-hầu-la, và Tỳ-kheo A-nan; mỗi vị đều dẫn một số đông tỳ-kheo an trú. Đề-bà-đạt-đa cũng dẫn số đông tỳ-kheo kinh hành.

Khi ấy, Thế Tôn thấy các đệ tử có thần túc,[16] mỗi vị đang dẫn số chúng kinh hành. Thấy như vậy, Thế Tôn nói với các tỳ-kheo:

"Những kẻ thiện thì đi với thiện. Những kẻ ác thì đi với ác. Cũng như sữa với sữa thì hòa với nhau; bơ với bơ hòa với nhau; [795c] phân tiểu, mỗi thứ mỗi tương ứng với nhau. Ở đây cũng vậy, do căn nguyên của chúng sanh mà pháp sở hành mỗi mỗi tương ứng với nhau. Thiện tương ưng với thiện. Ác tương ưng với ác.

"Các ông có thấy Xá-lợi-phất đang dẫn các tỳ-kheo đi kinh hành không?"

Các tỳ-kheo bạch Phật:

"Vâng, chúng con thấy."

Phật bảo các tỳ-kheo:

"Những người như vậy đều là các bậc trí tuệ."

Lại bảo các tỳ-kheo:

"Các ông có thấy Mục-kiền-liên đang dẫn các tỳ-kheo đi kinh hành không?"

Các tỳ-kheo đáp:

"Vâng, chúng con thấy."

Phật nói:

"Các tỳ-kheo ấy đều là những vị có thần túc."

Lại hỏi:

"Các ông có thấy Ca-diếp đang dẫn các tỳ-kheo đi kinh hành không?"

Các tỳ-kheo đáp:

"Vâng, chúng con thấy."

Phật nói:

"Các vị thượng sỹ đó đều là những người hành mười một pháp đầu-đà."

Lại hỏi:

"Các ông có thấy A-na-luật đang dẫn các tỳ-kheo đi kinh hành không?"

Các tỳ-kheo đáp:

"Vâng, chúng con thấy."

Phật nói:

"Các hiền sĩ ấy đều là những vị thiên nhãn đệ nhất."

Lại hỏi:

"Các ông có thấy Tỳ-kheo Ly-việt không?"

Các tỳ-kheo đáp:

"Vâng, chúng con thấy."

Phật nói với các tỳ-kheo:

"Những người đó là những vị nhập định."

Lại hỏi:

"Các ông có thấy Tỳ-kheo Ca-chiên-diên không?"

Các tỳ-kheo đáp:

"Vâng, chúng con thấy."

Phật bảo các tỳ-kheo:

"Các vị thượng sỹ đó đều là những người phân biệt nghĩa lý."

Lại hỏi:

"Các ông có thấy Tỳ-kheo Mãn Nguyện Tử không?"

Các Tỳ-kheo đáp:

"Vâng, chúng con thấy."

Phật nói:

"Các hiền sĩ ấy đều là các tỳ-kheo thuyết pháp."

Lại hỏi:

"Các ông có thấy Tỳ-kheo Ưu-ba-ly không?"

Các tỳ-kheo đáp:

"Vâng, chúng con thấy."

Phật nói:

"Những vị đó đều là những người trì cấm luật."

Lại hỏi:

"Các ông có thấy Tỳ-kheo Tu-bồ-đề không?"

Các tỳ-kheo đáp:

"Vâng, chúng con thấy."

Phật nói:

"Các thượng nhân ấy đều là những vị giải Không đệ nhất."

Lại hỏi:

"Các ông có thấy Tỳ-kheo La-hầu-la không?"

Các tỳ-kheo đáp:

"Vâng, chúng con thấy."

Phật nói:

"Các hiền sĩ ấy đều là những vị giới đầy đủ."

Lại hỏi:

"Các ông có thấy Tỳ-kheo A-nan không?"

Các tỳ-kheo đáp:

"Vâng, chúng con thấy."

Phật nói:

"Các hiền sĩ ấy đều là những vị đa văn đệ nhất; điều gì đã nghe một lần sẽ không bao giờ quên."

Lại hỏi:

"Các ông có thấy Tỳ-kheo Đề-bà-đạt-đa **[796a]** đang dẫn nhiều người đi kinh hành không?"

Các tỳ-kheo đáp:

"Vâng, chúng con thấy."

Phật nói:

"Đứng đầu của những người ấy là người làm ác, không có gốc rễ thiện."

Bấy giờ, Thế Tôn nói bài kệ này:

Chớ bạn với người xấu.
Chớ tùng sự người ngu.
Hãy bạn với người lành;
Giao thiệp với người trí.

Nếu người vốn không ác,
Do thân cận người ác,
Sau sẽ thành nhân ác.
Tiếng ác khắp thiên hạ.

Bấy giờ, hơn ba mươi đệ tử của Đề-bà-đạt-đa, sau khi nghe Thế Tôn nói bài tụng này, xả bỏ Đề-bà-đạt-đa mà đi đến chỗ Phật, đảnh lễ sát chân, cầu sửa đổi trọng tội. Lại bạch Thế Tôn:

"Chúng con ngu hoặc không biết chân ngụy, bỏ thiện tri thức mà theo ác tri thức. Cúi xin Thế Tôn rộng lượng tha thứ. Về sau không dám tái phạm."

Phật bảo các tỳ-kheo:

"Ta chấp thuận các ông sám hối, sửa lỗi cũ, tu tập điều mới, chớ có tái phạm."

Rồi các đệ tử của Đề-bà-đạt-đa vâng theo lời giáo giới của Thế Tôn, sống tại chỗ nhàn tĩnh, tư duy diệu nghĩa, tự mình khắc kỷ hành pháp, vì mục đích mà thiện gia nam tử cạo bỏ râu tóc, xuất gia học đạo, để tu phạm hạnh vô thượng. Khi ấy, các tỳ-kheo này đều đắc A-la-hán.

"Tỳ-kheo, nên biết, căn nguyên của chúng sanh theo loại mà về với nhau. Ác đi theo ác, thiện đi theo thiện. Căn nguyên chúng sanh trong quá khứ, tương lai, cũng đều như vậy, theo loại mà đi với nhau. Như tịnh thì tương ứng với tịnh; bất tịnh tương ứng với bất tịnh. Cho nên, tỳ-kheo, hãy học cùng tương ưng với tịnh, xả ly bất tịnh. Như vậy, tỳ-kheo hãy học điều này."

Các tỳ-kheo sau khi nghe những gì Phật dạy hoan hỷ phụng hành.

KINH SỐ 4

Tôi nghe như vầy:

Một thời Phật trú tại Câu-lưu-sa trong thành Pháp hành,[17] cùng với chúng đại tỳ-kheo năm trăm vị.

Lúc bấy giờ Tượng Xá-lợi-phất[18] trả lại pháp phục, trở về đời sống bạch y. Vào một lúc nọ, A-nan khoác y, cầm bát vào thành khất thực, lần hồi đi đến nhà Tượng Xá-lợi-phất. Trong lúc đó, Tượng Xá-lợi-phất đang đứng tựa trên vai hai người phụ nữ. A-nan từ xa trông thấy thế, trong lòng buồn rầu, không vui. Tượng Xá-lợi-phất trông thấy A-nan, cảm thấy rất xấu hổ, bèn ngồi xuống một mình.

A-nan khất thực xong, ra khỏi thành, đi đến chỗ Thế Tôn, **[796b]** đảnh lễ sát chân, rồi ngồi qua một bên, bạch Phật:

"Vừa rồi con vào thành khất thực, lần hồi đi đến nhà của Tượng Xá-lợi-phất, thấy ông đang đứng tựa trên vai hai người nữ. Thấy vậy, trong lòng con rất buồn rầu."

Thế Tôn nói:

"Ông thấy vậy rồi, có ý nghĩ gì?"

A-nan bạch Phật:

"Con nghĩ, Tượng Xá-lợi-phất tinh tấn, đa văn, tính hạnh nhu hòa, thường thuyết pháp cho các vị đồng phạm hạnh mà không hề biết mệt mỏi, sao nay lại trả pháp phục, trở về đời sống bạch y? Sau khi thấy vậy, trong lòng con rất buồn rầu. Thế nhưng, Tượng Xá-lợi-phất ấy có thần lực lớn, uy đức vô lượng. Con nhớ lại, xưa kia thấy ông đã từng đàm luận với Thích Đề-hoàn Nhân, sao nay lại đuổi theo dục vọng, làm điều xấu?"

Thế Tôn nói:

"Đúng vậy, A-nan, như điều ông nói. Nhưng ông ấy không phải là A-la-hán. Nếu là A-la-hán thì không trả lại pháp phục mà trở về đời sống bạch y. Nhưng thôi, A-nan, chớ có sầu ưu. Sau bảy ngày nữa, Tượng Xá-lợi-phất sẽ trở lại trong đây, rồi sẽ dứt sạch các lậu, thành A-la-hán. Bởi vì Tượng Xá-lợi-phất ấy bị nghiệp đời trước lôi kéo nên mới thành như vậy. Nay hành đã đầy đủ, sẽ dứt sạch các lậu."

Bấy giờ, bảy ngày sau, Tượng Xá-lợi-phất đi đến chỗ Thế Tôn, đảnh lễ sát chân, rồi ngồi qua một bên. Giây lát, ông đứng dậy bạch Phật:

"Cúi xin Thế Tôn hứa khả cho con tu hành đời sống sa-môn ở hàng thấp nhất."

Khi ấy, Tượng Xá-lợi-phất liền được nhận làm sa-môn, ngay sau đó từ trên chỗ ngồi mà đắc A-la-hán.

Vào một hôm, Tượng Xá-lợi-phất khoác y, cầm bát vào thành khất thực. Khi ấy có một bà-la-môn gặp ông, liền có ý nghĩ rằng, "Những ông con nhà họ Thích này, không chỗ nào không có, khắp mọi nơi, làm cắt đứt chú thuật mà chúng ta thực hành. Bây giờ ta hãy vào thành nói cho mọi người biết những cái xấu của sa-môn."

Rồi bà-la-môn này vào thành, nói với mọi người:

"Các người có thấy ông Tượng Xá-lợi-phất này không? Xưa ông tự xưng mình là A-la-hán, nửa chừng cởi bỏ pháp phục, trở về đời sống bạch y, hưởng thụ ngũ dục. Nay lại làm sa-môn, đi khất thực từng nhà làm ra vẻ trong sạch. Nhưng khi nhìn thấy phụ nữ thì ý tưởng dục tình nổi dậy, trở về già-lam mà nhớ tưởng nữ sắc trong lòng không dứt. Giống như con lừa hèn yếu không đủ sức mang chở nặng mà lặng lẽ nằm yên. Bọn con nhà họ Thích này cũng vậy, giả trang đi khất thực, thấy nữ sắc thì suy nghĩ trù tính."

Tượng Xá-lợi-phất khi nghe bà-la-môn này rao truyền tiếng xấu như vậy, bèn suy nghĩ rằng, "Người này rất là ngu si mới khởi tâm tật đố. Thấy người được lợi dưỡng thì tâm tham lam ganh tị nổi lên. Nếu mình được lợi dưỡng thì trong lòng vui sướng. Cho nên ông đến nhà bạch y làm việc phỉ báng. Nay ta nên ngăn lại, chớ để làm ác, để người này sẽ không chịu tội báo vô lượng."

Rồi thì, Tượng Xá-lợi-phất bay lên hư không, nói với bà-la-môn:

> *Không mắt, không tai khéo,*
> *Khởi ý chê phạm hạnh;*
> *Tự gây nghiệp vô ích,*
> *Địa ngục khổ lâu dài.*

Tượng Xá-lợi-phất nói bài kệ này xong, trở lại bình thường, và quay về chỗ ở của mình.

Bấy giờ người trong thành đã nghe lời phỉ báng của bà-la-môn, lại nghe bài kệ của Tượng Xá-lợi-phất, họ nghĩ như vầy: "Nếu đúng như lời bà-la-môn, thì sự thị hiện thần thông sau đó khó làm được. Nhưng chúng ta đã thấy ông này cởi bỏ pháp phục, trở lại đời sống bạch y."

Rồi thì, mọi người cùng nhau đi đến chỗ Tượng Xá-lợi-phất, đảnh lễ sát chân, rồi ngồi qua một bên. Khi ấy, có đông người hỏi Tượng Xá-lợi-phất:

"Có vị A-la-hán nào mà cởi bỏ pháp phục, trở về sống đời sống bạch y chăng?"

Tượng Xá-lợi-phất đáp:

"Không có vị A-la-hán nào cởi bỏ pháp phục, trở về sống đời sống bạch y."

Mọi người lại hỏi Tượng Xá-lợi-phất:

"Có vị A-la-hán nào, do duyên đời trước mà phạm giới không?"

Tượng Xá-lợi-phất đáp:

"Đã đắc A-la-hán thì không bao giờ còn phạm giới."

Mọi người lại hỏi:

"Những vị trong hàng học địa, có ai do duyên đời trước mà phạm giới không?"

Tượng Xá-lợi-phất đáp:

"Có. Những vị ở hàng học địa, có khi vì duyên đời trước mà phạm giới."

Mọi người lại hỏi:

"Tôn giả trước kia là A-la-hán, rồi cởi bỏ pháp phục, trở về sống đời sống bạch y, vui thú trong ngũ dục. Nay xuất gia học đạo trở lại. Trước kia ngài có thần thông, nay sao lại như vậy?"

Bấy giờ, Tượng Xá-lợi-phất nói bài kệ này:

An trú thiền thế tục
Rốt cuộc không giải thoát,
Không được đạo diệt tận,
Nên quay hưởng ngũ dục.

Hết củi, lửa cũng tắt.
Không rễ, cành không sanh.
Thạch nữ không mang thai.
La-hán không còn lậu.

Khi ấy, mọi người lại hỏi Tượng Xá-lợi-phất:

"Tôn giả trước kia không phải là **[797a]** La-hán chăng?"

Tượng Xá-lợi-phất đáp:

"Tôi trước kia không phải là La-hán. Này các cư sỹ, nên biết, năm thông và sáu thông khác nhau. Nay tôi sẽ nói mười một thứ thần thông.

"Phàm tiên nhân đắc năm thứ thần thông, dục ái đã hết,[19] nếu sanh lên trời thì sau cũng rơi trở lại Dục giới. A-la-hán có sáu thông, đệ tử của Như Lai, đắc lậu tận thông, tức thì ở ngay trong Niết-bàn giới vô dư mà Bát-niết-bàn."

Mọi người lại hỏi:

"Chúng con quán sát lời nói của ngài Tượng Xá-lợi-phất, biết rằng thế gian không có vị A-la-hán nào mà lại cởi bỏ pháp phục trở về đời sống bạch y."

Tượng Xá-lợi-phất đáp:

"Đúng vậy, đúng vậy. Đúng như các người nói. Không có A-la-hán nào mà cởi bỏ pháp phục trở về sống đời sống bạch y. Có mười một pháp, mà A-la-hán không tập theo. Mười một pháp ấy là gì? A-la-hán lậu tận không bao giờ cởi bỏ pháp phục trở lại đời sống bạch y. A-la-hán lậu tận không bao giờ tập theo hạnh bất tịnh. A-la-hán lậu tận không bao giờ sát sanh. A-la-hán lậu tận không bao giờ trộm cắp. A-la-hán lậu tận ăn mà không bao giờ cất giữ đồ thừa. A-la-hán lậu tận không bao giờ nói dối. A-la-hán lậu tận không bao giờ hùa theo phe đảng. A-la-hán lậu tận không bao giờ phun lời hung dữ. A-la-hán lậu tận không bao giờ có hồ nghi. A-la-hán lậu tận không bao giờ sợ hãi. A-la-hán lậu tận không bao giờ nhận ai khác làm thầy và cũng không bao giờ nhập thai trở lại.

"Này các hiền sỹ, đó là mười một trường hợp không bao giờ xảy ra đối với một vị A-la-hán.'

Bấy giờ, mọi người bạch Tượng Xá-lợi-phất rằng:

"Chúng con nghe những điều Tôn giả nói, và quán sát những người ngoại đạo dị học, giống như quán sát cái bình rỗng, chẳng có gì bên trong cả. Ở đây, quán sát nội pháp, chúng con thấy giống như bình đựng mật, ngọt không thể kể. Chánh pháp của Như Lai ở đây cũng vậy. Bà-la-môn kia sẽ chịu vô lượng tội."

Khi ấy Tượng Xá-lợi-phất bay lên hư không, ngồi kiết già, nói bài kệ này:

Không hiểu pháp đây, kia,
Mà hành thuật ngoại đạo;
Gây đấu loạn đây kia.
Người trí không làm vậy.

Bấy giờ, những người Câu-lưu-sa bạch với Tượng Xá-lợi-phất rằng:

"Những điều được nói là quá nhiều; thật khó sánh kịp. Như người mù mà được mắt sáng. Như người điếc mà được nghe. Nay những điều Tôn giả nói cũng giống như vậy. Ngài đã dùng nhiều phương tiện để thuyết pháp. Chúng con hôm nay tự quy y Như Lai, quy y Pháp, và Tăng Tỷ-kheo. Cúi mong Tôn giả nghe cho, **[797b]** nhận chúng con làm ưu-bà-tắc, suốt đời không sát sanh."

Rồi Tượng Xá-lợi-phất nói những pháp vi diệu cho mọi người nghe, khiến họ phát sanh tâm hoan hỷ. Mọi người rời chỗ ngồi đứng dậy, đảnh lễ sát chân rồi cáo lui.

Bấy giờ, Tôn giả A-nan nghe nói bà-la-môn báng bổ Tượng Xá-lợi-phất mà không đạt được gì, đến nhìn kỹ Tượng Xá-lợi-phất còn không dám, huống nữa là tranh luận. Nghe vậy, Tôn giả đi đến Thế Tôn, đem nhân duyên này thuật lại đầy đủ lên Thế Tôn. Bấy giờ, Phật bảo A-nan:

"Phàm nói về bình đẳng A-la-hán, phải nói đến Tượng Xá-lợi-phất. Vì sao vậy? Nay Tượng Xá-lợi-phất đã thành A-la-hán. Cái danh A-la-hán được truyền tụng trước đó, nay mới đạt được. Năm thứ thần thông của thế tục không phải là hành chân thật, rồi sau sẽ mất. Sáu thần thông mới là hành chân thật. Vì sao? Tượng Xá-lợi-phất này trước đây có năm thần thông, nay được sáu thông. Các ngươi hãy học theo Tượng Xá-lợi-phất. Hãy nhớ nghĩ mà phụng hành ý nghĩa này."

A-nan sau khi nghe những gì Phật dạy hoan hỷ phụng hành.

KINH SỐ 5

Tôi nghe như vầy:

Một thời, Phật ở tại vườn Cấp Cô Độc, rừng cây Kỳ-đà, nước Xá-vệ.

Bấy giờ Thế Tôn nói với các tỳ-kheo:

"Nay ta sẽ nói về pháp nhân duyên. Hãy suy niệm kỹ, và tu tập hạnh này."

Các tỳ-kheo bạch Phật:

"Kính vâng, bạch Thế Tôn."

Các tỳ-kheo vâng lời Thế Tôn dạy.

Thế Tôn nói:

"Ở đây, thế nào là pháp nhân duyên? Đó là, duyên vô minh có hành, duyên hành có thức, duyên thức có danh sắc, duyên danh sắc có sáu xứ, duyên sáu xứ có xúc, duyên xúc có thọ, duyên thọ có ái, duyên ái có thủ, duyên thủ có hữu, duyên hữu có sanh, duyên sanh có chết, ưu, bi, khổ, não, không thể kể xiết, như vậy thành thân năm ấm này.

"Thế nào là vô minh? Đó là, không biết khổ, không biết tập, không biết tận, không biết đạo. Đó gọi là vô minh.

"Thế nào là hành? Hành có ba loại. Thân hành, khẩu hành và ý hành. Đó gọi là hành.

"Thế nào là thức? Sáu thức thân. Những gì là sáu? Mắt, tai, mũi, lưỡi, thân, ý thức. Đó là thức.

"Thế nào là danh? Thọ, tưởng, niệm, xúc, tư duy. Đó là danh. Thế nào là sắc? Đó là thân bốn đại và sắc do thân bốn đại tạo. **[797c]** Đó gọi là sắc. Sắc là một cái khác và danh là một cái khác, nên gọi là danh sắc.

"Thế nào là sáu xứ? Sáu nội xứ. Những gì là sáu? Mắt, tai, mũi, lưỡi, thân, ý nhập xứ. Đó là sáu xứ.

"Thế nào là xúc? Đó là sáu xúc thân. Những gì là sáu? Mắt, tai, mũi, lưỡi, thân, ý xúc. Đó gọi là xúc.

"Thế nào gọi là thọ? Ba thọ. Những gì là ba? Lạc thọ, khổ thọ, không khổ không lạc thọ. Đó gọi là thọ.

"Thế nào là ái? Ba ái thân. Dục ái, hữu ái, vô hữu ái. Đó là ái.

"Thế nào là thủ? Bốn thủ. Những gì là bốn? Dục thủ, kiến thủ, giới thủ, ngã thủ. Đó là bốn thủ.

"Thế nào hữu? Ba hữu: Dục hữu, Sắc hữu, Vô sắc hữu. Đó là hữu.

"Thế nào là sanh? Đầy đủ xuất xứ, lãnh thọ các hữu, đạt được năm uẩn, lãnh thọ các xứ. Đó gọi là sanh.[20]

"Thế nào là già? Từng loại từng loại chúng sanh, mà ở đây nơi thân thể răng rụng, tóc bạc, khí lực khô cạn, các căn chín rục, thọ mạng ngày càng suy, thức cũ không phục hồi. Đó gọi là già.

"Thế nào là chết? Từng loại từng loại chúng sanh, mà dần dần thân thể không còn hơi ấm, vô thường biến dịch, năm thân thuộc chia lìa, thân năm uẩn bị vất bỏ, mạng căn bị cắt đứt. Đó gọi là chết.

"Tỳ-kheo, nên biết, đó gọi là già, bệnh, chết. Đây là pháp nhân duyên mà ý nghĩa được phân biệt rộng rãi.

"Những gì Chư Phật Như Lai cần làm với tâm từ ái, Ta nay đã làm xong. Các ngươi hãy đến dưới gốc cây, ngồi ngoài trời trống, hay giữa bãi tha ma, mà nhớ nghĩ tọa thiền, chớ ôm lòng ngại khổ. Nay không tinh tấn, sau hối hận vô ích."

Bấy giờ Tôn giả A-nan bạch Thế Tôn:

"Như Lai đã giảng thuyết cho các tỳ-kheo gốc rễ nhân duyên sâu xa. Nhưng con quán sát thấy nghĩa ấy không có gì sâu."[21]

Thế Tôn nói:

"Thôi, thôi, A-nan, chớ có khởi lên ý tưởng ấy! Vì sao? Mười hai nhân duyên cực kỳ thậm thâm, không phải là điều mà người thường có thể hiểu. Xưa kia, khi Ta chưa giác ngộ pháp nhân duyên này, nên trôi nổi sanh tử, không có lúc thoát ly.

"Lại nữa, A-nan, không phải chỉ ngày nay ông mới nói pháp nhân duyên không có gì sâu xa, mà xưa cũng đã từng nói pháp ấy không sâu xa rồi. Vì sao vậy?

"Trong quá khứ xa xưa, có vua a-tu-la tên là Tu-diệm, chợt có ý nghĩ này, muốn [798a] bốc mặt trời, mặt trăng ra khỏi nước của biển cả. Ông hóa thân cực kỳ to lớn, mà nước biển cả chỉ ngang hông. Bấy giờ vua a-tu-la này có người con tên là Câu-na-la, tâu với vua cha rằng: 'Nay con muốn xuống tắm nước biển.' A-tu-la Tu-diệm nói: 'Chớ nên ham thích tắm trong nước biển. Vì sao? Nước biển vừa rất sâu, vừa rộng; không thể ở trong nước biển mà tắm được.' Câu-na-la nói, 'Nay con thấy nước biển chỉ ngang hông của đại vương thôi; vì sao lại nói là rất sâu?' Khi ấy vua a-tu-la liền nắm người con thả xuống trong nước biển. Chân của đứa con này không chấm đến đáy nước nên trong lòng nó rất kinh sợ. Vua a-tu-la bấy giờ mới bảo con: 'Cha đã bảo con là nước biển rất sâu, mà con lại nói chẳng sao. Duy chỉ mình cha là có thể ở trong biển lớn mà tắm gội. Nhưng con thì không thể.'

"A-tu-la Tu-diệm bấy giờ là ai khác chăng? Chớ nghĩ như vậy Tu-diệm tức là thân Ta vậy. Con của a-tu-la khi ấy là ông vậy. Khi ấy nước biển rất sâu, nhưng ông nói, 'Không sao.' Nay Ta nói, pháp mười hai nhân duyên rất sâu thẳm, ông lại nói, pháp mười hai nhân duyên không có gì sâu thẳm. Chúng sanh vì không thấu hiểu pháp mười hai nhân duyên nên trôi nổi sanh tử không có ngày xuất ly; thảy đều mê hoặc không nhận thức rõ gốc rễ của hành; từ đời nầy đến đời sau; từ đời sau đến đời này, vĩnh viễn ở trong năm điều bức não, mong được xuất ly thật là quá khó. Ta khi mới thành Phật đạo, tư duy mười hai nhân duyên, hàng phục ma và quyến thuộc của nó, do trừ vô minh mà được ánh sáng của trí tuệ, bóng tối hoàn toàn bị diệt trừ, không còn trần cấu.

"Lại nữa, A-nan, Ta ba lần chuyển mười hai chi để thuyết minh duyên do[22] này, khi đó tức thì thành tựu giác đạo. Do phương tiện này mà biết rằng pháp mười hai duyên rất là sâu thẳm, không phải điều mà người thường có thể công bố. Như vậy, A-nan, hãy nhớ nghĩ sâu thẳm mà phụng trì pháp mười hai nhân duyên này. Hãy nhớ học điều này."

A-nan sau khi nghe những gì Phật dạy hoan hỷ phụng hành.

KINH SỐ 6

Tôi nghe như vầy:

Một thời, Phật ở tại Ca-lan-đà trong Trúc viên, thành La-duyệt cùng với chúng đại tỳ-kheo năm trăm vị.

Lúc bấy giờ, trong thành La-duyệt có một bà-la-môn tên là Thi-la, biết đủ các thuật, nhớ thuộc các điển tịch của ngoại đạo dị học. Thiên văn, địa lý, không thứ gì ông không thông suốt. Ông lại dạy dỗ năm trăm đồng tử bà-la-môn.

Trong thành ấy cũng có một bà-la-môn nữa tên là [798b] Sí-ninh, hiểu biết rất nhiều, được vua Tần-bà-sa-la yêu kính, tùy thời cúng dường, cấp dưỡng bà-la-môn các thứ nhu yếu.

Bấy giờ, danh tiếng Như Lai được truyền đi rất xa, rằng Ngài là Như Lai, Chí chân, Đẳng chánh giác, Minh hành túc, Thiện thệ, Thế gian giải, Vô thượng sỹ, Điều ngự trượng phu, Thiên nhân sư, hiệu Phật Thế Tôn, độ vô lượng người, xuất hiện ở đời. Bà-la-môn Sí-ninh liền khởi lên ý nghĩ này: "Danh hiệu Như Lai thật khó được nghe. Nay ta muốn đến đó thăm hỏi, thân cận, lễ kính." Rồi bà-la-môn Sí-ninh đi đến chỗ Phật, đảnh lễ sát chân, rồi ngồi qua một bên. Bấy giờ bà-la-môn bạch Thế Tôn:

"Sa-môn Cù-đàm thuộc chủng tánh nào?"

Phật nói:

"Ta thuộc chủng tánh sát-lị."

Bà-la-môn nói:

"Các bà-la-môn nói như vầy, 'Chủng tánh của chúng ta hào quý nhất không gì hơn.' Có người nói chủng tánh da trắng. Có người nói chủng tánh da đen. Những người bà-la-môn tự cho là được sanh bởi Phạm thiên. Nay Sa-môn Cù-đàm có luận gì về những điều này?"

Phật nói:

"Này bà-la-môn, nên biết, ai có hôn nhân, cưới hỏi, mới cần đến chủng tánh hào quý. Nhưng trong Chánh pháp của Ta, không có cao thấp, không có danh tánh thị phi."

Bà-la-môn hỏi:

"Thế nào, Cù-đàm, có sanh xứ²³ thanh tịnh, sau đó pháp mới được thanh tịnh."

Phật bảo bà-la-môn:

"Ông cần pháp thanh tịnh, hay sanh xứ thanh tịnh?"

Bà-la-môn nói:

"Các bà-la-môn đều nêu lên luận đề này, 'Chủng tánh của ta hào quý, không ai hơn.' Có người nói chủng tánh da trắng. Có người nói chủng tánh da đen. Những người bà-la-môn tự cho là được sanh bởi Phạm thiên."

Phật hỏi bà-la-môn:

"Giả sử người nữ sát-lị lấy chồng thuộc gia đình bà-la-môn, khi sanh con trai, nó sẽ theo chủng tánh nào?"

Bà-la-môn nói:

"Nó sẽ được nói là chủng tánh bà-la-môn. Vì sao? Do thân hình người cha mà có được đứa con này."

Phật hỏi:

"Nếu người nữ bà-la-môn lấy chồng nhà sát-lị, khi sanh con trai, nó thuộc chủng tánh nào?"

Bà-la-môn đáp:

"Người đó sẽ thuộc chủng tánh sát-lị. Vì sao? Do di hình của cha mà có đứa con này."

Phật bảo bà-la-môn:

"Ông hãy suy nghĩ chín chắn rồi sau đó mới trả lời Ta. Điều ông nói trước sau không phù hợp nhau. Thế nào, bà-la-môn, lừa theo ngựa, sau đó sanh con câu.²⁴ Ông sẽ nói nó là ngựa hay lừa?"

Bà-la-môn đáp:

"Loại như thế sẽ được gọi là con ngựa lừa.²⁵ Vì sao? Do di hình của lừa mà được con câu này."

Phật bảo bà-la-môn:

[798c] "Ông hãy suy nghĩ chín chắn rồi sau đó trả lời Ta. Điều ông nói ở đây, trước sau không phù hợp. Trước đó ông nói, nếu con gái sát-lị đi lấy chồng nhà bà-la-môn, khi sanh con, nó sẽ thuộc chủng tánh bà-la-môn. Ở đây, lừa theo ngựa sanh câu, ông lại nói nó là ngựa lừa. Như vậy không mâu thuẫn với lời nói trước đó chăng? Giả sử, này bà-la-môn, nếu ngựa theo lừa mà sanh câu. Gọi nó là con gì?"

Bà-la-môn đáp:

"Gọi nó là con lừa ngựa."

Phật hỏi:

"Thế nào, bà-la-môn, con lừa ngựa, với con ngựa lừa, có khác gì nhau chăng? Có người nói, 'Một hộc báu.' Người khác nói, 'Báu một hộc.' Cả hai nghĩa có khác gì nhau chăng?

Bà-la-môn đáp:

"Đây chỉ một nghĩa. Vì sao? Báu một hộc, hay một hộc báu, ý nghĩa chẳng khác gì nhau."

Phật hỏi:

"Thế nào, bà-la-môn, con lừa ngựa, và con ngựa lừa, đây không phải là một nghĩa[26] sao?"

Bà-la-môn nói:

"Ở đây tuy Sa-môn Cù-đàm có nói như vậy, nhưng bà-la-môn tự cho là: 'Chủng tánh của ta hào quý không ai hơn.'"

Phật nói:

"Ông trước đó khen cha, sau đó khen mẹ. Nếu cha thuộc tánh bà-la-môn, mẹ cũng chủng tánh bà-la-môn, sau đó, sanh hai người con. Trong đó, về sau, một đứa biết nhiều kỹ thuật, không việc gì không rành. Đứa thứ hai chẳng biết gì. Khi ấy, cha mẹ chúng biệt đãi đứa nào? Biệt đãi đứa con trí tuệ, hay đứa không biết gì?"

Bà-la-môn đáp:

"Cha mẹ chúng tất sẽ biệt đãi đứa cao đức, thông minh, chứ không biệt đãi đứa không có trí tuệ. Vì sao? Ở đây, đứa con này không việc gì không biết, không việc gì không rành, cho nên phải biệt đãi nó, mà không biệt đãi đứa con không trí tuệ."

Phật bảo bà-la-môn:

"Trong hai đứa con ấy, đứa thông minh về sau nổi lên ý tưởng làm việc sát sanh, trộm cướp, dâm dật, cả mười pháp ác. Đứa không thông minh kia thì giữ hành vi của thân, miệng, ý. Mười pháp thiện, không phạm một pháp nào. Cha mẹ ấy sẽ kính đãi đứa nào?"

Bà-la-môn đáp:

"Cha mẹ tất sẽ kính đãi đứa con hành mười điều thiện. Đứa hành bất thiện kia thì kính đãi làm gì?"

Phật bảo bà-la-môn:

"Ông trước khen đa văn, sau khen giới. Thế nào, bà-la-môn, giả sử có hai người con; một người từ cha chuyên chánh[27] nhưng từ mẹ không chuyên chánh; một người từ cha không chuyên chánh nhưng từ mẹ chuyên chánh. Người con có mẹ chánh nhưng cha không chánh không việc gì không rành, biết rộng các kinh thơ, kỹ thuật; đứa thứ hai có cha chánh **[799a]** nhưng mẹ không chánh không học rộng nhưng trì mười điều thiện. Cha mẹ chúng nên kính đãi đứa nào? Kính đãi đứa có mẹ tịnh nhưng cha không tịnh, hay đứa có cha tịnh nhưng mẹ không tịnh?"

Bà-la-môn đáp:

"Nên kính đãi đứa con có mẹ tịnh. Vì sao? Vì nó biết kinh thơ, rộng các kỹ thuật. Còn đứa con thứ hai, cha tịnh nhưng mẹ không tịnh, tuy trì giới nhưng không có trí tuệ, thì rốt cuộc chẳng làm được gì. Có văn thì có giới."

Phật bảo bà-la-môn:

"Ông trước khen cha tịnh, không khen mẹ tịnh. Nay lại khen mẹ tịnh, không khen cha tịnh. Trước khen phẩm đức, sau khen cấm giới. Rồi lại nói giới sau đó mới nói văn. Thế nào, bà-la-môn, trong hai đứa con kia, một đứa nghe nhiều, học rộng, kiêm trì mười điều thiện. Đứa thứ hai có trí tuệ kiêm hành mười điều ác. Cha mẹ chúng nên kính đãi đứa nào?"

Bà-la-môn đáp:

"Nên kính đãi đứa con nào mà có cha tịnh nhưng mẹ không tịnh. Vì sao? Người ấy bác lãm kinh thơ, hiểu biết nhiều kỹ thuật, ấy là do cha tịnh mà sanh được đứa con này, kiêm hành mười điều thiện không có điều vi phạm, tất cả các phẩm đức đều đầy đủ."

Phật nói:

"Ông trước đó chủ trương chủng tánh. Sau đó lại nói văn mà không nói chủng tánh. Sau nữa lại nói giới mà không nói văn. Rồi sau nữa lại nói văn mà không nói giới. Nay ông khen cha, mẹ, văn, giới, há không mâu thuẫn với điều nói trước đó?"

Bà-la-môn bạch Phật:

"Sa-môn Cù-đàm tuy có nói như vậy, nhưng những người bà-la-môn tự cho rằng, 'Chủng tánh của ta hào quý nhất không ai hơn.'"

Thế Tôn nói:

"Những ai có cưới hỏi thì mới nói đến chủng tánh. Nhưng trong pháp ta, không có nghĩa đó. Ông có nghe nói đến người ở nước láng giềng, nước xa, và những người biên địa khác nữa không?"

"Vâng, tôi có nghe nói đến những người này."

Thế Tôn nói:

"Nhân dân trong các nước này có hai hạng chủng tánh.²⁸ Những gì là hai? Một là con người, hai là nô lệ. Hai chủng tánh này cũng không nhất định."

Lại hỏi:

"Thế nào là bất định?"

Phật nói:

"Có khi trước là người, sau đó là nô lệ. Có khi trước làm nô lệ, sau làm người. Tuy nhiên, các loại chúng sanh hết thảy đồng một loại chứ không có nhiều loại khác nhau. Khi trời đất hủy diệt, thế gian trở thành trống không. Khi ấy núi, sông, vách đá, cỏ cây các thứ... đều bị thiêu hủy hết. Con người cũng mạng chung. Khi trời đất sắp sửa chuyển thành, bấy giờ chưa có mặt trời, mặt trăng, hạn kỳ năm tháng. [799b] Lúc bấy giờ, trời Quang âm đến chốn này. Khi phước của trời Quang âm sắp hết, không còn tinh quang, dần dần nhìn nhau, chúng khởi dục tưởng. Ai dục ý nhiều hơn thì trở thành người nữ. Ai có dục ý ít hơn, thành người nam. Chúng giao tiếp với nhau mà thành bào thai. Do nhân duyên này mà có con người đầu tiên. Dần dần chuyển sanh bốn chủng tánh lan tràn trong thiên hạ. Do phương tiện này mà biết rằng, mọi người đều xuất xứ từ chủng tánh sát-lị."²⁹

Bấy giờ, bà-la-môn bạch Thế Tôn:

"Thôi, Cù-đàm. Như người gù được đứng thẳng, người mù được mắt, trong tối thấy ánh sáng. Sa-môn Cù-đàm cũng như vậy, bằng vô số phương tiện nói pháp cho con nghe. Nay con tự quy y Sa-môn Cù-đàm. Cúi mong Thế Tôn thuyết pháp, nhận con làm Ưu-bà-tắc."

Rồi bà-la-môn lại bạch Thế Tôn:

"Cúi mong Như Lai nhận lời mời của con, dẫn chúng các tỳ-kheo đến nhà con."

Khi ấy Thế Tôn im lặng nhận lời. Bà-la-môn thấy Thế Tôn im lặng nhận lời mời, bèn rời chỗ ngồi đứng dậy, đảnh lễ sát chân, rồi lui đi.

Ông trở về nhà, sửa soạn các thứ thức ăn, trải các chỗ ngồi, rải nước thơm lên đất và tự nói rằng: "Như Lai sẽ ngồi chỗ này."

Trong lúc ấy Bà-la-môn Thi-la dẫn năm trăm đệ tử đến nhà Bà-la-môn Sí-ninh. Từ xa, trông thấy nhà ấy đang trải các chỗ ngồi sang trọng, bèn hỏi Bà-la-môn Sí-ninh:

"Nhà ông hôm nay đang cưới gả con trai, con gái, hay muốn mời vua Tần-bà-sa-la nước Ma-kiệt chăng?"

Bà-la-môn Sí-ninh đáp:

"Tôi không thỉnh mời vua Tần-bà-sa-la, cũng không có việc cưới gả con. Hôm nay tôi muốn gầy dựng phước nghiệp lớn."

Bà-la-môn Thi-la hỏi:

"Mong được nghe rõ ý ông, muốn làm phước nghiệp gì?"

Khi ấy, Bà-la-môn Sí-ninh trả lời Bà-la-môn Thi-la rằng:[30]

"Thi-la, nên biết, có vị con nhà họ Thích xuất gia học đạo, thành vô thượng Chí chân Đẳng chánh giác. Tôi nay thỉnh Phật và Tăng Tỳ-kheo, nên mới bày biện, trải các chỗ ngồi như vậy."

Bà-la-môn Thi-la hỏi:

"Bà-la-môn Sí-ninh, ông nói Phật phải không?"

Đáp:

"Tôi nói Phật."

Lại hỏi:

"Thật là kỳ diệu, thật hy hữu, nay được nghe tiếng Phật. Nhưng Phật đang ở đâu? Tôi muốn gặp."

Sí-ninh nói:

"Đang ở trong vườn Trúc, ngoài thành La-duyệt, cùng với năm trăm đệ tử.[31] Ông muốn gặp, hãy đến đó. Nên biết đúng lúc thích hợp."

Bấy giờ ông bà-la-môn này dẫn năm trăm đệ tử đi đến [799c] chỗ Phật. Đến nơi, chào hỏi xong, ngồi qua một bên. Khi ấy Bà-la-môn Thi-la có ý nghĩ này: "Sa-môn Cù-đàm thật là đẹp. Thân màu hoàng kim.

Trong kinh thơ của ta có nói, Như Lai xuất hiện ở đời, thật khó gặp. Cũng như hoa ưu-đàm-bát lâu lắm mới trổ hoa. Nếu thành tựu ba mươi hai tướng và tám mươi vẻ đẹp, sẽ có hai con đường. Nếu sống tại gia, sẽ làm Chuyển Luân Thánh vương, bảy báu đầy đủ. Nếu xuất gia học đạo, chắc chắn thành đạo vô thượng, là đấng Chí Tôn[32] trong ba cõi. Nay ta muốn nhìn thấy ba mươi hai tướng của Phật." Nhưng lúc đó bà-la-môn chỉ quan sát được 30 tướng, không thấy hai tướng kia. Ông còn đang hồ nghi do dự, là không thấy tướng lưỡi dài, và mã âm tàng. Bà-la-môn Thi-la bèn nói bài kệ để hỏi:

> *Tôi nghe ba mươi hai*
> *Tướng tốt bậc Đại nhân.*
> *Nay không thấy hai tướng.*
> *Rốt lại, chúng ở đâu?*

> *Mã âm tàng trinh khiết,*
> *Tướng này khó thí dụ.*
> *Tướng lưỡi có rộng dài,*
> *Đến tai, che cả mặt?*

> *Mong thấy lưỡi rộng dài,*
> *Để tôi không hồ nghi.*
> *Mong cho tôi được thấy,*
> *Để cắt đứt lưới nghi.[33]*

Bấy giờ Thế Tôn liền thè lưỡi ra, hai bên liếm đến tai. Rồi Ngài rút lưỡi trở lại, và nhập tam-muội, khiến cho bà-la-môn trông thấy mã âm tàng. Bà-la-môn sau khi thấy ba mươi hai tướng và tám mươi vẻ đẹp của Phật, hoan hỷ phấn chấn không thể dừng được. Bà-la-môn Thi-la liền bạch Phật:

"Ở đây tôi là bà-la-môn. Sa-môn là dòng sát-lị. Nhưng sa-môn, bà-la-môn đều chung một con đường, tìm cầu một giải thoát như nhau. Sa-môn có thừa nhận chúng ta cùng một con đường chăng?"

Phật bảo [**800a**] bà-la-môn:

"Ông có thấy vậy chăng?"

Bà-la-môn đáp:

"Tôi thấy như vậy."

Phật bảo:

"Ông hãy khởi tâm ý hướng về một giải thoát duy nhất, đó là chánh kiến."

Bà-la-môn bạch Phật:

"Chánh kiến tức là một giải thoát duy nhất, hay còn có giải thoát nào nữa?"

Thế Tôn nói:

"Còn có giải thoát khác nữa, để đắc Niết-bàn. Sự ấy có tám. Đó là chánh kiến, chánh tư duy, chánh ngữ, chánh nghiệp, chánh mạng, chánh tinh tấn, chánh niệm, chánh định. Bà-la-môn, đó là đạo có tám chi dẫn đến Niết-bàn."

Bà-la-môn hỏi:

"Có chúng sanh nào biết được đạo tám chi này không?"

Phật nói:

"Số ấy không chỉ một trăm nghìn. Bà-la-môn, nên biết, có vô số trăm nghìn chúng sanh biết đạo tám chi ấy."

Bà-la-môn hỏi:

"Có hạng chúng sanh nào không hiểu được đạo tám chi này chăng?"

Phật nói:

"Hạng chúng sanh không hiểu, không phải chỉ một người."

Bà-la-môn hỏi:

"Có hạng chúng sanh nào không thể đắc pháp này chăng?"

Phật nói:

"Cũng có hạng chúng sanh không đắc đạo. Hạng người ấy có mười một. Những gì là mười một? Đó là, gian nguy, ác ngữ, khó can gián, không biết đền trả, hay ganh tị, giết cha mẹ, giết A-la-hán, đoạn thiện căn, việc thiện trở lại làm ác, chấp có ngã, khởi ác niệm nhắm đến Như Lai. Bà-la-môn, đó là mười một hạng người không thể đạt đến đạo tám chi này."

Khi Phật nói đạo tám chi này, ông bà-la-môn liền dứt sạch trần cấu, được pháp nhãn thanh tịnh. Rồi Bà-la-môn Thi-la nói với năm trăm đệ tử:

"Các ngươi ai có sở thích gì thì hãy tự mình tụng tập. Ta nay muốn theo Như Lai khéo tu phạm hạnh."

Các đệ tử bạch rằng:

"Chúng con cũng muốn xuất gia học đạo."

Bấy giờ, bà-la-môn cùng năm trăm đệ tử thảy đều quỳ xuống, chắp tay bạch Thế Tôn:

"Cúi mong Thế Tôn nhận cho chúng con xuất gia học đạo."

Phật nói:

"Hãy khéo đến đây, tỳ-kheo! Hãy đến với Như Lai mà tu hành phạm hạnh vô thượng, để dần dần dứt sạch nguồn khổ."

Như Lai nói xong lời này, năm trăm bà-la-môn tức thì thành sa-môn. Sau đó Thế Tôn lần lượt thuyết pháp, nói các đề tài vi diệu cho năm trăm người này nghe; đề tài về thí, về giới, sanh thiên, dục là bất tịnh tưởng, xuất yếu là an lạc. Như pháp mà chư Phật Thế Tôn thường thuyết, là khổ, tập, tận, đạo; Thế Tôn bấy giờ rộng nói chi tiết cho những người này nghe. Tức thì năm năm người hoàn toàn dứt sạch các lậu, đắc pháp thượng nhân.

Bấy giờ **[800b]** Bà-la-môn Sí-ninh đến báo:

"Đã đến thời, cúi mong thần đức hạ cố."

Thế Tôn nói với Thi-la và năm trăm tỳ-kheo:

"Các ông thảy đều khoác y, cầm bát."

Rồi Phật cùng với một nghìn tỳ-kheo vây quanh trước sau đi vào thành, đến nhà bà-la-môn, ngồi trên chỗ dọn sẵn.

Khi Bà-la-môn Sí-ninh thấy năm trăm bà-la-môn đều đã trở thành sa-môn, bèn nói rằng:

"Lành thay! Các ông đã đi theo con đường chân chánh, không có gì hơn nữa."

Bà-la-môn Thi-la nói với Bà-la-môn Sí-ninh bằng bài kệ này:

> *Ngoài đây, không pháp nào*
> *Vượt hơn pháp yếu này.*
> *So loại tợ như vậy,*
> *Chí thiện không đâu hơn.*

Bấy giờ Bà-la-môn Sí-ninh bạch Thế Tôn:

"Cúi mong Thế Tôn hoan hỷ đợi thêm chút nữa. Chúng con đang bày biện thêm thức ăn."

Phật nói:

"Thức ăn đã làm, đúng thời thì dọn lên, chớ sợ không đủ."

Bà-la-môn Sí-ninh vô cùng hoan hỷ, tự thân bưng sớt thức ăn cúng dường Phật và Tăng Tỳ-kheo. Sau khi Thế Tôn và Tăng Tỳ-kheo ăn xong, cất dọn chén bát xong, bà-la-môn rải đủ các loại hoa lên Phật và Tăng Tỳ-kheo, rồi bước lên trước bạch Phật rằng:

"Kính bạch Thế Tôn, hết thảy trai gái lớn nhỏ trong nhà con đều cầu xin Thế Tôn nhận là ưu-bà-tắc, ưu-bà-di.[34]"

Vợ của bà-la-môn đang lúc mang thai. Bà hỏi Phật:

"Con đang mang thai, không biết là trai hay gái, cũng xin tự quy y Như Lai. Cúi xin nhận con là ưu-bà-di."

Bấy giờ Như Lai nói pháp vi diệu cho đại chúng nghe. Ngay trên chỗ ngồi, Ngài nói kệ rằng:

> *Đẹp thay, phước báo này!*
> *Sở nguyện đều thành tựu.*
> *Dần đến chỗ an ổn,*
> *Không còn lo tai hoạn;*
> *Khi chết, sanh lên trời.*
> *Giả sử các ma thiên*
> *Cũng không thể khiến cho*
> *Người làm phước đọa tội.*

Những ai cầu phương tiện,
Trí tuệ của Thánh hiền,
Sẽ dứt sạch gốc khổ,
Vĩnh viễn xa tám nạn.

Thế Tôn sau khi nói bài kệ này, rời chỗ ngồi đứng dậy ra đi.

Bà-la-môn Sí-ninh sau khi nghe những gì Phật dạy hoan hỷ phụng hành.

KINH SỐ 7*

Tôi nghe như vầy:

Một thời, Phật ở tại vườn Cấp Cô Độc, rừng cây Kỳ-đà, nước Xá-vệ.

Bấy giờ Thế Tôn nói với các tỳ-kheo:

"Ta thường ăn một lần ngồi,[35] thân thể nhẹ nhàng, khí lực khỏe mạnh. Tỳ-kheo các ông cũng nên ăn một bữa, thân thể nhẹ nhàng [**800c**], khí lực mạnh khỏe, để có thể tu phạm hạnh."

Lúc bấy giờ Bạt-đà-bà-la[36] bạch Phật:

"Con không thể ăn một bữa. Vì sao vậy? Khí lực con sẽ yếu ớt."

Phật nói:

"Nếu ông đến nhà đàn-việt, ăn một phần, còn một phần mang về nhà."[37]

Bạt-đà-bà-la bạch Phật:

"Con cũng không thể thực hành pháp này."

Phật nói:

"Cho phép ông phá bỏ trai,[38] mà ăn thông qua ngày."

Bạt-đà-bà-la bạch Phật:

---

* Tham chiếu Pāli, M 65 *Bhaddāli*, 66 *Laṭukikopama*. Hán, *Trung*, kinh 194, kinh 192.

"Con cũng không thể thi hành pháp này."

Khi ấy, Thế Tôn im lặng không trả lời.

Bấy giờ Ca-lưu-đà-di vào lúc sắp tối, mặt trời lặn, khoác y cầm bát vào thành khất thực. Khi ấy trời rất tối. Ưu-đà-di[39] lần hồi đi đến nhà một gia chủ kia. Vợ của gia chủ đang mang thai, nghe có tiếng sa-môn khất thực ngoài cửa, liền bưng cơm ra để cho. Nhưng vì Ưu-đà-di có sắc da cực kỳ đen, lại gặp lúc trời đang mưa, chớp giật khắp nơi, cho nên khi vợ ông gia chủ ra cổng vừa thấy một ông sa-môn sắc da cực kỳ đen, tức thì kinh hãi la lớn:

"Quỷ! Trời ơi, tôi gặp quỷ!"

Ngay lúc ấy thai nhi bị chấn thương nên mạng chung.[40]

Sau đó, Ca-lưu-đà-di trở về tinh xá, ưu sầu không vui, ngồi mà suy nghĩ, hối hận không còn kịp. Lúc bấy giờ trong thành Xá-vệ có tiếng đồn xấu như vầy: "Sa-môn họ Thích dùng chú thuật làm trụy thai con của người ta." Trong đó, trai gái bảo nhau: "Thời giờ này các sa-môn đi đứng vô độ, ăn không biết phải thời, giống như người bạch y tại gia, có gì khác?"

Bấy giờ, số đông các tỳ-kheo nghe mọi người bàn luận lý lẽ như vậy: "Sa-môn họ Thích không biết chừng mực, lui tới bất kể." Trong số đó, có tỳ-kheo trì giới hoàn hảo cũng tự oán trách: "Thật là không thích hợp đối với chúng ta." Rồi họ đi đến chỗ Phật đảnh lễ sát chân, và đem hết nhân duyên ấy thuật lên đức Thế Tôn. Thế Tôn bảo một tỳ-kheo:

"Ông đi gọi Ca-lưu-đà-di đến đây."

Tỳ-kheo ấy vâng lời Phật, tức thì đi gọi Ưu-đà-di. Ưu-đà-di nghe Phật gọi, vội vàng đi đến chỗ Thế Tôn, đảnh lễ sát chân, rồi ngồi qua một bên. Thế Tôn hỏi:

"Có thật hôm qua vào lúc chiều tối, ông vào thành khất thực, đến nhà gia chủ, khiến cho vợ ông ấy trụy thai chăng?"

Ưu-đà-di bạch Phật:

"Vâng, bạch Thế Tôn."

Phật bảo Ưu-đà-di [801a]:

"Ông vì sao không phân biệt thời tiết, nhằm lúc trời sắp mưa mà vào thành khất thực? Việc làm của ông không thích hợp. Thiện gia nam tử xuất gia học đạo mà lại tham đắm chuyện ăn?"

Ưu-đà-di liền rời chỗ ngồi, đứng dậy bạch Thế Tôn:

"Từ nay về sau con không dám tái phạm nữa. Cúi mong Thế Tôn cho phép con sám hối."

Bấy giờ Phật bảo A-nan:

"Ông hãy kíp đánh kiền chùy, tập họp các tỳ-kheo tại giảng đường Phổ hội.

A-nan vâng lời Phật dạy, liền tập họp các tỳ-kheo vào giảng đường Phổ hội, rồi đến trước Phật, bạch rằng:

"Các tỳ-kheo đã tập họp. Bạch Thế Tôn, giờ là lúc thích hợp."

Khi ấy Thế Tôn liền đi đến giảng đường, ngồi xuống giữa, nói với các tỳ-kheo:

"Chư Phật trong thời quá khứ xa xưa đều chỉ ăn một lần ngồi. Các Thanh văn cũng ăn một lần ngồi. Chư Phật và các đệ tử trong tương lai cũng chỉ ăn một lần ngồi. Vì sao vậy? Đó là pháp yếu để hành đạo. Hãy ăn một lần ngồi. Nếu ai có thể ăn một lần ngồi, thân thể nhẹ nhàng, tâm được mở tỏ. Do tâm đã mở tỏ mà được các thiện căn. Do được các thiện căn mà đắc tam-muội. Do đắc tam-muội mà như thật biết. Như thật biết những gì? Như thật biết Khổ đế. Như thật biết Khổ tập đế. Như thật biết Khổ tận đế. Như thật biết Khổ xuất yếu đế.

"Các ngươi, những thiện gia nam tử, đã xuất gia học đạo, xả bỏ tám nghiệp ở đời mà không biết thời tiết, vậy có khác gì với những con người tham dục kia? Bà-la-môn có pháp riêng của bà-la-môn. Ngoại đạo có pháp riêng của ngoại đạo."

Lúc bấy giờ Ưu-ba-li bạch Thế Tôn:

"Chư Phật trong quá khứ, và chư Phật trong tương lai đều ăn một lần ngồi. Cúi mong Thế Tôn hạn định thời gian ăn cho các tỳ-kheo."

Thế Tôn nói:

"Như Lai cũng đã có nhận thức đó. Nhưng vì chưa có người sai phạm. Phải đợi khi ngay trước mắt có người phạm tội, Ta mới chế luật."

Rồi Thế Tôn nói với các tỳ-kheo:

"Ta chuyên ăn một lần ngồi. Các ông cũng nên ăn một lần. Nay, các ông chỉ ăn giữa ngày mà không được quá thời.

"Các ông cũng nên học pháp khất thực. Tỳ-kheo học pháp khất thực như thế nào? Ở đây, tỳ-kheo chỉ vì mục đích duy trì mạng sống. Được cũng không vui, mà không được cũng không buồn. Khi được thức ăn, hãy tư duy mà ăn. Ăn không với tâm tham đắm, mà chỉ cốt giữ cho thân này được tồn tại, trừ khử bệnh[41] cũ **[801b]**, không gây thêm bệnh mới, khiến cho khí lực sung túc. Tỳ-kheo, như vậy gọi là khất thực.

"Tỳ-kheo các ngươi, hãy ăn một lần ngồi. Tỳ-kheo, thế nào là ăn một lần ngồi? Đã đứng dậy rồi, là ăn xong, không ăn trở lại nữa; nếu ăn, là phạm.[42] Tỳ-kheo, như vậy gọi là ăn một lần ngồi.

"Tỳ-kheo các ngươi, cũng nên nhận được thức ăn rồi mới ăn.[43] Thế nào là tỳ-kheo nhận được rồi mới ăn? Ở đây, tỳ-kheo đã được thức ăn rồi, lại được thêm nữa thì có thể nhận. Nhưng đã ăn xong, không được ăn trở lại. Như vậy, tỳ-kheo nhận được thức ăn thì ăn.

"Tỳ-kheo các ngươi, nên khoác ba y;[44] nên ngồi dưới gốc cây; nên ngồi chỗ nhàn tĩnh; nên ngồi ngoài trời trống, khổ hành; nên khoác y chắp mảnh; nên sống trong bãi tha ma; nên khoác y tồi tàn. Vì sao vậy? Người sống thiểu dục thì được khen ngợi.

"Nay Ta dạy các ngươi, hãy như Tỳ-kheo Ca-diếp. Vì sao vậy? Tỳ-kheo Ca-diếp tự mình hành mười một pháp đầu-đà, và cũng khuyến khích người khác hành theo pháp yếu này.

"Nay Ta dạy các ngươi, hãy như Tỳ-kheo Diện Vương,[45] Vì sao vậy? Tỳ-kheo Diện Vương khoác loại y thô xấu tồi tàn, không bận các thứ tốt đẹp.

"Tỳ-kheo, đó là giáo huấn của Ta. Hãy chuyên tâm tu tập. Tỳ-kheo, hãy học như vậy."

Bấy giờ, Bạt-đà-bà-la trải qua ba tháng[46] không đến gặp Thế Tôn. Khi vừa hết ba tháng, A-nan đi đến chỗ Bạt-đà-bà-la, nói rằng:

"Nay chư Tăng đang khâu vá y. Như vậy, Như Lai sẽ du hành trong nhân gian. Nay thầy không đến gặp, sau này hối hận vô ích."

Rồi A-nan dẫn Bạt-đà-bà-la đến chỗ Thế Tôn. Bạt-đà-bà-la đảnh lễ sát chân Phật, và bạch rằng:

"Cúi mong Thế Tôn cho phép con sám hối. Từ nay về sau sẽ không tái phạm nữa. Như Lai chế cấm giới, mà con không vâng lãnh. Cúi mong Thế Tôn rủ lòng tha thứ."

Ông nói như vậy ba lần. Bấy giờ Phật bảo Bạt-đà-bà-la:

"Ta nhận cho ông sám hối lỗi lầm, về sau chớ có phạm nữa. Vì sao vậy? Ta tự nghĩ, sống chết vô số, có khi làm thân lừa, loa, lạc đà, voi, ngựa, heo, dê, nuôi dưỡng thân bốn đại này bằng cỏ. Hoặc ở trong địa ngục, ăn nuốt sắt nóng. Hoặc ở trong loài ngạ quỷ thường ăn máu mủ. Hoặc có khi làm người, ăn năm thứ thóc gạo này. Hoặc sanh làm thân trời, ăn cam lộ tự nhiên. Trong vô số kiếp, thân mạng cùng cạnh tranh mà chưa hề biết nhàm đủ, Ưu-ba-ly,⁴⁷ nên biết, như lửa gặp củi, mới đầu không biết đủ. [801c] Như biển nuốt các sông, không bao giờ biết đủ. Nay, kẻ phàm phu cũng vậy, tham ăn không biết nhàm đủ."

Rồi Thế Tôn nói kệ:

Sanh tử không đoạn tuyệt,
Thảy đều do tham dục.
Oán ghét thêm lớn ác,
Điều người ngu quen làm.

"Cho nên, Bạt-đà-bà-la, hãy chuyên niệm thiểu dục tri túc, không khởi tưởng tham, không khởi loạn niệm. Như vậy, Ưu-ba-ly, hãy học điều này."

Rồi bấy giờ Bạt-đà-bà-la, sau khi nghe những điều Như Lai dạy, sống tại chỗ nhàn tĩnh mà tự mình khắc kỷ, vì mục đích mà thiện gia nam tử xuất gia học đạo, tu phạm hạnh vô thượng, là như thật biết rằng: 'Sanh tử đã dứt, phạm hành đã lập, điều cần làm đã làm xong, không còn tái sanh đời sau nữa.' Bấy giờ, Bạt-đà-bà-la thành A-la-hán.

Bấy giờ Thế Tôn nói với các tỳ-kheo:

"Trong đệ tử của Ta, đệ nhất trong các Thanh văn ăn nhiều là Tỳ-kheo Cát Hộ[48] vậy."

Các tỳ-kheo sau khi nghe những gì Phật dạy hoan hỷ phụng hành.

KINH SỐ 8

Tôi nghe như vầy:

Một thời Phật ở trong thôn Ương-nghệ, cùng với chúng đại tỳ-kheo năm trăm vị.

Bấy giờ Thế Tôn nói với các tỳ-kheo:

"Mọi người đều gọi các ngươi là sa-môn. Giả sử có người hỏi, 'Các ông có phải là sa-môn không?' Các ông cũng trả lời, 'Tôi là sa-môn.'

"Nay Ta nói với các ngươi về hành của sa-môn, và hành của bà-la-môn. Các ngươi hãy suy niệm tu tập, về sau nhất định đạt thành kết quả, như thật, không thể sai khác. Vì sao vậy? Có hai hạng sa-môn. Có sa-môn tập hành. Có sa-môn thệ nguyện.

"Thế nào gọi là sa-môn tập hành? Ở đây, Tỳ-kheo đi đứng, tới lui, nhìn ngó, dung mạo khoác y, bưng bát, thảy đều đúng như pháp. Không đắm tham dục, sân hận, ngu si. Duy chỉ trì giới, tinh tấn, không phạm các điều phi pháp, học các giới. Đó gọi là sa-môn tập hành.

"Thế nào gọi là sa-môn thệ nguyện? Ở đây, hoặc có tỳ-kheo mà oai nghi, giới luật, ra vào, tới lui, bước đi, dung mạo, nhìn ngó, cử động, thảy đều như pháp, dứt sạch hữu lậu, thành vô lậu, ở ngay trong hiện pháp, tự thân chứng ngộ mà an trú, như thật biết rằng: 'Sanh tử đã dứt, phạm hạnh đã lập, điều cần làm đã làm xong, không còn tái sanh đời sau nữa.' Đó gọi là sa-môn thệ nguyện.

"Tỳ-kheo, đó là hai hạng sa-môn."

Khi ấy A-nan bạch Thế Tôn rằng:

"Thế nào [802a] là pháp hành của sa-môn, pháp hành của bà-la-môn?"

Phật bảo A-nan:

"Tỳ-kheo ăn uống biết đủ, ngày đêm kinh hành, không mất thời tiết, hành các đạo phẩm.

"Thế nào là tỳ-kheo có các căn tịch tĩnh? Ở đây, tỳ-kheo, khi mắt thấy sắc, không khởi tưởng đắm trước, không gợi các loạn niệm, ở trong đó mà nhãn căn được thanh tịnh, trừ các niệm xấu, không niệm pháp bất thiện. Khi tai nghe tiếng, mũi ngửi mùi, lưỡi nếm vị, thân biết trơn mịn, ý biết pháp, không khởi tưởng đắm trước, không gợi các loạn niệm, ở nơi ý căn mà được thanh tịnh. Như vậy, tỳ-kheo được các căn thanh tịnh.

"Thế nào là tỳ-kheo ăn uống biết đủ? Ở đây, tỳ-kheo lường bụng mà ăn; không vì mục đích mập trắng, mà chỉ cốt duy trì thân này cho được tồn tại, trừ khử bệnh cũ, bệnh mới không sanh, để có thể tu phạm hạnh. Cũng như trai hay gái, trên thân sanh ghẻ, tùy thời lấy thuốc cao mà bôi lên vết thương, thường mong vết thương được lành. Nay tỳ-kheo ở đây cũng vậy, lường bụng mà ăn. Sở dĩ lấy mỡ bôi bánh xe, là muốn đi được xa. Tỳ-kheo lường bụng mà ăn, vì để duy trì mạng tồn tại. Như vậy, tỳ-kheo ăn uống biết đủ.

"Thế nào là tỳ-kheo thường biết tỉnh giác? Ở đây, tỳ-kheo vào lúc đầu đêm, cuối đêm, hằng biết tỉnh giác, tư duy pháp ba mươi bảy phẩm đạo. Hoặc ngày đêm đi kinh hành, trừ khử tưởng các kết của ác niệm. Lại nữa, đầu đêm, cuối đêm, đi kinh hành, trừ khử tưởng các kết của ác niệm. Rồi lại, nửa đêm nằm nghiêng bên hông phải, hai bàn chân chồng lên nhau, hướng đến tưởng ánh sáng. Cuối đêm, trở dậy kinh hành, trừ khử niệm bất thiện. Như vậy, tỳ-kheo biết tỉnh giác.

"Như vậy, A-nan, đó là yếu hành của sa-môn.

"Thế nào là yếu hành của bà-la-môn? Ở đây, tỳ-kheo như thật biết khổ đế, như thật biết khổ tập, khổ tận, khổ xuất yếu. Rồi sau đó, tâm được giải thoát khỏi dục lậu, hữu lậu, vô minh lậu. Đã được giải thoát, liền được trí giải thoát, như thật biết rằng: 'Sanh tử đã hết, phạm hạnh đã lập, điều cần làm đã làm xong, không còn thọ thai nữa.' Đó gọi là yếu hành của bà-la-môn.

"A-nan, nên biết, đây là nghĩa của yếu hành."

Rồi Thế Tôn nói kệ này:

Sa-môn: tâm tĩnh lặng,[49]
Các ác đã diệt tận.
[802b] *Bà-la-môn thanh tịnh,*
Trừ khử các loạn tưởng.

"Đó là, A-nan, pháp hành của sa-môn và pháp hành của bà-la-môn. Hãy suy niệm tu hành. Chúng sanh nào hành pháp này, nhiên hậu mới được gọi là sa-môn.

"Lại nữa, vì sao gọi là sa-môn? Các kết sử hoàn toàn lắng dừng, cho nên gọi là sa-môn.

"Lại nữa, vì sao gọi là bà-la-môn? Tận trừ pháp ngu hoặc, cho nên gọi là bà-la-môn,[50] cũng gọi là sát-lị.

"Lại nữa, vì sao gọi là sát-lị? Do đã đoạn trừ dâm, nộ, si, nên gọi là sát-lị; cũng gọi là người đã tắm.[51]

"Thế nào gọi là đã tắm? Người ấy đã rửa sạch hai mươi mốt kết sử, vì vậy gọi là đã tắm; cũng gọi là giác.

"Thế nào gọi là giác? Vì đã giác ngộ pháp ngu và pháp trí, nên gọi là giác; cũng gọi là bờ kia.

"Thế nào gọi là bờ kia? Người ấy đã từ bờ này sang đến bờ bên kia, cho nên gọi là bờ kia.

"Này A-nan, những ai hành được những pháp này, mới được gọi là sa-môn, bà-la-môn. Ý nghĩa như vậy, các ngươi hãy suy niệm phụng hành."

A-nan sau khi nghe những gì Phật dạy hoan hỷ phụng hành.

KINH SỐ 9

Tôi nghe như vầy:

Một thời, Phật ở giữa những người họ Thích,[52] ngụ trong vườn Ni-câu-lưu, Ca-tỳ-la-việt, cùng với chúng đại tỳ-kheo năm trăm vị.

Bấy giờ vương tử Đề-bà-đạt-đa đi đến chỗ Thế Tôn, đảnh lễ sát chân, rồi ngồi qua một bên. Khi ấy, Đề-bà-đạt-đa bạch Phật rằng:

"Cúi mong Thế Tôn chấp thuận cho con được vào đạo làm sa-môn."[53]

Phật bảo Đề-bà-đạt-đa:

"Ông nên sống tại gia mà huệ thí phân-đàn.[54] Vì làm sa-môn thật không dễ."

Đề-bà-đạt-đa lặp lại ba lần, bạch Phật:

"Cúi xin Thế Tôn cho phép con ở hàng thấp nhất."

Phật lại bảo:

"Ông nên sống tại gia, không nên xuất gia tu hạnh sa-môn."

Lúc bấy giờ Đề-bà-đạt-đa liền có ý nghĩ rằng, "Sa-môn này có lòng tật đố. Nay ta cứ tự mình cạo đầu, khéo tu phạm hạnh. Cần gì sa-môn ấy."[55]

Rồi Đề-bà-đạt-đa lui về, tự mình cạo tóc, khoác ca-sa, tự xưng "Ta là Thích tử."

Bấy giờ có một tỳ-kheo tên là Tu-la-đà,[56] hành đầu-đà khất thực, khoác y vá mảnh, thông suốt năm thần thông. Đề-bà-đạt-đa đến chỗ tỳ-kheo này, đảnh lễ sát chân, bạch rằng:

"Cúi xin Tôn giả thuyết giáo cho tôi, để tôi được an ổn lâu dài. **[802c]** Bấy giờ Tỳ-kheo Tu-la-đà liền dạy các oai nghi lễ tiết, tư duy pháp này, xả pháp này, thành tựu pháp kia. Đề-bà-đạt-đa y theo lời dạy của tỳ-kheo ấy, không có điều gì sai sót. Sau đó, Đề-bà-đạt-đa bạch tỳ-kheo rằng:

"Cúi xin Tôn giả chỉ dạy tôi đạo thần túc. Tôi có thể tu hành được đạo này."

Khi ấy, tỳ-kheo này dạy cho ông đạo thần túc:

"Ông bây giờ phải học về sự khinh trọng của tâm ý. Sau khi đã biết tâm ý khinh trọng, lại phải phân biệt sự khinh trọng của bốn đại là đất, nước, lửa, gió. Sau khi đã biết sự khinh trọng của bốn đại, phải tu hành tam-muội tự tại. Sau khi hành tam-muội tự tại, lại phải tu tam-muội dũng mãnh. Sau khi hành tam-muội dũng mãnh, lại phải tu hành tam-muội tâm ý. Sau khi hành tam-muội tâm ý, lại phải hành tam-muội tự giới.⁵⁷ Sau khi hành tam-muội tự giới, như vậy chẳng bao lâu sẽ thành tựu đạo thần túc."

Đề-bà-đạt-đa sau khi nhận sự chỉ giáo của thầy, tự biết sự khinh trọng của tâm ý. Sau đó lại biết sự khinh trọng của bốn đại. Rồi tu suốt hết thảy các tam-muội, không có điều gì sai sót. Không bao lâu, ông đắc đạo thần túc, bằng vô số phương tiện như vậy, ông biến hóa thành vô lượng. Lúc bấy giờ danh tiếng Đề-bà-đạt-đa được lưu truyền khắp bốn phương.

Bấy giờ, bằng thần túc, Đề-bà-đạt-đa lên cho đến cõi trời Tam thập tam lấy đủ các loại hoa ưu-bát, câu-mâu-đầu, đem dâng cho thái tử A-xà-thế, lại bảo:

"Hoa này xuất xứ từ trên trời Tam thập tam. Thích Đề-hoàn Nhân sai mang đến dâng thái tử."

Thái tử A-xà-thế thấy Đề-bà-đạt-đa thần túc như vậy nên tùy thời cúng dường, cung cấp những gì cần thiết. Thái tử lại suy nghĩ: "Thần túc của Đề-bà-đạt-đa thật khó ai sánh kịp."

Đề-bà-đạt-đa lại ẩn hình biến thành đứa nhỏ, ngồi lên đùi của thái tử. Lúc ấy, các thể nữ nghĩ thầm: "Đây là người gì? Quỷ chăng? Trời chăng?" Nói năng chưa dứt, Đề-bà-đạt-đa hiện hình lại như cũ. Vương thái tử và các cung nhân đều ca ngợi: "Đây là Đề-bà-đạt-đa." Tức thì cung cấp cho những thứ cần dùng. Lại cho loan truyền lời này: "Danh đức của Đề-bà-đạt-đa thật không thể ghi hết."

Bấy giờ số đông các tỳ-kheo nghe lời đồn này, đi đến chỗ Thế Tôn, đảnh lễ sát chân, rồi bạch Phật rằng:

"Đề-bà-đạt-đa có thần túc rất lớn, nên được các thứ y phục, ẩm thực, giường chõng, ngọa cụ, và thuốc men trị bệnh."

Phật bảo các tỳ-kheo:

"Các ông chớ **[803a]** có khởi ý nghĩ ấy, mong đắm trước lợi dưỡng của Đề-bà-đạt-đa. Lại cũng chớ khen tốt sức thần thông của ông ấy. Người đó sẽ vì thần túc mà đọa vào ba đường dữ. Lợi dưỡng mà Đề-bà-đạt-đa thu hoạch được, cùng với thần thông ấy rồi sẽ mất hết. Vì sao vậy? Đề-bà-đạt-đa tự mình gây các hành vi thân, miệng, ý, lại khởi lên ý tưởng rằng,⁵⁸ 'Sa-môn Cù-đàm có thần túc, ta cũng có thần túc. Sa-môn

Cù-đàm có sở tri, ta cũng có sở tri. Sa-môn Cù-đàm thuộc chủng tộc cao quý, ta cũng thuộc chủng tộc cao quý. Nếu sa-môn Cù-đàm hiện một thần túc, ta sẽ hiện hai thần túc. Sa-môn Cù-đàm hiện hai thần túc, ta sẽ hiện bốn. Ông ấy hiện tám, ta sẽ hiện mười sáu. Ông ấy hiện mười sáu, ta sẽ hiện ba mươi hai. Tùy theo Sa-môn Cù-đàm biến hóa thế nào, ta sẽ biến hóa gấp bội.'"

Bấy giờ, có rất đông tỳ-kheo nghe Đề-bà-đạt-đa tự tuyên bố như vậy. Do đó, có năm trăm tỳ-kheo đi đến với Đề-bà-đạt-đa. Khi ấy Đề-bà-đạt-đa và năm trăm tỳ-kheo này nhận sự cúng dường của thái tử.[59]

Bấy giờ, Xá-lợi-phất và Mục-kiền-liên bảo nhau:

"Chúng ta hãy đi đến chỗ Đề-bà-đạt-đa, nghe xem ông ấy thuyết pháp đề tài gì?"

Rồi hai vị cùng đi đến chỗ Đề-bà-đạt-đa. Từ xa, Đề-bà-đạt-đa thấy Xá-lợi-phất và Mục-kiền-liên, liền bảo các tỳ-kheo:

"Hai người ấy là đệ tử của Tất-đạt."

Trong lòng ông rất vui sướng. Sau khi chào hỏi xong, họ ngồi xuống một bên. Các tỳ-kheo đều khởi lên ý nghĩ rằng, "Đệ tử của Phật Thích-ca nay đều theo Đề-bà-đạt-đa hết."

Bấy giờ Đề-bà-đạt-đa nói với Xá-lợi-phất:

"Nay Thầy có thể thuyết pháp cho các tỳ-kheo không? Tôi muốn nghỉ một chút. Vì hơi đau lưng."

Rồi Đề-bà-đạt-đa nằm nghiêng hông bên phải, hai bàn chân chồng lên nhau, vì trong lòng rất vui sướng, nên ngủ liền.

Xá-lợi-phất và Mục-kiền-liên thấy Đề-bà-đạt-đa ngủ rồi, liền dùng thần túc tiếp các tỳ-kheo bay lên hư không mà đi. Khi Đề-bà-đạt-đa thức dậy, không thấy các tỳ-kheo, vô cùng tức giận, phun ra lời này, "Ta không trả được oán này, sẽ không gọi là Đề-bà-đạt-đa nữa." Đây là lần thứ nhất Đề-bà-đạt-đa phạm tội ác ngũ nghịch.[60] Khi Đề-bà-đạt-đa vừa khởi lên ý nghĩ ấy, tức thì mất thần túc.

Bấy giờ số đông các tỳ-kheo bạch Thế Tôn rằng:

"Tỳ-kheo Đề-bà-đạt-đa có thần túc rất lớn, có thể phá hoại Thánh chúng.[61]"

Phật nói với các tỳ-kheo:

"Không chỉ ngày nay Đề-bà-đạt-đa mới **[803b]** phá hoại Thánh chúng, mà trong đời quá khứ cũng đã thường xuyên phá hoại Thánh chúng. Vì sao vậy? Trong quá khứ, đã hoại Thánh chúng, ông lại khởi ác niệm rằng,[62] 'Ta sẽ bắt Sa-môn Cù-đàm mà giết đi. Để trong ba cõi này, ta là Phật độc tôn, không có ai ngang lứa.'"

Khi ấy, Đề-bà-đạt-đa nói với thái tử A-xà-thế[63]:

"Thủa xưa, thọ mạng con người rất dài. Ngày nay rất vắn. Giả sử vương thái tử một mai chết đi, thật là uổng phí sanh ra trên đời. Sao ngài không bắt vua cha giết đi để nối ngôi Thánh vương? Còn tôi, sẽ giết Như Lai để được làm Phật. Vua mới, Phật mới, không khoái lắm sao?"[64]

A-xà-thế liền sai người giữ cửa bắt vua cha nhốt vào ngục, tự lập làm vua cai trị nhân dân. Bấy giờ dân chúng bàn bạc với nhau: "Người con này khi chưa sanh đã là đứa con oan gia." Nhân đó, họ gọi là vua A-xà-thế. Đề-bà-đạt-đa thấy vua A-xà-thế đã nhốt vua cha rồi, bèn khởi ý tưởng này: "Ta phải bắt Sa-môn Cù-đàm mà giết đi."

Lúc bấy giờ, Thế Tôn đang ở bên sườn một hòn núi nhỏ trong núi Kỳ-xà-quật. Đề-bà-đạt-đa leo lên núi Kỳ-xà-quật, tay bưng một tảng đá lớn, dài ba mươi khuỷu tay, rộng mười lăm khuỷu tay, ném vào Thế Tôn. Ngay lúc đó, thần núi là quỷ Kim-tỳ-la, thường trực sống trên núi này, thấy Đề-bà-đạt-đa ôm đá ném Phật, liền đưa tay ra đón lấy rồi để xuống chỗ khác. Trong lúc đó, một mảnh đá vụn văng trúng chân Như Lai, tức thì chảy máu. Thế Tôn trông thấy Đề-bà-đạt-đa, liền nói:

"Ngươi nay khởi ý muốn hại Như Lai. Đây là tội ngũ nghịch thứ hai."

Khi ấy, Đề-bà-đạt-đa nghĩ thầm: "Giờ ta không giết được Sa-môn Cù-đàm này, sẽ tìm phương tiện khác." Rồi bỏ đi, đến chỗ A-xà-thế, tâu vua rằng:

"Vua hãy cho con voi Đen uống rượu say, để nó giết sa-môn.[65] Vì sao? Con voi này rất hung bạo. Nhất định nó sẽ giết Sa-môn Cù-đàm. Nếu Sa-môn Cù-đàm có Nhất thiết trí, ngày mai sẽ không vào thành khất thực.

Nếu ông không có nhất thiết trí, ngày mai chắc sẽ vào thành khất thực, và sẽ bị con voi dữ này giết."[66]

Vua A-xà-thế liền sai cho voi uống rượu thuần[67] cho thật say, và bố cáo dân chúng trong nước biết:

"Những ai muốn yên ổn, tiếc mạng sống, ngày mai, không ai được đi lại trong thành."

Bấy giờ, đến giờ, Thế Tôn khoác y cầm bát vào thành La-duyệt **[803c]** khất thực. Trong nước, trai gái lớn nhỏ, bốn bộ chúng, nghe vua A-xà-thế cho voi uống rượu để hại Như Lai, ai nấy đều đi đến chỗ Thế Tôn, đảnh lễ sát chân, rồi bạch Phật:

"Cúi mong Thế Tôn chớ vào thành La-duyệt khất thực. Vì sao? Vua A-xà-thế cho voi uống rượu say để hại Như Lai."

Phật bảo các ưu-bà-tắc:

"Phàm là Đẳng chánh giác, không ai có thể hại được."

Thế Tôn tuy có nghe lời ấy, nhưng vẫn vào thành. Con voi dữ khi trông thấy Phật từ xa, nó bừng cơn thịnh nộ, nhắm chạy đến Như Lai, để giết. Phật thấy con voi chạy đến, liền nói bài kệ:

> *Voi chớ có hại Rồng.*
> *Khó gặp Voi Rồng[68] hiện.*
> *Do bởi không giết Rồng,*
> *Mà được sanh thiện xứ.[69]*

Con voi ấy sau khi nghe Như Lai nói bài kệ này, liền quỳ xuống liếm chân Như Lai. Trong lòng con voi khi ấy hối hận không yên, nên nó mạng chung, liền được sanh lên trời Tam thập tam.[70]

A-xà-thế và Đề-bà-đạt-đa thấy con voi đã chết, buồn bã vô cùng. Đề-bà-đạt-đa nói với vua:

"Sa-môn Cù-đàm đã giết chết con voi rồi."

A-xà-thế nói:

"Sa-môn Cù-đàm này có thần lực rất lớn, có nhiều kỹ thuật, lại có chú thuật mới giết được con long tượng đó."

Rồi A-xà-thế lại nói:

"Sa-môn này rất có oai đức đầy đủ, nên rốt cuộc không bị voi dữ giết."

Đề-bà-đạt-đa nói:

"Sa-môn Cù-đàm có chú làm huyễn hoặc, khiến cho các dị học ngoại đạo bị khuất phục hết, huống gì loài súc sanh."

Khi ấy Đề-bà-đạt-đa lại nghĩ thầm: "Ta nay quán sát thấy tâm ý vua A-xà-thế muốn cải đổi." Thế rồi Đề-bà-đạt-đa rầu rĩ không vui, đi ra khỏi thành La-duyệt.

Lúc bấy giờ Tỳ-kheo-ni Pháp Thí[71] trông thấy Đề-bà-đạt-đa từ xa đi đến, cô nói với ông:

"Ông đã gây tội lỗi cực kỳ. Nay sám hối còn dễ; để sau này thì rất khó."

Đề-bà-đạt-đa nghe lời này, lại càng tức giận, trả lời rằng:

"Con tiện tỳ trọc này, tội lỗi gì mà nay dễ, sau khó?"

Tỳ-kheo-ni Pháp Thí đáp:

"Ông đã đi theo kẻ ác, lại tạo gốc rễ bất thiện."

Cơn lửa giận trong người Đề-bà-đạt-đa liền cháy bừng bừng; tức thì ông lấy tay đánh chết Tỳ-kheo-ni [804a]. Như vậy, Đề-bà-đạt-đa đã giết bậc Chân nhân.[72]

Sau đó, ông trở về phòng của mình, nói với các đệ tử:

"Các ngươi nên biết, ta đã có chủ ý nhắm đến Sa-môn Cù-đàm, nhưng theo nghĩa lý thì không phù hợp. Vì La-hán lại khởi ác ý nhắm đến La-hán. Ta nay nên hướng đến ông ấy mà sám hối."

Đề-bà-đạt-đa vì vậy mà buồn bã không vui, chẳng bao lâu lâm trọng bệnh. Ông bảo đệ tử:

"Ta không còn sức lực nào để đi gặp Sa-môn Cù-đàm. Các người hãy dìu ta đi đến chỗ sa-môn."

Bấy giờ Đề-bà-đạt-đa lấy thuốc độc bôi lên đầu móng tay; sau đó bảo đệ tử:

"Các ngươi hãy cáng ta đến chỗ sa-môn kia."

Các đệ tử liền cáng Đề-bà-đạt-đa đi đến chỗ Thế Tôn. A-nan trông thấy Đề-bà-đạt-đa từ xa đang đến, liền bạch Thế Tôn:

"Đề-bà-đạt-đa nay đến đây, chắc đã có tâm hối hận, muốn đến Như Lai cầu sám hối sửa đổi lỗi lầm."

Phật bảo A-nan:

"Đề-bà-đạt-đa không bao giờ có thể đi đến chỗ Thế Tôn."

A-nan ba lần lặp lại, bạch Phật:

"Nay Đề-bà-đạt-đa muốn đến Như Lai cầu xin sám hối lỗi lầm."

Phật nói với A-nan:

"Con người ác này không bao giờ có thể đi đến chỗ Như Lai. Con người này, hôm nay mạng căn đã chín."

Khi đến chỗ Thế Tôn, Đề-bà-đạt-đa nói với các đệ tử:

"Nay ta không nên nằm mà gặp Như Lai. Hãy để ta xuống giường rồi gặp Như Lai."

Khi Đề-bà-đạt-đa vừa đặt chân xuống đất, ngay lúc ấy, từ trong đất, một ngọn lửa theo gió nổi lên bao phủ thân Đề-bà-đạt-đa. Đề-bà-đạt-đa trong khi bị ngọn lửa thiêu đốt, liền phát sanh tâm hối hận đối với Như Lai, vừa muốn xưng "Nam-mô Phật" nhưng rốt cuộc không phát ra được tiếng "Nam-mô Phật" mà rơi ngay xuống địa ngục.

A-nan sau khi thấy Đề-bà-đạt-đa rơi xuống địa ngục, liền bạch Thế Tôn rằng:

"Đề-bà-đạt-đa hôm nay mạng chung mà vào trong địa ngục chăng?"

Phật nói:

"Đề-bà-đạt-đa không phải vì diệt tận mà đạt đến Niết-bàn. Nay Đề-bà-đạt-đa khởi ác tâm nhắm đến Như Lai; khi thân hoại mạng chung, rơi xuống địa ngục."

Khi ấy A-nan buồn rầu rơi lệ không thể dừng được. Phật bảo A-nan:

"Vì sao mà ông khóc?"

A-nan bạch Phật:

"Con nay tâm dục ái chưa hết, chưa đoạn dục, nên mới buồn khóc vậy."

Bấy giờ Thế Tôn bèn nói bài kệ này:

[804b] *Như người tự gây hành*
Tự xét trở lại gốc.
Điều thiện nhận báo thiện;
Điều ác nhận báo ác.
Người đời tạo hành ác,
Chết, chịu khổ địa ngục.
Nếu có tạo hành thiện,
Chuyển thân thọ lộc trời.
Kia tự chiêu hành ác,
Tự sinh vào địa ngục.
Đây không phải lỗi Phật;
Ngươi cớ gì mà buồn?

A-nan bạch Phật:

"Đề-bà-đạt-đa thân hoại mạng chung sanh vào chỗ nào?"

Phật bảo A-nan:

"Nay Đề-bà-đạt-đa này thân hoại mạng chung, sanh vào địa ngục A-tỳ. Vì sao vậy? Do ông ấy đã tạo tội ác ngũ nghịch, nên chịu quả báo ấy."

A-nan lại bạch Phật:

"Đúng vậy, Thế Tôn, như lời dạy của Thánh Tôn. Thân quá khứ đã làm ác; thân hiện tại vào địa ngục. Vậy thì, vì sao nay con lại buồn khóc rơi lệ? Bởi vì Đề-bà-đạt-đa không tiếc danh hiệu dòng họ, chủng tánh, cũng không vì cha mẹ, tôn trưởng. Ông đã làm nhục dòng họ Thích, hủy hoại môn hộ của chúng ta. Nhưng Đề-bà-đạt-đa hiện thân vào địa ngục, thật sự không thích hợp. Vì sao vậy? Môn hộ chủng tộc của chúng ta xuất từ ngôi vị Chuyển Luân Thánh vương. Đề-bà-đạt-đa xuất thân từ chủng tộc của vua, không nên hiện thân vào địa ngục. Đáng lẽ, Đề-bà-đạt-đa hiện thân dứt sạch các lậu, thành vô lậu, tâm được giải thoát, tuệ giải thoát, ở trong hiện thân mà thọ chứng quả, biết như thật rằng, 'Sanh tử đã hết, phạm hạnh đã lập, việc cần làm đã làm xong, không còn thọ thai nữa.' Tập theo dấu tích bậc Chân nhân, đắc A-la-hán, đối với Niết-bàn giới vô dư mà Bát-niết-bàn. Không dè hiện thân này lại vào địa ngục. Đề-bà-đạt-đa khi xưa có oai thần rất lớn, rất có thần đức, nên mới lên đến trời Tam thập tam, biến hóa tự do, há có thể tưởng người đó lại vào địa ngục! Thế Tôn, không rõ Đề-bà-đạt-đa ở trong địa ngục trải qua bao nhiêu năm?"

Phật bảo A-nan:

"Con người này ở trong địa ngục trải qua một kiếp."

A-nan lại bạch Phật:

"Nhưng kiếp có hai loại. Có đại kiếp, có tiểu kiếp. Không rõ người này chịu theo kiếp nào?"

Phật nói:

"Người này trải qua đại kiếp. Nói đại kiếp, là khi con số kiếp của Hiền kiếp này tận cùng. Khi ấy, hành tận, mạng chung, trở lại làm người."

A-nan [804c] bạch Phật:

"Đề-bà-đạt-đa đã vùi lấp hết gốc rễ làm người, rồi sau khôi phục trở lại. Vì sao vậy? Con số của kiếp rất lâu dài. Phàm đại kiếp không dài quá Hiền kiếp."

Rồi A-nan lại buồn khóc, nghẹn ngào, không vui, lại bạch Phật:

"Đề-bà-đạt-đa ra khỏi địa ngục sẽ sanh về đâu?"

Phật nói:

"Đề-bà-đạt-đa mạng chung ở đó, rồi sẽ sanh lên trời Tứ thiên vương."

A-nan lại hỏi:

"Sau khi mạng chung ở trời này, lại sanh về đâu?"

Phật nói với A-nan:

"Sau khi mạng chung ở đó, lần lượt sanh lên trời Tam thập tam, trời Diệm thiên, trời Đâu-suất, trời Hóa tự tại, trời Tha hóa tự tại."

A-nan lại hỏi:

"Từ đó mạng chung, lại sanh vào chỗ nào?"

Phật bảo A-nan:

"Ở đây, Đề-bà-đạt-đa từ địa ngục chết đi, sanh lên trời, sanh vào thiện xứ, trải qua sáu mươi kiếp không rơi vào ba đường dữ; qua lại cõi trời, cõi người, đến thân cuối cùng, sẽ cạo bỏ râu tóc, khoác ba pháp y, với chí tín kiên cố xuất gia học đạo, thành Bích-chi-phật hiệu là Nam-mô."

Bấy giờ A-nan bước tới trước bạch Phật:

"Như vậy Thế Tôn, Đề-bà-đạt-đa do ác báo của mình mà bị dẫn xuống địa ngục chịu tội. Nhưng ông đã làm công đức gì mà trải qua sáu mươi kiếp sanh tử không phải thọ khổ não, và cuối cùng lại thành Bích-chi-phật hiệu là Nam-mô?"

Phật bảo A-nan:

"Tâm ý thiện trong khoảnh khắc búng ngón tay mà phước ấy khó có thể thí dụ. Huống hồ Đề-bà-đạt-đa thông kim bác cổ, tụng tập rất nhiều, ghi nhớ tổng trì các pháp, điều gì đã nghe rồi thì không quên. Đề-bà-đạt-đa này xưa vì thù oán mà khởi tâm muốn sát hại Như Lai. Nhưng cũng do duyên báo từ quá khứ xa xưa, vì đã khởi tâm hoan hỷ hướng đến Như Lai. Do nhân duyên báo ứng này, trong sáu mươi kiếp không đọa ba đường dữ. Lại do Đề-bà-đạt-đa vào giây phút cuối cùng trước khi mạng chung đã khởi tâm vui vẻ xưng 'Nam-mô Phật', cho nên sau này thành Bích-chi-phật hiệu là Nam-mô."

Khi ấy A-nan bước lên trước Phật, lặp lại trình bày của mình:

"Vâng, bạch Thế Tôn, như lời Phật[73] dạy."

Lúc bấy giờ, Đại Mục-kiền-liên bước lên trước Phật bạch rằng:

"Con nay muốn vào trong địa ngục, thuyết yếu hành[74] cho Đề-bà-đạt-đa, để ủy lạo và chúc mừng ông ấy."

Phật bảo Mục-kiền-liên:

"Ông nên biết rõ, chớ có đường đột khinh suất, mà hãy chuyên tâm chánh ý, không để loạn tưởng. Vì sao vậy? Chúng sanh có hành vi cực ác khó mà điều phục[75] cho thành, vì vậy mới đọa vào địa ngục. Lại nữa, tội nhân ấy không hiểu tiếng nói **[805a]** của nhân gian để trao đổi."

Mục-kiền-liên bạch Phật:

"Con ở đây hiểu biết sáu mươi bốn thứ ngôn ngữ. Con sẽ bằng tiếng nói thích hợp, mà trao đổi với người ấy."

Phật bảo Mục-liên:

"Ông nên biết lúc thích hợp."

A-nan nghe những lời này, hoan hỷ phấn khởi không dừng được. Khi ấy Đại Mục-kiền-liên bước lên trước lạy dưới chân Phật, nhiễu quanh Phật ba vòng, rồi ngay trước Phật, trong khoảnh khắc như lực sĩ co duỗi cánh tay, biến mất và đi đến địa ngục A-tỳ. Khi ấy Đại Mục-kiền-liên ở trên hư không trong địa ngục A-tỳ búng ngón tay gọi:

"Đề-bà-đạt-đa!"

Nhưng Đề-bà-đạt-đa im lặng không trả lời. Các ngục tốt hỏi Mục-liên:

"Ông gọi Đề-bà-đạt-đa nào?"

Rồi ngục tốt lại bạch:

"Ở đây cũng có Đề-bà-đạt-đa thời Phật Câu-lâu-tôn; Đề-bà-đạt-đa thời Phật Câu-na-hàm-mâu-ni; Đề-bà-đạt-đa thời Phật Ca-diếp; cũng có Đề-bà-đạt-đa tại gia; cũng có Đề-bà-đạt-đa xuất gia. Ông tỳ-kheo! Nay đích thực ông muốn gọi Đề-bà-đạt-đa nào?"

Mục-liên đáp:

"Đề-bà-đạt-đa mà tôi muốn gọi là con chú của Phật Thích-ca Văn. Tôi muốn gặp ông ấy."

Khi ấy, ngục tốt cầm cây chĩa sắt, hoặc cầm ngọn lửa đỏ, châm đốt vào thân ông ấy để cho tỉnh dậy. Thân thể Đề-bà-đạt-đa lúc bấy giờ bị ngọn lửa đốt cao ba mươi khuỷu tay. Ngục tốt bảo:

"Nhà ngươi, gã ngu si, sao còn ngủ?"

Đề-bà-đạt-đa đang bị đủ các thứ khổ bức bách, trả lời:

"Hôm nay ông dạy bảo điều gì?"

Ngục tốt lại nói:

"Ngươi hãy ngước mắt nhìn lên trời xem."

Theo lời ấy, Đề-bà-đạt-đa ngước mắt nhìn lên hư không, thấy Đại Mục-kiền-liên ngồi kiết già trên một đóa hoa sen báu, như mặt trời đang vén đám mây. Thấy vậy Đề-bà-đạt-đa nói bài kệ:

Ai đó hiện thiên quang,
Như mặt trời vén mây?
Cũng như tụ núi vàng,
Không một chút bụi dơ?

Mục-liên trả lời bằng bài kệ:

Ta là con Thích tôn,
Đấng dòng họ Cù-đàm.
Là Thanh văn của Ngài,
Tên gọi Đại Mục-liên.

Đề-bà-đạt-đa nói với Mục-liên:

"Tôn giả Mục-liên, vì sao hạ cố đến đây? Chúng sanh trong đây đã gây vô lượng tội ác, khó mà khai hóa được. Vì đã không **[805b]** tạo thiện căn nên sau khi mạng chung sanh vào đây."

Mục-liên đáp:

"Tôi được Phật sai đến đây. Vì thương tưởng, muốn giúp nhổ bứt cội khổ."

Nghe đến tiếng Phật, Đề-bà-đạt-đa hoan hỷ phấn khởi không dừng được, liền nói lên lời này:

"Cúi mong Tôn giả kịp thời nói rõ, Như Lai Thế Tôn có dạy điều gì. Ngài lại không tiên báo cội nguồn[76] của nẻo dữ nữa chăng?"

Mục-liên nói:

"Đề-bà-đạt-đa, chớ có kinh sợ. Cực khổ của địa ngục không đâu hơn nơi này nữa. Đức Phật Thích-ca Văn Như Lai, Chí chân, Đẳng chánh giác, thương xót đến hết thảy loài bò bay máy cựa, như mẹ yêu con, tâm không phân biệt, đúng hợp thời cơ thì diễn giáo nghĩa, không để mất đầu mối, cũng không nghịch với từng loại mà diễn nói quá lượng. Nay, từ chính kim khẩu của Ngài ký thuyết, ông trước kia khởi ác ý muốn hại Thế Tôn, lại lôi kéo người khác chạy theo đường ác.[77] Do nhân duyên báo ứng này mà sanh vào địa ngục A-tỳ, trải qua một kiếp không có ngày ra. Hết số kiếp này, hành đã hết, mạng chung, sẽ sanh lên trời Tứ thiên vương, lần lượt sanh lên Tam thập tam, Diệm thiên, Đâu-suất, Hóa tự tại, Tha hóa tự tại. Trong sáu mươi kiếp, không rơi vào nẻo dữ, qua lại giữa cõi trời và cõi người, sau cùng thọ thân trở lại làm người, cạo bỏ râu tóc, khoác ba pháp y, với chí tín kiên cố xuất gia học đạo, sẽ thành Bích-chi-phật hiệu là Nam-mô. Sở dĩ như vậy, do khi ông sắp chết, đã xưng 'Nam-mô' nên mới có danh hiệu này. Nay đức Như Lai quán sát thấy thiện ngôn Nam-mô này, nên nói trong sáu mươi kiếp ông sẽ thành Bích-chi-phật với danh hiệu ấy."

Đề-bà-đạt-đa nghe xong những lời này, hoan hỷ phấn khởi, tâm thiện phát sanh, lại bạch Mục-liên:

"Những điều Như Lai nói tất nhiên không thể nghi ngờ, vì thương xót chúng sanh mà cứu vớt vô lượng, đại từ, đại bi, giáo hóa bao trùm đến kẻ ngu hoặc. Dù nay tôi nằm nghiêng hông phải trong địa ngục A-tỳ, trải qua một kiếp, tâm ý chuyên chánh, không hề mệt mỏi."

Bấy giờ Mục-liên nói với Đề-bà-đạt-đa:

"Thế nào, bây giờ nỗi thống khổ của ông có thêm bớt gì không?"

Đề-bà-đạt-đa đáp:

"Thân tôi thống khổ chỉ tăng chứ không giảm. Nay nghe được Như Lai đã thọ ký cho danh hiệu, thống khổ có hơi giảm chút ít, nhưng không đáng kể."

Mục-liên hỏi:

"Căn nguyên thống khổ mà ông đang chịu giống như thứ gì?"

Đề-bà-đạt-đa nói:

"Bằng **[805c]** bánh xe sắt nóng cán cho thân tan rã; rồi lại bằng chày sắt giã nát thân hình tôi; con voi đen hung bạo dày xéo thân tôi. Lại có ngọn núi lửa đến áp vào mặt tôi. Ca-sa ngày xưa nay biến thành tấm đồng đỏ rực đến quàng lên thân tôi. Tình trạng thống khổ nguyên lai như vậy."

Mục-liên nói:

"Ông có biết nguồn gốc tội lỗi xưa mà nay phải chịu khổ não này chăng? Tôi phân biệt từng thứ, ông có muốn nghe không?"

Đề-bà-đạt-đa nói:

"Thưa vâng, xin hợp thời thì nói."

Khi ấy Mục-liên nói bài kệ này:

> Xưa nơi đấng Tối Thắng,
> Ông phá hoại chúng Tăng;
> Nay bị chày sắt nóng
> Giã nát thân hình ông.
> Bởi vì đại chúng kia
> Là Thanh văn đệ nhất;
> Gây đấu loạn chúng Tăng;
> Nay bị bánh sắt cán.
>
> Xưa ông đã xúi vua
> Cho voi đen uống say;
> Nay bị đám voi đến,
> Dày xéo thân hình ông.
>
> Xưa ông ôm đá lớn,
> Ném vào chân Như Lai;
> Nay chịu báo núi lửa,
> Đốt ông cháy không sót.
>
> Xưa ông vung tay đấm,
> Giết chết Tỳ-kheo-ni;
> Nay bị lá đồng nóng,
> Quấn siết không chút lỏng.
>
> Nghiệp báo không hề mất.
> Không thể ẩn trong không
> Vì vậy nên cố gắng,
> Xa các nguồn ác này.

"Ông trước kia là Đề-bà-đạt-đa, căn nguyên mà ông đã gây ra chính là như vậy. Hãy tự chuyên tâm chánh ý hướng đến Phật Như Lai, trong lâu dài sẽ được phước vô lượng."

Đề-bà-đạt-đa lại bạch Mục-liên:

"Nay tôi gởi nhờ Mục-liên đảnh lễ sát chân Thế Tôn, cầu mong Ngài đi đứng nhẹ nhàng, bước đi khỏe mạnh. Cũng xin kính lễ Tôn giả A-nan."

Bấy giờ Tôn giả Đại Mục-kiền-liên phóng đại thần túc, khiến cho thống khổ trong địa ngục A-tỳ ngưng lại. Rồi nói bài kệ này:

> Thảy xưng 'Nam-mô Phật'
> Thích sư, đấng Tối Thắng.
> Ngài đem lại an ổn,
> Dứt trừ các khổ não.

Chúng sanh trong địa ngục sau khi nghe Mục-liên nói bài kệ này, có hơn sáu vạn người hành nghiệp hết, tội sạch, tức thì mạng chung nơi đó mà sanh lên trời Tứ thiên vương.

Bấy giờ Mục-liên **[806a]** thâu thần túc lại, trở về chốn cũ, đi đến chỗ Thế Tôn, đảnh lễ sát chân, rồi đứng sang một bên. Mục-liên khi ấy bạch Phật:

"Đề-bà-đạt-đa dâng lời thăm hỏi vô lượng, đi đứng nhẹ nhàng, dạo bước khỏe mạnh. Lại cũng thăm hỏi A-nan và nói lời này, 'Được Như Lai thọ ký trong sáu mươi kiếp nữa thành Bích-chi-phật hiệu Nam-mô, thì dù tôi nằm nghiêng hông phải trong địa ngục A-tỳ, không bao giờ thấy mệt mỏi.'"

Thế Tôn nói:

"Lành thay, lành thay, Mục-liên! Ông đã làm được nhiều điều lợi ích, nhiều sự thấm nhuần, vì thương xót các loài chúng sanh, mong cầu an lạc cho trời và người, khiến cho Thanh văn của chư Như Lai dần dần đạt đến Niết-bàn diệt tận. Cho nên, này Mục-liên, hãy tinh cần để thành tựu ba pháp. Vì sao? Nếu Đề-bà-đạt-đa mà tu hành thiện pháp, thân ba, miệng bốn, ý ba; người ấy chung thân không tham đắm lợi dưỡng, cũng không tạo tội ngũ nghịch để đọa vào địa ngục A-tỳ. Vì sao? Phàm người tham đắm lợi dưỡng cũng [không]⁷⁸ có tâm cung kính đối với Tam bảo, cũng không phụng trì cấm giới, không đầy đủ các hành thân, miệng, ý. [Vậy, các ngươi] hãy chuyên niệm các hành của thân, miệng, ý. Như vậy, Mục-liên, hãy học điều này."

Mục-liên sau khi nghe những gì Phật dạy hoan hỷ phụng hành.

KINH SỐ 10

Tôi nghe như vầy:

Một thời, Phật ở tại vườn Cấp Cô Độc, rừng cây Kỳ-đà, nước Xá-vệ.

Bấy giờ Thế Tôn nói với các tỳ-kheo:

"Nếu chúng sanh nào tu hành từ tâm giải thoát,[79] quảng bố ý nghĩa ấy, diễn nói cho người khác nghe, sẽ thu hoạch được mười một quả báo. Những gì là mười một? Nằm ngủ yên, tỉnh giấc yên, không thấy ác mộng, chư thiên hộ vệ, mọi người yêu mến, không bị độc, không bị binh đao, không bị nước, lửa, giặc cướp; thảy đều không bị xâm hại; sau khi thân hoại mạng chung sanh lên trời Phạm thiên. Đó gọi là tỳ-kheo tu hành từ tâm sẽ có được mười một phước này."

Rồi Thế Tôn nói bài kệ:

> *Nếu ai hành từ tâm,*
> *Cũng không hành phóng dật;*
> *Các kết dần dần đoạn,*
> *Rồi thấy được dấu đạo.*
>
> *Do hành từ tâm này,*
> *Sẽ sanh lên Phạm thiên;*
> *Nhanh chóng được diệt độ,*
> *Cuối cùng đến vô vi.*
>
> *Tâm không sát, không hại,*
> *Cũng không ý hơn thua;*
> *Hành từ đến tất cả,*
> *Không hề tâm oán hận.*

[806b] "Cho nên, tỳ-kheo, hãy tìm cầu phương tiện hành nơi từ tâm, quảng bố nghĩa ấy. Như vậy, tỳ-kheo, hãy học điều này."

Các tỳ-kheo sau khi nghe những gì Phật dạy hoan hỷ phụng hành.[80]

Chú thích

[1] Hán: Ma loát 摩刷. Pāli: *na āsāṭikaṃ hāretā*, không diệt trứng ruồi nhặng.

[2] Thời nghi 時宜, đoạn dưới: Thời nghi thực, cho ăn đúng lúc.

[3] Pāli: Không coi trọng con bò đầu-đàn.

[4] Nguyên Hán: Tạo chúng ương hấn 造眾殃釁. Pāli: Do không phòng hộ nhãn căn khiến các pháp ác bất thiện, tham, ưu trôi chảy vào.

[5] Bản Pāli: Không che đậy vết thương (*na vaṇaṃ paṭicchādetā):* Tỳ-kheo không phòng hộ nhãn căn.

[6] Bản Pāli: Không diệt trứng ruồi, tức không dứt bỏ ba bất thiện tầm: dục *(kāmavitakkaṃ),* sân *(byāpādavitakkaṃ),* hại *(vihiṃsāvitakkaṃ).*

[7] Bất tri sở ái 不知所愛, không có trong liệt kê trên. Có thể dịch khác từ "không biết chỗ nào an ổn."

[8] Bản Hán có 12 pháp. Xem thêm *Tạp* (Việt), kinh 909.

[9] Đoạn trên, trong mục biết ruộng tốt, dụ cho bốn ý chỉ (niệm xứ). Tám Thánh đạo, trong mục biết chỗ qua sông.

[10] Hán dịch có chỗ bất nhất. Trên kia, đây là mục tỳ-kheo biết điều sở ái.

[11] Văn dịch không nhất quán. Ở đây, vắt sữa biết chừa lại.

[12] Hán dịch sót một đoạn Phật trả lời A-nan.

[13] Mười một hạnh đầu-đà, xem kinh 5 phẩm 12; văn dịch trong 2 đoạn có một điểm khác nhau.

[14] Bản Hán ghi 11 pháp có thể sai, đây có 12 pháp.

[15] Trong bản: Đa-tát-a-kiệt 多薩阿竭.

[16] Ở đây nên hiểu là các đệ tử nổi tiếng, được nhiều người biết (Pāli: *abhiññāta).*

[17] Câu-lưu-sa Pháp hành thành 拘留沙法行城. Pāli: *Kammāsadamma (Kammāsadhamma),* thị trấn của người *Kuru.*

[18] Tượng Xá-lợi-phất 象舍利弗, Pāli: *Hatthisāriputta,* cũng gọi là *Citta Hatthisāriputta,* hay *Hatthirohaputta.* Ông xả giới hoàn tục sáu lần.

[19] Nguyên Hán: Dục ái dĩ tận 欲愛已盡, dục ái hay dục tham, đam mê ngũ dục của Dục giới, khi dứt trừ thì đắc sơ thiền. Đây chỉ Tiên nhân ly dục, những vị đắc sơ thiền, không bị lôi cuốn bởi ham muốn dục giới.

20 Định nghĩa này rất gần với Pāli, nhưng văn dịch không được rõ. Cf. D. 22 (R.ii. 305): *yā tesaṃ tesaṃ sattānaṃ tamhi tamhi sattanikāye jāti sañjāti okkanti abhinibbatti khandhānaṃ pātubhāvo āyatanānaṃ paṭilābho, ayaṃ vuccati, bhikkhave, jāti*, từng loại từng loại chúng sanh, trong từng giới loại, sự xuất sanh, sản sanh, nhập thai, chuyển sanh, năm uẩn xuất hiện, nhận được các xứ, đó gọi là sanh.

21 Cf. *Trung* 24, kinh 97, A-nan phát biểu tương tự. Cf. *Trường* 10, kinh 13; Pāli, D. 15 *Mahānidāna*.

22 Nguyên Hán: 緣本, duyên bản, đồng nghĩa với từ *nidāna* (Pāli), có khi được dịch là nhân duyên.

23 Sanh xứ, đây hiểu là huyết thống thọ sanh (Pāli: *jāti*).

24 Nguyên Hán: Câu 駒, ngựa con; cũng chỉ lừa con.

25 Hán: Lô mã 驢馬, con ngựa có liên hệ đến lừa. Phân biệt với mã lô 馬驢 nói sau. Lưu ý danh từ làm định ngữ.

26 Nghĩa 義, đây nên hiểu là vật. Pāli: *attha*, hay Skt. *artha*.

27 Chuyên chánh 專正, đoạn dưới nói là tịnh 淨, đều chỉ ý nghĩa huyết thống thuần tịnh, tức không bị lai giống.

28 Nguyên Hán: Tánh 姓, chỉ giai cấp xã hội.

29 Cf. *Trường* 6, kinh 5 Tiểu duyên; Pāli, D 27 *Aggañña*.

30 Để bản: Phạm chí thiên lộ hữu kiên trường quỳ xoa thủ bạch Thế Tôn từ trần tánh danh Thi-la 梵志偏露右肩。長跪叉手。白世尊自陳姓名施羅 (19 chữ); đoạn văn này không phù hợp sự việc đang xảy ra. Ở đây dịch theo bản Nguyên, Minh: Sí-ninh phạm chí báo Thi-la phạm chí viết 翅甯梵志報施羅梵志曰 (10 chữ).

31 Việt dịch bỏ 4 từ: Tự tương ngu lạc 自相娛樂, vốn dịch từ *viharati*: an trú; do đó không thể dịch sát: "Cùng vui thú với nhau." Vừa ngây ngô mà dễ gây ngộ nhận.

32 Nguyên Hán: Thế hựu 世祐, có khi dịch là Thế Tôn, dịch từ *bhagava*.

33 Bản Hán, hết quyển 46.

34 Trong bản Hán không có ưu-bà-di.

35 Nhất tọa thực 一坐食. Pāli: *ekāsana*, có hai giải thích. Hoặc *eka-asana*: Một bữa ăn; hoặc *eka-āsana*: Một chỗ ngồi. Tất cả các bản Hán đều hiểu theo nghĩa sau. Ý nghĩa này liên hệ hai điều luật. Thứ nhất, liên hệ điều luật phi thời thực. Thứ hai, liên hệ điều luật dư thực pháp.

36 Hán: Bạt-đề-bà-la 跋提婆羅; Skt. *Bhadrapāli*; Pāli, *Bhaddāli*. Nên đọc bạt-đà, gần với từ phiên âm hơn.

[37] Quan điểm của Đại chúng bộ về nhất tọa thực. Quan điểm này không được Thượng tọa bộ và Hữu bộ đồng tình.

[38] Hán: Hoại trai 壞齋, có thể ăn quá ngọ. Điểm tranh luận giữa Thượng tọa bộ và Đại chúng bộ, Cf. *Tứ phần* 54 (tr. 969c18): Nhị chỉ sao thực 二指抄食. Pāli: *dvaṅgulakappa*, nhị chỉ tịnh, được giải thích: *dvaṅgulāya chāyāya vītivattāya*, [được phép ăn quá trưa] khi bóng chưa quá hai ngón tay. Liên hệ điều luật phi thời thực. Vin.ii. 230.

[39] Trong bản: Ưu-đà-di 優陀夷, tức Ca-lưu-đà-di nói trên. Vì Ưu-đà-di (Pāli: *Udāyi*) có nước da rất đen, nên được danh là Ca-la (Pāli: *kāla*, đen).

[40] *Trung*, ibid, và Pāli, ibid., bà chỉ hoảng sợ, nhưng không chết.

[41] Để bản: Thống 痛 . TNM: Bệnh.

[42] Các bộ luật như nhau: Tỳ-kheo ăn xong (đã đứng dậy), rồi ăn lại, hay ăn thêm, phải tác pháp dư thực.

[43] Điều luật: Tỳ-kheo ăn xong, nếu nhận được thêm nữa, có thể ăn nhưng phải tác pháp dư thực.

[44] Luật quy định: Mỗi tỳ-kheo chỉ được sở hữu ba y, không được quá.

[45] Diện Vương, xem kinh 6 phẩm 4. Tham chiếu, A.i.24: Thọ trì y phục thô xấu (*lūkhacīvaradhārānaṃ*) là *Mogharājā*.

[46] *Trung*, ibid., suốt ba tháng hạ an cư.

[47] Nguyên trong bản.

[48] Cát Hộ 吉護, dịch nghĩa của Bạt-đà-bà-la, Skt. *Bhadrapāli* (?). Pāli, ibid.: *Bhaddāli*.

[49] Tức tâm 息心, định nghĩa từ sa-môn. Pāli: *samaṇa* (Skt. *śramaṇa*).

[50] Trong bản, chép là "phạm chí." Định nghĩa từ bà-la-môn; Pāli: *brāhmaṇa*.

[51] Mộc dục 沐浴, một từ chỉ A-la-hán, người đã tắm sạch.

[52] Nguyên Hán: Thích-sí 釋翅, phiên âm từ tương đương Pāli: *Sakkesu*, sở y cách của từ *Sakka*.

[53] Nhân duyên Đề-bà-đạt-đa xuất gia, cùng các vương tử họ Thích, xem *Tứ phần* 4 (tr. 590b13tt). Pāli, *Cullavagga* vii. Vin. ii. 180ff.

[54] Phân-đàn huệ thí 分檀惠施. Pāli: *piṇḍadāyaka*, bố thí vật thực. Xem cht. 2, kinh 1 phẩm 29.

[55] Có lẽ đây là truyền thuyết riêng của các nhà truyền Tăng Nhất. Tất cả các bộ đều không thừa nhận giới cụ túc được phép tự thọ.

[56] Tu-la-đà, có thể đồng nhất với Pāli *Surādha*, *Theragāthā* 135-6; nhưng không có liên hệ gì đến *Devadatta*.

[57] Một cách trình bày khác về bốn thần túc (như ý túc): Dục tam-ma-địa, cần (tinh tấn) tam-ma-địa, tâm tam-ma-địa, quán tam-ma-địa. Cf. *Tập dị 5* (tr.391c26).

[58] Trong đoạn này, văn dịch Hán hình như nhảy sót, nên thiếu mạch lạc so với đoạn tiếp theo. Từ đây trở xuống, nên xem là lời tự rao truyền của Đề-bà-đạt-đa, chứ không phải là lời tiên đoán của Phật.

[59] Các Luật bộ đều nói, Đề-bà-đạt-đa đề nghị Phật chấp thuận 5 điều luật mới khắt khe hơn. Phật bác bỏ. Đề-bà-đạt-đa tự công bố luật mới. Năm trăm Tỳ-kheo tách khỏi Tăng đi theo. Tăng bị vỡ.

[60] Đây muốn nói Đề-bà-đạt-đa phạm tội phá hòa hiệp Tăng. Nhưng diễn tiến câu chuyện được kể trên đây, nếu theo phân tích của các bộ luật, không hội đủ yếu tố để thành phá Tăng. Nên nghi ngờ chuyện kể ở đây không phải chính thống, mà chỉ là một loại truyền thuyết nhân gian, thiếu căn bản Luật và Pháp.

[61] Hán: Hoại Thánh chúng 壞聖眾, tức phá Tăng, hay phá hòa hiệp Tăng.

[62] Đoạn văn thiếu mạch lạc xét theo ngữ cảnh. Hán dịch có thể nhảy sót.

[63] Trong để bản: A-xà-thế vương.

[64] Xem kinh 11 phẩm 17.

[65] Truyện kể trên, kinh 5 phẩm 18.

[66] Xem kinh 5 phẩm 18.

[67] Hán: Thuần tửu 醇酒, một loại rượu cực mạnh.

[68] Nguyên Hán: Long tượng 龍象, chỉ loại voi chúa.

[69] Bài kệ, như kinh 5 phẩm 18.

[70] Kinh 5 phẩm 18 nói rằng, con voi này chết rồi, sanh về cõi Tứ thiên vương.

[71] Pháp Thí 法施. Trên kia, kinh 2 phẩm 5, phiên âm là Đàm-ma-đề-na. Đồng nhất với Pāli, *Dhammadinnā*, đệ nhất thuyết pháp trong các tỳ-kheo-ni. Cf. A.i. 25

[72] Tội ngũ nghịch thứ ba: Giết A-la-hán. Vì Tỳ-kheo-ni này là một A-la-hán. Nhưng không thấy truyền thuyết nơi khác nói rằng Tỳ-kheo-ni này bị Đề-bà-đạt-đa giết.

[73] Để bản: Thần 神. Bản khác: Phật thần 佛神.

[74] Hán: Yếu hành 要行; đây chỉ hành trạng tương lai mà Phật dự báo.

[75] Để bàn: Điêu 彫, khắc chạm. Bản NM: Điều 調: Điều phục.

[76] Để bản chép: *Vô* 無. Nghi là chữ *nguyên* 源 chép nhầm.

[77] Để bản: Vô do 無由. bản khác: 惡源 Ác nguyên.

[78] Nghi trong để bản chép thiếu.

[79] Tu tứ vô lượng tâm.

[80] Bản Hán, hết quyển 47.

50. PHẨM LỄ TAM BẢO

KINH SỐ 1

[806b11] Tôi nghe như vầy:

Một thời, Phật ở tại vườn Cấp Cô Độc, rừng cây Kỳ-đà, nước Xá-vệ.

Bấy giờ Thế Tôn nói với các tỳ-kheo:

"Nếu có thiện nam tử, thiện nữ nhân nào muốn lễ bái chùa tháp[1] Như Lai, hãy hành mười một pháp lễ tháp Như Lai. Những gì là mười một? Khởi ý dũng mãnh, vì có điều khả kham. Ý không tán loạn, vì hằng nhất tâm. Thường niệm chuyên ý, vì có chỉ quán. Các niệm vắng lặng, vì nhập tam-muội. Ý đến vô lượng, do bởi trí tuệ. Ý khó quán sát, do bởi hình[2]. Ý tĩnh đạm nhiên, do bởi oai nghi. Ý không rong ruổi, do bởi danh xưng. Ý không tưởng tượng, do bởi sắc. Phạm âm khó sánh, vì dịu dàng.[3]

"Này các tỳ-kheo, nếu thiện nam tử, thiện nữ nhân muốn lễ bái tháp miếu Như Lai, nên đầy đủ mười một pháp lễ bái tháp miếu Như Lai này, để cho lâu dài được phước vô lượng. Như vậy, tỳ-kheo, hãy học điều này."

Các tỳ-kheo sau khi nghe những gì Phật dạy hoan hỷ phụng hành.

KINH SỐ 2

Tôi nghe như vầy:

Một thời, Phật ở tại vườn Cấp Cô Độc, rừng cây Kỳ-đà, nước Xá-vệ.

Bấy giờ Thế Tôn nói với các tỳ-kheo:

□ *Xem chú thích: tr.427–428*

"Nếu thiện nam tử, thiện nữ nhân nào muốn hành lễ bái Pháp, hãy niệm mười một sự, rồi sau đó hành lễ bái Pháp. Những gì là mười một? Có mạn hãy trừ mạn. Phàm chánh pháp là nhắm dứt tưởng khát ái đối với dục. Phàm chánh pháp là nhắm trừ dục ở nơi dục. Phàm chánh pháp là nhắm cắt đứt dòng nước sâu sanh tử. Phàm chánh pháp là nhắm đạt được pháp bình đẳng. Nhưng chánh **[806c]** pháp này nhắm đoạn trừ các nẻo dữ. Và rồi chánh pháp nhắm đưa đến thiện xứ. Phàm chánh pháp là nhắm cắt đứt lưới ái. Người hành chánh pháp là đi từ có đến không. Người hành chánh pháp thì sáng tỏ không đâu không rọi đến. Người hành chánh pháp là để đi đến Niết-bàn giới.

"Nếu thiện nam tử, thiện nữ nhân nào muốn hành lễ bái Pháp, hãy tư duy mười một pháp này, nhiên hậu sẽ được phước vô lượng, thọ phước vô hạng trong thời gian dài. Như vậy, tỳ-kheo, hãy học điều này."

Các tỳ-kheo sau khi nghe những gì Phật dạy hoan hỷ phụng hành.

KINH SỐ 3

Tôi nghe như vầy:

Một thời, Phật ở tại vườn Cấp Cô Độc, rừng cây Kỳ-đà, nước Xá-vệ.

Bấy giờ Thế Tôn nói với các tỳ-kheo:

"Nếu thiện nam tử, thiện nữ nhân nào muốn hành lễ bái Tăng, hãy chuyên cần mười một pháp, rồi sau đó mới hành lễ bái Tăng. Những gì là mười một? Thánh chúng của Như Lai là những vị đã thành tựu pháp. Thánh chúng của Như Lai hòa hiệp trên dưới. Thánh chúng của Như Lai đã thành tựu pháp tùy pháp. Thánh chúng của Như Lai thành tựu giới; thành tựu tam-muội; thành tựu trí tuệ; thành tựu giải thoát; thành tựu giải thoát tri kiến huệ. Thánh chúng của Như Lai thủ hộ Tam bảo. Thánh chúng của Như Lai hay hàng phục dị học ngoại đạo. Thánh chúng của Như Lai là bạn tốt, và là ruộng phước cho hết thảy thế gian.

"Nếu thiện nam tử, thiện nữ nhân nào muốn lễ bái Tăng, hãy nên tư duy mười một pháp này, sẽ được phước báo lâu dài. Như vậy, tỳ-kheo, hãy học điều này."

Các tỳ-kheo, trời, rồng, quỷ thần, càn-thát-bà, a-tu-la, ca-lưu-la, nhân-đà-la, ma-hưu-lặc, và dân trời, nghe những gì Phật dạy hoan hỷ phụng hành.

KINH SỐ 4*

Tôi nghe như vầy:

Một thời, Bà-già-bà trú tại nước Ma-kiệt-đà, phía đông thành Mật-thí-la, trong vườn Đại thiên,⁴ cùng với Tăng Tỳ-kheo một nghìn hai trăm năm mươi vị.

Bấy giờ, sau bữa ăn,⁵ cùng với A-nan đi kinh hành trong vườn cây, lúc đó Phật mỉm cười. A-nan nghĩ thầm: "Như Lai, Vô sở trước, Đẳng chánh giác không cười suông. Nay vì sao cười, tất phải có ý gì? Ta nên hỏi." A-nan bèn sửa lại y phục, quỳ gối phải xuống đất, chắp tay hỏi Phật:

"Như Lai, Vô sở trước, Đẳng chánh giác không cười suông. Hôm nay vì sao mỉm cười, tất có ý gì. Con mong được nghe ý ấy."

Phật nói với A-nan:

"Ta sẽ nói cho ông nghe.

"Quá khứ, khởi đầu Hiền kiếp, trong khoảng đó có vị Chuyển Luân Thánh vương thống lãnh bốn thiên hạ, [807a] tên là Đại Thiên,⁶ sống lâu, không bệnh, đẹp đẽ, dũng mãnh, cai trị bằng chánh pháp, không hao phí của dân, có bảy báu tự nhiên. Những gì là bảy báu? Đó là, bánh xe, voi, ngựa, minh châu, ngọc nữ, quan chủ kho tàng, tướng điển binh.

"Này A-nan, thời gian ấu thơ của vua Đại Thiên là tám vạn bốn nghìn năm. Thời gian làm thái tử là tám vạn bốn nghìn năm. Thời gian lên ngôi Thánh vương là tám vạn bốn nghìn năm."

A-nan hỏi Phật:

"Thế nào là báu bánh xe?"

Phật nói với A-nan:

---

* Tham chiếu Pāli, M 83 *Makhādeva* (R. ii. 74). Hán, *Trung* 13, kinh 67.

"Ngày thứ 15 trong tháng, khi trăng tròn, vua tắm gội sạch sẽ, cùng với thể nữ lên lầu phía đông, nhìn về phía đông. Khi ấy có bánh xe bằng vàng có một nghìn căm, cao bằng bảy đa-la. Bảy nhẫn là một đa-la. Đa-la là loại cây đứng thẳng một mình,[7] lấy nó làm chuẩn đo. Bánh xe làm bằng thuần vàng tử ma. Thấy bánh xe, vua nghĩ thầm: 'Bánh xe này tuyệt đẹp. Ta muốn bắt nó, có được chăng?' Vừa nghĩ xong, bánh xe tức thì đến trên tay trái của vua, rồi dời qua tay phải. Vua nói với bánh xe, 'Nơi nào chưa được chinh phục, hãy chinh phục cho ta. Đất nào chưa phải của ta, hãy chiếm lấy cho ta. Lấy đúng pháp chứ không phải không đúng pháp.' Nói xong, bánh xe quay trở lại giữa hư không. Vành hướng về phía đông, trục hướng về phía bắc.

"Vua ra lệnh kẻ tả hữu cụ bị bốn loại binh chủng. Sau khi chuẩn bị xong, vua dẫn binh chủng đi theo bánh xe đứng giữa hư không, theo bánh xe dẫn về hướng đông, tuần hành cho đến tận cùng bờ cõi phía đông. Buổi tối, vua cùng binh chủng ngủ bên dưới bánh xe. Các tiểu vương ở bờ cõi phía đông, vào buổi sáng sớm, đều đến chầu, những cống vật nếu là bằng bát vàng thì bên trong đựng đầy thóc bằng bạc; nếu bát bằng bạc thì bên trong đựng thóc bằng vàng. Họ tâu, 'Hoan nghênh đại vương! Tất cả đất đai, trân bảo, nhân dân ở bờ cõi phía đông này, thảy đều là sở hữu của vua. Xin dừng xa giá lại đây. Chúng tôi sẽ vâng lệnh giáo sắc của thiên vương.' Vua Đại Thiên trả lời các tiểu vương: 'Nếu các vị muốn tuân theo giáo sắc của ta, hãy trở về nước của mình, mỗi vị hãy dạy dân mình hành mười điều thiện, chớ hành pháp ngang trái.'

"Vua giáo sắc xong, bánh xe liền ở trên biển quay trở lại, nương theo quãng trống[8] mà đi. Trong biển tự nhiên mở ra một con đường rộng một do-tuần. Vua cùng binh chủng đi theo bánh xe, nhắm phía trước tuần hành, tiến về bờ cõi phía nam.

"Buổi sáng, các tiểu vương trong bờ cõi phía nam đến chầu. Họ mang cống vật đến dâng, nếu là bát vàng thì bên trong đựng đầy thóc bằng bạc; nếu bát bằng bạc thì bên trong đựng thóc bằng vàng. Họ tâu, 'Hoan nghênh đại vương! Tất cả đất đai, trân bảo, nhân dân ở bờ cõi phía nam này, thảy đều là sở hữu của vua. Xin dừng xa giá lại đây. Chúng tôi sẽ vâng lệnh giáo sắc của thiên vương.' Vua Đại Thiên trả lời các tiểu vương: 'Nếu các vị muốn tuân theo giác sắc của ta, [807b] hãy trở về nước của mình, mỗi vị hãy dạy dân mình hành mười điều thiện, chớ hành pháp ngang trái.'

"Giáo sắc xong, bánh xe quay về tây, tiến về bờ cõi phía tây. Các tiểu vương trong bờ cõi phía tây đến cống hiến và khuyến thỉnh cũng như ở phía nam.

"Xong, bánh xe lại quay hướng nhắm về phía bắc, tuần hành tiến đến bờ cõi phía bắc. Các tiểu vương phía bắc đến chầu, cống hiến, khuyến thỉnh đúng như pháp.

"Chu du bốn ngày, khắp cả Diêm-phù-đề tận đến bờ biển, rồi quay trở về Mật-thí-la. Bánh xe dừng lại giữa hư không, phía trước cửa cung, cao bảy cây đa-la, vành hướng về đông. Vua liền vào cung.

"Đại Thiên có được bánh xe báu như vậy."

A-nan lại hỏi:

"Đại Thiên có được báu voi như thế nào?"

Phật bảo A-nan:

"Đại Thiên, sau đó vào ngày 15 khi trăng tròn, tắm gội sạch sẽ, theo các thể nữ lên lầu phía đông, hướng về phía đông, nhìn thấy trong hư không có con voi chúa màu trắng tên là Vũ-hô⁹ nương theo hư không mà bay đến; bảy chi của nó bằng phẳng, miệng có sáu ngà, trên đầu có mũ bằng vàng với chuỗi anh lạc bằng vàng, thân mình quấn bọc bởi trân châu, hai bên mang linh bằng vàng. Voi có thần lực, biến hình tự tại. Đại Thiên thấy nó, trong lòng nghĩ thầm, 'Ta có được con voi này chăng? Ta sẽ khiến nó làm việc.' Vừa nghĩ xong, voi liền đến đứng trước vua, giữa hư không. Vua liền sai làm năm việc. Vua lại nghĩ, 'Hãy thử xem con voi này làm được hay không.' Sáng hôm sau, khi mặt trời mọc, vua cỡi voi này, trong thoáng chốc chu du khắp bốn biển, rồi trở về chỗ cũ, đứng ở phía đông cửa cung, hướng về phía đông.

"A-nan, Đại Thiên có được voi báu như vậy."

A-nan lại hỏi Phật:

"Đại Thiên được báu ngựa như thế nào?"

Phật nói:

"Đại Thiên, sau đó vào ngày 15 khi trăng tròn, tắm gội sạch sẽ, theo các thể nữ lên lầu phía tây, hướng về phía tây, nhìn thấy trong hư không có con ngựa xanh tên là Ba-la-hàm[10] nương hư không mà đến; khi đi, thân hình nó không giao động. Trên đầu nó có mũ bằng vàng, với chuỗi anh lạc bằng báu; thân mình phủ bằng lưới trân châu, hai bên có treo linh. Ngựa có thần lực, biến hình tự tại. Thấy nó, vua Đại Thiên nghĩ, 'Ta có thể bắt lấy nó mà cỡi.' Nghĩ xong, ngựa đến trước vua. Vua liền muốn cỡi thử. Sáng hôm sau, khi mặt trời mọc, vua cỡi nó đi về phía đông. Thoáng chốc, chu du khắp bốn biển, rồi quay về bản quốc, trụ phía tây cửa cung, đứng hướng về phía tây.

"A-nan, Đại Thiên có được báu ngựa như vậy."

A-nan hỏi Phật:

"Đại Thiên có được báu minh châu như thế nào?"

Phật nói:

[807c] "A-nan, Đại Thiên, sau đó vào ngày 15 khi trăng tròn, tắm gội sạch sẽ, theo các thể nữ lên lầu phía đông, hướng về phía đông, nhìn thấy có thần châu. Châu dài 1 thước 6 tấc, có tám cạnh, màu lưu ly xanh biếc, nương hư không mà đến, cao bảy cây đa-la. Thấy nó, Đại Thiên nghĩ, 'Ta có thể được minh châu này mà ngắm.' Theo ý nghĩ tức thì nhận được. Vua muốn thử. Khi đến nửa đêm, tập họp bốn binh chủng, đem minh châu treo trên đầu ngọn phướn, rồi ra khỏi thành đi dạo. Minh châu chiếu sáng một phạm vi 12 do diên. Binh chủng nhìn thấy nhau như ban ngày không khác. Ánh sáng minh châu soi đến mọi người, khiến họ giật mình thức dậy, đều bảo là trời đã sáng. Vua liền quay trở về cung, dựng phướn trong cung, trong ngoài thường sáng như ban ngày không khác.

"A-nan, Đại Thiên có được báu minh châu như vậy."

A-nan hỏi Phật:

"Đại Thiên có được báu ngọc nữ như thế nào?"

Phật bảo A-nan:

"Đại Thiên, sau đó vào ngày 15 khi trăng tròn, tắm gội sạch sẽ, theo các thể nữ lên lầu phía đông, hướng về phía đông, trông thấy báu ngọc nữ thuộc dòng sát-lị, tên là Mạn-na-kha-lợi,[11] xinh đẹp vô song, trong trắng kỳ diệu, không cao không thấp, không mập, không gầy, không trắng không đen, mùa đông thì ấm, mà hè thì tươi mát, từ các lỗ chân lông nơi thân tỏa ra mùi thơm chiên-đàn; miệng thường tỏa mùi thơm hoa sen ưu-bát, và cũng không có các tư thái xấu của người nữ, tính tình nhu hòa, biết trước ý vua mà phục vụ. Nàng từ hư không mà đến chỗ vua.

"A-nan, Đại Thiên có được báu ngọc nữ như vậy."

A-nan hỏi Phật:

"Đại Thiên có được báu chủ kho tàng như thế nào?"

Phật bảo A-nan:

"Đại Thiên, sau đó vào ngày 15 khi trăng tròn, tắm gội sạch sẽ, theo các thể nữ lên lầu phía bắc, hướng về phía bắc, trông thấy vị đại thần chủ kho tên là A-la-tha-chi,[12] đẹp đẽ kỳ diệu, không cao không thấp, không mập, không gầy, thân màu hoàng kim, tóc màu xanh biếc, con mắt đen trắng phân minh. Ông có thể nhìn thấy bảy báu trong kho tàng ẩn dưới đất. Nếu có chủ, ông giữ gìn cho. Nếu vô chủ lấy **[808a]** sung công để vua dùng. Thông minh, trí tuệ, khéo léo có mưu chước. Ông nương hư không mà đến trình trước vua, tâu vua rằng, 'Từ nay trở đi, vua thích cái gì, cứ tự mình vui hưởng, chớ có lo rầu. Tôi sẽ cung cấp châu báu cho vua, không để thiếu thốn.' Vua bèn thử đại thần quản kho này, cùng với ông đi trên một con thuyền vào biển. Vua bảo quan quản kho: 'Ta muốn có vàng bạc, châu báu.' Quan chủ kho tâu, 'Xin đợi khi lên bờ tôi sẽ cung cấp tài bảo.' Vua nói, 'Ta muốn được bảo vật trong nước, chứ không phải trên bờ.' Quan chủ kho liền đứng dậy, sửa lại y phục, rồi quỳ gối phải xuống, chắp tay lạy nước. Từ trong nước tức thì thỏi vàng hiện ra, lớn bằng bánh xe, phút chốc đầy cả thuyền. Vua nói, 'Thôi, đủ rồi. Chớ lấy vàng lên nữa mà chìm thuyền.'

"A-nan, Đại Thiên có được báu chủ kho như vậy."

A-nan lại hỏi Phật:

"Đại Thiên có được tướng quân điển binh như thế nào?"

Phật nói:

"Đại Thiên, sau đó vào ngày 15 khi trăng tròn, tắm gội sạch sẽ, theo các thể nữ lên lầu phía nam, hướng về phía nam, trông thấy phía nam có vị đại tướng quân tên là Tỉ-tì-na,[13] đẹp đẽ kỳ diệu, tóc màu như trân châu, toàn thân màu lục, không cao không thấp, không mập không gầy, mắt có thể nhìn suốt biết đọc tâm niệm của người khác; quân sách, mưu lược, tiến thoái đúng thời; ông nương hư không mà đến trình vua, tâu rằng, 'Mong vua cứ tự vui thích, chớ có lo rầu việc thiên hạ. Thần sẽ đảm trách chinh phạt bốn phương.' Vua bèn muốn thử. Nửa đêm suy nghĩ muốn tập hợp bốn binh chủng. Vừa nghĩ xong, bốn binh chủng đều tập họp đủ hết. Vua lại nghĩ, muốn kéo quân về phía đông, tức thì quân được kéo về phía đông. Vua ở trung ương, tướng quân ở phía trước, bốn binh chủng vây quanh. Vua nghĩ muốn tiến, quân tiến; nghĩ muốn lui về, quân lui về.

"A-nan, Đại Thiên có được báu tướng quân điển binh như vậy."

Phật bảo A-nan:

"Đại Thiên có được bảy báu như vậy."

Phật lại nói với A-nan:

"Vua Đại Thiên cai trị thiên hạ một thời gian lâu, sau đó bảo người hầu chải tóc tên là Kiếp-bắc,[14] 'Nếu thấy có sợi tóc bạc, hãy nhổ đưa cho ta xem.' Một thời gian lâu về sau, Kiếp-bắc nhìn thấy có một sợi tóc bạc, liền tâu vua, 'Như trước đã có lệnh, nay tôi đã thấy sợi tóc bạc.' Vua nói, 'Hãy nhổ, đưa cho ta xem.' Kiếp-bắc liền lấy cái nhíp bằng vàng nhổ sợi tóc bạc để trong tay vua. Vua cầm sợi tóc bạc mà nói bài kệ:

> **[808b]** *Trên đầu thân ta*
> *Hiện dấu suy hủy.*
> *Sứ giả đã gọi,*
> *Đến thời nhập đạo.*

"Vua nghĩ thầm trong lòng, 'Ta đã tận hưởng ngũ dục. Nay ta nên xuất gia, cạo bỏ râu tóc, khoác pháp phục.' Vua triệu thái tử Trường Sanh vào bảo: 'Này con, đầu ta đã có tóc bạc. Ngũ dục của thế gian, ta đã chán rồi. Nay ta muốn tìm kiếm dục cõi trời. Ta muốn cạo bỏ râu tóc, mặc pháp phục, xuất gia hành đạo. Con hãy lãnh quốc chánh, lập trưởng làm thái tử. Hãy chăm nuôi Kiếp-bắc, khiến chờ xem tóc bạc. Khi tóc bạc xuất hiện, hãy giao nước lại cho thái tử. Rồi như ta ngày nay, xuất gia, cạo bỏ râu tóc, mặc pháp phục, bảo thái tử: 'Nay ta đem ngôi vị Thánh vương này trao lại cho con. Hãy khiến cho ngôi vị Thánh vương đời đời tiếp nối nhau, chớ để dòng giống đứt đoạn. Dòng giống đứt đoạn sẽ trở thành người biên địa. Nếu cắt đứt thiện hành, sẽ sanh vào chỗ vô pháp.' Vua Đại Thiên khuyên dạy xong, giao nước lại cho thái tử Trường Sanh, cấp phát điền nghiệp cho Kiếp-bắc."

Phật bảo A-nan:

"Vua Đại Thiên ở tại thành này, trong khu vườn này, tại chỗ đất này, cạo bỏ râu tóc, mặc pháp phục, nhập đạo. Tại đây, trải qua tám vạn bốn nghìn năm tu bốn phạm trụ[15] từ, bi, hỷ, xả. Khi hết tuổi thọ ở đây, ông sanh lên trời Phạm thiên.

"Sau khi Đại Thiên xuất gia được bảy ngày, nữ bảo mạng chung. Trường Sanh lên ngôi, đến ngày 15 khi trăng tròn, mang các thể nữ lên lầu, nhìn về phía đông, thấy ngọc nữ xinh đẹp như trước kia nương hư không mà đến. Trường Sanh có trở lại bảy báu, làm vua thống lãnh bốn thiên hạ.

"Sau đó Trường Sanh lại nói với Kiếp-bắc, 'Từ nay trở đi, khi nào chải đầu cho ta mà thấy có tóc bạc, hãy báo cho ta biết ngay.' Lên ngôi Thánh vương qua tám vạn bốn nghìn năm, tóc bạc lại sanh. Kiếp-bắc tâu vua: 'Tóc bạc đã sanh rồi.' Vua bảo, 'Nhổ lên để trong lòng tay ta.' Kiếp-bắc lấy nhíp vàng nhổ sợi tóc để vào trong tay vua. Vua cầm sợi tóc bạc, nói bài kệ:

> Trên đầu thân ta
> Hiện dấu suy hủy.
> Sứ giả đã gọi,
> Đến thời nhập đạo.

"Vua suy nghĩ trong lòng, 'Ta đã tận hưởng ngũ dục của loài người. Nay nên xuất gia, cạo bỏ râu tóc, mặc pháp phục. Vua liền triệu thái tử đến bảo: "Này con, đầu ta [808c] đã có tóc bạc. Ngũ dục của thế gian, ta đã chán rồi. Nay ta muốn tìm kiếm dục cõi trời. Ta muốn cạo bỏ râu tóc, mặc pháp phục, xuất gia hành đạo. Con hãy lãnh quốc chánh, lập trưởng làm thái tử. Hãy chăm nuôi Kiếp-bắc, khiến chờ xem tóc bạc. Khi tóc bạc xuất hiện, hãy giao nước lại cho thái tử. Rồi như ta ngày nay, xuất gia, cạo bỏ râu tóc, mặc pháp phục, bảo thái tử: 'Nay ta đem ngôi vị Thánh vương này trao lại cho con. Hãy khiến cho ngôi vị Thánh vương đời đời tiếp nối nhau, chớ để dòng giống đứt đoạn. Dòng giống đứt đoạn, sẽ trở thành người biên địa. Nếu cắt đứt thiện hành, sẽ sanh vào chỗ vô pháp.'

"Trường Sanh khuyên dạy rồi, giao nước lại cho thái tử Quan Kế, cấp ruộng đất cho Kiếp-bắc."

Phật bảo A-nan:

"Vua Trường Sanh cũng ở tại thành này, trong khu vườn này, tại chỗ đất này, cạo bỏ râu tóc, mặc pháp phục, nhập đạo. Tại đây, trải qua tám vạn bốn nghìn năm tu bốn phạm trụ từ, bi, hỷ, xả. Khi hết tuổi thọ ở đây, ông sanh lên trời Phạm thiên."

Phật bảo A-nan:

"Sau khi vua Trường Sanh xuất gia được bảy ngày, bảy báu tự nhiên biến mất. Vua Quan Kế buồn rầu không vui. Các quan thấy vua không vui, bèn hỏi: 'Thiên vương vì sao không vui?' Vua trả lời các quan: 'Vì bảy báu đã biến mất hết rồi.' Các quan tâu vua: 'Vua chớ có lo buồn.' Vua hỏi: 'Vì sao không lo?' Các quan tâu: 'Vua cha tu phạm hạnh, ở trong khu vườn gần đây. Nên đến đó hỏi. Tất sẽ được vua chỉ dạy cách làm sao để có bảo vật.' Vua liền ra lệnh sửa soạn cỗ xe bảy báu, biểu dương bằng năm thứ: mũ báu, lông chim, gươm, quạt và hài, cùng với tả hữu theo hầu, tiến đến khu vườn. Đến nơi, xuống xe, dẹp bỏ năm thứ nghi trượng ấy, đi bộ vào vườn. Đến trước phụ vương, đảnh lễ sát chân, rồi đứng sang một bên, chắp tay thưa rằng, 'Bảy báu mà vua có, nay đã biến mất.' Vua cha bảo ngồi xuống, nghe những điều trình bày, rồi ngẩng đầu lên đáp rằng, 'Này con, pháp của Thánh vương là không cậy vào những cái mà cha sở hữu. Con phải tự mình hành đúng pháp để có.' Vua lại hỏi: 'Chuyển Luân Thánh vương trị hóa bằng pháp gì?' Vua cha đáp: 'Pháp kính, pháp trọng, pháp niệm, pháp nuôi dưỡng, pháp tăng trưởng, pháp làm cho rực rỡ, pháp làm cho pháp trở thành lớn. Thực hành bảy điều này, là phù hợp với sự cai trị của Thánh vương. Như vậy sẽ có được báu vật.' Vua lại hỏi: 'Thế nào là pháp kính, *cho đến* pháp trở thành lớn?' **[809a]** vua cha đáp: 'Hãy học ban cấp cho kẻ nghèo cùng, dạy dân hiếu thảo nuôi dưỡng cha mẹ; bốn mùa tám tiết đúng thời tế tự; dạy biết nhẫn nhục, trừ hành dâm loạn, tật đố, ngu si. Hành bảy pháp này là phù hợp với pháp của Thánh vương.' Vua vâng lời dạy, cáo từ, lễ và nhiễu quanh ba vòng, rồi dẫn chúng quay trở về. Bấy giờ, vua phụng hành bảy pháp theo lời dạy của cha, truyền lệnh xa gần đều tuân hành giáo lệnh của vua. Vua lại cho mở kho, ban cấp cho kẻ nghèo cùng, chăm sóc người già cô quả. Nhân dân bốn phương không đâu không vâng theo mà làm.

"Bấy giờ, vào ngày 15 trăng tròn, tắm gội sạch sẽ, vua cùng các thể nữ lên lầu phía đông, nhìn về hướng đông, trông thấy bánh xe bằng vàng tử ma có nghìn căm, cao bảy cây đa-la, cách mặt đất cũng bảy cây đa-la, nương theo hư không mà đến, rồi trụ giữa hư không. Vua nghĩ thầm trong lòng, 'Cầu mong ta có được bánh xe này.' Bánh xe tức thì hạ xuống, đến bên cánh tay trái của vua, rồi dời qua cánh tay phải. Vua nói với bánh xe: 'Nơi nào chưa được chinh phục, hãy chinh phục cho ta. Đất nào chưa phải của ta, hãy thâu về cho ta. Đúng pháp chứ không phải không đúng pháp.' Rồi vua lấy tay ném bánh xe trở lại trên hư không, ở phía đông cửa cung, vành bánh xe hướng về đông, trục hướng về bắc, trụ giữa không trung.

"Sau bánh xe, lại có voi trắng, ngựa xanh, thần châu, ngọc nữ, chủ kho tàng, tướng quân. Bảy báu này như vua Đại Thiên, so sánh cũng như vậy.

"Rồi trải qua tám vạn bốn nghìn năm, vua ban cho Kiếp-bắc, sắc lệnh cho thái tử và giao phó việc nước, rồi xuất gia nhập đạo như các vua trước."

Phật bảo A-nan:

"Vua Quan Kế cũng ở tại thành này, trong khu vườn này, tại chỗ đất này, cạo bỏ râu tóc, mặc pháp phục, nhập đạo. Tại đây, trải qua tám vạn bốn nghìn năm tu bốn phạm trụ từ, bi, hỷ, xả. Khi hết tuổi thọ ở đây, ông sanh lên trời Phạm thiên."

Phật bảo A-nan:

"Con cháu của vua Đại Thiên nối nhau, mỗi người tám vạn bốn ngàn năm ngôi vị Chuyển luân thánh vương, dòng giống thiện không bị đứt đoạn. Thánh vương cuối cùng tên Nhẫm,[16] cai trị bằng chánh pháp, là người thông minh, xét đoán chắc thật không sai chạy, có ba mươi hai tướng, màu da như hoa sen hồng, ưa thích bố thí, cúng dường sa-môn, bà-la-môn, chăm sóc người già côi cút, ban cấp kẻ nghèo cùng. Tại bốn cổng thành và ở giữa thành đặt kho lẫm, chứa các thứ vàng, bạc, tạp bảo, voi, ngựa, xe cộ, y phục, giường đệm, thuốc men trị bệnh, hương hoa, ẩm thực. Ai cô độc thì cấp vợ cho; ban phát đủ mọi thứ cho những ai cần.

"Vua vào sáu **[809b]** ngày trai, sắc lệnh cho trong ngoài điều thọ trì tám quan trai. Ngày đó chư thiên trên trời Thủ-đà-hội¹⁷ tất sẽ hiện xuống trao cho tám giới. Đế Thích trên trời Tam thập tam đều khen nhân dân nước ấy, 'Vui thay, thật ích lợi mà có được vị pháp vương như vậy! Đã ban phát đủ thứ những gì dân cần dùng, lại còn thanh khiết trai giới không khuyết.' Thiên đế nói với các thiên tử: 'Các vị có muốn gặp vua Nhẫm không?' Thảy đều đáp: 'Muốn gặp. Xin đưa ông ấy đến đây.'

"Thích Đề-hoàn Nhân liền sai thiên nữ Cùng-tỉ-ni:¹⁸ 'Cô hãy đến thành Mật-thí-la báo với vua Nhẫm rằng, khanh thật được lợi lớn! Ở đây chư thiên đều ca ngợi công đức vòi vọi của khanh, nhờ tôi thăm hỏi ân cần. Các thiên tử này rất muốn gặp khanh. Xin tạm thời khuất ý đi đến đó.'

"Cùng-tỉ-ni vâng lời, trong khoảnh khắc như người lực sĩ co duỗi cánh tay, hốt nhiên xuất hiện trước điện vua, trụ giữa hư không. Vua đang ở trên điện với một thể nữ hầu, ngồi tư duy, 'Mong cho cho tất cả thế gian đều được an ổn, không có các thứ khổ hoạn.'

"Cùng-tỉ-ni ở giữa hư không búng ngón tay để cảnh tỉnh. Vua ngẩng đầu nhìn lên thấy ánh sáng phía trên điện, lại nghe có tiếng nói, 'Tôi là thị giả của Thích Đề-hoàn Nhân, được sai đến vua.' Vua đáp: 'Không rõ thiên đế có điều gì dạy bảo.' Thiên nữ nói, 'Thiên đế có ý ân cần. Các thiên tử trên đó đều ca ngợi công đức của khanh, muốn được gặp mặt. Xin vua tạm khuất ý.' Vua im lặng nhận lời.

"Thiên nữ quay trở về tâu thiên đế, 'Tôi đã truyền lệnh. Ông ấy hứa sẽ đến.' Thiên đế ra lệnh vị hầu xe nghiêm chỉnh xe bảy báu được kéo bằng ngựa bay, xuống đến thành Mật-thí-la rước vua Nhẫm. Vị trời hầu xe vâng lệnh, cỡi xe ngựa hốt nhiên hiện xuống. Vua và quần thần đang ngồi hội họp. Xe đến ngay trước vua, dừng lại trong hư không. Trời đánh xe báo, 'Thiên đế sai mang xe đến đón. Các thiên tử đang nghiễm nhiên chờ trên đó. Mời vua lên xe. Chớ có quyến luyến.' Các thần thuộc lớn nhỏ nghe vua sắp đi, buồn rầu không vui, đều đứng dậy chắp tay tâu rằng, 'Sau khi vua đi rồi, chúng tôi vâng mệnh như thế nào?' Vua đáp, 'Các khanh chớ lo. Sau khi ta đi, việc ban phát, trai giới, nuôi dân, trị nước, như ta còn ở đây. Ta đi rồi về không lâu.'

"Vua dặn dò xong, xe tức thì hạ xuống đất. Trời hầu xe hỏi vua, 'Vua sẽ đi theo con đường nào?' Vua nói: 'Lời ấy muốn nói gì?' Trời hầu xe đáp: **[809c]** 'Phàm có hai đường. Một là con đường dữ, và hai là con đường lành. Người làm ác đi theo con đường dữ đến chỗ khổ. Người tu thiện đi theo con đường lành đến chỗ vui.' Vua đáp: 'Hôm nay tôi muốn đi cả hai đường lành và dữ.' Trời đánh xe nghe nói, giây lát mới hiểu, nói, 'Rất tốt, đại vương!' Trời đánh xe liền dẫn đi giữa hai con đường, thiện ác gì đều thấy hết, lên đến trời Tam thập tam. Thiên đế và chư thiên trông thấy vua đang từ xa đến. Thích Đề-hoàn Nhân nói, 'Hoan nghênh đại vương!' Rồi ra lệnh cùng ngồi chung."

Phật bảo A-nan:

"Vua liền theo thiên đế cùng ngồi. Vua và Đế Thích có tướng mạo, y phục, âm thanh đều một bậc như nhau. Các thiên tử nghĩ thầm trong lòng, 'Ai là thiên đế? Ai là vua?' Lại nghĩ, 'Pháp của loài người là nháy mắt. Nhưng cả hai đều không nháy.' Nên ai cũng kinh ngạc không làm sao phân biệt được. Thiên đế thấy chư thiên có tâm nghi ngờ, liền nghĩ, 'Ta sẽ lưu vua ở lại đây. Sau đó sẽ hiểu rõ.' Đế Thích hỏi các thiên tử, 'Các khanh có muốn ta mời vua lưu lại đây không?' Các thiên tử đáp, 'Thật sự chúng tôi muốn mời ở lại.' Thiên đế bảo vua Nhẫm, 'Đại vương, có thể lưu lại đây không? Tôi sẽ cung cấp cho ngũ dục. Nhân đó chư thiên sẽ biết được vua của loài người.' Vua tâu thiên đế, 'Như vậy là đã cung cấp rồi. Cầu chúc chư thiên thọ mạng vô cực.' Chủ và khách mời và từ chối như vậy ba lần. Đế Thích hỏi vua, 'Vì sao không ở lại đây?' Vua đáp: 'Tôi sẽ xuất gia tu đạo. Nay ở trên trời không có duyên để học đạo.' Thiên đế nói, 'Học đạo mà làm gì?' Vua nói, 'Phụ vương tôi có di mệnh. Nếu khi tóc bạc sanh, phải xuất gia học đạo.' Đế Thích nghe nói có di mệnh nhập đạo, liền im lặng không nói.

"Vua ở trên trời hưởng thú ngũ dục, phút chốc đã mười hai năm. Khi sắp từ giã, vua cùng chư thiên bàn luận pháp. Đế Thích sai vị trời hầu xe, 'Ngươi đưa vua Nhẫm trở về bản quốc.' Trời đánh xe vâng lệnh, chỉnh bị xa giá, xong rồi tâu vua, 'Mời vua lên xe.' Vua bèn nói lời từ biệt với Đế Thích và chư thiên, rồi lên xe, theo đường cũ mà trở về. Đến cung Mật-thí-la rồi, trời hầu xe quay trở về trời.

"Vua trở về được vài hôm, ra lệnh cho Kiếp-bắc, nếu thấy tóc bạc thì báo cho biết. Vài ngày sau, trên đầu vua có tóc bạc. Kiếp-bắc lấy nhíp bằng vàng nhổ tóc bạc để trong tay vua. Vua nhìn thấy rồi, nói bài kệ:

[810a] *Trên đầu thân ta*
Hiện dấu suy hủy.
Sứ giả đã gọi,
Đến thời nhập đạo.

"Vua suy nghĩ trong lòng, 'Ta đã tận hưởng ngũ dục của loài người. Nay nên xuất gia, cạo bỏ râu tóc, mặc pháp phục. Vua liền triệu thái tử đến bảo: "Này con, đầu ta đã có tóc bạc. Ngũ dục của thế gian, ta đã chán rồi. Nay ta muốn tìm kiếm dục cõi trời. Ta muốn cạo bỏ râu tóc, mặc pháp phục, xuất gia hành đạo. Này con, nay ta đem việc nước giao phó cho con, con hãy chăm nuôi Kiếp-bắc. Nếu khi tóc bạc của con xuất hiện, hãy giao nước lại cho thái tử. Rồi như ta ngày nay, xuất gia học đạo. Này con, nay ta đem ngôi vị Thánh vương này trao lại cho con. Hãy khiến cho ngôi vị Thánh vương đời đời tiếp nối nhau, chớ để dòng giống đứt đoạn. Dòng giống đứt đoạn, sẽ trở thành người biên địa."

Phật bảo A-nan:

"Vua Nhẫm liền giao việc trị nước lại cho thái tử, cấp ruộng đất cho Kiếp-bắc, rồi ở trong khu vườn này, tại chỗ đất này, cạo bỏ râu tóc, mặc pháp phục, xuất gia tu đạo. Sau bảy ngày vua xuất gia, bánh xe, minh châu biến mất. Voi, ngựa, gia chủ, ngọc nữ, tướng quân đều vô thường. Vua ở trong vườn này trải qua tám vạn bốn nghìn năm tu bốn phạm trụ từ, bi, hỷ, xả. Khi mạng chung, ông sanh lên trời Phạm thiên.

"Sau đó vua Thiện Tận[19] không kế thừa sự nghiệp của cha, chánh pháp bị bỏ bê, do đó bảy báu không còn xuất hiện trở lại; hành vi thiện không được nối tiếp, năm thứ suy giảm[20] dần dần xảy ra: Thọ mạng con người vắn lại, sắc da nhợt, sức lực ít, nhiều bệnh, không có trí. Năm sự suy giảm đã xuất hiện, chuyển đến nghèo khốn. Do khốn cùng mà sinh trộm cướp, bắt trói nhau dẫn đến vua, tâu rằng, 'Người này lấy của không cho.' Vua ra lệnh mang ra ngoài hành hình.

"Người trong nước nghe nói, ai lấy của không cho, vua liền bắt giết, thảy đều hận là ác, nên ai nấy sắm dao bén, dao được chế tạo bắt đầu từ đó. Sự sát sanh do từ đây mà khởi. Như vậy đã xuất hiện hai việc ác.

"Thứ đến, dâm phạm vợ người, rồi cãi với người chồng, 'Tôi không có!' Như vậy thành bốn việc ác. Nói hai lưỡi gây đấu tranh, là ác thứ năm. Đấu tranh cho nên chửi nhau, đó là ác thứ sáu. Nói lời không chí thành, là ác thứ bảy. Ganh tị sự hòa hiệp của người khác, là ác thứ tám. Ngậm hờn, biến sắc, là ác thứ chín. Trong lòng nghi ngờ tạp loạn là ác thứ mười. Mười ác đã đủ, năm suy giảm càng tăng."

Phật bảo A-nan:

"Ông muốn biết vua Đại Thiên trong buổi đầu của Hiền kiếp bấy giờ là ai chăng? Chính là Ta vậy.

"A-nan, ông muốn biết vua tên Nhẫm, trong tám vạn bốn nghìn năm bấy giờ trị nước không cong vạy là ai chăng? Chính là ông vậy. Ông muốn biết vua cuối cùng tên Thiện Tận, bạo nghịch vô đạo, làm đứt đoạn dòng Thánh là ai chăng? Chính là Đề-bà-đạt-đa vậy.

"A-nan, **[810b]** ông thuở xưa kế thừa nếp thiện của Chuyển Luân Thánh vương Đại Thiên, khiến cho ngôi vị tiếp nối không dứt, đó là công của ông vậy. Đúng pháp, chứ không phải không đúng pháp.

"A-nan, nay Ta là Pháp Vương Vô Thượng, Ta di chúc pháp thiện vô thượng, ân cần giao lại cho ông. Ông là con nhà họ Thích, chớ làm người biên địa. Chớ gây hành vi đoạn tuyệt dòng giống."

A-nan hỏi Phật:

"Như thế nào là sẽ gây hành vi đoạn tuyệt dòng giống?"

Phật bảo A-nan:

"Vua Đại Thiên tuy hành pháp thiện, nhưng chưa dứt sạch các lậu, chưa siêu xuất thế gian, chưa được độ thoát vì chưa đoạn dục, chưa phá hai mươi mốt[21] kết, chưa trừ sáu mươi hai kiến, chưa tịnh ba cấu, chưa được thần thông, chưa được con đường chân chánh giải thoát, chưa đạt đến Niết-bàn. Pháp thiện mà Đại Thiên làm, bất quá sanh Phạm thiên.

"A-nan, pháp của Ta cứu cánh đến vô vi. Pháp của Ta đưa đến chân tế, vượt lên trời người. Pháp ta vô lậu, vô dục, tịch diệt, diệt tận, độ thông, giải thoát,²² chân sa-môn, đưa đến Niết-bàn.

"A-nan, nay Ta đem Đạo pháp vô thượng này ân cần giao phó cho ông, chớ có tăng giảm pháp của Ta, chớ làm người biên địa. Này A-nan, dù cho hiện tại hành Thanh văn, nếu ai làm đoạn tuyệt pháp này, người đó là người biên địa. Ai làm hưng thịnh pháp này, đó là trưởng tử của Phật, tức là thành tựu quyến thuộc. A-nan, ông hãy thành tựu quyến thuộc, chớ có hành vi làm tuyệt chủng tộc. A-nan, những pháp Ta đã nói trước sau đều phó chúc hết cho ông. Ông hãy học điều này."

Phật nói xong, A-nan hoan hỷ phụng hành.

KINH SỐ 5

Tôi nghe như vầy:

Một thời, Phật ở tại vườn Cấp Cô Độc, rừng cây Kỳ-đà, nước Xá-vệ.

Bấy giờ Thế Tôn nói với các tỳ-kheo:

"Có bốn người trong đại địa ngục.²³ Bốn người ấy là ai? Tội nhân Mạt-khư-lê; đại tội nhân Tỳ-kheo Đế-xá;²⁴ đại tội nhân Đề-bà-đạt-đa; đại tội nhân Tỳ-kheo Cù-ba-ly.²⁵

"Tội nhân Mạt-khư-lê,²⁶ thân bốc ngọn lửa cao 60 khuỷu. Tội nhân Đế-xá, thân bốc ngọn lửa cao 40 khuỷu. Tội nhân Đề-bà-đạt-đa, thân bốc ngọn lửa cao 30 khuỷu. Tội nhân Cù-ba-ly, thân bốc ngọn lửa cao 20 khuỷu.

"Tỳ-kheo, nên biết, Mạt-khư-lê dạy vô số chúng sanh, khiến hành tà kiến, điên đảo, chấp có không. Kẻ ngu Đế-xá đoạn ứng khí để dành của Thánh chúng.²⁷ Kẻ ngu Đề-bà-đạt-đa [810c] gây đấu loạn chúng Tăng, giết Tỳ-kheo-ni A-la-hán, khởi ý sát hại nhắm đến Như Lai. Tội nhân Cù-ba-ly phỉ báng Xá-lợi-phất và Mục-kiền-liên.

"Lại nữa, tỳ-kheo, tội nhân Mạt-khư-lê dạy vô số chúng sanh khiến hành tà kiến, thân hoại mạng chung đọa vào địa ngục Diệm quang. Tội nhân Đế-xá làm đoạn tuyệt ứng khí lưu dư của Thánh chúng, thân hoại mạng chung đọa địa ngục Đẳng hoạt. Tội nhân Đề-bà-đạt-đa khởi tâm mưu hại nhắm đến Như Lai, thân hoại mạng chung đọa địa ngục A-tỳ. Tội nhân Cù-ba-ly, do phỉ báng Xá-lợi-phất và Mục-kiền-liên, thân hoại mạng chung đọa địa ngục Bát-đầu-ma.

"Bấy giờ tội nhân Mạt-khư-lê bị ngục tốt kéo lưỡi ra, lôi ngược phía sau dọc trên xương sống. Sở dĩ như vậy, vì xưa kia dạy vô số chúng sanh khiến hành tà kiến. Đại tội nhân Đế-xá bị ngục tốt xẻ mình ra, rồi rót nước đồng sôi lên tim, lại lấy viên sắt nóng bắt nuốt. Sở dĩ như vậy, do đoạn tuyệt ứng khí lưu dư của Thánh chúng. Tội nhân Đề-bà-đạt-đa bị bánh xe sắt nóng cán nát thân hình, lại bị chày sắt giã nát thân thể, rồi bị bầy voi dày xéo thân thể, lại bị ngọn núi sắt cháy nóng áp vào mặt, toàn thân bị quấn bởi lá đồng nóng cháy. Sở dĩ như vậy, do xưa kia gây đấu loạn chúng Tăng, phá hòa hiệp Tăng nên bị bánh xe sắt cán nát đầu. Lại kẻ ngu Đề-bà-đạt-đa này xúi thái tử kia giết vua cha, do quả báo này mà bị chày sắt giã nát thân. Lại kẻ ngu si Đề-bà-đạt-đa kia cho voi uống rượu say để hại Như Lai, do quả báo này nên bị bầy voi dày xéo. Lại kẻ ngu Đề-bà-đạt-đa kia ở trên núi Kỳ-xà-quật cầm đá ném Phật, do quả báo này nên bị núi sắt nóng áp vào mặt. Lại kẻ ngu Đề-bà-đạt-đa kia giết Tỳ-kheo-ni A-la-hán, do quả báo này nên bị lá đồng sắt nóng cháy quấn chặt thân.

"Tỳ-kheo, nên biết, tội nhân Cù-ba-ly trong địa ngục Liên hoa kia, bị nghìn con trâu cày, cày lên lưỡi. Sở dĩ như vậy, do phỉ báng Xá-lợi-phất và Mục-liên. Do nhân duyên quả báo này mà bị nghìn con trâu cày, cày nát lưỡi.

"Lại nữa, [811a] tỳ-kheo, tội nhân Mạt-khư-lê, thân bốc ngọn lửa cao 60 khuỷu. Nếu có chúng sanh nào khởi lên ý nghĩ này, 'Ta nên cứu vớt, làm ích lợi cho người này.' Rồi lấy nước trong bốn biển lớn cao đến 40 khuỷu mà tưới lên thân ấy. Nước biển kia tức thì tiêu hết, mà ngọn lửa không tăng không giảm. Cũng như tấm sắt nóng được lửa đốt suốt bốn ngày; rồi có người đến lấy bốn giọt nước mà rưới vào. Nước tức thì tiêu hết. Ở đây cũng vậy, nếu có người đến lấy nước bốn biển lớn mà rưới lên thân người kia để tắt lửa, sẽ không bao giờ kết quả. Sở dĩ như vậy, do tội của người ấy quá sâu, quá nặng.

"Còn tội nhân Đế-xá kia, thân bốc ngọn lửa cao 40 khuỷu. Nếu có chúng sanh nào vì thương xót người này, lấy nước trong ba biển lớn rưới lên thân ấy. Nước biển kia tức thì tiêu mất, mà ngọn lửa không giảm. Cũng như có người lấy ba giọt nước nhểu lên vỉ sắt nóng, nước tức thì tiêu mất, không đọng lâu được. Ở đây cũng vậy, giả sử lấy nước của ba biển lớn mà rưới lên thân của Đế-xá, nước tức thì tiêu mất mà lửa không tăng giảm.

"Tội nhân Đề-bà-đạt-đa, thân bốc ngọn lửa cao 30 khuỷu. Nếu có chúng sanh nào khởi tâm thương xót, muốn khiến cho lửa trên thân của Đề-bà-đạt-đa vĩnh viễn tắt mất, lấy nước của hai biển lớn đến rưới lên thân. Nước tức thì tiêu mất. Cũng như nhểu hai giọt nước lên vỉ sắt nóng, không làm tăng giảm. Với kẻ ngu Đề-bà-đạt-đa cũng vậy, lấy nước của hai biển lớn mà rưới lên thân, nước lập tức tiêu mất mà lửa không giảm. Sự thống khổ của Đề-bà-đạt-đa là như vậy.

"Tội nhân Cù-ba-ly, thân bốc ngọn lửa cao 20 khuỷu. Giả sử có chúng sanh vì thương xót người này, lấy nước trong một biển lớn đến rưới lên thân, nước tức thì tiêu mất mà lửa không giảm. Cũng như nhểu một giọt nước lên vỉ sắt nóng, nước tức thì tiêu mất, không đọng lâu được. Với Tỳ-kheo Cù-ba-ly cũng vậy. Vì bị tội báo lôi cuốn, phải nhận chịu tội ấy.

"Đó là bốn người thọ tội cực trọng. Các ngươi hãy tự chuyên xa lánh các tai hoạn như vậy, vâng theo các Hiền thánh mà tu tập phạm hạnh. Như vậy, các nhân giả hãy học điều này."

Các tỳ-kheo sau khi nghe những gì Phật dạy hoan hỷ phụng hành.

KINH SỐ 6

Tôi nghe như vầy:

Một thời, Phật ở tại vườn Cấp Cô Độc, rừng cây Kỳ-đà, nước Xá-vệ.

[811b] Bấy giờ Thế Tôn nói với các tỳ-kheo:

"Ta nay biết rõ địa ngục, và cũng biết con đường dẫn đến địa ngục, và cũng biết gốc rễ của chúng sanh trong địa ngục kia. Giả sử có chúng sanh nào tạo các hành ác bất thiện, khi thân hoại mạng chung sanh vào địa ngục; Ta cũng biết rõ.

"Lại nữa, tỳ-kheo, Ta cũng biết rõ súc sanh; cũng biết rõ con đường dẫn đến súc sanh; và cũng biết rõ gốc của súc sanh; biết rõ những điều trước kia đã làm để sanh vào nơi này.

"Ta nay biết rõ con đường ngạ quỷ; cũng biết rõ những ai đã gây nên gốc rễ ác mà sanh vào ngạ quỷ.

"Ta nay biết rõ con đường dẫn đến làm người; cũng biết rõ hạng chúng sanh nào sanh được thân người.

"Ta cũng biết con đường dẫn đến cõi trời; cũng biết công đức trước kia mà chúng sanh đã làm để sanh lên trời.

"Ta cũng biết con đường dẫn đến Niết-bàn; những chúng sanh nào mà hữu lậu đã dứt sạch, thành vô lậu tâm giải thoát, trí tuệ giải thoát, ở trong hiện pháp mà thủ chứng quả; Ta thảy đều biết rõ.

"Ta biết con đường dẫn đến địa ngục. Do nhân duyên gì mà nói điều này?"

Phật bảo các tỳ-kheo:

"Ta nay quán sát tâm ý của chúng sanh, thấy rằng người này sau khi thân hoại mạng chung sẽ phải vào địa ngục. Sau đó, quán sát thấy người này khi vào trong địa ngục chịu đau đớn, bị tra khảo, vô số sầu ưu khổ não không thể kể xiết.

"Cũng như một hầm lửa lớn không có khói bụi. Giả sử có một người đang đi trên con đường dẫn đến đó. Lại có một người khác có mắt, thấy người kia đang đi đến đó, chắc chắn sẽ rơi xuống đó, không phải là điều nói suông. Rồi sau đó thấy người kia đã rơi xuống hầm lửa. Người mà Ta nói đến đó đã rơi xuống hầm lửa. Ta nay quán sát những điều suy nghĩ trong tâm ý của chúng sanh, biết chắc chắn nó sẽ vào địa ngục, không có gì nghi ngờ. Như Ta sau đó quán sát thấy người này sau khi đã vào địa ngục chịu sự đau đớn, khốc hại, không thể kể xiết.

"Người kia làm thế nào mà vào địa ngục? Ta quán sát thấy chúng sanh hướng đến địa ngục do gây các hành ác, nghiệp bất thiện, thân hoại mạng chung sanh vào địa ngục. Ta thảy biết rõ điều đó. Điều mà Ta muốn nói là như vậy.

"Ta biết con đường súc sanh, và cũng biết con đường dẫn đến súc sanh. Do nhân duyên gì mà nói vậy?

"Ở đây, này các tỳ-kheo, Ta quán sát những điều suy nghĩ trong tâm ý của chúng sanh, biết người ấy sau khi thân hoại mạng chung sẽ sanh vào trong súc sanh. Rồi Ta quán sát thấy người ấy sau khi vào trong súc sanh mà sầu ưu [811c] khổ não không thể kể xiết. Vì sao người này rơi vào trong súc sanh?

"Cũng như tại thôn xóm có một hầm xí trong đó đầy cả phân. Giả sử có người đang đi trên lối đi dẫn đến đó. Lại có người khác có mắt thấy người kia đang đi đến chỗ đó. Người kia không bao lâu đi đến đó và rơi xuống hầm xí. Sau đó quán sát thấy người kia sau khi rơi xuống hầm xí chịu khốn ách không thể kể xiết. Tại sao người kia đã rơi xuống hầm xí? Ta thấy các loài chúng sanh cũng vậy. Người này mạng chung sẽ sanh vào trong súc sanh. Lại quán sát thấy sau khi sanh vào trong súc sanh phải chịu khổ vô lượng. Ta nay quán sát chúng sanh súc sanh đều biết rõ như vậy. Đó là điều Ta muốn nói.

"Ta nay biết chúng sanh ngạ quỷ, cũng biết con đường ngạ quỷ. Chúng sanh nào sau khi thân hoại mạng chung sanh vào đó, Ta cũng biết rõ. Chúng sanh nào đi theo con đường mà khi thân hoại mạng chung dẫn đến ngạ quỷ, Ta cũng biết rõ. Về sau quán sát thấy chúng sanh sanh vào ngạ quỷ chịu đau đớn. Vì sao người ấy sanh vào ngạ quỷ?

"Cũng như gần thôn xóm có một gốc đại thọ, ở chỗ phát sanh nguy hiểm, cành cây lá cây rơi rớt. Giả sử có người đang đi đến đó. Khi ấy có người có mắt từ xa thấy người kia chắc chắn đi đến chỗ đó. Sau đó thấy người kia hoặc nằm, hoặc ngồi, chịu các báo ứng khổ lạc. Người kia vì sao đi đến gốc cây ấy mà ngồi? Ta nay quán sát các loài chúng sanh cũng như vậy, khi thân hoại mạng chung sanh vào ngạ quỷ, không nghi ngờ gì, để chịu báo ứng khổ lạc không thể kể xiết. Ta biết con đường dẫn đến ngạ quỷ; thảy đều biết rõ phân minh. Điều mà Ta nói là như vậy.

"Ta biết con đường của con người, cũng biết con đường dẫn đến chỗ người. Những ai tạo hành vi gì khi thân hoại mạng chung sanh vào trong loài người, Ta cũng biết rõ.

"Ở đây, tỳ-kheo, Ta quán sát những điều suy nghĩ trong tâm của các loài chúng sanh, thấy người này sau khi thân hoại mạng chung sẽ sanh vào trong loài người. Về sau Ta quán sát thấy người ấy đã sanh trong loài người. Vì sao người ấy sanh trong loài người?

"Cũng như gần thôn xóm có một gốc đại thọ, ở tại chỗ bằng phẳng, có nhiều bóng mát. Có một người có mắt, thấy biết chỗ đó. Người ấy đi đến đó, nhất định không nghi ngờ gì. Về sau Ta quán sát thấy người ấy đã đến nơi gốc cây này, được nhiều lạc thú vô lượng. Làm **[812a]** sao người ấy đến được chỗ đó? Đây cũng vậy, Ta quán sát những điều suy nghĩ trong tâm chúng sanh, biết người ấy khi thân hoại mạng chúng sanh vào loài người không nghi. Về sau Ta quán sát thấy người ấy sanh vào loài người hưởng vô lượng an lạc. Ta biết nẻo đến loài người, cũng biết con đường dẫn đến chỗ loài người. Điều mà Ta đã nói là như vậy.

"Ta cũng biết con đường dẫn đến cõi trời. Những chúng sanh nào làm các công nghiệp gì để sanh lên trời, Ta cũng biết rõ. Do nhân duyên gì mà Ta nói điều này? Ta nay quán sát những điều suy nghĩ trong tâm của chúng sanh, biết người ấy khi thân hoại mạng chung sẽ sanh lên trời. Về sau quán sát thấy người ấy thân hoại mạng chung đã sanh lên trời, ở đó hưởng thọ phước báo tự nhiên, khoái lạc vô cùng. Nói rằng người ấy đã sanh lên trời, ở đó hưởng thọ phước tự nhiên, khoái lạc vô cùng.

"Cũng như gần thôn xóm có một giảng đường cao rộng, được chạm trổ văn vẻ, treo tràng phan, lụa là, rưới nước thơm lên đất, trải lót chỗ ngồi bằng đệm chăn thêu thùa. Có người đi thẳng một đường đến. Có người có mắt nhìn thấy con đường duy nhất thẳng đến đó. Người ấy đang hướng đến giảng đường cao rộng ấy mà đi, tất đến đó không nghi. Về sau quán sát thấy người ấy đã đến trên giảng đường, hoặc ngồi, hoặc nằm, ở đó hưởng thọ phước, khoái lạc vô cùng. Ở đây cũng vậy, Ta quán sát thấy chúng sanh nào thân hoại mạng chung sẽ sanh về cõi thiện, sanh lên trời, ở đó hưởng thọ phước lạc không thể kể xiết. Vì sao người ấy đã sanh lên trời? Há không phải Ta biết rõ con đường dẫn đến thiên đạo chăng? Điều mà Ta nói là như vậy.

"Ta nay biết Niết-bàn, cũng biết con đường Niết-bàn. Cũng biết hạng chúng sanh nào sẽ vào Niết-bàn. Hoặc có chúng sanh dứt sạch lậu, thành vô lậu, tâm giải thoát, tuệ giải thoát, tự thân chứng ngộ và an trú; Ta thấy đều biết rõ. Do nhân duyên gì mà Ta nói điều này?

"Ở đây, tỳ-kheo, Ta quán sát những điều suy nghĩ trong tâm chúng sanh, biết người này dứt sạch lậu, thành vô lậu, tâm giải thoát, tuệ giải thoát, nên nói người ấy đã dứt sạch lậu, thành vô lậu.

"Cũng như cách thôn xóm không xa có một ao nước mà nước rất sạch, trong suốt. Có người đang thẳng một đường đến đó. Lại có người có mắt sáng từ xa thấy người ấy đi đến, biết rõ người ấy nhất định đi đến ao nước **[812b]** không nghi. Về sau lại quán sát thấy người ấy đã đến ao nước, tắm gội, rửa các cáu bẩn, sạch các ô uế, rồi ngồi bên cạnh ao, mà không tranh giành gì với ai. Ta nay quán sát các loài chúng sanh cũng vậy, biết người đã dứt sạch hữu lậu thành vô lậu, tâm giải thoát, tuệ giải thoát, biết như thật rằng²⁸: 'Sanh tử đã hết, phạm hạnh đã lập, việc cần làm đã làm xong, không còn tái sanh nữa.'²⁹ Đó là nói, người ấy đã đến chỗ này, mà Ta biết rõ con đường Niết-bàn, cũng biết rõ chúng sanh nào vào Niết-bàn. Thảy đều biết rõ.

"Như Lai, Chí chân, Đẳng chánh giác, có trí này, lực, vô úy này, thảy đều thành tựu đầy đủ. Trí của Như Lai là không thể lường được. Như Lai có thể nhìn thấy sự việc quá khứ vô hạn, vô lượng, không thể kể xiết; thảy đều biết rõ. Tương lai, hiện tại vô hạn, vô lượng, thảy đều biết rõ.

"Cho nên, tỳ-kheo, hãy tìm cầu phương tiện thành tựu mười lực, vô sở úy. Tỳ-kheo, hãy học điều này như vậy."

Các tỳ-kheo sau khi nghe những gì Phật dạy hoan hỷ phụng hành.

KINH SỐ 7

Tôi nghe như vầy:

Một thời, Phật ở tại vườn Cấp Cô Độc, rừng cây Kỳ-đà, nước Xá-vệ.

Bấy giờ Thế Tôn nói với các tỳ-kheo:

"Trên núi Tuyết có một cây to lớn, cao rộng. Có năm sự kiện khiến nó phát triển to lớn. Những gì là năm? Rễ không di chuyển; vỏ rất dày và lớn; cành nhánh vươn xa; bóng râm che phủ lớn; tàn lá rậm rạp. Tỳ-kheo, đó là nói trên Tuyết sơn có cây đại thọ hùng vĩ ấy.

"Ở đây, thiện nam tử, thiện nữ nhân cũng lại như vậy, sanh vào dòng họ hào quý, có năm điều làm tăng trưởng lợi ích. Những gì là năm? Tăng ích bởi tín; tăng ích bởi giới; tăng ích bởi văn; tăng ích bởi thí; tăng ích bởi huệ. Đó là, tỳ-kheo, thiện nam tử, thiên nữ nhân, nhờ sanh vào dòng tộc hào quý mà thành tựu năm sự này.

"Cho nên, tỳ-kheo, hãy tìm cầu phương tiện thành tựu tín, giới, văn, thí, huệ."

Bấy giờ Thế Tôn nói bài kệ này:

Như cây trên Tuyết sơn,
Hội đủ năm công đức:
Rễ, vỏ, cành nhánh rộng,
Bóng râm, lá rậm rạp.

Thiện nam tử có tín,
Năm sự thành công đức:
Tín, giới, văn, thí, huệ.
Nhờ đó trí tuệ tăng.

"Như vậy, tỳ-kheo, hãy học điều này."

Các tỳ-kheo sau khi nghe những gì Phật dạy **[812c]** hoan hỷ phụng hành.

KINH SỐ 8 *

Tôi nghe như vầy:

Một thời, Phật ở tại vườn Cấp Cô Độc, rừng cây Kỳ-đà, nước Xá-vệ.

Bấy giờ Tỳ-kheo Mậu-la-phá-quần[30] giao du với tỳ-kheo-ni[31], và tỳ-kheo-ni cũng thích giao du với ông. Nếu khi nào mọi người khen chê gì Tỳ-kheo Mậu-la-phá-quần, thì khi ấy tỳ-kheo-ni rất tức giận, buồn rầu không vui. Ngược lại nếu có người chê bai Tỳ-kheo-ni, thì khi ấy Tỳ-kheo Mậu-la-phá-quần cũng buồn rầu không vui.

---

* Tham chiếu Pāli, M. 21 *Kakacūpama* (R.i.122). Hán, *Trung 50*, kinh 193.

Bấy giờ số đông tỳ-kheo nói với Tỳ-kheo Mậu-la-phá-quần rằng:

"Thầy sao lại thân cận với tỳ-kheo-ni? Tỳ-kheo-ni lại cũng giao tiếp với Thầy?"

Phá-quần đáp:

"Theo chỗ tôi hiểu giáo giới mà Như Lai nói, là sự phạm dâm không đáng tội để nói."

Số đông các tỳ-kheo lại nói:

"Thôi, thôi, tỳ-kheo. Chớ có nói như vậy. Chớ có phỉ báng Như Lai. Ai phỉ báng ngôn giáo của Như Lai, tội lỗi không phải nhỏ. Lại nữa, Thế Tôn bằng vô số phương tiện nói dâm là ô uế. Ai tập theo dâm mà không có tội, không có lý đó! Nay Thầy nên xả bỏ ác kiến ấy. Nếu không, sẽ chịu khổ lâu dài."

Nhưng Tỳ-kheo Phá-quần này vẫn cứ giao thông với tỳ-kheo-ni, không chịu sửa đổi hành vi của mình.

Bấy giờ số đông tỳ-kheo đi đến chỗ Thế Tôn, đảnh lễ sát chân, mà bạch Thế Tôn rằng:

"Trong thành Xá-vệ có một tỳ-kheo tên Phá-quần, cùng giao tiếp với tỳ-kheo-ni, và tỳ-kheo-ni cũng qua lại giao tiếp với Tỳ-kheo Phá-quần. Chúng con có đến đó khuyến dụ để ông ấy sửa đổi hành vi. Nhưng hai người ấy lại quan hệ nhiều hơn, không xả bỏ tà kiến điên đảo, cũng không có hành vi phù hợp với chánh pháp."

Bấy giờ Thế Tôn bảo một tỳ-kheo:

"Ông hãy vâng lời Như Lai đi ngay đến chỗ Tỳ-kheo Phá-quần, bảo rằng, 'Ông nên biết, Như Lai cho gọi.'"

Tỳ-kheo Phá-quần nghe tỳ-kheo này nói, liền đi đến chỗ Thế Tôn, đảnh lễ sát chân, rồi ngồi qua một bên.

Bấy giờ Thế Tôn hỏi tỳ-kheo này:

"Có thật ông thân cận với tỳ-kheo-ni chăng?"

Tỳ-kheo này đáp:

"Thật vậy, Thế Tôn."

Phật bảo tỳ-kheo:

"Ngươi là tỳ-kheo, sao lại giao tiếp với tỳ-kheo-ni? Nay ngươi có phải là thiện gia nam tử, đã cạo bỏ râu tóc, khoác ba pháp y, với chí tín kiên cố **[813a]** xuất gia học đạo chăng?"

Tỳ-kheo Phá-quần bạch Phật:

"Vâng, bạch Thế Tôn. Con là thiện gia nam tử do tín tâm kiên cố xuất gia học đạo."

Phật nói với tỳ-kheo:

"Việc làm của ngươi phi pháp. Sao ngươi lại cùng giao tiếp với tỳ-kheo-ni?"

Tỳ-kheo Phá-quần bạch Phật:

"Con nghe Như Lai nói, tập theo dâm, tội ấy không đáng nói."

Phật bảo Tỳ-kheo:

"Ngươi, kẻ ngu, sao lại nói Như Lai nói tập theo dâm không có tội? Ta bằng vô số phương tiện nói dâm là ô uế. Ngươi nay sao lại nói rằng Như Lai có nói dâm không tội? Ngươi hãy cẩn thận giữ gìn tội lỗi nơi miệng, chớ để lâu dài hằng chịu tội khổ."

Phật lại nói:

"Thôi, nay không nói đến ông nữa. Ta cần hỏi các tỳ-kheo."

Bấy giờ Thế Tôn nói với các tỳ-kheo:

"Các ông có nghe Ta nói với các tỳ-kheo rằng dâm không tội chăng?"

Các tỳ-kheo đáp:

"Thưa không, bạch Thế Tôn. Chúng con không nghe Như Lai nói dâm không tội. Vì sao? Như Lai đã bằng vô số phương tiện nói dâm là ô uế. Nói dâm mà không tội, không có trường hợp ấy."

Phật nói với các tỳ-kheo:

"Lành thay, lành thay, các tỳ-kheo! Đúng như các ông nói, Ta bằng vô số phương tiện nói dâm là ô uế."

Bấy giờ Thế Tôn lại nói với các tỳ-kheo:

"Các ngươi nên biết, có người ngu tập nơi các pháp hành như Khế kinh, Kỳ-dạ, Kệ, Thọ quyết, Nhân duyên, Bản mạt, Thí dụ, Sanh, Phương đẳng, Vị tằng hữu, Thuyết, Quảng phổ. Tuy tụng mà không hiểu rõ nghĩa, do không quán sát kỹ ý nghĩa, cũng không thuận theo pháp ấy, pháp đang thuận theo lại không thuận theo mà hành. Sở dĩ tụng pháp này, chỉ cốt tranh luận với người, ý muốn hơn thua, chứ không phải vì để giúp ích cho chính mình. Người ấy tụng pháp như vậy tất phạm điều cấm chế.

"Cũng như có người muốn ra khỏi thôn xóm, muốn đi tìm rắn độc. Khi người ấy thấy một con rắn lớn kịch độc, bèn chạy đến lấy tay trái mà vuốt đuôi. Rắn quay đầu lại mổ cho. Vì lý do đó mà người ấy mạng chung. Ở đây cũng vậy. Có người ngu học tập pháp ấy; mười hai bộ kinh điển, không bộ nào không tập qua, nhưng không quán sát nghĩa lý. Vì sao vậy? Vì không rốt ráo chánh nghĩa.

"Ở đây có thiện nam tử chăm lo học tập pháp ấy, là Khế kinh, Kỳ-dạ, Kệ, Thọ quyết, Nhân duyên, Bản mạt, Thí dụ, Sanh, Phương đẳng, Vị tằng hữu, Thuyết, Quảng phổ. Người ấy sau khi tụng đọc pháp này rồi, hiểu **[813b]** ý nghĩa trong đó. Do người ấy hiểu sâu ý nghĩa của pháp, nên thuận theo giáo lý ấy, không có điều gì trái nghịch sai quấy. Sở dĩ người ấy tụng pháp, không vì tâm hơn thua để tranh luận với người, mà tụng tập pháp là muốn đạt thành sở nguyện. Do nhân duyên này, dần dần đạt đến Niết-bàn.

"Cũng như có người ra khỏi thôn xóm để tìm rắn độc. Khi thấy rắn rồi, người ấy tay cầm cái gắp sắt, trước hết đè đầu con rắn xuống, sau đó nắm lấy cổ, không để cho vùng vẫy. Giả sử con rắn muốn ngoắt đuôi lại để hại người này cũng không bao giờ được. Vì sao vậy? Tỳ-kheo, vì đã nắm lấy cổ rắn.

"Thiện nam tử này cũng vậy, tụng tập, đọc tụng, đủ khắp mọi thứ, rồi quán sát ý nghĩa, thuận theo pháp đó, không hề có điều gì trái nghịch sai lạc. Dần dần do nhân duyên này mà đạt đến Niết-bàn. Vì sao vậy? Do bắt nắm chánh pháp.

"Cho nên, tỳ-kheo, ai hiểu rõ ý nghĩa của Ta, hãy suy niệm mà phụng hành. Ai không hiểu, hãy đến hỏi lại Ta. Như Lai nay còn hiện tại. Chớ để sau này phải hối tiếc vô ích."

Rồi Phật nói với các tỳ-kheo:

"Giả sử có tỳ-kheo ở giữa đại chúng nói rằng, 'Cấm giới mà Như Lai đã thuyết, tôi đã thấu hiểu, theo đó dâm không tội, vì không đáng để nói.' Các tỳ-kheo nên nói với tỳ-kheo này, 'Thôi, thôi, chớ nói điều đó. Chớ phỉ báng Như Lai rằng Như Lai có nói điều đó. Như Lai không bao giờ nói điều đó.' Nếu tỳ-kheo ấy sửa đổi điều trái phạm thì tốt. Nếu không sửa đổi hành vi, nên ba lần can gián. Nếu sửa đổi thì tốt. Không sửa đổi thì phạm đọa.³² Tỳ-kheo nào bao che việc ấy không để phát lộ, những người đó đều phạm đọa.³³ Đó là cấm giới Ta chế cho tỳ-kheo."

Các tỳ-kheo sau khi nghe những gì Phật dạy hoan hỷ phụng hành.

KINH SỐ 9

Tôi nghe như vầy:

Một thời, Phật ở tại vườn Cấp Cô Độc, rừng cây Kỳ-đà, nước Xá-vệ.

Bấy giờ Bà-la-môn Sanh Lậu đi đến chỗ Thế Tôn, cùng chào hỏi xong, ngồi qua một bên. Bà-la-môn Sanh Lậu bạch Thế Tôn rằng:

"Có bao nhiêu kiếp quá khứ?"

Phật nói với bà-la-môn:

"Các kiếp trong quá khứ nhiều không thể kể."

Bà-la-môn hỏi:

"Có thể kể con số được chăng? Sa-môn Cù-đàm thường hay nói về ba đời. Thế nào là ba? Đó là quá khứ, tương lai, hiện tại. Sa-môn Cù-đàm cũng biết các đời quá khứ, tương lai, hiện tại. Cúi mong sa-môn diễn nói ý nghĩa của **[913c]** kiếp số."

Phật nói với bà-la-môn:

"Ta sẽ nói nhân kiếp này mà tiếp đến kiếp khác, cho đến Ta diệt độ, rồi ông mạng chung, cũng không biết hết ý nghĩa của kiếp số. Vì sao vậy? Người đời nay tuổi thọ quá vắn, sống lâu không quá trăm năm. Kể số kiếp trong một trăm năm, cho đến Ta diệt độ, ông mạng chung, cuối cũng vẫn không biết được ý nghĩa của kiếp số.

"Bà-la-môn nên biết, Như Lai cũng có trí này, phân biệt đầy đủ kiếp số, thọ mạng của chúng sanh dài vắn, thọ khổ lạc như thế nào; thảy đều biết rõ hết.

"Nay Ta sẽ nói cho ông một thí dụ. Người trí nhờ thí dụ mà hiểu. Cũng như con số của cát sông Hằng, không thể hạn, không thể lượng, không thể tính đếm. Con số của kiếp trong quá khứ nhiều cũng như vậy, không thể tính đếm, không thể trù lượng."

Bà-la-môn bạch Phật:

"Con số của kiếp trong tương lai là bao nhiêu?"

Phật bảo bà-la-môn:

"Cũng như con số của cát sông Hằng, không có giới hạn, không thể đếm, không thể tính toán."

Bà-la-môn lại hỏi:

"Có kiếp thành, kiếp hoại[34] của kiếp hiện tại chăng?"

Phật nói:

"Có kiếp thành, kiếp hoại này, không phải một kiếp, hay một trăm kiếp. Cũng như đồ chén bát để tại chỗ bấp bênh thì không trụ yên được. Giả sử có trụ, rồi cũng nghiêng đổ. Các phương vực thế giới cũng vậy. Hoặc có kiếp đang thành, hoặc có kiếp đang hoại. Con số ấy cũng không thể kể, là có bao nhiêu kiếp thành, bao nhiêu kiếp hoại. Vì sao vậy? Sanh từ lâu xa không có biên tế, chúng sanh bị bao phủ bởi vô minh kết, trôi nổi theo dòng cuốn từ cõi đời này sang đời sau; từ đời sau đến cõi đời này, lâu dài chịu khổ não. Hãy nên nhàm chán mà xa lìa khổ não này. Cho nên, bà-la-môn, hãy học điều này."

Bấy giờ Bà-la-môn Sanh Lậu bạch Thế Tôn rằng:

"Kỳ diệu thay, hy hữu thay, Sa-môn Cù-đàm! Ngài biết nghĩa của số kiếp quá khứ, đương lai, hiện tại. Con nay lần nữa xin tự quy y Sa-môn Cù-đàm. Cúi xin Sa-môn Cù-đàm nhận con làm Ưu-bà-tắc, suốt đời không còn dám sát sanh, *cho đến* uống rượu."

Bà-la-môn Sanh Lậu sau khi nghe những gì Phật dạy hoan hỷ phụng hành.

KINH SỐ 10

Tôi nghe như vầy:

Một thời Phật trú trong núi Kỳ-xà-quật, thành La-duyệt, cùng với chúng đại tỳ-kheo năm trăm vị.

Bấy giờ có một tỳ-kheo bạch Thế Tôn rằng:

"Kiếp có biên tế chăng?"

Phật nói với tỳ-kheo:

"Ta sẽ phương tiện dùng thí dụ để dẫn. Nhưng số của kiếp không cùng tận. Quá khứ lâu xa, trong Hiền kiếp này **[814a]** có Phật xuất thế hiệu Câu-lâu-tôn Như Lai, Chí chân, Đẳng chánh giác. Lúc bấy giờ núi Kỳ-xà-quật này còn có tên khác. Nhân dân thành La-duyệt leo lên núi Kỳ-xà-quật, phải bốn ngày bốn đêm mới đến đỉnh.

"Tỳ-kheo, thời Phật Câu-na-hàm-mâu-ni, núi Kỳ-xà-quật này lại có tên hiệu khác. Nhân dân thành La-duyệt phải ba ngày ba đêm mới leo đến đỉnh.

"Khi Phật Ca-diếp Như Lai xuất hiện ở thế gian, núi Kỳ-xà-quật này lại có tên hiệu khác. Nhân dân thành La-duyệt phải đi hai ngày hai đêm mới leo đến đỉnh.

"Như Ta hôm nay, Phật Thích-ca Văn xuất hiện ở đời, núi này tên là Kỳ-xà-quật. Chỉ trong chốc lát là leo đến đỉnh núi.

"Khi Di-lặc Như Lai xuất hiện ở đời, núi này vẫn có tên là Kỳ-xà-quật. Vì sao vậy? Do thần lực của chư Phật khiến nó vẫn tồn tại.

"Tỳ-kheo, hãy dùng phương tiện mà biết, kiếp có suy tận, không thể tính kể. Nhưng kiếp có hai thứ. Đại kiếp và tiểu kiếp. Nếu trong kiếp nào mà không có Phật xuất thế, khi ấy lại có Bích-chi-phật xuất thế, kiếp ấy gọi là tiểu kiếp. Nếu trong kiếp nào có Như Lai xuất thế, bấy giờ trong kiếp ấy không có Bích-chi-phật xuất thế; kiếp này gọi là đại kiếp.

"Tỳ-kheo, hãy lấy phương tiện này để biết số của kiếp dài lâu không thể tính kể. Cho nên, tỳ-kheo, hãy ghi nhớ nghĩa của số kiếp này."

Tỳ-kheo kia sau khi nghe những gì Phật dạy hoan hỷ phụng hành.[35]

Chú thích

[1] Nguyên Hán: Như Lai thần tự 如來神寺.

[2] Đây chỉ hình tướng của Phật.

[3] Có lẽ Hán bị nhảy sót, đây chỉ có 10 điều.

[4] Mật-thí-la 蜜瀋(土反利)羅. *Trung* 13: Phật tại nước Tỳ-đà-đề 鞞陀提, rồi đi đến Di-tát-la 彌薩羅; ngụ trong vườn xoài Đại thiên 大天奈林. Pāli: Phật trú tại *Mithilā*, trong khu vườn xoài *Makhādeva. Mithilā* là thủ phủ của vương quốc *Videha.* Bản Hán đồng nhất *Videha* với *Magadha.*

[5] Nguyên Hán: Thực hậu khởi 食後起, dịch nghĩa đen là "ăn xong đứng dậy." *Trung* 13, ibid. Thế Tôn đang đi trên con đường. Pāli: *aññatarasmiṃ padese,* tại một địa điểm nọ.

[6] Đại Thiên 大天. Pāli: *Makhādeva.*

[7] Độc đĩnh thọ 獨挺樹. Pāli (Skt.): *Tāla,* một loại cây cọ, lá hình quạt. Thường dùng so sánh chiều cao. Đoạn này nghi do dịch giả Hán thêm vào chứ không có trong nguyên bản Phạn.

[8] Để bản: Thừa vân 乘雲. TNM: Thừa hư 乘虛.

[9] Để bản chép: Mãn-hô 滿呼. Tên Pāli của nó là *Uposatha; Trung 13* âm là Vu-sa-hạ 于娑賀. Do đó sửa lại, đọc là Vũ-hô.

[10] Bà-la-hàm 婆羅含. Phụ chú trong để bản: 秦言髮烏朱髮尾 "Tiếng nước Tần nói là bờm đen, lông đuôi đỏ." Pāli: *Valāhaka.*

[11] Mạn-na-kha-lợi 曼那呵利. Phụ chú trong để bản: 秦言奪情 "Tiếng nước Tần nói là *Đoạt Tình.*" Skt. *mānohāri?*

[12] A-la-tha-chi 阿羅哆哎. Phụ chú trong để bản: 秦言財幢 "Tiếng nước Tần gọi là Tài Tràng." Skt. *arthaketu/ arthadhvaja?*

[13] Tỉ-tì-na 比毘那. Phụ chú trong để bản: 秦言無畏 "Tiếng nước Tần gọi là Vô Úy." Skt. *Vibhī(ṣa)na?*

[14] Để bản: Kiếp-bắc 劫北. TNM: Kiếp-tỷ. Pāli: *Kappaka.*

[15] Nguyên Hán: Tứ phạm hạnh 四梵行.

[16] Nhẫm 荏. Phụ chú trong bản Hán: 晉言不眴, 音如錦反 "Tiếng nước Tấn gọi là Bất Huyễn (không nháy mắt)." Pāli: *Nemi.*

[17] Thủ-đà-hội: Tịnh cư thiên. Pāḷi: *Suddhāvāsa*.

[18] Cùng-tỉ-ni 窮鼻尼. Phụ chú trong bản Hán: 窮鼻尼者晉言極端正也 "Tiếng nước Tấn gọi là Cực Đoan Chánh." Skt. *Kumbhinī*?

[19] Thiện Tận vương 善盡王 (?).

[20] Ngũ giảm, từ dịch khác cùng nghĩa ngũ trược. Pāḷi: *kasāya*.

[21] Để bản chép nhầm thành 20 ức.

[22] Nguyên Hán: 減沒度、通解脫 giảm một độ, thông giải thoát; nghi chép lầm. Văn đúng phải là: diệt một, độ thông, giải thoát. Diệt một, Pāḷi: *Nirodha*, *khaya*: tịch diệt, diệt tận.

[23] Nguyên Hán: Đại nê-lê 大泥黎.

[24] Đế-xá; có thể Pāḷi: *Tissa*. Có nhiều Tỳ-kheo *Tissa* trong Pāḷi, nhưng không thấy ai đọa địa ngục. Chỉ có một *Tissa* tiếc y, chết đầu thai làm con chuột, cố cản không cho Tăng chia y của ông.

[25] Cù-ba-ly, xem kinh 5 phẩm 21 trên.

[26] Mạt-khư-lê, Pāḷi: *Makkhali*, một trong sáu tôn sư ngoại đạo.

[27] Ứng khí di dư 應器遺餘, chưa rõ nghĩa. Ứng khí thường là dịch nghĩa từ bát-đa-la tức bình bát khất thực của tỳ-kheo. *Tứ nê-lê kinh*, T2 no139: "Gã ngu si Tỳ-kheo Đế-xá, ngăn cản khiến Tăng tỳ-kheo một ngày không có ăn, do nhân duyên này mà đọa địa ngục..."

[28] Để bản chép: Danh sắc tri như chân. Nghi chép nhầm. Nay sửa lại theo định cú thường gặp.

[29] Để bản chép thiếu câu này.

[30] Mậu-la-phá-quần 茂羅破群. *Trung* kinh 193: Mâu-lê-phá-quần-na 牟犁破群 那. Pāḷi: *Moḷiyaphagguno*.

[31] Để bản: Chư tỳ-kheo-ni, 諸比丘尼, bỏ chữ chư (các) cho phù hợp nghĩa dưới.

[32] Nguyên Hán: Đọa 墮. Tức phạm tội đọa hay ba-dật-đề. *Tứ phần* điều 68; *Ngũ phần*, điều 48; *Tăng kỳ*, 45; *Thập tụng*, *Căn bản*, điều 55. Pāḷi, Pāc. 68. Theo *Tứ phần*, trường hợp này gọi là "không xả bỏ ác kiến." Nguyên nhân do bởi Tỳ-kheo A-lê-tra (Pāḷi: *Ariṭṭha*).

[33] *Tứ phần*, điều khoản ba-dật-đề 69: Hỗ trợ tỳ-kheo bị xả trí (do không chịu xả bỏ ác kiến), cũng phạm ba-dật-đề. *Ngũ phần*, điều 49; *Tăng kỳ*, điều 46; *Thập tụng*, *Căn bản*, điều 56. Pāḷi, Pāc, 69.

[34] Nguyên Hán: Bại kiếp 敗劫.

[35] Bản Hán, hết quyển 48.

51. PHẨM PHI THƯỜNG

KINH SỐ 1[*]

[814a27] Tôi nghe như vầy:

Một thời, Phật ở tại vườn Cấp Cô Độc, rừng cây Kỳ-đà, nước Xá-vệ.

Bấy giờ Thế Tôn nói với các tỳ-kheo:

"Thế nào, tỳ-kheo, các ngươi trôi nổi sanh tử, trải qua khổ não, trong đó nước mắt buồn thương khóc lóc [814b] nhiều hơn hay nước sông Hằng nhiều hơn?"

Các tỳ-kheo bạch Phật:

"Chúng con quán sát nghĩa mà Như Lai nói, nước mắt đổ ra trong sanh tử trôi nổi nhiều hơn nước sông Hằng."

Phật bảo các tỳ-kheo:

"Lành thay, lành thay, các tỳ-kheo! Đúng như các ông nói không khác. Nước mắt mà các ông đổ ra trong sanh tử nhiều hơn nước sông Hằng. Vì sao vậy? Trong sanh tử đó, hoặc cha mẹ chết, nước mắt đổ xuống không thể kể xiết. Trong đêm dài, hoặc cha, hoặc anh, chị, em, vợ con, năm hạng người thân thiết, những người thương yêu, vì thương tiếc mà buồn khóc không thể kể xiết. Cho nên, tỳ-kheo, hãy nên nhàm chán sanh tử, tránh xa pháp này. Như vậy, tỳ-kheo, hãy học điều này."

---

[*] Tham chiếu Pāli, S.15.3 *Assu* (R. ii. 179). Hán, *Tạp* (Việt) 1319.

□ *Xem chú thích: tr.457–458*

Khi nói pháp này, hơn sáu mươi tỳ-kheo đều dứt sạch các lậu, tâm giải thoát.

Các tỳ-kheo sau khi nghe những gì Phật dạy hoan hỷ phụng hành.

KINH SỐ 2

Tôi nghe như vầy:

Một thời, Phật ở tại vườn Cấp Cô Độc, rừng cây Kỳ-đà, nước Xá-vệ.

Bấy giờ Thế Tôn nói với các tỳ-kheo:

"Thế nào, tỳ-kheo, các ngươi trong sanh tử, máu đổ ra khi thân thể bị hủy hoại nhiều hơn, hay nước sông Hằng nhiều hơn?"

Các tỳ-kheo đáp:

"Chúng con quán sát nghĩa mà Như Lai nói, máu đổ ra trong sanh tử trôi nổi nhiều hơn nước sông Hằng."

Phật bảo các tỳ-kheo:

"Lành thay, lành thay, các tỳ-kheo! Đúng như các ông nói, máu nhiều hơn nước sông Hằng. Vì sao vậy? Trong sanh tử, hoặc có khi làm bò, dê, heo, chó, hươu, ngựa, chim, thú, và vô số loài khác nữa, trải qua khổ não, thật đáng nhàm chán, hãy suy niệm xả ly. Như vậy, tỳ-kheo, hãy học điều này."

Khi Thế Tôn nói pháp này, hơn sáu mươi tỳ-kheo đều dứt sạch các lậu, tâm giải thoát.

Các tỳ-kheo sau khi nghe những gì Phật dạy hoan hỷ phụng hành.

KINH SỐ 3

Tôi nghe như vầy:

Một thời, Phật ở tại vườn Cấp Cô Độc, rừng cây Kỳ-đà, nước Xá-vệ.

Bấy giờ Thế Tôn nói với các tỳ-kheo:

"Hãy tư duy vô thường tưởng, hãy quảng bá vô thường tưởng. Do tư duy quảng bá vô thường tưởng mà đoạn tận dục ái, sắc ái, vô sắc ái; vô minh, kiêu mạn, thảy đều dứt sạch. Cũng như lấy lửa đốt cây cỏ, cháy sạch hết không còn gì. Tỳ-kheo, nên biết, nếu tư duy vô thường tưởng, quảng bá vô thường tưởng, sẽ đoạn trừ sạch ái dục trong ba cõi.

"Thuở xưa, có vị quốc vương tên là Thanh Tịnh Âm Hưởng[1], thống lãnh Diêm-phù-địa với tám vạn bốn nghìn thành quách, có tám vạn bốn nghìn đại thần, tám vạn bốn nghìn cung **[814c]** nhân thể nữ. Mỗi một thể nữ có bốn người hầu.

"Bấy giờ Thánh vương Âm Hưởng không có con. Vị đại vương này nghĩ như vầy, 'Nay ta thống lãnh bờ cõi này, trị hóa bằng pháp, không trái đạo lý. Nhưng nay ta không có người nối dõi. Nếu sau khi ta chết, gia đình, dòng họ sẽ đoạn tuyệt.' Vì để có con nên quốc vương quy y nơi các trời, rồng, thần, mặt trời, mặt trăng, các sao; tự quy y Đế Thích, Phạm thiên, Tứ thiên vương, thần núi, thần cây, cho đến thần cỏ thuốc, cây trái: 'Nguyện cầu phước cho tôi sanh con.'

"Lúc bấy giờ trên trời Tam thập tam có một thiên tử tên Tu-bồ-đề, mạng sắp dứt, năm điềm báo tự nhiên bức bách. Những gì là năm? Hoa trên đầu của chư thiên không hề héo úa, nhưng hoa trên đầu của thiên tử này tự nhiên héo úa. Y phục của chư thiên không có cáu bẩn, nhưng y phục của thiên tử này đã cáu bẩn. Thân thể của chư thiên Tam thập tam thường thơm tho, tinh khiết, có ánh sáng rọi suốt; thân thể thiên tử này bấy giờ có mùi hôi không ai gần được. Chư thiên Tam thập tam luôn luôn có ngọc nữ vây quanh trước sau để ca, múa, xướng hát, vui thú với ngũ dục; thiên tử này khi sắp mạng chung, các ngọc nữ ly tán. Chư thiên Tam thập tam có tòa ngồi tự nhiên, sâu xuống đất bốn thước, và khi thiên tử đứng dậy thì tòa này rời khỏi mặt đất bốn thước; nhưng thiên tử này sắp mạng chung nên không thích chỗ ngồi cũ nữa. Đó là năm điềm báo tự nhiên bức bách.

"Khi thiên tử Tu-bồ-đề có điềm báo này, Thích Đề-hoàn Nhân bảo một thiên tử: 'Ông hãy đến Diêm-phù-địa nói với vua Âm Hưởng rằng, Thích Đề-hoàn Nhân có lời thăm hỏi vô lượng, mong vua đi đứng nhẹ nhàng, dạo bước khỏe mạnh. Ở Diêm-phù-địa không có người có đức để làm con của vua. Nhưng nay trời Tam thập tam có vị thiên tử tên là

Tu-bồ-đề đã có năm điểm báo bức bách, sẽ giáng thần xuống để làm con của vua. Nhưng rồi, khi tuổi tráng niên đang thịnh người này sẽ xuất gia học đạo, tu phạm hạnh vô thượng.'

"Vị thiên tử vâng lời, nói 'Kính vâng, thiên vương! Xin vâng lời dạy của thiên vương.' Rồi trong khoảnh khắc như lực sĩ co duỗi cánh tay, biến mất khỏi Tam thập tam, hiện đến Diêm-phù-địa.

"Lúc bấy giờ đại vương Âm Hưởng đang ở trên lầu cao, cùng với một người cầm lọng hầu. Khi ấy vị trời này đứng giữa hư không nói với vua rằng, 'Thích Đề-hoàn Nhân có lời thăm hỏi vô lượng, mong vua đi đứng nhẹ nhàng, dạo bước khỏe mạnh. Ở Diêm-phù-địa không có người có đức để làm con của vua. **[815a]**. Nhưng nay trời Tam thập tam có vị thiên tử tên là Tu-bồ-đề đã có năm điểm báo bức bách, sẽ giáng thần xuống để làm con của vua. Nhưng rồi, khi tuổi tráng niên đang thịnh, người này sẽ xuất gia học đạo, tu phạm hạnh vô thượng.'

"Vua Âm Hưởng nghe được lời này, hoan hỷ phấn khởi không thể dừng được, liền trả lời vị trời rằng, 'Nay ngài đến báo cho biết, thật đại hạnh! Chỉ mong giáng thần làm con của tôi. Còn muốn cầu xuất gia, tôi sẽ không hề trái ý.'

"Rồi thiên tử ấy trở về, đến chỗ Thích Đề-hoàn Nhân tâu lại, 'Tâu thiên vương, vua Âm Hưởng rất mừng rỡ.' Và thuật lại lời vua Âm Hưởng, 'Chỉ mong giáng thần làm con của tôi. Còn muốn cầu xuất gia, tôi sẽ không hề trái ý.'

"Bấy giờ Thích Đề-hoàn Nhân đi đến chỗ thiên tử Tu-bồ-đề, nói với thiên tử Tu-bồ-đề rằng, 'Ông hãy phát nguyện sanh vào trong cung vua loài người là Âm Hưởng. Vì sao vậy? Vua Âm Hưởng không có con. Nhưng luôn luôn cai trị đúng theo chánh pháp. Ông xưa có phước, tạo các công đức, nay nên giáng thần vào trong cung đó.' Thiên tử Tu-bồ-đề tâu, 'Thôi, thôi, tâu thiên vương! Tôi không thích nguyện sanh vào cung vua. Ý tôi muốn xuất gia học đạo. Nhưng ở trong cung thì sự học đạo rất khó.' Thích Đề-hoàn Nhân nói, 'Ông chỉ cần phát nguyện sanh vào cung vua kia. Ta sẽ giúp đỡ để ông xuất gia học đạo.'

"Tỳ-kheo, nên biết, thiên tử Tu-bồ-đề khi ấy liền phát nguyện sanh vào cung vua. Bấy giờ vua Âm Hưởng cùng với đệ nhất phu nhân giao hội. Bà liền cảm thấy mình mang thai, liền tâu với vua Âm Hưởng, 'Đại vương, nên biết, tôi nay cảm giác mình đang mang thai.' Vua nghe vậy rồi, hoan hỷ phấn khởi không thể dừng được. Vua liền đặc biệt sai trải lót chỗ ngồi rất đẹp đẽ, ăn các thứ ngon ngọt như vua không khác. Qua tám, chín tháng, phu nhân sinh một đứa con trai cực kỳ xinh đẹp, hiếm có trên đời. Vua Âm Hưởng bèn triệu các bà-la-môn ngoại đạo cùng các quần thần xem tướng. Vua đem hết nguồn gốc nhân duyên kể hết cho các tướng sư. Các bà-la-môn đáp: 'Tâu đại vương, hãy xét lý này. Nay sanh thái tử hiếm có trên đời. Xưa tên là Tu-bồ-đề, nay theo như trước mà đặt tên là Tu-bồ-đề.' Các tướng sư sau khi đặt tên rồi, ai nấy đứng dậy ra về.

"Vương tử Tu-bồ-đề bấy giờ được vua rất yêu quý, chưa từng rời khỏi [815b] mắt. Rồi một lúc, vua Âm Hưởng suy nghĩ, 'Xưa ta không có con. Vì không có con nên cầu đảo các trời để có một đứa con. Sau một thời gian nay mới sanh con. Nhưng thiên đế đã báo trước, nó sẽ xuất gia học đạo. Ta nay hãy bày phương tiện để nó không xuất gia học đạo.'

"Rồi vua Âm Hưởng cho dựng cung điện ba mùa cho thái tử. Mùa lạnh, có cung điện ấm. Mùa nóng có cung điện mát. Khi không lạnh không nóng, có cung điện thích thời. Lại cho dựng bốn chỗ ở cho cung nữ. Cung thứ nhất có sáu vạn thể nữ. Cung thứ hai có sáu vạn thể nữ. Cung thứ ba có sáu vạn thể nữ. Cung thứ tư có sáu vạn thể nữ. Mỗi cung có bốn người hầu dọn trải thảm ngồi để cho thái tử ngồi nằm trên đó. Nếu ý vương tử Tu-bồ-đề muốn dạo chơi phía trước, tức thì có các thể nữ đứng phía trước, khi ấy thảm ngồi tùy thân chuyển tới. Phía trước có sáu vạn thể nữ và bốn người hầu. Nếu muốn dạo chơi phía sau, thảm ngồi liền tùy thân chuyển theo. Nếu muốn cùng vui thú với các thể nữ, khi ấy thảm ngồi cùng tùy thân chuyển theo. Khiến cho vương tử Tu-bồ-đề tâm ý đắm nơi ngũ dục mà không muốn xuất gia.

"Cho đến một hôm, vào lúc nửa đêm, khi không có người, Thích Đề-hoàn Nhân đi đến vương tử Tu-bồ-đề, ở giữa hư không mà nói với vương tử, 'Vương tử, há không phải xưa kia đã có ý nghĩ này, 'Ta sống tại gia cho đến tuổi tráng thịnh sẽ xuất gia học đạo' chăng? Nay sao lại vui thú trong ngũ dục, ý không còn ý nguyện xuất gia nữa? Nhưng ta cũng đã có nói, sẽ khuyến khích vương tử xuất gia học đạo. Nay đã đúng lúc, nếu không xuất gia học đạo, sau hối tiếc vô ích.' Thích Đề-hoàn Nhân nói xong, biến mất.

"Lúc bấy giờ vương tử Tu-bồ-đề ở trong cung suy nghĩ như vầy, 'Vua Âm Hưởng giăng lưới ái dục cho ta. Do bởi lưới ái dục này mà ta không xuất gia học đạo được. Nay ta phải cắt đứt lưới này không để bị lôi kéo bởi những thứ ô trược. Bằng chí tín kiên cố mà xuất gia học đạo, sống chỗ nhàn tĩnh, siêng năng tu tập nghiệp học để cho càng ngày càng tiến.' Rồi vương tử Tu-bồ-đề lại suy nghĩ thêm, 'Phụ vương Âm Hưởng cho sáu vạn thể **[815c]** nữ vây quanh trước sau. Ta hãy quán sát lý này, thử xem có ai tồn tại mãi ở đời chăng?' Rồi vương tử Tu-bồ-đề quán sát khắp trong cung, không thấy có nữ nhân nào sống mãi ở đời. Rồi Tu-bồ-đề lại nghĩ, 'Ta nay sao lại quán vật bên ngoài? Hãy quán sát nội thân, do nhân duyên gì mà có. Nay trong thân này, các thứ như tóc, lông, móng, răng, xương, tủy, có cái nào còn mãi ở đời chăng? Từ đầu đến chân, quán sát ba mươi sáu thứ, thấy là ô uế bất tịnh. Từ quán sát thấy không một thứ đáng tham, cũng không có cái gì chân thật, mà chỉ là huyễn nguy giả dối, thảy đều trở về không, không còn mãi ở đời,' rồi vương tử Tu-bồ-đề lại suy nghĩ, 'Ta nay phải cắt đứt cái lưới nầy mà xuất gia học đạo.'

"Bấy giờ Tu-bồ-đề quán sát thân năm thủ uẩn này. Rằng 'Đây là sắc khổ. Đây là tập khởi của sắc. Đây là sắc diệt tận. Đây là xuất yếu của sắc.² Thọ, tưởng, hành, thức khổ. Đây là tập khởi của thức. Đây là diệt tận của thức. Đây là xuất yếu của thức.' Sau khi quán thân năm thủ uẩn này rồi, biết rằng những gì là pháp tập khởi đều là pháp diệt tận, tức thì ngay trên chỗ ngồi mà đắc quả Bích-chi-phật. Lúc bấy giờ Bích-chi-phật Tu-bồ-đề biết mình đã thành Phật, liền nói bài kệ:

Dục, ta biết gốc ngươi.
Ý do tư tưởng sanh.
Ta không tư tưởng ngươi;
Thì ngươi không tồn tại.

"Sau khi nói bài kệ xong, Bích-chi-phật liền bay lên hư không mà đi, rồi Bát-niết-bàn trong Vô dư Niết-bàn giới, dưới một gốc cây trong một núi nọ.

"Bấy giờ vua Âm Hưởng bảo kẻ tả hữu, 'Ngươi hãy đi đến cung của Tu-bồ-đề, xem vương tử có ngủ giấc yên ổn không?' Quan đại thần vâng lệnh vua, đi đến cung của thái tử. Nhưng cửa phòng ngủ đã khóa chặt. Đại thần quay trở lại tâu vua, 'Vương tử ngủ yên. Cửa phòng đã khóa chặt.' Vua lặp lại ba lần hỏi, 'Ngươi đến xem vương tử ngủ có ngon không.' Quan đại thần lại đến trước cửa cung. Nhưng cánh cửa đóng chặt, ông quay trở lại, tâu vua, 'Vương tử ở trong cung ngủ say không biết gì. Cửa cung khóa chặt, đến giờ vẫn chưa mở.' Khi ấy vua Âm Hưởng nghĩ thầm, 'Con ta, vương tử, khi thiếu thời còn không mê ngủ. Sao nay tuổi tráng niên lại mê ngủ? Ta nên tự mình đến đó xem để biết con ta cát hung, hay có bệnh hoạn gì không.'

"Rồi vua Âm Hưởng đi đến cung của Tu-bồ-đề [816a], đứng ngoài cửa, bảo một người, 'Ngươi bắc thang leo vào trong cung mà mở cửa cho ta.' Người ấy vâng lệnh vua, tức thì bắc thang, leo tường vào bên trong, mở cửa cho vua. Khi vua vào bên trong, quán sát bên trong cung, thấy chăn đệm trống không mà không có vương tử. Không trông thấy vương tử, vua hỏi các thể nữ, 'Vương tử Tu-bồ-đề hiện ở đâu?' Thể nữ đáp, 'Chúng tôi cũng không biết vương tử hiện đang ở đâu.' Nghe nói thế, vua Âm Hưởng gieo mình xuống đất, giây lâu mới tỉnh.

"Khi ấy, vua Âm Hưởng nói với quần thần, 'Con ta khi còn nhỏ đã có ý nghĩ rằng, 'Lớn lên con sẽ cạo bỏ râu tóc, khoác ba pháp y, với tín tâm kiên cố xuất gia học đạo.' Nay chắc chắn vương tử đã bỏ ta mà xuất gia học đạo. Các người hãy đi khắp bốn phương tìm xem vương tử rốt cuộc đang ở tại đâu.'

Quần thần tức thì cho xe cộ rong ruổi khắp mọi nơi tìm kiếm. Khi ấy có một vị đại thần đi vào trong núi kia, nửa đường chợt nghĩ, 'Nếu vương tử Tu-bồ-đề xuất gia học đạo, tất phải ở trong núi này.' Rồi thì, ông đại thần từ xa trông thấy vương tử Tu-bồ-đề ngồi kiết già dưới bóng một gốc cây. Ông liền nghĩ thầm, 'Đây chính là vương tử Tu-bồ-đề.' Nhìn kỹ, rồi quay trở về chỗ vua, tâu rằng, 'Vương tử Tu-bồ-đề đang ở gần đây, đang ngồi kiết già dưới một gốc cây trong núi.' Vua Âm Hưởng nghe nói thế, liền đi đến núi đó. Từ xa trông thấy Tu-bồ-đề ngồi kiết già dưới một gốc cây, tức thì vua gieo mình xuống đất, nói rằng, 'Con ta ngày xưa đã tự thề nguyền rằng, con đến hai mươi tuổi sẽ xuất gia học đạo. Nay quả không sai. Vả lại, trời đã có báo với ta rằng, con ta sẽ học đạo.'

"Bấy giờ vua Âm Hưởng đi thẳng đến trước, nói với Tu-bồ-đề rằng, 'Con nay sao bỏ cha mà xuất gia học đạo?' Khi ấy Bích-chi-phật im lặng không trả lời. Vua lại nói, 'Mẹ con rất buồn lo. Phải gặp con mới chịu ăn. Hợp thời thì con nên về cung.' Bích-chi-phật vẫn ngồi im lặng. Vua Âm Hưởng liền bước tới nắm tay, cũng không lay động. Vua mới nói với quần thần, 'Vương tử hôm nay đã mạng chung rồi. Thích Đề-hoàn Nhân trước đây đã có báo ta, rằng ta sẽ có con, nhưng con ta sẽ xuất gia học đạo. Nay vương tử đã xuất gia học đạo. Giờ hãy rước xá-lợi này về trong nước.'

"Trong lúc đang hỏa thiêu,[3] các vị thần kỳ trong núi đó, **[816b]** hiện nửa thân hình, tâu vua rằng, 'Đây là Bích-chi-phật, chứ không phải là vương tử; nên pháp trà tì xá-lợi Bích-chi-phật, không như pháp của vương tử. Ta là đệ tử của chư Phật quá khứ. Chư Phật cũng có dạy rằng, ở đời có bốn hạng người xứng đáng dựng tháp[4] thờ. Những gì là bốn? Như Lai, Chí chân, Đẳng chánh giác xứng đáng dựng tháp thờ. Bích-chi-phật xứng đáng dựng tháp thờ. A-la-hán lậu tận, đệ tử của Như Lai, xứng đáng dựng tháp thờ. Chuyển Luân Thánh vương xứng đáng dựng tháp thờ.[5] Hỏa thiêu thân của Chuyển Luân Thánh vương như thế nào, thì hỏa thiêu thân của Như Lai và Bích-chi-phật cũng như vậy.'

"Vua Âm Hưởng hỏi chư thiên, 'Cúng dường hỏa thiêu thân của Chuyển Luân Thánh vương như thế nào?' Thần cây đáp: 'Làm quách bằng sắt cho Chuyển Luân Thánh vương, bên trong chứa đầy dầu thơm. Tắm gội thân thể Chuyển Luân Thánh vương, lấy vải lụa kiếp-ba trắng quấn quanh thân; rồi lấy vải thêu màu phủ lên trên; sau đó bỏ vào trong quách. Dùng nắp bằng sắt đậy lên. Đóng đinh khắp nhiều chỗ. Lại lấy một trăm tấm vải mịn quấn quanh quách. Dùng các thứ tạp hương rải lên đất, rồi để quách bằng sắt vào giữa. Bảy ngày bảy đêm cúng dường hương, hoa, lụa là, phướn, lọng, ca nhạc. Sau bảy ngày, đưa thân vua đi hỏa thiêu để lấy xá-lợi. Lại trải qua bảy ngày, bảy đêm cúng dường không dứt. Dựng tháp tại các ngã tư đường. Lại lấy hương, hoa, phướn, lọng, các thứ cúng dường. Đại vương, nên biết, sự việc cúng dường xá-lợi của Chuyển Luân Thánh vương là như vậy. Cúng dường chư Phật Như Lai, Bích-chi-phật, A-la-hán, cũng giống như vậy.'

"Vua Âm Hưởng hỏi vị trời ấy rằng, 'Do nhân duyên gì mà cúng dường thân của Chuyển Luân Thánh vương? Lại do nhân duyên gì mà cúng dường thân của chư Phật, Bích-chi-phật, A-la-hán?' Trời đáp: 'Chuyển Luân Thánh vương cai trị đúng pháp, tự mình không sát sanh, lại dạy người khác không sát sanh; tự mình không lấy của không cho, lại dạy người khác không trộm cướp; tự mình không dâm dật, lại dạy người khác không xâm phạm vợ người; tự mình không nói dối, không ỷ ngữ, không ác khẩu, không hai lưỡi gây đấu loạn đây kia, không tật đố, sân nhuế, ngu si; tự mình chuyên hành chánh kiến, lại làm cho người khác cũng tập theo chánh kiến. Đại vương, do nhân duyên này, Chuyển Luân Thánh vương xứng đáng dựng tháp thờ.'

"Vua lại hỏi, 'Do nhân duyên gì A-la-hán lậu tận xứng đáng [816c] dựng tháp thờ?' Trời đáp: 'Tỳ-kheo A-la-hán lậu tận, ái dục đã dứt sạch, sân hận, ngu si đã diệt trừ, tự mình đã độ thoát, đạt đến vô vi, là ruộng phước của thế gian. Do nhân duyên này, A-la-hán lậu tận xứng đáng dựng tháp thờ.'

"Vua lại hỏi, 'Do nhân duyên gì Bích-chi-phật xứng đáng dựng tháp thờ?' Trời đáp: 'Bích-chi-phật không Thầy mà tự mình giác ngộ, xuất hiện trong đời thật khó gặp, được báo ngay trong hiện pháp, thoát khỏi đường dữ, khiến người được sanh lên trời. Do nhân duyên này, Bích-chi-phật xứng đáng dựng tháp thờ.'

"Vua lại hỏi, 'Do nhân duyên gì Như Lai xứng đáng dựng tháp thờ?' Trời đáp: 'Như Lai có đầy đủ mười lực. Mười lực ấy không phải là những pháp mà Thanh văn, Bích-chi-phật có thể đạt được; Chuyển Luân Thánh vương cũng không thể đạt được; quần manh thế gian cũng không thể đạt được. Như Lai có bốn vô sở úy, ở giữa đại chúng mà rống tiếng sư tử, vận chuyển Phạm luân. Như Lai độ những ai chưa được độ, giải thoát những ai chưa được giải thoát, khiến Bát-niết-bàn những ai chưa Bát-niết-bàn; che chở những ai cô khổ, làm con mắt cho kẻ mù, làm đại y vương cho người bệnh; hết thảy chư thiên, người đời, ma và ma thiên, thảy đều tuân phụng, tôn kính, quý trọng, xoay chuyển nẻo dữ quay sang nẻo lành. Đại vương, do nhân duyên này Như Lai xứng đáng dựng tháp thờ. Đại vương, đó là nhân duyên gốc ngọn mà bốn hạng người xứng đáng dựng tháp thờ.'

"Bấy giờ vua Âm Hưởng nói với vị thiên thần này, 'Lành thay, lành thay, thiên thần! Nay tôi sẽ theo lời ông dạy để cúng dường xá-lợi này theo phép cúng dường Bích-chi-phật.'

"Sau đó, vua Âm Hưởng bảo mọi người, 'Các người hãy rước xá-lợi của Bích-chi-phật Tu bồ-đề về trong nước.' Quần thần vâng lệnh vua, đặt lên kim sàng rồi rước về trong nước. Khi ấy vua Âm Hưởng liền ra lệnh làm cái quách bằng sắt, bên trong chứa đầy dầu thơm. Tắm gội thân thể Bích-chi-phật, lấy vải lụa kiếp-ba trắng quấn quanh thân; rồi lấy vải thêu nhiều màu phủ lên trên; sau đó bỏ vào trong quách. Dùng nắp bằng sắt đậy lên. Đóng đinh khắp nhiều chỗ cho chắc chắn. Lại lấy một trăm tấm vải mịn quấn quanh quách. Dùng các thứ tạp hương rải lên, rồi để thân Bích-chi-phật vào giữa. Bảy ngày bảy đêm cúng dường hương, hoa, lụa là, phướn, lọng, ca nhạc. Sau bảy ngày, đưa xá-lợi Bích-chi-phật đi hỏa thiêu. Lại trải qua bảy ngày, bảy đêm cúng dường ca nhạc. Tại [817a] ngã tư đường dựng một ngôi tháp. Lại lấy hương, hoa, phướn, lọng, các thứ và tấu nhạc cúng dường.

"Tỳ-kheo, nên biết, những chúng sanh nào cúng dường xá-lợi của Bích-chi-phật, sau khi thân hoại mạng chung sẽ sanh lên trời Tam thập tam. Có chúng sanh tư duy vô thường tưởng, qua khỏi ba đường dữ mà chuyển sanh vào cõi người, trên trời.

"Các tỳ-kheo, các ông chớ nghĩ vua Âm Hưởng bấy giờ là ai khác. Đó là thân Ta vậy. Những ai tư duy vô thường tưởng, sẽ được nhiều lợi ích. Nay Ta xét nghĩa này nên nói với các tỳ-kheo, hãy tư duy vô thường tưởng, quảng bá vô thường tưởng. Do tư duy vô thường tưởng mà đoạn tận dục ái, sắc ái, vô sắc ái; vô minh, kiêu mạn cũng vĩnh viễn diệt trừ. Cũng như ngọn lửa đốt cháy cỏ cây trước cửa sổ giảng đường cao đẹp, cháy sạch không còn gì. Tỳ-kheo tư duy vô thường tưởng cũng vậy, đoạn tận dục ái, sắc ái, vô sắc ái. Dứt sạch không còn tàn dư.

"Cho nên, tỳ-kheo, hãy chuyên nhất tâm ý chớ để sai trái."

Khi pháp này được thuyết, sáu mươi tỳ-kheo ngay trên chỗ ngồi dứt sạch các lậu, tâm giải thoát.

Các tỳ-kheo sau khi nghe những gì Phật dạy hoan hỷ phụng hành.

KINH SỐ 4[*]

Tôi nghe như vầy:

Một thời, Phật ở tại vườn Cấp Cô Độc, rừng cây Kỳ-đà, nước Xá-vệ.

Bấy giờ Thế Tôn nói với các tỳ-kheo:

"Tỳ-kheo, tỳ-kheo-ni nào không đoạn năm tệ của tâm,[6] không trừ năm kết của tâm,[7] với tỳ-kheo, tỳ-kheo-ni ấy pháp thiện giảm chứ không tăng.

"Những gì là năm tệ của tâm mà không đoạn trừ? Ở đây, tỳ-kheo có tâm hồ nghi đối với Như Lai, không giải thoát,[8] không nhập chánh pháp.[9] Do vậy, tâm người ấy không chuyên phúng tụng. Đó là tỳ-kheo có tệ của tâm mà không đoạn trừ.

"Lại nữa, tỳ-kheo có tâm hồ nghi đối với chánh pháp, không giải thoát, không nhập chánh pháp. Do vậy, tâm người ấy không chuyên phúng tụng. Đó là tỳ-kheo có tệ của tâm mà không đoạn trừ.

"Lại nữa, tỳ-kheo có tâm hồ nghi đối với Thánh chúng, không giải thoát, cũng không dụng ý hướng đến Chúng hòa hiệp, cũng không ở trong pháp đạo phẩm. Đó là tỳ-kheo có tệ của tâm mà không đoạn trừ.

"Lại nữa, tỳ-kheo phạm cấm giới mà không tự mình sám hối lỗi lầm. Tỳ-kheo đã phạm giới mà không tự mình sám hối lỗi lầm, nên không để tâm nơi pháp đạo phẩm. Đó là tỳ-kheo có tệ của tâm mà không đoạn trừ.

"Lại [817b] nữa, tỳ-kheo có tâm ý bất định mà tu phạm hạnh, rằng 'Với công đức tu phạm hạnh này, mong ta sanh lên trời, hoặc sanh làm các thần kỳ.' Với tâm ấy mà tu phạm hạnh, tâm không chuyên nhất vào trong đạo phẩm. Do tâm không ở trong đạo phẩm, nên đó là tệ của tâm mà không đoạn trừ.

"Như vậy, tỳ-kheo có năm tệ của tâm mà không đoạn trừ.

---

[*] Tham chiếu Pāli, M.16 *Cetokhila* (R. i. 101). Hán, *Trung 56, kinh 206 (Tâm uế* 心穢).

"Thế nào là năm kết của tâm không được đoạn trừ? Ở đây, tỳ-kheo biếng nhác, không tìm cầu phương tiện. Tỳ-kheo kia do biếng nhác, không tìm cầu phương tiện, nên nói là tỳ-kheo có kết của tâm không được đoạn trừ.

"Lại nữa, tỳ-kheo thường hay quên lãng, tham ngủ nghỉ. Tỳ-kheo ấy do thường hay quên lãng, tham ngủ nghỉ, nên nói là tỳ-kheo có kết thứ hai của tâm không được đoạn trừ.

"Lại nữa, tỳ-kheo mà ý không định, thường hay tán loạn. Tỳ-kheo kia do tâm loạn bất định, nên nói tỳ-kheo có kết thứ ba của tâm không được đoạn trừ.

"Lại nữa, tỳ-kheo mà căn môn bất định. Tỳ-kheo ấy do căn môn bất định, nên nói là tỳ-kheo có kết thứ tư của tâm không được đoạn trừ.

"Lại nữa, tỳ-kheo hằng ưa ở tại thị tứ, không thích ở chỗ vắng tĩnh. Đó là tỳ-kheo có kết thứ năm của tâm không được đoạn trừ.

"Tỳ-kheo, tỳ-kheo-ni có năm tệ, năm kết của tâm này mà không được đoạn trừ, với tỳ-kheo, tỳ-kheo-ni ấy ngày đêm pháp thiện đoạn tuyệt chứ không tăng trưởng.

"Cũng như gà có tám hoặc mười hai trứng[10] mà không tùy theo được bao che, được ấp ủ, được chăm sóc; dù gà mẹ có ý nghĩ rằng, 'Mong cho các con của ta được an toàn không gì khác.' Nhưng các gà con ấy không được an ổn. Vì sao vậy? Vì không được tùy thời chăm sóc. Về sau chúng bị hư, không nở gà con. Ở đây cũng vậy, tỳ-kheo, tỳ-kheo-ni mà năm kết của tâm không được đoạn, năm tệ của tâm không được trừ, thì ngày đêm pháp thiện giảm chứ không tăng ích.

"Nếu tỳ-kheo, tỳ-kheo ni mà năm kết của tâm được đoạn, năm tệ của tâm được trừ, thì ngày đêm pháp thiện tăng ích chứ không tổn giảm. Cũng như gà có tám hoặc mười hai trứng, tùy thời chăm sóc, tùy thời nuôi nắng, tùy thời che chở, gà tuy có nghĩ rằng, 'Mong các con của ta hoàn toàn không thành tựu. Nhưng các gà con kia vẫn thành tựu an ổn, vô vi. Vì sao vậy? Tùy thời được nuôi lớn khiến được vô vi, cho đến khi các gà con được ra khỏi ngoài. Đây cũng vậy, tỳ-kheo, tỳ-kheo-ni mà năm tệ của tâm được đoạn, [817c] năm kết của tâm được trừ, với tỳ-kheo, tỳ-kheo-ni ấy, ngày đêm pháp thiện tăng ích chứ không tổn giảm.

"Cho nên, tỳ-kheo, tỳ-kheo-ni, hãy an lập tâm không có hồ nghi do dự đối với Phật, hồ nghi do dự đối với Pháp,[11] hồ nghi do dự đối với Thánh chúng, đầy đủ giới luật, tâm ý chuyên chánh, không có thác loạn, cũng không khởi ý mong cầu pháp khác, cũng không tu phạm hạnh cầu may rằng 'Ta do hành pháp này sẽ sanh làm thân trời người, thần diệu, tôn quý.'

"Nếu tỳ-kheo, tỳ-kheo-ni không có hồ nghi do dự đối với Phật, Pháp, Thánh chúng, cũng không phạm giới, cũng không có điều gì sai sót, Ta nói với các ngươi, dặn dò thêm nữa các ngươi, tỳ-kheo kia có hai nơi để đến, hoặc sanh lên trời, hoặc sanh trong loài người.

"Cũng như người ở trong chỗ cực nóng, lại bị đói khát; mà gặp được chỗ có bóng mát, được nước suối mát lạnh mà uống; người ấy dù có nghĩ rằng, 'Ta tuy gặp được bóng mát, nước lạnh của suối mà uống, nhưng không dứt đói khát.' Nhưng người ấy vẫn hết nóng bức, trừ được đói khát. Đây cũng vậy. Tỳ-kheo, tỳ-kheo-ni mà không hồ nghi do dự đối với Như Lai, tỳ-kheo ấy có hai chỗ để đến, hoặc sanh lên trời, hoặc sanh vào loài người.

"Cho nên, tỳ-kheo, tỳ-kheo-ni, hãy tìm cầu phương tiện đoạn năm kết của tâm, trừ năm tệ của tâm. Như vậy, các tỳ-kheo, hãy học điều này."

Các tỳ-kheo sau khi nghe những gì Phật dạy hoan hỷ phụng hành.

KINH SỐ 5

Tôi nghe như vầy:

Một thời, Phật ở tại vườn Cấp Cô Độc, rừng cây Kỳ-đà, nước Xá-vệ.

Bấy giờ Thế Tôn nói với các tỳ-kheo:

"Hoặc có khi uy quyền của vua không phổ cập, trộm cướp tranh nhau nổi lên. Khi trộm cướp nổi lên, nhân dân trong các thôn xóm, thành thị, thảy đều bị bại vong. Hoặc có người gặp phải đói khát mà mạng chung. Giả sử chúng sanh ấy vì đói khát mà mạng chung, đều rơi vào ba nẻo dữ.

"Ở đây, với tỳ-kheo tinh tấn cũng vậy. Nếu sự trì giới bị sút kém, khi ấy ác tỳ-kheo tranh nhau khởi lên làm ác. Khi tỳ-kheo tranh nhau nổi lên làm ác, Chánh pháp dần dần suy giảm, **[818a]** phi pháp tăng trưởng. Khi phi pháp tăng trưởng, chúng sanh ở đó đều rơi vào ba nẻo dữ.

"Hoặc khi uy quyền của vua lan xa, khiến cho giặc cướp lẩn trốn. Do uy quyền của vua lan xa mà nhân dân trong thôn xóm thành thị, trở nên đông đúc. Ở đây, với tỳ-kheo tinh tấn cũng vậy. Nếu trì giới trọn vẹn, tỳ-kheo phạm giới dần dần suy giảm, Chánh pháp hưng thịnh, phi pháp suy hao. Bấy giờ, chúng sanh sau khi mạng chung thảy đều sanh lên trời, sanh trong loài người.

"Cho nên, tỳ-kheo, hãy tâm niệm giới luật cho đầy đủ; uy nghi, lễ tiết, không có điều gì khuyết giảm. Như vậy, Ttỳ-kheo, hãy học điều này."

Các tỳ-kheo sau khi nghe những gì Phật dạy hoan hỷ phụng hành.

KINH SỐ 6

Tôi nghe như vầy:

Một thời, Phật ở tại vườn Cấp Cô Độc, rừng cây Kỳ-đà, nước Xá-vệ.

Bấy giờ Thế Tôn nói với các tỳ-kheo:

"Chẳng thà cứ thường hay ngủ nhiều, chớ đừng trong khi thức mà tư duy loạn tưởng, để rồi thân hoại mạng chung sanh vào nẻo dữ.

"Chẳng thà để cho dùi sắt đang rực cháy in vào mắt, chứ không để nhìn sắc mà nổi lên loạn tưởng. Tỳ-kheo khởi tưởng như vậy bị bại hoại bởi thức. Tỳ-kheo bị hủy hoại bởi thức sẽ rơi vào ba nẻo dữ, địa ngục, súc sanh, ngạ quỷ. Điều Ta muốn nói là như vậy.

"Người kia chẳng thà cứ thường hay ngủ, chứ đừng khi thức mà tư duy loạn tưởng. Thà lấy dùi bén đâm vào lỗ tai cho nó hư hoại chứ không để vì nghe tiếng mà nổi lên loạn tưởng. Tỳ-kheo nổi lên loạn tưởng sẽ bị bại hoại bởi thức.

"Chẳng thà cứ thường xuyên ngủ chứ đừng để khi thức mà tư duy loạn tưởng. Chẳng thà lấy kìm nóng làm hư hoại mũi, chứ đừng vì ngửi mùi mà nổi lên loạn tưởng. Tỳ-kheo nổi lên loạn tưởng thì bị bại hoại bởi thức. Do bị bại hoại bởi thức mà rơi vào ba nẻo dữ, địa ngục, súc sanh, ngạ quỷ.

"Điều mà Ta muốn nói là như vậy.

"Chẳng thà lấy gươm bén cắt đứt lưỡi, chứ không để vì lời nói hung dữ, thô bạo, mà rơi vào ba nẻo dữ, địa ngục, súc sanh, ngạ quỷ.

"Chẳng thà thường ngủ, chứ đừng để trong khi thức mà nổi lên tư duy loạn tưởng. Chẳng thà lấy tấm lá đồng nóng đỏ quấn quanh thân mình, chứ không giao tiếp với phụ nữ của gia chủ, cư sỹ, bà-la-môn. Nếu cùng giao tiếp, qua lại chuyện trò, tất phải rơi vào ba nẻo dữ, địa ngục, súc sanh, ngạ quỷ.

"Điều Ta muốn nói chính là như vậy.

"Chẳng thà thường hay ngủ, chứ đừng để trong khi thức mà có ý nghĩ muốn phá hoại Thánh chúng. Đã phá hoại Thánh chúng, đọa tội ngũ nghịch, thì dù có đến ức nghìn chư Phật cũng không thể cứu chữa. Những ai gây đấu loạn giữa Thánh chúng, người ấy sẽ đọa tội không thể cứu chữa **[818b]**. Vì vậy ở đây Ta nói, chẳng thà cứ hay ngủ, chứ đừng để trong khi thức mà có ý muốn phá hoại Thánh chúng, chịu tội không thể cứu chữa.

"Cho nên, tỳ-kheo, hãy gìn giữ sáu tình chớ để sai sót. Như vậy, tỳ-kheo, hãy học điều này."

Các tỳ-kheo sau khi nghe những gì Phật dạy hoan hỷ phụng hành.

KINH SỐ 7

Tôi nghe như vầy:

Một thời, Phật ở tại vườn Cấp Cô Độc, rừng cây Kỳ-đà, nước Xá-vệ.

Bấy giờ trưởng giả Cấp Cô Độc[12] có bốn người con.[13] Chúng không thờ Phật, Pháp, Thánh chúng, không tự quy y Phật, Pháp, Thánh chúng. Trưởng giả Cấp Cô Độc nói với bốn người con:

"Các con, hãy tự quy y Phật, Pháp, Thánh chúng, để được phước vô lượng lâu dài."

Các con thưa:

"Thưa cha, chúng con không thể tự quy y Phật, Pháp, Thánh chúng."

Cấp Cô Độc nói:

"Cha sẽ cho các con mỗi đứa một nghìn lượng vàng ròng, nếu nghe lời cha mà tự quy y Phật, Pháp, Thánh chúng."

Các con thưa:

"Chúng con cũng không thể tự quy y Phật, Pháp, Thánh chúng."

Người cha lại nói:

"Cha cho các con hai nghìn." Rồi cứ thêm: ba nghìn, bốn nghìn, năm nghìn lượng vàng, "Các con, hãy tự quy y Phật, Pháp, Thánh chúng, để được phước vô lượng lâu dài."

Các con sau khi nghe nói vậy, im lặng nhận lời. Rồi chúng hỏi:

"Chúng con sẽ tự quy y Phật, Pháp, Thánh chúng như thế nào?"

Trưởng giả Cấp Cô Độc đáp:

"Các con tất cả theo cha đi đến chỗ Thế Tôn. Thế Tôn có dạy điều gì, các con hãy ghi nhớ mà vâng làm."

Các con thưa với cha:

"Như Lai nay đang ở đâu, cách đây gần xa?"

Người cha đáp:

"Như Lai, Chí chân, Đẳng chánh giác, nay đang ở tại nước Xá-vệ, trú trong vườn của cha."

Rồi thì, Cấp Cô độc dẫn bốn người con đi đến chỗ Thế Tôn. Đến nơi, đảnh lễ sát chân, rồi đứng sang một bên. Khi ấy, trưởng giả Cấp Cô Độc bạch Thế Tôn rằng:

"Bốn đứa con của con đây chưa tự quy y Phật, Pháp, Thánh chúng. Gần đây, con cho mỗi đứa năm nghìn lượng vàng, khuyến khích thờ Phật, Pháp, Thánh chúng. Cúi mong Thế Tôn thuyết pháp cho chúng, để chúng được phước vô lượng, lâu dài."

Bấy giờ Thế Tôn lần lượt thuyết pháp cho bốn người con của trưởng giả, khiến cho được hoan hỷ. Các người con của trưởng giả sau khi nghe pháp, hoan hỷ phấn khởi không thể dừng được, quỳ mọp trước Phật, bạch Thế Tôn rằng:

"Chúng con mỗi đứa tự quy y Thế Tôn, Chánh pháp, Thánh chúng. Từ nay về sau không sát sanh, *cho đến* không uống rượu."

Nói như vậy **[818c]** ba lần. Khi ấy trưởng giả Cấp Cô Độc bạch Thế Tôn rằng:

"Nếu có ai xuất tài vật thuê người thờ Phật, người ấy được phước như thế nào?"

Thế Tôn nói:

"Lành thay, lành thay, trưởng giả! Vì để người trời được an lạc mà ông hỏi Như Lai nghĩa này. Hãy khéo suy nghĩ, Ta sẽ nói cho ông nghe."

Trưởng giả vâng lời Phật, lắng nghe.

Thế Tôn nói:

"Có bốn kho báu lớn.[14] Những gì là bốn? Kho của rồng Y-bát-la ở nước Càn-đà-vệ, là một kho. Trong cung này chứa đầy vô số vật trân bảo. Kho Ban-trù ở nước Mật-đế-la, chứa trân bảo nhiều vô lượng không thể kể hết. Kho Tân-già-la tại nước Tu-lại-tra, chứa trân bảo nhiều không thể kể. Kho Tương-khư tại nước Ba-la-nại chứa trân bảo nhiều không thể kể.

"Giả sử trai gái lớn nhỏ trong cõi Diêm-phù-địa mỗi người đến khuân vác trong suốt bốn năm, bốn tháng, bốn ngày, kho Y-bát-la vẫn không hề vơi bớt. Mỗi người đến lấy nơi kho Ban-trù, suốt bốn năm, bốn tháng, bốn ngày, kho vẫn không vơi bớt. Mỗi người đến lấy nơi kho Tân-già-la tại nước Tu-lại-tra, suốt bốn năm, bốn tháng, bốn ngày, kho vẫn không vơi bớt. Mỗi người đến lấy nơi kho Tương-khư tại nước Ba-la-nại, suốt bốn năm, bốn tháng, bốn ngày, kho vẫn không vơi bớt.

"Này trưởng giả, đó là bốn kho lớn, mà trai gái lớn nhỏ trong cõi Diêm-phù-địa mỗi người đến khuân vác trong suốt bốn năm, bốn tháng, bốn ngày, vẫn không hề vơi bớt.

"Trong đời tương lai có Phật hiệu Di-lặc xuất hiện ở đời. Quốc giới bấy giờ có tên là Kê-đầu, đó là chỗ vua cai trị, đông sang tây mười hai do-tuần; nam đến bắc bảy do-tuần. Nhân dân đông đúc. Thóc lúa dồi dào. Chung quanh thành Kê-đầu nơi vua cai trị có bảy lớp ao nước, mỗi cái rộng một do-tuần, mà đầy là cát vàng. Trong ao mọc các loại hoa sen ưu-bát, câu-vật-đầu, phân-đà-lợi. Nước giống như màu vàng, màu bạc, màu thủy tinh, màu lưu ly. Khi nước bạc đông cứng, nó trở thành bạc. Khi nước vàng đông cứng, nó trở thành vàng. Khi nước lưu ly đông cứng, nó trở thành lưu ly. Khi nước thủy tinh đông cứng, nó trở thành thủy tinh.

"Này trưởng giả, nên biết, thành có bốn cửa. Trong ao nước bạc, bực cửa được làm bằng vàng. Trong ao nước vàng, bực cửa được làm bằng bạc. Trong ao thủy tinh, bực cửa được làm bằng lưu ly. Trong ao lưu ly, bực cửa được làm bằng thủy tinh.

"Trưởng giả, nên biết, chung quanh thành Kê-đầu bấy giờ treo các linh. Tiếng linh khi được nghe [819a] đều phát ra âm thanh năm loại nhạc. Trong thành này thường xuyên có bảy loại tiếng. Những gì là bảy? Đó là tiếng loa, tiếng trống, tiếng đàn, tiếng trống nhỏ, tiếng trống tròn,[15] tiếng trống trận,[16] tiếng ca múa.

"Trong thành Kê-đầu lúc bấy giờ sanh thứ lúa tự nhiên dài ba tấc, rất là thơm ngon, cho ra các mùi vị thượng hạng; vừa gặt xong thì sanh trở lại, không thấy chỗ đã bị cắt lấy.

"Vua thời bấy giờ tên là Tương-khư,[17] cai trị bằng pháp, có đầy đủ bảy báu. Trưởng giả, nên biết, vị đại thần điển tàng lúc đó tên là Thiện Bảo, đức cao, trí tuệ, thiên nhãn đệ nhất. Ông có thể biết chỗ nào có kho tàng bảo vật. Nếu kho có chủ, ông tự nhiên giữ gìn. Nếu là kho vô chủ, ông lấy đem dâng cho vua. Trong lúc đó, Long vương Y-bát-la, Long vương Ban-trù, Long vương Tân-già-la, Long vương Tương-khư; bốn Long vương này quản lý bốn kho báu. Các vị này đến nói với quan điển tàng Thiện Bảo:

"Cần gì, chúng tôi sẽ cung cấp."

Khi ấy bốn Long vương nói:[18]

"Xin nguyện dâng hiến bảo vật trong bốn kho để tự ý sử dụng."

Điển tàng Thiện Bảo liền lấy bảo vật trong bốn kho dâng lên vua Tương-khư, cùng với xe lông chim[19] bằng vàng."

Bấy giờ Thế Tôn nói bài kệ này:

Y-la ở Kiền-đà;
Ban-trù tại Mật-si;[20]
Tân-già nước Tu-lại;
Tương-khư, Ba-la-nại.

Đây là bốn kho báu,
Tràn đầy các bảo vật,
Bấy giờ thường xuất hiện,
Do công đức mà có;

Đem dâng Thánh vương kia,
Vàng, bạc, xe bảo vũ.
Các thần đều hộ vệ,
Ngày đêm được hưởng phước.

"Bấy giờ có Phật xuất hiện ở đời giáo hóa nhân dân, hiệu là Di-lặc, Chí chân, Đẳng chánh giác, Minh hành túc, Thiện thệ, Thế gian giải, Vô thượng sỹ, Điều ngự trượng phu, Thiên nhân sư, hiệu Phật Thế Tôn.

"Trưởng giả, nên biết, quan điển tàng Thiện Bảo lúc đó há là ai khác chăng? Chớ nghĩ như vậy. Vì sao? Chủ kho bấy giờ chính là trưởng giả hiện nay vậy.

"Bấy giờ vua Tương-khư đem vàng bạc đi làm phước đức rộng rãi. Vua dẫn theo tám vạn bốn nghìn đại thần vây quanh trước sau đi đến chỗ Di-lặc mà xuất gia học đạo. Quan điển tàng cũng làm phước đức rộng rãi, rồi cũng xuất gia học đạo, chấm dứt biên tế khổ. Đấy đều là do gia chủ dắt **[819b]** dẫn bốn con khiến tự quy y Phật, Pháp, Tăng Tỳ-kheo. Do bởi công đức này mà không rơi vào ba nẻo dữ. Lại do duyên công đức này mà được bốn kho báu lớn. Cũng do bởi báo ứng này mà làm người quản lý kho tàng cho vua Tương-khư, rồi ngay trong đời ấy mà chấm dứt biên tế khổ. Vì sao vậy? Công đức quy y Phật, Pháp, Tăng không thể lường hết được. Những ai tự quy y Phật, Pháp, Tăng, phước đức đều như vậy.

"Cho nên, này trưởng giả, hãy thương tưởng đến các loài hữu hình, tìm cầu phương tiện hướng đến Phật, pháp, tăng. Như vây, trưởng giả, hãy học điều này."

Trưởng giả Cấp Cô Độc khi ấy hoan hỷ phấn khởi không thể dừng được, liền rời chỗ ngồi đứng dậy, nhiễu Phật ba vòng, làm lễ rồi lui đi. Bốn người con của ông cũng vậy.

Trưởng giả Cấp Cô Độc cùng với bốn người con sau khi nghe những gì Phật dạy hoan hỷ phụng hành.

KINH SỐ 8[*]

Tôi nghe như vầy:

Một thời, Phật ở tại vườn Cấp Cô Độc, rừng cây Kỳ-đà, nước Xá-vệ.

Bấy giờ trưởng giả Cấp Cô Độc thân mang trọng bệnh. Xá-lợi-phất, bằng thiên nhãn thanh tịnh không bợn nhơ, thấy trưởng giả Cấp Cô Độc thân mang trọng bệnh, bèn nói với A-nan:

"Thầy cùng tôi đi đến thăm trưởng giả Cấp Cô Độc."

A-nan đáp:

"Nên biết bây giờ là đúng lúc."

Lúc bấy giờ, đến giờ, A-nan khoác y ôm bát vào thành Xá-vệ khất thực; lần hồi đi đến nhà trưởng giả Cấp Cô Độc, ngồi lên chỗ ngồi. Khi ấy Xá-lợi-phất đang ở trên chỗ ngồi, nói với trưởng giả Cấp Cô Độc:

"Bệnh của ông nay có thêm bớt gì không? Có thấy đau nhức bớt dần mà không tăng thêm nặng không?"

Trưởng giả đáp:

"Bệnh của con giờ rất ít hy vọng. Chỉ cảm thấy tăng chứ không cảm thấy giảm."

---

[*] Tham chiếu Pāli, M. 143. Anāthapiṇḍikovāda (R. iii. 258). Hán, Trung 6, kinh 28.

Xá-lợi-phất nói:

"Bây giờ trưởng giả hãy nhớ tưởng Phật, rằng Như Lai là bậc Chí chân, Đẳng chánh giác, Minh hành túc, Thiện thệ, Thế gian giải, Vô thượng sỹ, Điều ngự trượng phu, Thiên nhân sư, hiệu Phật Thế Tôn. Ông cũng hãy nhớ tưởng Pháp, rằng Pháp của Như Lai rất sâu thẳm, đáng tôn, đáng quý, không gì sánh bằng, là điều mà Hiền thánh tu hành. Ông cũng hãy nhớ tưởng Tăng, rằng Thánh chúng của Như Lai hòa thuận trên dưới, không tranh tụng, thành tựu pháp tùy pháp. Thánh chúng ấy thành tựu giới, thành tựu tam-muội, thành tựu trí tuệ, thành tựu giải thoát, thành tựu giải thoát tri kiến. Tăng ấy gồm bốn đôi tám hạng. Đấy gọi là Thánh chúng của Như Lai đáng tôn, đáng quý, là ruộng phước vô thượng của thế gian.

"Này trưởng giả, nếu ai tu hành niệm Phật, **[819c]** niệm Pháp, niệm Tăng Tỳ-kheo, phước đức ấy không thể tính kể, đạt đến chỗ cam lộ diệt tận.

"Nếu thiện nam tử, thiện nữ nhân, niệm Tam tôn Phật, Pháp, Thánh chúng, mà đọa vào ba nẻo dữ, không có trường hợp ấy. Thiện nam tử, thiện nữ nhân ấy tu niệm Tam tôn chắc chắn đi đến thiện xứ, sanh lên trời, trong loài người.

"Rồi sau đó, này trưởng giả, không khởi nơi sắc,[21] cũng không y sắc mà khởi nơi thức'[22], không khởi nơi thanh, cũng không y thanh mà khởi nơi thức; không khởi nơi hương, cũng không y hương mà khởi nơi thức; không khởi nơi vị, cũng không y vị mà khởi nơi thức; không khởi nơi xúc trơn mịn, cũng không y xúc trơn mịn mà khởi nơi thức; không khởi nơi ý, cũng không y ý mà khởi nơi thức. Không khởi đời này, đời sau;[23] cũng không y đời này, đời sau mà khởi nơi thức. Không khởi nơi ái, cũng không y ái mà khởi nơi thức. Vì sao vậy? Duyên ái mà có thủ; duyên thủ mà có hữu; duyên hữu mà có sanh, duyên sanh mà có già, chết, sầu, ưu, khổ, não không thể kể hết. Đó là có năm khổ thủ uẩn này.

"Không có ngã, nhân, thọ mạng, sĩ phu, manh triệu, các loài hữu hình.[24] Khi mắt khởi thì khởi, không biết nó từ đâu đến. Khi mắt diệt thì diệt, không biết nó đi về đâu. Không có, mà mắt sanh; đã có, rồi mắt diệt; thảy đều do nhân duyên của các pháp tụ hội. Nói là pháp nhân duyên, đó là, duyên cái này mà có cái kia; cái này không thì cái kia không. Tức là, duyên vô minh có hành, duyên hành có thức, duyên thức có danh sắc, duyên danh sắc có sáu xứ, duyên sáu xứ có xúc, duyên xúc có thọ, duyên thọ có ái, duyên ái có thủ, duyên thủ có hữu, duyên hữu có sanh, duyên sanh có chết, sầu, ưu, khổ, não, không thể kể xiết. Tai, mũi, lưỡi, thân, ý cũng vậy. Không có, mà sanh; đã có, rồi diệt; không biết nó từ đâu đến, cũng không biết nó đi về đâu; thảy đều do nhân duyên của các pháp tụ hội. Này trưởng giả, đó gọi là pháp hành Không đệ nhất."

Bấy giờ, trưởng giả Cấp Cô Độc buồn rầu rơi lệ không thể tự dừng. Tôn giả Xá-lợi-phất hỏi Cấp Cô Độc:

"Vì nhân duyên gì mà ông bi cảm như vậy?"

Trưởng giả đáp:

"Không phải con bi cảm. Vì sao? Xưa con đã nhiều lần thừa sự Phật, cùng tôn kính các Tỳ-kheo trưởng lão, nhưng chưa hề nghe được pháp tôn quý như vậy, như những điều mà Xá-lợi-phất giảng dạy."

Khi ấy A-nan nói với Cấp Cô Độc:

"Trưởng giả, nên biết, thế gian có hai hạng **[820a]** người được Như Lai nói đến. Những gì là hai? Một là biết lạc, hai là biết khổ. Người đã quen sống với lạc kia, như thiện gia nam tử Da-thâu-đề[25]. Người quen sống với khổ kia như Tỳ-kheo Bà-già-lê[26]. Lại nữa, này trưởng giả, Tỳ-kheo Da-thâu-đề giải Không đệ nhất. Người được tín giải thoát là Tỳ-kheo Bà-già-lê. Lại nữa, này trưởng giả, người biết khổ và người biết lạc, cả hai đều tâm được giải thoát, cả hai đều là đệ tử của Như Lai, không ai có thể sánh bằng. Bởi vì họ không chìm mất (chết), cũng không sanh.[27] Cả hai đều tinh cần vâng lời Phật dạy không biếng nhác, bỏ phế. Nhưng vì tâm có sự tăng giảm, nên người ta có kẻ biết, có kẻ không biết. Đúng như trưởng giả đã nói, 'Xưa con đã nhiều lần thừa sự Phật, cũng tôn kính các Tỳ-kheo trưởng lão, nhưng trước đây chưa hề nghe được pháp tôn quý như vậy, như những điều mà Xá-lợi-phất giảng dạy.' Tỳ-kheo Da-thâu-đề nhìn nơi đất mà tâm được giải thoát. Tỳ-kheo Bà-già-lê quán sát nhìn con dao mà tức thì tâm được giải thoát. Cho nên, này trưởng giả, nên làm như Tỳ-kheo Bà-già-lê."

Bấy giờ Tôn giả Xá-lợi-phất nói pháp một cách rộng rãi, khiến ông hoan hỷ, khiến phát tâm vô thượng. Sau đó, ngài rời chỗ ngồi đứng dậy mà đi.

Xá-lợi-phất đi chưa bao lâu, giây lát Cấp Cô Độc mạng chung, sanh lên trời Tam thập tam. Thiên tử Cấp Cô Độc này có năm công đức hơn hẳn chư thiên kia. Những gì là năm? Thọ mạng cõi trời, nhan sắc cõi trời, lạc thú cõi trời, oai thần cõi trời, và ánh sáng cõi trời. Thiên tử Cấp Cô Độc khi ấy suy nghĩ như vầy, "Ta có được thân này là do ân đức của Như Lai. Nay ta không nên an trú mà hưởng thụ nơi ngũ dục. Trước hết, hãy đến chỗ Thế Tôn lễ bái, thăm hỏi.

Rồi thiên tử Cấp Cô Độc với các thiên tử khác vây quanh trước sau cầm hoa trời rải lên thân Như Lai. Như Lai lúc ấy đang ở trong vườn Cấp Cô Độc, rừng cây Kỳ-đà, nước Xá-vệ. Vị thiên tử này đứng giữa hư không, chắp tay hướng về Thế Tôn mà nói bài kệ:

Đây là cõi Kỳ-hoàn,
Chúng tiên nhân[28]đang ở.
Nơi Pháp Vương ngự trị;
Khiến phát tâm hoan hỷ.

Thiên tử Cấp Cô Độc nói xong bài kệ này, Như Lai im lặng ấn khả. Liền khi ấy, vị thiên tử này nghĩ, "Như Lai đã im lặng ấn khả, ta nên xả thần túc để xuống hầu một bên.

Bấy giờ, thiên tử Cấp Cô Độc bạch **[820b]** Thế Tôn rằng:

"Con là Tu-đạt, lại tên là Cấp Cô Độc mà mọi người đều rõ, lại cũng là đệ tử của Như Lai, vâng lời dạy của Thánh Tôn. Nay con đã mạng chung, sanh lên trời Tam thập tam."

Thế Tôn nói:

"Ông do ân đức gì mà nay được thân trời này?"

Thiên tử bạch Phật:

"Con mong nhờ oai lực của Thế Tôn mà được thân trời."

Rồi thiên tử Cấp Cô Độc rải hoa trời lên trên thân Như Lai, và cũng rải lên trên thân của A-nan và Xá-lợi-phất. Sau đó, đi nhiễu khắp Kỳ-hoàn bảy vòng, và biến mất.

Bấy giờ Thế Tôn nói với A-nan:

"Đêm qua có thiên tử đến chỗ Ta, nói bài kệ sau đây.:

> *Đây là cõi Kỳ-hoàn,*
> *Chúng tiên nhân đang ở.*
> *Nơi Pháp Vương ngự trị;*
> *Khiến phát tâm hoan hỷ.*

"Rồi thiên tử ấy đi nhiễu khắp Kỳ-hoàn bảy vòng, và lui mất. A-nan, ông có biết thiên tử ấy không?"

A-nan đáp:

"Tất nhiên là trưởng giả Cấp Cô Độc."

Phật nói:

"A-nan, đúng như lời ông nói. Lành thay, ông bằng trí vị tri²⁹ mà biết được thiên tử ấy. Vì sao vậy? Vị đó là thiên tử Cấp Cô Độc."

A-nan bạch Phật:

"Cấp Cô Độc nay sanh lên trời, tên là gì?"

Phật đáp:

"Vẫn tên là Cấp Cô Độc. Vì sao vậy? Vị thiên tử này ngay ngày mới sanh, chư thiên ở đó ai cũng nói, 'Thiên tử này khi còn ở loài người là đệ tử của Như Lai, luôn luôn với đẳng tâm mà bố thí rộng khắp, giúp đỡ hết thảy những người nghèo khổ. Do công đức này, ở trên trời Tam thập tam vẫn gọi tên cũ là Cấp Cô Độc."

Bấy giờ Thế Tôn nói với các tỳ-kheo:

"Tỳ-kheo mà có công đức lớn, thành tựu trí tuệ, đó là A-nan. Nay đang ở địa vị hữu học mà trí tuệ không ai sánh bằng. Vì sao vậy? Điều mà A-la-hán cần phải biết, thì A-nan cũng biết. Điều cần học nơi chư Phật quá khứ, A-nan cũng đều biết rõ. Thời quá khứ có người nghe rồi mới hiểu rõ, còn như Tỳ-kheo A-nan hiện nay mới nhìn ngắm cũng biết rõ, rằng 'Như Lai cần như vậy, Như Lai không cần như vậy.' Đệ tử của chư Phật quá khứ nhập định rồi mới biết sự việc chưa xảy ra. Còn như

Tỳ-kheo A-nan của Ta ngày nay nhìn đến là tỏ rõ."

Rồi Thế Tôn nói với các tỳ-kheo:

"Trong hàng Thanh văn của Ta, hiểu biết rộng rãi, có tinh tấn dũng mãnh, niệm không thác loạn, đa **[820c]** văn đệ nhất, có khả năng chấp sự, đó là Tỳ-kheo A-nan."

Các tỳ-kheo sau khi nghe những gì Phật dạy hoan hỷ phụng hành.

KINH SỐ 9 *

Tôi nghe như vầy:

Một thời, Phật ở tại vườn Cấp Cô Độc, rừng cây Kỳ-đà, nước Xá-vệ.

Bấy giờ trưởng giả Cấp Cô Độc có người con dâu tên là Thiện Sanh,[30] dung mạo xinh đẹp, mặt như màu hoa đào, là con gái của vị đại thần của vua Ba-tư-nặc,[31] ỷ vào dòng họ, cậy thế hào tộc, không cung kính cha mẹ chồng và chồng, cũng không thờ Phật, Pháp, Tăng Tỳ-kheo, không kính phụng Tam tôn.

Bấy giờ trưởng giả Cấp Cô Độc đi đến chỗ Thế Tôn, đảnh lễ sát chân, rồi ngồi qua một bên. Trưởng giả bạch Thế Tôn rằng:

"Gần đây con cưới vợ cho con trai. Nàng ấy là con gái của vị đại thần của vua Ba-tư-nặc, tự thị dòng tộc trọng vọng, không thừa sự Tam tôn, không biết trưởng lão, tôn ti. Cúi mong Thế Tôn thuyết pháp để nàng sanh hoan hỷ, tâm ý khai tỏ."

Như Lai khi ấy im lặng hứa khả điều mà trưởng giả nói. Trưởng giả lại bạch Phật:

"Cúi mong Thế Tôn nhận lời thỉnh của con, cùng với Tăng Tỳ-kheo."

Khi trưởng giả thấy Thế Tôn im lặng nhận lời, liền rời chỗ ngồi đứng dậy, lạy Phật, nhiễu ba vòng, rồi lui về.

---

* Tham chiếu Pāli, A.VII 59 *Sattabhariyā* (R. iv. 91).

Về đến nhà, ông cho sửa soạn các thứ ẩm thực, trải dọn chỗ ngồi tốt đẹp. Khi đến giờ, ông bạch Phật:

"Cúi xin Thế Tôn nhận lời thỉnh của con. Cơm đã dọn đủ."

Bấy giờ Thế Tôn dẫn các tỳ-kheo vây quanh trước sau đi đến nhà trưởng giả, ngồi lên chỗ ngồi dọn sẵn.³² Trưởng giả dọn một chỗ ngồi nhỏ, ngồi trước Như Lai. Rồi Thế Tôn nói với cô Thiện Sanh:

"Này con gái trưởng giả, nên biết, người làm vợ có bốn việc.³³ Những gì là bốn? Có người vợ như là mẹ. Có người vợ như là bạn thân, có người vợ như là giặc, có người vợ như là nô tỳ.

"Cô nên biết, vợ như mẹ, ấy là tùy thời chăm sóc chồng không để thiếu thốn, thờ kính, phục vụ. Người ấy được chư thiên hộ vệ; người và loài phi nhân không thể rình cơ hội, sau khi chết sanh thiên. Này con gái trưởng giả, đó gọi là vợ như mẹ.

"Người vợ kia như thế nào gọi là bạn thân? Ở đây, này con gái trưởng giả, sau khi thấy chồng rồi, tâm không tăng giảm, cùng chung vui hay khổ. Đó gọi là vợ như bạn thân.

"Thế nào gọi vợ như giặc? Ở đây, này cô, khi thấy chồng, trong lòng sân nhuế, [821a], ganh tị chồng, không phục vụ, không thờ kính, không cung kính, thấy là muốn hại, mà tâm để nơi người khác. Chồng không thân vợ, vợ cũng không thân chồng. Người ấy không được mọi người yêu kính; không được chư thiên hộ vệ, sẽ bị ác quỷ xâm hại; thân hoại mạng chung sanh vào địa ngục. Người như vậy gọi là vợ như giặc.

"Thế nào là vợ như nô tỳ? Ở đây, người vợ hiền lương, thấy chồng thì tùy thời chăm sóc, nhẫn nhịn lời nói, không bao giờ cãi lại; nhẫn chịu khổ lạnh, hằng có tâm từ ái. Đối với Tam tôn thì sanh niệm tưởng này. 'Kia còn thì tôi còn. Kia suy thì tôi suy.' Do sự việc ấy, người ấy được chư thiên hộ vệ; người và loài phi nhân đều yêu mến; thân hoại mạng chung sanh lên trời, sanh vào chỗ lành.

"Đó là, này con gái trưởng giả, có bốn loại vợ này. Nay cô thuộc vào loại nào?"

Cô gái ấy sau khi nghe Thế Tôn nói, liền đến trước Phật, lạy sát chân rồi bạch Thế Tôn rằng:

"Cúi lạy Thế Tôn, con nay xin sửa đổi việc đã qua, tu tập việc sẽ đến. Không còn dám như trước nữa. Từ nay về sau, con sẽ thường hành lễ pháp như là nô tỳ vậy."

Rồi nàng Thiện Sanh trở lại chỗ chồng, đảnh lễ sát chân,

"Nay xin nguyện chăm sóc người như là nô tỳ."

Sau đó, nàng Thiện Sanh lại đến Thế Tôn, đảnh lễ sát chân, rồi ngồi qua một bên. Thế Tôn lần lượt thuyết pháp, nói về giới, về thí, về sanh thiên, dục là bất tịnh tưởng, dâm là đại ô uế. Khi Thế Tôn biết tâm ý cô đã khai tỏ, như pháp mà chư Phật thường thuyết là khổ, tập, tận, đạo; bấy giờ Thế Tôn cũng nói hết cho cô nghe. Tức thì ngay trên chỗ ngồi, cô được pháp nhãn thanh tịnh. Như tấm vải mới dễ nhuộm màu. Đây cũng như vậy, cô phân biệt các pháp, khéo hiểu ý nghĩa thâm diệu, tự quy y Tam tôn, thọ năm giới.

Cô gái Thiện Sanh sau khi nghe những gì Phật dạy hoan hỷ phụng hành.

KINH SỐ 10

Tôi nghe như vầy:

Một thời, Phật ở tại vườn Cấp Cô Độc, rừng cây Kỳ-đà, nước Xá-vệ.

Bấy giờ Tôn giả Xá-lợi-phất đi đến chỗ Thế Tôn, đảnh lễ sát chân, rồi ngồi qua một bên. Giây lát, rời chỗ ngồi, bạch Thế Tôn rằng:

"Thế Tôn thường khen ngợi địa vị cao, hào tộc tôn quý mà không nói đến hạng thấp hèn. Còn con, bạch Thế Tôn, không khen ngợi hào tộc tôn quý, cũng không nói đến hạng thấp hèn. Con giữ bực trung mà nói, khiến người được xuất gia học đạo."

Phật nói với Xá-lợi-phất:

"Ông tự nói là không khen ngợi [821b] hào tộc tôn quý, không nói hạng thấp hèn, giữ bực trung mà nói, để khiến người được xuất gia học đạo. Nhưng Ta nay không nói thượng, trung, hạ dẫn đến thọ sanh[34]. Vì sao vậy? Phàm sanh là rất khổ, không đáng để ước nguyện. Như đống phân kia, một ít mà còn rất hôi thối, huống chi là chứa nhiều. Nay sự thọ sanh cũng vậy. Một đời hay hai đời còn là khổ nạn, huống nữa lưu chuyển vô cùng mà lại có thể cam chịu. Do hữu mà có sanh. Do sanh mà có già, bệnh, chết, sầu ưu khổ não, có gì vui mà tham đắm? Như thế thành thân năm thủ uẩn.

"Ta nay sau khi quán sát nghĩa này, nên nói một đời, hai đời, còn là khổ nạn, huống nữa lưu chuyển vô cùng mà lại có thể cam chịu.

"Này Xá-lợi-phất, nếu có ý muốn thọ sanh, nên phát nguyện sanh vào nhà hào quý chứ không sanh thấp hèn. Vì sao vậy? Xá-lợi-phất, chúng sanh đêm dài bị tâm trói buộc chứ không phải bị hào quý trói buộc. Nhưng này, Xá-lợi-phất, Ta vốn ở nhà hào quý, là dòng sát-lị, xuất từ Chuyển Luân Thánh vương. Giả sử không xuất gia học đạo, Ta làm Chuyển Luân Thánh vương. Nay xả ngôi vị Chuyển Luân Thánh vương mà xuất gia học đạo, thành đạo vô thượng. Phàm sanh vào nhà thấp hèn, không được xuất gia học đạo, ngược lại phải rơi vào nẻo dữ. Cho nên, Xá-lợi-phất, hãy tìm cầu phương tiện hàng phục tâm. Như vậy, Xá-lợi-phất, hãy học điều này."

Xá-lợi-phất sau khi nghe những gì Phật dạy hoan hỷ phụng hành.[35]

Chú thích

[1] 清淨音響(嚮).

[2] Bảy xứ thiện, được nói rất nhiều trong các A-hàm cũng như Nikāya. Nói đủ (Cf. *Tạp 2*, kinh 42, tr. 10a05): Sắc, sắc tập, sắc diệt, sắc diệt đạo, sắc vị, sắc hoạn, sắc ly. Pāli, S. xxii. 57 *Sattaṭṭhāna* (R. iii. 61) : *rūpaṃ, rūpasamudayaṃ, rūpanirodhaṃ, rūpanirodhagāminiṃ paṭipadaṃ, rūpassa assādaṃ, rūpassa ādīnavaṃ, rūpassa nissaraṇaṃ.*

[3] Nguyên Hán: Xà-tuần 蛇旬, một âm khác của trà-tì. Pāli: *jhāpeti.*

[4] Nguyên Hán: Thâu-bà 偷婆.

[5] Để bản chép thiếu mục số 4 này.

[6] Nguyên Hán: Tâm ngũ tệ 心五弊. Cf. *Trung 56*: Tâm trung ngũ uế 心中五穢; *Tập dị 11* (tr 416b29): Ngũ tâm tài 五心栽. Pāli: *pañca cetokhilā*, năm trạng thái hoang dã của tâm.

[7] Hán: Tâm ngũ kết 心五結. *Trung 56*: Tâm ngũ phược 心五縛; *Tập dị 11* (tr. 0418a13): Ngũ tâm phược 五心縛. Pāli, ibid. *pañca cetasovinibandhā.*

[8] Hiểu là không cởi mở, không quyết đoán.

[9] Hiểu là không có tịnh tín.

[10] Hán: Kê tử 雞子, gà con. Cũng có thể hiểu là trứng.

[11] Hán bản không kể Pháp, đây thêm vào cho đủ.

[12] A-na-bân-để 阿那邠邸. Để bản chép nhầm là A-na-bân-kỳ 阿那邠祁.

[13] Theo nguồn Pāli, ông có một con trai tên *Kāla*, và 3 người con gái: *Mahāsubhaddā, Cūḷasubhaddā, Sumanā.*

[14] Xem kinh 3 phẩm 48 trên.

[15] Hán: Viên cổ 員鼓.

[16] Hán: Bề cổ 鞞鼓.

[17] Xem kinh 3 phẩm 48.

[18] Bản Hán có thể nhảy sót nên đoạn văn thiếu mạch lạc.

[19] Bảo vũ xa 寶羽車, xe có gắn lông chim; xem kinh 1 phẩm 23.

[20] Mật-si 蜜絺, trên kia chép Mật-đế.

[21] Hán: Bất khởi ư sắc 不起於色. Pāli: na cakkhuṃ upādiyissāmi, tôi không chấp thủ sắc; nhưng bản Hán đọc là uppādessāmi, tôi sẽ không khởi.

[22] Pāli: *Na ca me cakkhunissitaṃ viññāṇaṃ bhavissati*, tôi cũng không có thức y nơi mắt.

[23] Hán: Kim thế, hậu thế 今世後世. Pāli: idhalokaṃ, paralokaṃ, thế giới này, thế giới khác.

[24] Các từ khác nhau chỉ tự ngã: Ngã 我 (Pāli: *attā*, Skt. *ātman),* nhân 人 (Pāli: *puggala*, Skt. *pudgala*), thọ mạng 壽命 (Pāli, Skt.: *jīva*), sĩ phu 士夫 (Pāli: *purisa*, Skt. *puruṣa*), manh triệu 萠兆 (= bằng triệu? có dấu hiệu nảy mầm, Pāli, Skt. *bhūta*, mầm sống, sinh vật, linh vật).

[25] 耶輸提.

[26] 婆伽梨 Bà-già-lê, tức 婆迦梨 Bà-ca-lê trong kinh 10 phẩm 26, 婆迦利 Bà-ca-lợi trong kinh 5 phẩm 4; Pāli: *Vakkali*.

[27] Pāli, A-nan hỏi Cấp Cô Độc: *olīyasi kho tvaṃ, gahapati, saṃsīdasi kho tvaṃ, gahapati?* "Trưởng giả, ông đang bám chặt lấy (sự sống), hay đang chìm nghỉm (chết)?"

[28] Tiên nhân chúng; Tiên nhân ở đây chỉ Phật. Chúng, dịch nghĩa của Tăng. Nghĩa là, Chúng đệ tử của Phật. Pāli: *isisaṅgha*.

[29] Vị tri trí 未知智, trí chưa biết, chỉ trí tuệ của bậc hữu học. Pāli: *anaññāta*.

[30] Thiện Sanh 善生, Pāli: *Sujātā*.

[31] Theo tài liệu Pāli, cô là em gái út của bà *Visākhā*, con của trưởng giả *Dhanañjayaseṭṭhi*.

[32] Văn thiếu mạch lạc. Có thể có nhảy sót trong bản Hán.

[33] Pāli: Có bảy loại vợ.

[34] Hán: Thọ sanh phần 受生分.

[35] Bản Hán, hết quyển 49.

52. PHẨM ĐẠI ÁI ĐẠO BÁT-NIẾT-BÀN

KINH SỐ 1

[821b] Tôi nghe như vầy:

Một thời Phật trú tại Tỳ-xá-ly, trong giảng đường Phổ Tập, cùng với chúng đại tỳ-kheo năm trăm vị.

Bấy giờ Đại Ái Đạo[1] đang trú tại thành Tỳ-xá-ly, trong chùa Cao đài[2] cùng với chúng đại tỳ-kheo-ni năm trăm vị, thảy đều A-la-hán, đã dứt sạch các lậu.

Đại Ái Đạo nghe các tỳ-kheo-ni **[821c]** nói, "Như Lai không bao lâu nữa, không quá ba tháng, sẽ diệt độ, giữa đôi cây sa-la, tại Câu-di-na-kiệt." Bà liền suy nghĩ, "Ta không kham thấy Như Lai diệt độ. Vậy nay Ta nên diệt độ trước." Rồi Đại Ái Đạo đi đến chỗ Thế Tôn,[3] đảnh lễ sát chân, và ngồi qua một bên. Khi ấy bà bạch Phật:

"Tôi nghe Thế Tôn không bao lâu nữa, không quá ba tháng, sẽ nhập Niết-bàn giữa đôi cây sa-la, tại Câu-di-na-kiệt. Tôi nay không kham thấy Thế Tôn và A-nan diệt độ. Cúi mong Thế Tôn cho phép tôi diệt độ."

Lúc bấy giờ, Thế Tôn im lặng. Đại Ái Đạo lại bạch Phật:

"Từ nay trở đi, cúi mong Thế Tôn cho tỳ-kheo-ni thuyết giới."

Phật nói:

"Nay Ta cho phép tỳ-kheo-ni thuyết cấm giới cho tỳ-kheo-ni, đúng như cấm giới mà Ta đã ban hành, chớ để sai phạm."

□ *Xem chú thích: tr.495–497*

Đại Ái Đạo đến trước lạy dưới chân Phật, rồi đứng trước Phật, bà lại bạch Phật:

"Nay tôi không còn thấy nhan sắc của Như Lai, cũng không thấy chư Phật tương lai, không còn chịu bào thai nữa, vĩnh viễn ở trong vô vi. Hôm nay từ biệt thánh nhan, không bao giờ còn gặp lại nữa."

Rồi Đại Ái Đạo nhiễu quanh Phật bảy vòng, cũng nhiễu quanh A-nan bảy vòng, và nhiễu quanh hết chúng tỳ-kheo, rồi lui đi. Trở về trong Ni chúng, Bà nói với các tỳ-kheo-ni:

"Nay ta muốn nhập Niết-bàn giới vô vi. Sở dĩ như vậy vì Như Lai không bao lâu nữa sẽ diệt độ. Các ngươi hãy tùy thời thích hợp làm những điều cần làm."

Khi ấy Tỳ-kheo-ni Sai-ma, Tỳ-kheo-ni Ưu-bát Sắc, Tỳ-kheo-ni Cơ-lợi-thí, Tỳ-kheo-ni Xá-cửu-lê, Tỳ-kheo-ni Xa-ma, Tỳ-kheo-ni Bát-đà-luyện-chá, Tỳ-kheo-ni Bà-la-chá-la, Tỳ-kheo-ni Ca-chiên-diên, Tỳ-kheo-ni Xà-da,[4] cùng năm trăm tỳ-kheo-ni, đi đến chỗ Thế Tôn, đứng sang một bên. Khi ấy Tỳ-kheo-ni Sai-ma, thượng thủ của năm trăm tỳ-kheo-ni, bạch Phật rằng:

"Chúng con nghe Như Lai không bao lâu nữa sẽ diệt độ. Chúng con không nỡ thấy Thế Tôn và A-nan diệt độ trước. Cúi mong Thế Tôn cho phép chúng con diệt độ trước. Chúng con nay vào Niết-bàn chính là đúng lúc."

Khi ấy [822a] Thế Tôn im lặng hứa khả. Tỳ-kheo-ni Sai-ma cùng với năm trăm tỳ-kheo-ni thấy Thế Tôn đã im lặng hứa khả, liền đến trước lạy sát chân Phật, đi nhiễu ba vòng, rồi lui đi, trở về thất của mình.

Lúc bấy giờ Đại Ái Đạo đóng cửa giảng đường, gióng kiền chùy, trải tọa cụ trên đất trống. Sau đó, bà bay lên hư không, ngồi, nằm, hoặc kinh hành, hoặc phát ra ngọn lửa, dưới thân bốc khói, trên thân bốc lửa, hoặc dưới thân phun nước, trên thân bốc khói, hoặc toàn thân bốc lửa, hoặc toàn thân bốc khói; hoặc hông trái phun nước, hông phải phun lửa; hoặc hông trái phun lửa, hông phải phun nước; hoặc phía trước phun lửa, phía sau phun nước; hoặc phía trước phun nước, phía sau phun lửa; hoặc toàn thân phun lửa, hoặc toàn thân phun nước. Sau khi thực hiện các biến hóa như vậy, Đại Ái Đạo trở về chỗ ngồi, kiết già mà ngồi, thân ngay, ý chánh, buộc niệm trước mặt, nhập sơ thiền; xuất sơ thiền nhập nhị thiền; xuất nhị thiền nhập tam thiền; xuất tam thiền nhập tứ thiền, xuất tứ thiền nhập không xứ; xuất không xứ nhập thức xứ; xuất thức xứ nhập vô sở hữu xứ; xuất vô sở hữu xứ nhập phi tưởng phi phi tưởng; xuất phi tưởng phi phi tưởng nhập tưởng thọ diệt; xuất tưởng thọ diệt trở lại nhập phi tưởng phi phi tưởng; xuất phi tưởng phi phi tưởng trở lại nhập vô sở hữu xứ; xuất vô sở hữu xứ trở lại nhập thức xứ; xuất thức xứ trở lại nhập không xứ; xuất không xứ trở lại nhập tứ thiền; xuất tứ thiền trở lại nhập tam thiền; xuất tam thiền trở lại nhập nhị thiền; xuất nhị thiền trở lại nhập sơ thiền; xuất sơ thiền nhập nhị thiền; xuất nhị thiền nhập tam thiền; xuất tam thiền nhập tứ thiền. Sau khi nhập tứ thiền, liền diệt độ.

Khi ấy trời đất rung động lớn; phía đông vọt lên, phía tây chìm xuống; phía tây vọt lên, phía đông chìm xuống; bốn bên đều vọt lên, ở giữa chìm xuống; lại bốn mặt có gió mát nổi lên. Chư thiên trong hư không tấu nhạc. Chư thiên Dục giới buồn khóc, nước mắt rơi xuống như mùa xuân trời tuôn nước mưa ngọt. Các vị trời thần diệu nghiền nát hoa ưu-bát làm bột thơm; lại nghiền nát chiên-đàn, rải lên phía trên.

Lúc bấy giờ, Tỳ-kheo-ni Sai-ma, Tỳ-kheo-ni Ưu-bát Sắc, Tỳ-kheo-ni Cơ-lợi-thí Cù-đàm-di, Tỳ-kheo-ni Xá-cù-li, Tỳ-kheo-ni Xa-ma, Tỳ-kheo-ni Bát-đà-lan-giá-la, Tỳ-kheo-ni Ca-chiên-diên, Tỳ-kheo-ni Xà-da;[5] các Tỳ-kheo-ni này là **[822b]** thượng thủ của năm trăm tỳ-kheo-ni; mỗi vị trải tọa cụ trên đất trống, sau đó, bay lên hư không, ngồi, nằm, hoặc kinh hành, thực hiện mười tám biến hóa, *cho đến* nhập tưởng tri diệt, rồi diệt độ.[6]

Lúc bấy giờ trong thành Tỳ-da-ly có vị đại tướng tên là Da-thâu-đề, dẫn năm trăm đồng tử tụ tập tại giảng đường Phổ hội, cùng bàn luận một số vấn đề. Da-thâu-đề và năm trăm đồng tử từ xa thấy mười tám biến hóa của năm trăm tỳ-kheo-ni. Thấy như vậy, họ rất hoan hỷ, phấn khởi không thể dừng được, thảy đều chắp tay hướng về phía đó. Lúc đó, Thế Tôn nói với A-nan:

"Ông hãy đến chỗ tướng quân Da-thâu-đề, bảo rằng: Hãy nhanh chóng sửa soạn năm trăm khăn trải giường, năm trăm khăn trải ngồi, năm trăm hũ bơ, năm trăm hũ dầu mè, năm trăm cỗ xe tang, năm trăm bó hương, năm trăm xe củi."

A-nan bước lên trước hỏi:

"Không rõ Thế Tôn muốn làm gì?"

Phật nói:

"Đại Ái Đạo đã diệt độ. Năm trăm tỳ-kheo-ni cũng nhập Niết-bàn. Chúng ta sẽ cúng dường xá-lợi."

A-nan nghe nói thế, buồn thương giao cảm không cầm được:

"Đại Ái Đạo sao diệt độ vội thế?"

Rồi A-nan lấy tay gạt lệ, đi đến chỗ đại tướng Da-thâu-đề. Da-thâu-đề thấy A-nan từ xa đi lại, liền đứng dậy đón tiếp, cùng nói lời chào đón:

"Kính chào A-nan! Có điều gì dạy bảo mà đến bất thường như vậy?"

A-nan đáp:

"Tôi là sứ giả của Phật, có điều yêu cầu."

Đại tướng liền hỏi:

"Ngài có điều gì dạy bảo?"

A-nan nói:

"Thế Tôn sai nói với Đại tướng: 'Hãy nhanh chóng sửa soạn năm trăm khăn trải giường, năm trăm khăn trải ngồi, năm trăm hũ bơ, năm trăm hũ dầu mè, năm trăm cỗ xe tang, năm trăm bó hương, năm trăm xe củi. Đại Ái Đạo cùng năm trăm tỳ-kheo-ni đều đã diệt độ. Chúng ta sẽ cúng dường xá-lợi.'"

Khi ấy đại tướng buồn khóc thương cảm, nói rằng:

"Đại Ái Đạo cùng năm trăm tỳ-kheo-ni sao diệt độ sớm vậy thay! Ai sẽ răn dạy chúng tôi, khuyến khích chúng tôi bố thí vật thực?"[7]

Đại tướng Da-thâu-đề liền sửa soạn năm trăm khăn trải giường, năm trăm khăn trải ngồi, năm trăm hũ bơ, năm trăm hũ dầu mè, năm trăm cỗ xe tang, năm trăm bó hương, năm trăm xe củi và các dụng cụ để hỏa thiêu.[8] Xong rồi, ông đến chỗ Thế Tôn, cúi lạy sát chân và đứng sang một bên. Đại tướng Da-thâu-đề bạch Thế Tôn:

"Theo như Như Lai dạy, nay chúng con đã sửa soạn đủ các dụng cụ để cúng dường."

Phật nói:

[822c] "Các ông mỗi người mang di thể của Đại Ái Đạo và của năm trăm tỳ-kheo-ni ra khỏi thành Tỳ-xá-ly, đi đến chỗ đồng trống. Ta muốn đến đó cúng dường xá-lợi."

Đại tướng bạch Phật:

"Thưa vâng, Thế Tôn."

Khi ấy đại tướng đi đến chỗ Đại Ái Đạo, bảo một người:

"Ngươi hãy bắc thang leo tường mà vào bên trong, từ từ mở cổng chớ có gây tiếng động."

Người ấy vâng lệnh, leo vào bên trong, mở cửa. Đại tướng lại sai năm trăm người đưa các di thể đặt lên giường. Bấy giờ có hai sa-di-ni ở đó. Một, tên là Nan-đà, và hai, tên là Ưu-ban-nan-đà. Hai sa-di-ni nói với đại tướng:

"Thôi, thôi, Đại tướng! Chớ quấy nhiễu các sư."

Đại tướng Da-thâu-đề nói:

"Không phải thầy của các cô ngủ, mà diệt độ cả rồi."

Hai sa-di-ni nghe nói các sư đã diệt độ, trong lòng kinh sợ, liền nghĩ thầm: "Xem thế thì, pháp gì tập khởi, đều là pháp diệt tận." Tức thì, ngay trên chỗ ngồi mà được ba minh, sáu thông. Hai sa-di-ni liền bay lên hư không, trước hết, đến chỗ đồng hoang thực hiện mười tám biến hóa, ngồi, nằm, kinh hành, thân tuôn nước, bốc lửa, biến hóa vô lượng. Rồi ngay đó mà Bát-niết-bàn trong Niết-bàn-giới vô dư.

Bấy giờ Thế Tôn dẫn các tỳ-kheo vây quanh trước sau đi đến chỗ Đại Ái Đạo, trong chùa ni. Thế Tôn bảo A-nan, Nan-đà, La-hầu-la:

"Các người hãy khiêng di thể của Đại Ái Đạo. Ta sẽ tự thân cúng dường."

Khi ấy Thích Đề-hoàn Nhân biết những điều suy nghĩ trong lòng Thế Tôn, tức thì, trong khoảnh khắc như lực sĩ co duỗi cánh tay, từ Tam thập tam thiên hiện đến Tỳ-da-li, đến chỗ Thế Tôn, đảnh lễ sát chân, rồi đứng sang một bên. Trong đây, các tỳ-kheo lậu tận đều trông thấy Thích Đề-hoàn Nhân và chư thiên Tam thập tam. Còn các tỳ-kheo, tỳ-kheo-ni, ưu-bà-tắc, ưu-bà-di chưa dứt sạch các lậu đều không thấy Thích Đề-hoàn Nhân.

Khi ấy Phạm thiên từ xa biết được những điều suy nghĩ trong lòng Thế Tôn, liền dẫn chư thiên từ trên cõi Phạm thiên biến mất, hiện đến chỗ Thế Tôn, đảnh lễ sát chân, rồi đứng sang một bên.

Khi ấy Tỳ-sa-môn thiên vương biết được ý nghĩ của Thế Tôn, dẫn các quỷ thần dạ-xoa đến chỗ Thế Tôn, đảnh lễ sát chân, rồi đứng sang một bên.

Bấy giờ Đê-đầu-lại-tra thiên vương dẫn các càn-thát-bà, từ **[823a]** phương đông đến chỗ Như Lai, đảnh lễ sát chân, rồi đứng sang một bên.

Tỳ-lũ-lặc-xoa thiên vương dẫn vô số câu-bàn-trà từ phương nam đến chỗ Thế Tôn, cúi đầu lạy sát chân rồi đứng sang một bên.

Tỳ-lũ-ba-xoa thiên vương dẫn các thần rồng đến chỗ Thế Tôn, đảnh lễ sát chân, rồi đứng sang một bên.

Các vị chư thiên cõi dục, cõi sắc và cõi vô sắc đều biết được những điều suy nghĩ trong lòng của Như Lai, liền đến chỗ Thế Tôn, đảnh lễ sát chân, rồi đứng sang một bên.

Khi ấy, Thích Đề-hoàn Nhân, Tỳ-sa-môn thiên vương lên trước bạch Phật rằng:

"Cúi mong Thế Tôn không phải nhọc sức. Chúng con sẽ tự thân cúng dường xá-lợi."

Phật nói với chư thiên:

"Thôi, thôi, thiên vương! Như Lai tự biết thời. Đây là điều Như Lai cần phải làm; không phải là điều mà trời, rồng, quỷ, thần có thể làm được. Vì sao vậy? Cha mẹ sanh con đã cho nhiều lợi ích, ân nuôi lớn rất nặng, cho bú mớm, bồng ẳm. Cần phải báo đáp ân, không thể không báo đáp. Nhưng, này chư thiên, nên biết, thân mẫu của chư Phật Thế Tôn quá khứ đều diệt độ trước, nhiên hậu chư Phật Thế Tôn thảy đều tự thân cúng dường trà-tỳ xá-lợi. Thân mẫu của chư Phật Thế Tôn tương lai cũng diệt độ trước, nhiên hậu chư Phật thảy đều tự thân cúng dường. Do phương tiện này mà biết Như Lai cần phải tự thân cúng dường, chứ không phải việc chư thiên, quỷ thần có thể làm."

Bấy giờ Tỳ-sa-môn thiên vương nói với năm trăm quỷ thần:

"Các ngươi đi vào trong rừng chiên-đàn lấy củi thơm về đây để cúng dường trà-tỳ."

Năm trăm quỷ thần vâng lệnh thiên vương, đi vào rừng chiên-đàn lấy củi chiên-đàn, mang đến chỗ đồng hoang. Khi ấy Thế Tôn tự thân khiêng một đầu chân giường, La-hầu-la khiêng một chân, A-nan khiêng một chân, Nan-đà khiêng một chân, bay lên hư không mà đi đến bãi tha ma. Còn bốn bộ chúng, tỳ-kheo, tỳ-kheo-ni, ưu-bà-tắc, ưu-bà-di, khiêng di thể năm trăm tỳ-kheo-ni đi đến bãi tha ma.

Bấy giờ Thế Tôn nói với đại tướng Da-thâu-đề:

"Ông hãy sửa soạn thêm hai bộ khăn trải giường, hai bộ khăn trải ngồi, hai xe củi, cùng hương hoa, để cúng dường di thể hai sa-di-ni."

Đại tướng Da-thâu-đề bạch Phật:

"Kính vâng, Thế Tôn."

Ngay sau đó, ông sắm sửa các dụng cụ để cúng dường.

Bấy giờ Thế Tôn lấy gỗ chiên-đàn chuyển cho từng vị chư thiên. Thế Tôn lại bảo đại tướng:

"Ông cho mỗi người đưa năm trăm di thể, phân biệt từng vị mà [823b] cúng dường, hai vị sa-di-ni cũng vậy."

Đại tướng vâng lời Phật dạy, phân biệt từng vị mà cúng dường, sau đó thì hỏa thiêu.

Bấy giờ Thế Tôn lấy gỗ chiên-đàn chất lên di thể Đại Ái Đạo. Rồi Thế Tôn nói bài kệ này:

Hết thảy hành vô thường;
Có sanh thì có diệt.
Không sanh thì không chết.
Diệt ấy là tối lạc.

Khi ấy, chư thiên và nhân dân đều vân tập vào bãi tha ma. Người, trời, đại chúng có đến mười ức cai[9] na-thuật[10].

Sau khi hỏa thiêu, đại tướng đưa xá-lợi đi dựng tháp. Phật nói với đại tướng:

"Giờ ông hãy đưa năm trăm xá-lợi đi dựng tháp, để trong lâu dài thọ phước vô lượng. Vì sao vậy? Thế gian có bốn người được dựng tháp thờ. Những gì là bốn? Những ai dựng tháp thờ Như Lai, Chí chân, Đẳng chánh giác; thờ Chuyển Luân Thánh vương, Thanh văn và Bích-chi-phật, được phước vô lượng."

Bấy giờ Thế Tôn nói pháp vi diệu cho chư thiên và nhân dân, khiến phát tâm hoan hỷ. Khi ấy trời và người, có đến một ức, dứt sạch trần cấu, được pháp nhãn thanh tịnh.

Bấy giờ chư thiên, nhân dân, càn-thát-bà, a-tu-la, bốn bộ chúng, nghe những điều Phật dạy hoan hỷ phụng hành.

KINH SỐ 2

Tôi nghe như vầy:

Một thời, Phật trú tại nước Xá-vệ, vườn Cấp Cô Độc, rừng cây Kỳ-đà, cùng với chúng đại tỳ-kheo năm trăm vị.

Bấy giờ trong thành Xá-vệ có Tỳ-kheo-ni tên là Bà-đà,[11] dẫn năm trăm tỳ-kheo-ni đến chỗ kia du hóa. Trong khi ở tại chỗ nhàn tĩnh, Tỳ-kheo-ni Bà-đà tự tư duy, ngồi kiết già, buộc niệm trước mặt, nhớ lại sự việc vô số đời trước, liền cười một mình. Có một tỳ-kheo-ni từ xa trông thấy Tỳ-kheo-ni Bà-đà cười, liền đi đến chỗ các tỳ-kheo-ni, nói:

"Hôm nay Tỳ-kheo-ni Bà-đà ngồi cười một mình dưới gốc cây. Không biết có duyên cớ gì."

Năm trăm tỳ-kheo-ni liền cùng nhau đi đến chỗ Tỳ-kheo-ni Bà-đà, đảnh lễ sát chân, rồi hỏi Tỳ-kheo-ni Bà-đà:

"Có nhân duyên gì mà ngồi cười một mình dưới bóng cây?"

Tỳ-kheo-ni Bà-đà nói với năm trăm tỳ-kheo-ni:

"Vừa rồi ngồi dưới gốc cây, tôi nhớ lại sự việc vô số đời trước. Lại thấy ngày xưa **[823c]** đã trải qua bao nhiêu thân hình, chết đây sanh kia; thảy đều thấy hết."

Năm trăm tỳ-kheo-ni lại bạch:

"Cúi mong kể lại nhân duyên ngày xưa."

Tỳ-kheo-ni Bà-đà nói với các tỳ-kheo-ni:

"Chín mươi mốt kiếp quá khứ xa xưa có Phật xuất thế, hiệu Tỳ-bà-thi, Như Lai, Chí chân, Đẳng chánh giác, Minh hành túc, Thiện thệ, Thế gian giải, Vô thượng sỹ, Điều ngự trượng phu, Thiên nhân sư, hiệu Phật Thế Tôn. Thế giới khi ấy tên là Bàn-đầu-ma. Nhân dân đông đúc không thể kể xiết. Bấy giờ Như Lai du hóa tại quốc giới đó, thuyết pháp cho đại chúng gồm mười sáu vạn tám nghìn tỳ-kheo vây quanh trước sau. Danh hiệu Phật được truyền rộng khắp nơi. Phật Tỳ-bà-thi có đầy đủ các tướng, là ruộng phước tốt cho hết thảy mọi người. Trong quốc giới ấy bấy giờ có một đồng tử tên là Phạm thiên, dung mạo xinh đẹp ít có trên đời.

"Bấy giờ, đồng tử kia, tay cầm lọng báu, đi vào trong ngõ. Trong lúc đó, có vợ cư sỹ, cũng xinh đẹp, cũng đi trên đường đó. Mọi người đều ngắm nhìn. Đồng tử khi ấy nghĩ thầm, 'Ta đây cũng xinh đẹp, tay cầm lọng báu, nhưng mọi người không nhìn ngắm thân ta. Những người này đều nhìn ngắm bà kia. Ta cần phải làm cách nào đó để mọi người nhìn ngắm ta.' Rồi thì đồng tử ấy ra khỏi thành, đi đến chỗ Phật Tỳ-bà-thi, tay cầm lọng báu, cúng dường bảy ngày bảy đêm, và cũng phát thệ nguyện rằng, 'Nếu như Phật Tỳ-bà-thi có thần túc như vậy, có thần lực như vậy, là ruộng phước trên hết của người, trời, thì mong nhờ công đức này khiến cho con đời tương lai sanh làm thân nữ, mọi người thấy không ai là không hoan hỷ phấn khởi.'

"Đồng tử ấy sau bảy ngày bảy đêm cúng dường Phật, tùy theo thọ mạng vắn dài, về sau sanh lên trời Tam thập tam, ở đó làm thân nữ, cực kỳ xinh đẹp, đệ nhất trong các ngọc nữ. Cô có năm công đức vượt hơn các thiên nữ khác. Những gì là năm? Đó là, tuổi thọ trời, sắc đẹp trời, lạc thú trời, oai phước trời, tự tại cõi trời. Các trời Tam thập tam thấy cô, ai cũng nói, 'Thiên nữ này xinh đẹp kỳ lạ, không ai sánh bằng.' Trong đó, có thiên tử nói, 'Ta phải được thiên nữ này làm thiên hậu.' Các thiên tử bèn giành nhau. Khi ấy đại thiên vương nói, 'Các ngươi chớ có tranh cãi nhau. Trong các ông, ai thuyết pháp hay nhất, ta sẽ cho lấy thiên nữ này [824a] làm vợ.'

"Bấy giờ có một thiên tử nói bài kệ:

> *Hoặc đứng, hoặc lại ngồi,*
> *Thức ngủ, đều chẳng vui.*
> *Chỉ khi nào ngủ say,*
> *Ta mới không tưởng dục.*

"Lại có thiên tử khác nói kệ này:

> *Ông nay vẫn còn vui,*
> *Ngủ say không niệm tưởng.*
> *Tôi đây dục niệm khởi,*
> *Y như đánh trống trận.*

"Lại có thiên tử khác nói kệ:

> *Giả sử đánh trống trận,*
> *Còn có khi ngưng nghỉ.*
> *Dục nơi tôi ruổi nhanh,*
> *Như nước chảy không ngừng.*

"Lại thiên tử khác nói kệ:

> *Như nước cuốn cây lớn*
> *Còn có lúc ngưng nghỉ.*
> *Tôi hằng tư tưởng dục,*
> *Như giết voi không nháy.*[12]

"Bấy giờ có vị thiên tử tối tôn trong chư thiên nói bài kệ này cho các thiên nhơn:

> *Các ông còn rỗi rảnh,*
> *Mỗi người nói kệ ấy.*
> *Tôi nay còn chưa biết*
> *Mình còn hay là mất.*

"Chư thiên nói với vị thiên tử này: 'Lành thay, thiên tử! Bài kệ ông nói cực kỳ tinh diệu. Nay chúng tôi phụng cống thiên nữ này cho thiên vương.' Thiên nữ ấy tức thì được đưa vào cung của thiên vương.

"Các sư muội, các cô chớ có do dự. Vì sao vậy? Đồng tử cúng dường Phật bằng cây lọng thượng hạng khi xưa há là ai khác chăng? Chớ nghĩ như vậy. Chính là thân của tôi đó.

"Quá khứ ba mươi mốt kiếp, có Phật hiệu Thi-khí Như Lai xuất hiện ở đời, du hóa trong thế giới Dã mã, cùng với chúng đại tỳ-kheo mười sáu vạn. Bấy giờ thiên nữ kia sau khi mạng chung sanh vào loài người, thọ thân nữ, cực kỳ xinh đẹp, hiếm có trên đời. Khi đức Thi-khí Như Lai, đến giờ, khoác y, cầm bát vào thành Dã mã khất thực. Thiên nữ kia sanh làm người, làm vợ gia chủ. Cô dâng đồ ẩm thực lên đức Thi-khí Như Lai, đồng thời phát thệ nguyện, 'Mong nhờ nghiệp công đức này, con sanh vào chỗ nào cũng không rơi vào ba nẻo dữ; được dung mạo xinh đẹp, hơn hẳn mọi người.' Người nữ nầy về sau **[824b]** mạng chung sanh lên Tam thập tam. Tại đó, lại làm thân nữ, cực kỳ xinh đẹp, có năm sự công đức vượt hẳn chư thiên kia.

"Thiên nữ bấy giờ há là ai khác chăng? Chớ nghĩ như vậy. Vì sao? Người nữ ấy chính là thân của tôi vậy.

"Rồi ngay trong kiếp có Phật Tỳ-xá-phù Như Lai xuất hiện ở đời. Khi thiên nữ tùy theo thọ mạng dài vắn mà mạng chung, sanh vào loài người, thọ thân người nữ, dung mạo xinh đẹp hiếm có trên đời. Cô lại làm vợ gia chủ. Bấy giờ vợ gia chủ dâng y phục thượng hảo lên Như Lai, phát thệ nguyện rằng, 'Nguyện con đời tương lai được làm thân nữ.' Cô này sau khi mạng chung sanh lên Tam thập tam, dung mạo xinh đẹp, hơn hẳn các thiên nữ khác. Người nữ khi ấy là ai khác chăng? Chớ nghĩ như vậy. Vì sao? Người nữ lúc đó chính là thân của tôi vậy.

"Cô gái ấy, tùy theo tuổi thọ vắn dài, về sau mạng chung sanh vào loài người, tại đại thành Ba-la-nại, làm nô tỳ cho gia chủ Nguyệt Quang, dung mạo xấu xí chẳng ai muốn nhìn. Từ khi Phật Tỳ-xá-phù đi mất, đời không còn có Phật nữa. Lúc ấy có Bích-chi-phật[13] du hóa. Khi ấy vợ gia chủ Nguyệt Quang bảo cô nữ tỳ, 'Ngươi hãy đi ra ngoài, tìm xem có vị sa-môn nào dung mạo xinh đẹp hợp ý ta, hãy thỉnh về nhà. Ta muốn cúng dường.'

"Cô nữ tỳ bèn đi ra ngoài tìm kiếm sa-môn, gặp Bích-chi-phật đang khất thực trong thành. Nhưng dung mạo của ngài thô kệch, xấu xí. Nữ tỳ liền đến nói với Bích-chi-phật: 'Bà chủ con muốn gặp. Xin rước Ngài đến nhà.' Rồi cô vào thưa với bà chủ, 'Sa-môn đã đến. Mời bà ra gặp.' Khi vợ gia chủ trông thấy vị sa-môn, trong lòng không vui, bảo nữ tỳ: 'Bảo ông ấy về đi. Ta không muốn bố thí. Vì sao? Dung mạo ông ấy xấu xí quá.' Nữ tỳ liền thưa với bà chủ, 'Nếu phu nhân không huệ thí cho sa-môn, phần ăn hôm nay của con sẽ huệ thí hết cho sa-môn.'

"Bà chủ phát cho phần ăn là một đấu cơm khô vụn. Nữ tỳ tiếp lấy, đưa cho sa-môn. Bích-chi-Phật nhận thức ăn rồi, bay lên hư không, hiện mười tám phép biến hóa.

"Khi ấy nữ tỳ của gia chủ phát thệ nguyện rằng, 'Mong nhờ công đức này, tôi sanh vào chỗ nào cũng không rơi vào ba nẻo dữ; đời tương lai tôi được làm thân nữ cực kỳ xinh đẹp.'

"Bấy giờ vị Bích-chi-phật bưng bát cơm bay quanh thành ba vòng. Gia chủ Nguyệt Quang lúc đó đang họp với năm trăm thương nhân trong giảng đường Phổ hội. Người trong thành lúc bấy giờ trai gái lớn bé, thảy đều trông thấy vị Bích-chi-phật bưng bát cơm bay trong hư không. Thấy vậy, họ bảo nhau: 'Công đức của ai mà được như vậy? Ai gặp đức Bích-chi-phật mà huệ thí bát cơm ấy vậy?' Khi ấy cô nữ tỳ của gia chủ nói với bà chủ: 'Bà hãy ra xem thần đức của sa-môn. Ngài đang bay trong hư không, làm mười tám phép biến hóa, thần đức không lường được.'

"Vợ gia chủ bèn nói với nữ tỳ: 'Cơm huệ thí cho sa-môn bữa nay, có bao nhiêu công đức, ngươi hãy cho ta. Ta sẽ trả lại cho ngươi hai ngày ăn. Nữ tỳ đáp: 'Tôi không kham đem phước mà cho lại bà.' Bà chủ nói, 'Ta trả cho ngươi bốn ngày ăn.' *Cho đến* mười ngày ăn. Nữ tỳ đáp: 'Tôi không kham đem phước cho lại bà.' Bà chủ nói: 'Nay ta cho ngươi một trăm đồng tiền vàng.' Nữ tỳ đáp: 'Tôi cũng không cần.' Bà chủ lại nói: Ta cho ngươi hai trăm, *cho đến* một nghìn đồng tiền vàng. Nữ tỳ vẫn nói: 'Tôi cũng không cần.' Bà chủ nói: 'Ta miễn cho thân ngươi khỏi làm nô tỳ. Nữ tỳ đáp: 'Tôi không cần làm người thường.' Bà chủ nói: 'Ta cho ngươi làm bà chủ, còn ta làm nô tỳ.' Nữ tỳ đáp: 'Tôi không cầu làm bà chủ.' Bà chủ nói: 'Giờ ta sẽ đánh đập ngươi; xẻo mũi, tai, chặt tay chân, cắt đầu ngươi.' Nữ tỳ đáp: 'Những việc đau đớn đó, tôi chịu được hết. Nhưng không bao giờ đem phước tặng lại cho bà. Thân tôi thuộc bà chủ. Nhưng tâm thiện khác nhau.' Vợ gia chủ tức thì đánh cô nữ tỳ.

"Trong lúc đó, năm trăm thương nhân bàn với nhau rằng: 'Thần nhân này hôm nay đến đây khất thực, chắc nhà ta có cho gì.' Gia chủ Nguyệt Quang sai người trở về nhà xem. Người này thấy bà chủ đang bắt cô nữ tỳ mà đánh đập, bèn hỏi: 'Vì nhân lý do gì mà bà đánh roi vọt cô này?' Nữ tỳ thuật lại hết nguyên do. Gia chủ Nguyệt Quang khi ấy mừng rỡ không cản được, liền bắt phu nhân xuống làm nô tỳ, và thay cô nữ tỳ vào chỗ bà chủ.

"Thời bấy giờ vua Phạm-ma-đạt đang trị vì trong thành Ba-la-nại. Vua nghe nói gia chủ Nguyệt Quang cúng cơm cho vị Bích-chi-phật, trong lòng rất vui mừng, vì ông này đã gặp bậc chân nhân, hợp thời mà huệ thí. Phạm-ma-đạt liền sai sứ triệu gia chủ Nguyệt Quang đến bảo **[825a]** rằng: 'Có thật ông đã bố thí cơm cho vị chân nhân thần tiên không?' Gia chủ tâu: 'Thật tôi đã có gặp vị chân nhân mà huệ thí cơm.' Phạm-ma-đạt tức thì ban tặng cho, lại cất nhắc chức vị. Cô nữ tỳ của gia chủ ấy, tùy theo tuổi thọ vắn dài, sau khi mạng chung sanh lên trời Tam thập tam, nhan sắc tuyệt đẹp ít có trên đời, và có năm sự công đức hơn hẳn các chư thiên khác.

"Này các sư muội, các cô chớ nghĩ cô nữ tỳ của gia chủ khi ấy là ai khác, mà đó chính là thân của tôi vậy.

"Trong Hiền kiếp này có Phật xuất thế hiệu Câu-lâu-tôn Như Lai. Vị thiên nữ kia, tùy tuổi thọ vắn dài, sau khi mạng chung, sanh vào loài người, làm con gái của bà-la-môn Da-nhã-đạt. Cô gái ấy lại cúng dường cơm cho Như Lai, và phát thệ nguyện cầu sanh làm thân nữ. Về sau, khi mạng chung, cô sanh lên trời Tam thập tam, dung mạo xinh đẹp hơn các chư thiên. Rồi từ đó mạng chung, sanh vào loài người. Bấy giờ Phật Câu-na-hàm-mâu-ni xuất hiện ở đời. Thiên nữ kia sanh làm con gái của một gia chủ. Cô lại cúng dường hoa bằng vàng cho Phật Câu-na-hàm-mâu-ni, đem công đức ấy nguyện sanh vào chỗ nào cũng không rơi xuống ba nẻo dữ, trong đời sau được làm thân nữ. Cô gái ấy tùy theo thọ mạng vắn dài, sau khi mạng chung sanh lên trời Tam thập tam xinh đẹp vượt trên các thiên nữ, có năm sự công đức không vị nào sánh bằng. Người con gái của gia chủ cúng dường Phật Câu-na-hàm-mâu-ni ấy há là ai khác chăng?

Chớ nghĩ như vậy. Người con gái của gia chủ bấy giờ chính là thân của tôi vậy.

"Vị thiên nữ ấy lại tùy theo tuổi thọ vẫn dài, sau khi mạng chung sanh vào loài người, lại làm vợ gia chủ, nhan sắc xinh đẹp lạ lùng, hiếm có trên đời.

"Lúc bấy giờ đức Ca-diếp Như Lai xuất hiện ở đời. Bà vợ gia chủ cúng dường Phật Ca-diếp trong bảy ngày bảy đêm, phát thệ nguyện rằng: 'Mong đời tương lai con sẽ được làm thân nữ.' Rồi vợ gia chủ tùy theo tuổi thọ vẫn dài mà mạng chung, sanh lên trời Tam thập tam, có năm sự công đức hơn các thiên nữ khác. Vợ gia chủ cúng dường Phật Ca-diếp bấy giờ há là ai khác chăng? Chớ nghĩ như vậy. Đó chính là thân của tôi vậy.

"Trong Hiền kiếp này, Phật Thích-ca Văn xuất hiện ở đời. Thiên nữ kia sau khi mạng chung sanh vào nhà Bà-la-môn Kiếp-tì-la,[14] trong thành La-duyệt, dung mạo xinh đẹp hơn hẳn các cô gái khác. Cô con gái của Bà-la-môn Kiếp-tì-la đẹp như pho tượng bằng vàng tử ma,[15] khiến cho ai đến gần cô đều thành đen như mực. [825b] Tâm ý cô không tham ngũ dục.

"Này các sư muội, các cô chớ nghĩ cô con gái của người bà-la-môn đó là ai khác. Con gái bà-la-môn lúc bấy giờ chính là thân của tôi vậy.

"Các cô nên biết, do duyên báo ứng của công đức xưa kia mà cô làm vợ của Tỉ-bát-la ma-nạp.[16] Đó tức là Ma-ha Ca-diếp. Tôn giả Đại Ca-diếp tự mình xuất gia trước. Tôi sau đó mới xuất gia. Tự mình nhớ lại những thân nữ mà tôi đã trải qua xưa kia, cho nên nay tôi tự cười một mình. Tôi vì bị vô trí che lấp, cúng dường sáu vị Như Lai để cầu mong làm thân nữ. Vì nhân duyên đó, tôi cười cho những việc trải qua trước kia."

Bấy giờ số đông các tỳ-kheo-ni nghe Tỳ-kheo-ni Bà-đà tự nhớ lại sự việc vô số đời quá khứ, liền đi đến chỗ Thế Tôn, đảnh lễ sát chân, rồi ngồi xuống một bên, đem nhân duyên ấy tường thuật đầy đủ lên Thế Tôn. Thế Tôn bảo các tỳ-kheo:

"Các ông có thấy trong hàng Thanh văn có tỳ-kheo-ni nào tự nhớ lại sự việc trong vô số đời như cô này không?"

Các tỳ-kheo bạch Phật:

"Chúng con không thấy, bạch Thế Tôn."

Phật nói với các tỳ-kheo:

"Trong hàng Thanh văn của Ta, đệ tử bậc nhất tự nhớ lại sự việc vô số đời trước, là Tỳ-kheo-ni Kiếp-tỳ-la[17] vậy."

Các tỳ-kheo sau khi nghe những gì Phật dạy hoan hỷ phụng hành.

KINH SỐ 3[*]

Tôi nghe như vầy:

Một thời, Phật ở tại vườn Cấp Cô Độc, rừng cây Kỳ-đà, nước Xá-vệ.

Bấy giờ có một tỳ-kheo đi đến chỗ Thế Tôn, đánh lễ sát chân, rồi ngồi qua một bên. Giây lát, ông đứng dậy, đến trước bạch Phật rằng:

"Kiếp ngắn hay dài, có giới hạn không?"

Phật bảo tỳ-kheo:

"Kiếp rất dài lâu, Ta có thể cho ông một thí dụ. Hãy chuyên ý nghe. Ta sẽ nói."

Tỳ-kheo ấy vâng lời Thế Tôn, lắng nghe.

Thế Tôn nói:

"Tỳ-kheo, nên biết, cũng như một thành trì bằng sắt, dài rộng một do-tuần,[18] trong đó chứa đầy hạt cải, không chừa một lỗ hổng. Giả sử có một người, một trăm năm đến lấy đi một hạt cải. Cho đến khi hạt cải trong thành bằng sắt ấy hết hẳn, mà một kiếp vẫn không thể tính kể hết. Vì sao vậy? Sanh tử lâu dài không có bờ mé. Chúng sanh bị ân ái trói buộc mà trôi lăn trong sanh tử, chết đây sanh kia, không hề cùng tận. Ta ở trong đó mà nhàm chán sanh tử. Như vậy, tỳ-kheo, hãy tìm cầu phương tiện để dứt hết tưởng ân ái này."

Các tỳ-kheo sau khi nghe những gì Phật dạy hoan hỷ phụng hành.[19]

---

[*] Pāli, S 15.6 *Sāsapa* (R. ii. 182).

KINH SỐ 4*

[285c7] Tôi nghe như vầy:

Một thời, Phật ở tại vườn Cấp Cô Độc, rừng cây Kỳ-đà, nước Xá-vệ.

Bấy giờ có một tỳ-kheo đi đến chỗ Thế Tôn, đảnh lễ sát chân, rồi ngồi qua một bên. Khi ấy tỳ-kheo này bạch Phật rằng:

"Bạch Thế Tôn, một kiếp dài lâu không?"

Phật bảo tỳ-kheo:

"Một kiếp cực kỳ dài lâu, không thể trù lượng được. Nay Ta nói cho ông một thí dụ. Hãy khéo suy nghĩ. Ta sẽ nói."

Tỳ-kheo ấy vâng lời Phật dạy, lắng nghe.

Thế Tôn nói:

"Ví dụ có một núi đá lớn, dài rộng một do-tuần, cao một do-tuần. Giả sử một người tay cầm một tấm lụa trời, cứ một trăm năm phất một cái. Cho đến khi đá hết mà số kiếp vẫn khó hạn định. Số kiếp lâu dài không có biên tế, như vậy không phải một kiếp hay một trăm kiếp. Vì sao vậy? Sanh tử lâu dài, không thể hạn lượng, không có biên tế. Chúng sanh bị vô minh bao phủ, trôi nổi sanh tử không có kỳ hạn thoát ra. Chết đây, sanh kia, không hề cùng tận. Ta ở trong đó mà nhàm chán sanh tử. Như vậy, tỳ-kheo, hãy tìm cầu phương tiện dứt hết tưởng ái ân này."

Các tỳ-kheo sau khi nghe những gì Phật dạy hoan hỷ phụng hành.

KINH SỐ 5

Tôi nghe như vầy:

Một thời, Phật ở tại vườn Cấp Cô Độc, rừng cây Kỳ-đà, nước Xá-vệ.

Bấy giờ Thế Tôn nói với các tỳ-kheo:

---

* Pāli, S 15. 5 *Pabbata* (R. ii. 181).

"Tùy thời nghe pháp, có năm công đức, không khi nào mất. Những gì là năm? Nghe được pháp chưa từng nghe; nghe rồi thì ghi nhớ; trừ dẹp hoài nghi; cũng không tà kiến; hiểu pháp sâu thẳm. Tỳ-kheo, đó là nói tùy thời nghe pháp có năm công đức này. Cho nên, tỳ-kheo, hãy chuyên niệm thường nghe pháp sâu thẳm. Đây là giáo giới của Ta. Như vậy, tỳ-kheo, hãy học điều này."

Các tỳ-kheo sau khi nghe những gì Phật dạy hoan hỷ phụng hành.

KINH SỐ 6*

[826a] Tôi nghe như vầy:

Một thời Phật ở tại thành Tỳ-xá-ly, trong rừng Ma-ha-bà-na,[20] cùng với chúng đại tỳ-kheo năm trăm vị.

Bấy giờ Đại tướng Sư Tử[21] đi đến chỗ Thế Tôn, đánh lễ sát chân, rồi ngồi qua một bên. Khi ấy Như Lai nói với Đại tướng:

"Thí chủ đàn-việt[22] có năm công đức.[23] Những gì là năm? Ở đây, danh tiếng của thí chủ được truyền xa rằng, 'Tại thôn kia có người ưa bố thí, chu cấp cho những kẻ nghèo thiếu mà không hề tiếc lẫn. Này Đại tướng, đó là công đức thứ nhất.

"Lại nữa, Đại tướng, khi thí chủ đến trong các chúng sát-lị, bà-la-môn, sa-môn, không có điều gì sợ hãi, cũng không có điều gì nghi ngờ khó khăn. Này Sư Tử, đó là công đức thứ hai.

"Lại nữa, thí chủ đàn-việt được nhiều người yêu mến, thảy đều tôn sùng kính ngưỡng. Như con yêu mẹ, tâm không rời xa, thí chủ được nhiều người yêu mến cũng vậy.

"Lại nữa, Sư Tử, thí chủ đàn-việt khi bố thí, phát tâm hoan hỷ. Do có hoan hỷ mà hân hoan, ý tánh kiên cố; khi ấy tự thân giác tỏ biết có lạc, có khổ cũng không thay đổi hối tiếc,[24] tự biết một cách như thật. Tự biết những gì? Biết có khổ đế, khổ tập, khổ tận, khổ xuất yếu đế, biết một cách như thật."

---

* Pāli, A.V 34. *Sīhasenāpati* (R. iii. 38).

Bấy giờ Thế Tôn nói bài kệ này:

Thí, hội đủ các phước;
Lại đạt đệ nhất nghĩa.[25]
Ai hay nhớ bố thí,
Liền phát tâm hoan hỷ.

"Lại nữa, gia chủ Sư Tử, thí chủ đàn-việt khi bố thí, thân hoại mạng chung, sanh lên trời Tam thập tam, ở đó có năm sự kiện hơn hẳn các chư thiên khác. Những gì là năm? Thứ nhất, dung mạo hào quý, oai thần sáng rỡ. Thứ hai, tự tại với những gì ước muốn, không điều gì mà không được. Thứ ba, nếu đàn-việt thí chủ sanh trong loài người, thường gặp gia đình phú quý. Thứ tư, có nhiều của cải. Thứ năm, lời nói được mọi người nghe theo, làm theo. Này Sư Tử, đàn-việt có năm công đức này dẫn vào nẻo thiện."

Đại tướng Sư Tử sau khi nghe những điều Phật nói, hoan hỷ phấn khởi không thể dừng được, lên trước bạch Phật rằng:

"Cúi xin Thế Tôn, cùng với Tăng Tỳ-kheo nhận lời thỉnh của con."

Thế Tôn im lặng nhận lời. Khi Sư Tử biết Thế Tôn đã im lặng nhận lời, liền từ chỗ ngồi đứng dậy, đảnh lễ sát chân, rồi lui đi.

Về đến nhà, ông cho sửa soạn đủ các món thực phẩm, trải chỗ ngồi tốt đẹp, rồi đi **[826b]** báo đã đến giờ. Nay đã đúng lúc, cúi mong Đại Thánh rủ lòng thương hạ cố."

Bấy giờ Thế Tôn đến giờ khoác y, cầm bát, dẫn chúng tỳ-kheo trước sau vây quanh đi đến nhà Đại tướng. Ai nấy ngồi theo thứ lớp. Khi tướng quân Sư Tử thấy Phật và Tăng Tỳ-kheo đã thứ lớp ngồi, tự tay bưng dọn các món thức ăn. Khi đại tướng đang bưng dọn thức ăn, chư thiên ở trên hư không nói rằng:

"Đây là A-la-hán. Người này là hướng A-la-hán. Thí người này được phước nhiều. Thí người này được phước ít. Người này là A-na-hàm. Người này là hướng A-na-hàm đạo. Người này là Tư-đà-hàm. Người này là hướng Tư-đà-hàm đạo. Người này là Tu-đà-hoàn. Người này là hướng Tu-đà-hoàn đạo. Người này còn bảy lần tái sanh qua lại. Người này còn một lần tái sanh. Người này là Tùy tín hành. Người này là Tùy pháp hành. Người này là độn căn. Người này là lợi căn. Người này thấp kém. Người này tinh tấn trì giới. Người này phạm giới. Thí người này được phước nhiều. Thí người này được phước ít."

Đại tướng Sư Tử có nghe chư thiên nói thế, nhưng không để trong lòng. Khi thấy Như Lai ăn xong, cất dẹp bát, ông dọn một chỗ ngồi nhỏ ngồi trước Như Lai. Lúc bấy giờ Đại tướng Sư tử bạch Phật rằng:

"Vừa rồi có chư thiên đến chỗ con, nói với con rằng: 'Từ A-la-hán, *cho đến* người phạm giới,' ông thuật lại đầy đủ lên Như Lai.

"Con tuy có nghe những lời ấy, nhưng không để vào lòng, cũng không sanh ý tưởng rằng, nên bỏ vị này mà thí cho vị kia; bỏ vị kia mà thí cho vị này. Song con lại có ý nghĩ, nên bố thí cho hết thảy các loại hữu hình. Vì tất cả đều do ăn mà tồn tại; không ăn thì chết. Tự thân con nghe Như Lai nói bài kệ ấy, hằng ghi nhớ trong lòng không hề quên mất. Bài kệ ấy như vầy:

> *Bố thí, bình đẳng khắp,*
> *Không hề có trái nghịch,*
> *Tất sẽ gặp Hiền thánh,*
> *Nhờ đây mà được độ.*

"Bạch Thế Tôn, bài kệ đó như vậy, mà chính con đã nghe Như Lai nói, hằng ghi nhớ kỹ và vâng làm theo."

Phật nói với Đại tướng:

"Lành thay! Đó gọi là huệ thí với tâm bình đẳng của Bồ-tát. Bồ-tát khi bố thí không khởi lên ý niệm rằng 'Ta nên cho người này, bỏ qua người này.' Mà luôn luôn huệ thí bình đẳng, với suy niệm rằng, 'Hết thảy chúng sanh do ăn mà tồn tại, không ăn thì chết.' Bồ-tát khi hành bố thí, cũng tư duy hành nghiệp này."

Rồi Phật nói bài kệ:

> **[826c]** *Những ai tu hạnh này,*
> *Hành ác và hành thiện;*
> *Người ấy tự thọ báo,*
> *Hành không hề suy hao.*
> *Người kia theo hành nghiệp*

Mà nhận quả báo ấy;
Làm thiện được báo thiện,
Làm ác chịu ác báo.
Làm ác hay làm thiện,
Tùy theo việc đã làm.
Cũng như năm giống thóc,
Theo giống mà kết hạt.

"Này Đại tướng Sư Tử, hãy bằng phương tiện này mà biết rằng thiện hay ác đều tùy theo những gì đã hành. Vì sao vậy? Từ sơ phát tâm cho đến khi thành Đạo, tâm không tăng giảm, không lựa chọn người, không xét đến hạng bực của người ấy. Cho nên, này Sư Tử, nếu khi muốn huệ thí, hãy luôn niệm bình đẳng, chớ khởi tâm thị phi. Như vậy, này Sư Tử, hãy học điều này."

Bấy giờ Thế Tôn lại nói bài kệ tùy hỷ[26]:

Vui thí, người yêu mến,
Được mọi người khen ngợi;
Đến đâu cũng không ngại;
Cũng không tâm ganh tị.
Cho nên người trí thí,
Dẹp bỏ các tưởng ác.
Lâu dài đến cõi thiện,
Được chư thiên đón mừng.

Thế Tôn nói bài kệ này xong rồi, từ chỗ ngồi đứng dậy mà ra về.

Sư Tử sau khi nghe những điều Phật dạy hoan hỷ phụng hành.

KINH SỐ 7

Tôi nghe như vầy:

Một thời, Phật ở tại vườn Cấp Cô Độc, rừng cây Kỳ-đà, nước Xá-vệ.

Bấy giờ vua Ba-tư-nặc đi đến chỗ Thế Tôn, đảnh lễ sát chân, rồi ngồi qua một bên. Khi ấy vua Ba-tư-nặc bạch Thế Tôn rằng:

"Phàm nhà bố thí, nên thí chỗ nào?"

Thế Tôn nói:

"Tùy theo tâm hoan hỷ chỗ nào, bố thí chỗ đó."

Vua lại bạch Phật:

"Thí chỗ nào thì được công đức lớn?"

Phật đáp:

"Vua đã hỏi nên thí chỗ nào, nay lại hỏi được phước công đức."

Vua lại hỏi:

"Nay tôi hỏi Như Lai, thí chỗ nào để được công đức?"

Rồi Phật nói với vua:

"Ta nay hỏi lại vua, tùy theo sở thích mà trả lời.

"Này đại vương, hoặc có con trai sát-lị đến; hoặc con trai bà-la-môn đến; nhưng người đó ngu si, không biết gì, tâm ý thác loạn, hằng không định tĩnh. Nó đến chỗ vua, hỏi vua: 'Chúng tôi sẽ phụng sự Thánh **[827a]** vương, tùy thời mà ngài cần đến.' Thế nào, đại vương có cần người ấy ở hai bên không?"

Vua đáp:

"Không cần, bạch Thế Tôn. Vì sao vậy? Do người ấy không có trí tuệ sáng suốt, tâm thức không định tĩnh, không kham đối phó kẻ địch bên ngoài kéo đến."

Phật bảo vua:

"Thế nào, đại vương, nếu có người sát-lị hay bà-la-môn có nhiều phương tiện, không e ngại điều gì, cũng không sợ hãi, có thể trừ dẹp kẻ địch bên ngoài; người ấy đến chỗ vua, tâu vua rằng, 'Chúng tôi tùy thời hầu hạ đại vương. Nguyện ban ân mà chấp nhận.' Thế nào, đại vương, vua có thâu nhận người ấy không?"

Vua bạch Phật:

"Vâng, bạch Thế Tôn, con sẽ thâu nhận người ấy. Vì sao vậy? Do người ấy có khả năng trừ dẹp ngoại địch, không e ngại, không sợ hãi."

Phật nói với vua:

"Ở đây, tỳ-kheo cũng vậy, các căn đầy đủ, xả năm, thành tựu sáu, thủ hộ một, hàng phục bốn.[27] Bố thí đến vị ấy được phước rất nhiều."

Vua hỏi Phật:

"Thế nào là tỳ-kheo xả năm, thành tựu sáu, thủ hộ một, hàng phục bốn?"

Phật nói:

"Ở đây, tỳ-kheo xả bỏ năm triền cái, là triền cái tham dục, triền cái sân hận, triền cái thụy miên, triền cái trạo cử và nghi[28]. Như vậy gọi là tỳ-kheo xả năm.

"Thế nào tỳ-kheo thành tựu sáu? Đại vương, nên biết, ở đây tỳ-kheo khi thấy sắc không khởi sắc tưởng, duyên vào đó mà giữ gìn nhãn căn; trừ khử niệm ác bất thiện mà thủ hộ nhãn căn. Tai, mũi, lưỡi,[29] thân, ý, không khởi ý thức[30] mà thủ hộ ý căn. Như vậy gọi là tỳ-kheo thành tựu sáu.

"Thế nào là tỳ-kheo hộ trì một? Ở đây, tỳ-kheo buộc niệm trước mắt. Như vậy, tỳ-kheo hộ trì một.

"Thế nào là tỳ-kheo hàng phục bốn? Ở đây, tỳ-kheo hàng phục thân ma, dục ma, tử ma, thiên ma. Tất cả đều được hàng phục. Như vậy, tỳ-kheo hàng phục bốn.

"Đại vương, đó là xả năm, thành tựu sáu, hộ trì một, hàng phục bốn. Bố thí đến người như vậy được phước không thể lường. Đại vương, tà kiến và biên kiến tương ưng, những người như vậy mà thí cho thì không có ích."

Khi ấy vua bạch Phật:

"Đúng vậy, bạch Thế Tôn, bố thí cho những vị như vậy, phước đức không thể lường. Nếu cho một tỳ-kheo thành tựu chỉ một pháp, phước còn không thể lường, hà huống cho các vị khác. Một pháp ấy là gì? Đó là niệm thân. Vì sao vậy? Ni-kiền Tử chủ trương thân hành, không chủ trương khẩu hành và ý hành.[31]"

Phật nói:

"Những người Ni-kiền Tử ngu hoặc, ý thường thác loạn, tâm **[827b]** thức bất định. Vì pháp của Thầy họ là như vậy, nên họ nói như vậy. Báo ứng do bởi hành vi của thân mà họ phải chịu thì không đáng nói. Hành vi của ý thì vô hình, không thể thấy."

Vua bạch Phật:

"Trong ba hành này, hành nào nặng nhất, hành bởi thân, hành bởi miệng, hay hành bởi ý?"

Phật nói với vua:

"Trong ba hành này, hành bởi ý nặng nhất. Hành bởi thân và hành bởi miệng, không đáng để nói."

Vua hỏi Phật:

"Do nhân duyên gì mà nói hành bởi ý là tối đệ nhất?"

Phật nói:

"Phàm những hành vi mà con người làm, trước hết được suy niệm bởi ý, sau đó mới phát ra miệng. Sau khi đã phát ra miệng, khiến thân hành sát, đạo, dâm. Thiệt căn bất định, cũng không có đầu mối. Giả sử người mạng chung, thân căn, thiệt căn vẫn tồn tại. Nhưng, này đại vương, vì sao thân, miệng của người ấy không làm được gì cả?"

Vua bạch Phật:

"Vì người kia không có ý căn, nên mới như vậy."

Phật bảo vua:

"Do phương tiện này mà biết rằng ý căn là tối quan trọng, còn hai cái kia thì nhẹ thôi."

Bấy giờ Thế Tôn nói bài kệ này:

> Tâm là gốc của pháp;
> Tâm chủ, tâm sai sử.
> Ai với tâm niệm ác,
> Mà hành động, tạo tác,
> Theo đó mà thọ khổ,
> Như vết lăn bánh xe.

Tâm là gốc của pháp;
Tâm chủ, tâm sai sử.
Ai trong tâm niệm thiện,
Mà hành động, tạo tác,
Người ấy nhận báo thiện,
Như bóng đi theo hình.[32]

Khi ấy vua Ba-tư-nặc bạch Thế Tôn rằng:

"Đúng như Như Lai nói, người làm ác, thân hành ác, tùy theo hành ấy mà rơi vào đường ác."

Phật nói:

"Vua quán sát ý nghĩa gì mà đến hỏi Ta, bố thí cho hạng người nào thì được phước nhiều?"

Vua bạch Phật:

"Xưa, có lần con đến chỗ Ni-kiền Tử, hỏi Ni-kiền Tử rằng, 'Nên huệ thí ở chỗ nào?' Ni-kiền Tử nghe con hỏi vậy, lại luận sang vấn đề khác chứ không trả lời. Khi ấy Ni-kiền Tử nói với con rằng, 'Sa-môn Cù-đàm nói như vầy: Thí cho Ta được phước nhiều. Cho người khác, không có phước. Hãy bố thí cho đệ tử của Ta; không nên cho những người khác. Những ai bố thí cho đệ tử của Ta sẽ được phước đức không thể lường.'"

Phật hỏi vua:

"Lúc bấy giờ vua trả lời như thế nào?"

Vua bạch Phật:

"Lúc đó con suy nghĩ rằng, có thể có lý do đó. Huệ thí đến Như Lai, phước ấy không thể lường. Vì vậy nay hỏi Phật: 'Nên bố thí chỗ nào thì phước ấy không thể lường?' Song, nay Thế Tôn không tự khen ngợi mình, cũng không chê bai người khác."

Phật bảo vua:

"Chính từ miệng Ta không nói như vậy **[827c]**, rằng bố thí cho Ta thì được phước nhiều; còn cho người khác thì không. Nhưng điều mà Ta đã nói, thức ăn dư trong bát mang cho người, phước ấy không thể lường. Với tâm thanh tịnh mà đổ thức ăn dư vào trong nước sạch, luôn luôn khởi lên tâm niệm rằng, các loài hữu hình ở trong nước này được nhờ ơn vô lượng. Huống chi là loài người.[33]

"Nhưng, đại vương, ở đây Ta cũng nói, bố thí cho người trì giới, phước ấy khó lường. Cho người phạm giới, không đủ để nói.

"Đại vương, nên biết, ví dụ như con trai nhà nông khéo cày xới đất, dọn dẹp các thứ uế tạp, rồi mang giống thóc gieo vào ruộng tốt, ở đây rồi sẽ gặt hái hạt không thể hạn lượng. Còn như con nhà nông kia không chịu dọn đất, không trừ bỏ các thứ uế tạp, mà gieo giống thóc vào đó, thì lượng thu hoạch không đáng để nói.

"Ở đây, với tỳ-kheo cũng vậy. Nếu tỳ-kheo nào xả năm, thành tựu sáu, hộ trì một, hàng phục bốn; huệ thí cho vị đó, phước ấy không thể lường. Cho người tà kiến, không đáng để nói.

"Cũng như, đại vương, người sát-lị, bà-la-môn mà ý không e sợ, có khả năng hàng phục kẻ địch bên ngoài; nên ví dụ người này với A-la-hán. Còn người bà-la-môn kia, mà ý không chuyên định, hãy ví dụ cho người tà kiến."

Bấy giờ vua Ba-tư-nặc bạch Thế Tôn rằng:

"Bố thí cho người trì giới, phước ấy không thể lường. Từ nay về sau, có ai cầu xin, con sẽ không bao giờ trái nghịch.[34] Nếu bốn bộ chúng có ai đến cầu xin thứ gì, con cũng không nghịch ý, mà tùy thời cung cấp cho áo chăn, đồ ăn thức uống, giường chõng tọa cụ; và cũng bố thí cho các vị phạm hạnh."

Phật nói:

"Chớ nói như vậy, vì sao vậy? Bố thí cho súc sanh mà phước ấy còn khó lường, huống chi bố thí cho người. Điều mà hôm nay Ta nói, là bố thí cho người trì giới thì phước khó tính kể, chẳng phải cho người phạm giới."

Vua Ba-tư-nặc bạch Phật:

"Hôm nay một lần nữa con xin tự quy y. Bởi vì, nay Thế Tôn ân cần cho đến cả những người ngoại đạo hằng phỉ báng Thế Tôn, nhưng Thế Tôn vẫn luôn tán thán người ấy; ngoại đạo dị học tham trước lợi dưỡng, còn Như Lai không tham dính lợi dưỡng. Quốc sự ngổn ngang, nay con muốn về nghỉ."

Phật bảo vua:

"Nên biết đúng lúc."

Vua Ba-tư-nặc sau khi nghe những điều Phật dạy hoan hỷ phụng hành.

KINH SỐ 8

Tôi nghe như vầy:

Một thời, Phật ở tại vườn Cấp Cô Độc, rừng cây Kỳ-đà, nước Xá-vệ.

Bấy giờ vua Ba-tư-nặc sau khi giết một trăm người con của bà mẹ kế,[35] lòng sanh hối hận:

[828a] "Ta gây nên nguồn ác thật quá nhiều. Ta cần gì nữa? Do ngôi vua mà ta giết một trăm người ấy. Ai có thể trừ nỗi sầu ưu này cho ta?"

Vua Ba-tư-nặc lại nghĩ:

"Chỉ có Thế Tôn mới trừ được ưu phiền này cho ta."

Rồi vua lại nghĩ:

"Ta không nên ôm mối sầu ưu này. Hãy im lặng mà đến chỗ Thế Tôn. Nên đi đến Thế Tôn với uy nghi của một ông vua."

Khi ấy vua Ba-tư-nặc bảo quần thần:

"Các ngươi hãy nghiêm chỉnh xe lông chim báu, như vương pháp từ trước. Ta muốn ra khỏi thành Xá-vệ để thân cận Như Lai."

Quần thần vâng lệnh vua, tức thì nghiêm chỉnh xe lông chim, sau đó đến tâu vua:

"Xa giá đã nghiêm chỉnh. Tâu đại vương biết thời."

Vua Ba-tư-nặc liền ngự xe lông chim, gióng chiêng, đánh trống, treo lụa là phướn lọng, quân hầu đều mang khôi giáp, binh khí; quần thần vây quanh trước sau, ra khỏi thành Xá-vệ, đi đến tinh xá Kỳ-hoàn, rồi đi bộ vào trong. Như vương pháp từ trước, vua dẹp bỏ năm thứ nghi trượng là lọng, mão thiên quan, quạt, kiếm và hài, rồi đi đến chỗ Thế Tôn, đảnh lễ đầu mặt sát đất, lại lấy tay vuốt bàn chân của Như Lai, và trần thuật hết chuyện của mình:

"Con nay hối lỗi, sửa đổi lỗi lầm cũ, tu sửa điều sắp tới. Con ngu hoặc, không phân biệt chân ngụy, đã giết một trăm người con của mẹ kế vì quyền lực làm vua. Hôm nay con đến sám hối. Cúi xin chấp nhận."

Phật bảo:

"Lành thay, đại vương! Hãy trở về vị trí cũ. Nay Ta sẽ nói pháp."

Vua Ba-tư-nặc liền đứng dậy, cúi lạy sát chân Thế Tôn, rồi trở về chỗ ngồi của mình. Phật nói với vua:

"Mạng người mong manh, thọ lâu lắm không quá trăm năm. Không mấy ai sống đến trăm tuổi. Một trăm năm ở đây kể là một ngày một đêm trên trời Tam thập tam. Tính theo số ngày trên đó, 30 ngày là một tháng. 12 tháng là một năm. Trời Tam thập tam kia thọ chính thức một nghìn tuổi. Tính theo tuổi loài người, ấy là thọ được mười hai vạn năm.[36]

"Lại kể một ngày một đêm trong địa ngục Hoàn hoạt. Ở đó, 30 ngày là một tháng. 12 tháng là một năm. Tuổi thọ trong địa ngục Hoàn hoạt là 5 nghìn năm, hoặc thọ nửa kiếp, hoặc thọ một kiếp, tùy theo những điều đã làm; cũng có kẻ yểu nửa chừng. Tính theo năm loài người, ấy là thọ một trăm ức tuổi.[37]

"Người trí hằng suy nghĩ mà tu tập đầy đủ hành này, sao lại còn làm ác để làm gì? Vui ít, khổ nhiều, tai ương không kể hết. Cho nên, đại vương, chớ vì thân mình, cha mẹ, vợ con, quốc thổ, nhân dân, mà thi hành nghiệp tội ác. Chớ vì thân của vua mà tạo gốc rễ tội ác. Cũng như một chút đường,[38] mới nếm thì ngọt, nhưng sau đó khổ. Đây cũng **[828b]** vậy, ở trong cái tuổi thọ ngắn ngủi ấy, sao lại làm ác?

"Đại vương, nên biết, có bốn sợ hãi lớn hằng truy bức thân người, không bao giờ có thể ức chế; cũng không thể dùng chú thuật, chiến đấu, cỏ thuốc, mà có thể ức chế được. Đó là, sanh, già, bệnh, chết. Cũng như bốn hòn núi lớn từ bốn phương ập đến với nhau, làm gãy đổ cây cối, tất cả đều bị hủy diệt. Bốn sự kiện này cũng vậy.

"Đại vương, nên biết, khi sanh ra, cha mẹ ôm lòng sầu lo, khổ não, không thể kể hết. Khi sự già đến, không còn trai trẻ nữa, thân hình bại hoại; tay chân, gân khớp lỏng lẻo. Khi bệnh đến, lúc đang trai trẻ, mà không còn khí lực, mạng sống rút ngắn dần. Khi chết đến, mạng căn bị cắt đứt, ân ái biệt ly, năm ấm tan rã. Đại vương, đó là bốn sợ hãi lớn, khiến cho không được tự tại.

"Lại có người quen làm việc sát sanh, gây các căn nguyên tội ác. Nếu sanh trong loài người, tuổi thọ rất ngắn.

"Người quen thói trộm cướp, về sau sanh nhằm nhà nghèo khốn, áo không đủ che thân, ăn không đầy miệng. Đó là do lấy tài vật của người, nên mới chịu như vậy. Nếu sanh trong loài người, phải chịu vô lượng khổ.

"Nếu người dâm vợ người khác, sau sanh trong loài người thì gặp vợ không trinh lương.

"Người nói dối, sau sanh làm người thì lời nói không ai tin, bị mọi người khi dễ. Ấy là do trước kia lừa dối đời, nói điều hư ngụy.

"Người ác khẩu, chịu tội địa ngục. Nếu sanh trong loài người thì nhan sắc xấu xí, ấy là do tiền thân ác khẩu nên chịu báo ứng này.

"Người nói ỷ ngữ, chịu tội địa ngục. Nếu sanh trong loài người, trong nhà bất hòa, thường hay đấu loạn nhau. Sở dĩ như vậy, do báo ứng của việc làm bởi tiền thân.

"Người nói hai lưỡi, gây đấu loạn đây kia, thọ tội địa ngục. Nếu sanh trong loài người, gia thất bất hòa, thường có chuyện gây gổ. Sở dĩ như vậy, đều do đời trước gây đấu loạn đây kia.

"Người hay ganh tị kẻ khác, chịu tội địa ngục. Nếu sanh trong loài người, thường bị người ghét. Thảy đều do hành vi đời trước mà ra như vậy.

"Người khởi tâm mưu hại, chịu tội địa ngục. Nếu sanh trong loài người, ý không chuyên định. Sở dĩ như vậy, đều do đời trước móng tâm như vậy.

"Hoặc người quen theo tà kiến, chịu tội địa ngục. Nếu sanh trong loài người, phải điếc, mù, câm, ngọng, không ai muốn nhìn. Ấy là do nhân duyên bởi việc làm đời trước.

"Đó là, đại vương, do báo ứng của mười điều ác này **[828c]** mà dẫn đến tai ương như vậy, chịu vô lượng khổ; huống nữa là ngoài đó ra.

"Cho nên, đại vương, hãy cai trị đúng pháp, chứ đừng phi pháp. Lấy chánh lý mà trị dân, chứ đừng phi lý. Đại vương, nếu cai trị dân bằng chánh pháp, sau khi mạng chung thảy đều sanh lên trời. Đại vương sau khi mạng chung được nhân dân tưởng nhớ không hề quên, tiếng tốt lưu truyền xa.

"Đại vương, nên biết, những ai cai trị nhân dân bằng phi pháp, sau khi chết đều sanh vào địa ngục. Bấy giờ ngục tốt trói lại năm chỗ, ở trong đó chịu khổ không thể lường hết được; hoặc bị roi, hoặc bị trói, hoặc bị nện; hoặc bị chặt tay chặt chân, hoặc bị nướng trên lửa, hoặc bị rót nước đồng sôi lên thân, hoặc bị lột da, hoặc bị mổ bụng, hoặc bị rút lưỡi, hoặc bị đâm vào thân, hoặc bị cưa xẻ, hoặc bị giã trong cối sắt hoặc cho bánh xe cán nát thân, hay đuổi chạy trên núi dao rừng kiếm, không cho ngừng nghỉ; hoặc bắt ôm cột đồng cháy, hoặc bị móc mắt, hoặc bị xẻo tai, xẻo mũi, chặt tay chân; cắt rồi mọc trở lại. Hoặc bị bỏ cả thân mình vào trong vạc lớn; hoặc bị chĩa sắt quay lăn thân thể không cho ngừng nghỉ; hoặc bị lôi từ trong vạc ra mà rút gân xương sống, làm dây buộc thân vào xe.[39] Sau đó lại cho vào địa ngục Nhiệt chích.[40] Lại vào địa ngục Nhiệt thỉ. Lại vào địa ngục Thích. Lại vào địa ngục Hôi. Lại vào địa ngục Đao thọ. Lại bắt nằm ngửa, đem hòn sắt nóng bắt nuốt, lăn từ trên xuống khiến cho ngũ tạng, dạ dày, ruột bị cháy rục hết. Lại rót nước đồng sôi vào miệng, từ trên chảy xuống dưới. Trong đó, chịu khổ không cùng tận. Chỉ khi nào hết tội mới được thoát ra.

"Đại vương, sự kiện chúng sanh vào địa ngục là như vậy đều do đời trước cai trị không nghiêm chỉnh đúng pháp."

Bấy giờ Thế Tôn nói bài kệ:

> *Trăm năm quen buông lung;*
> *Về sau vào địa ngục.*
> *Vậy có gì đáng tham,*
> *Chịu tội không kể xiết?*

"Đại vương, cai trị đúng pháp thì tự cứu giúp được tự thân, cha mẹ, vợ con, nô tỳ, thân tộc, chăm lo quốc sự. Cho nên, đại vương, hãy cai trị đúng pháp, chớ dùng **[829a]** phi pháp. Mạng người rất ngắn; sống trên đời chỉ trong thoáng chốc mà thôi. Sanh tử lâu dài, nhiều điều đáng sợ. Khi cái chết đến, bấy giờ mới kêu khóc; gân cốt lìa tan, thân thể đông cứng; bấy giờ không ai có thể cứu được; không phải có cha mẹ, vợ con, nô tỳ, thuộc hạ, quốc thổ nhân dân, mà có thể cứu được. Gặp tai họa này, ai có thể chịu thay cho? Duy chỉ có sự bố thí, trì giới, nói năng thường từ hòa, không làm thương tổn ý người, tạo các công đức, hành các gốc rễ thiện."

Bấy giờ Thế Tôn nói bài kệ này:

> *Kẻ trí nên huệ thí,*
> *Được chư Phật khen ngợi.*
> *Cho nên, tâm thanh tịnh;*
> *Chớ có ý lười biếng.*

> *Vì sự chết bức bách,*
> *Chịu khổ não to lớn.*
> *Rơi vào đường dữ kia,*
> *Không giây lát ngừng nghỉ.*

> *Khi sự chết sắp đến,*
> *Chịu khổ não vô cùng.*
> *Các căn tự nhiên hoại,*
> *Vì ác không ngừng nghỉ.*

> *Nếu khi thầy thuốc đến,*
> *Tập hợp các thứ thuốc,*
> *Cũng không cứu nổi thân;*
> *Vì ác không ngừng nghỉ.*

> *Hoặc khi thân tộc đến,*
> *Hỏi tài sản trước kia;*
> *Mà tai không nghe tiếng;*
> *Vì ác không ngừng nghỉ.*

> *Hoặc khi dời xuống đất,*
> *Người bệnh nằm lên trên;*
> *Thân hình như rễ khô;*
> *Vì ác không ngừng nghỉ.*

Hoặc khi đã mạng chung,
Mạng, thức đã lìa thân;
Thân hình như gạch ngói;
Vì ác không ngừng nghỉ.

Hoặc khi là thây chết,
Thân tộc đến tha ma;
Không cậy nhờ ai được;
Duy chỉ cậy nhờ phước.

"Cho nên, đại vương, hãy tìm cầu phương tiện thi hành phước nghiệp, nay không làm, sau ăn năn vô ích."

Bấy giờ Thế Tôn nói bài kệ này:

Như Lai do phước lực,
Hàng phục ma, quyến thuộc;
Nay đã được Phật lực.
Nên phước lực tối tôn.

"Cho nên, đại vương, hãy nhớ nghĩ tạo phước. Đã làm điều ác, hãy ăn năn, chớ đừng tái phạm."

Bấy giờ Thế Tôn nói bài kệ này:

[829b] *Tuy là nguồn cực ác,*
Sám hối, vơi mỏng dần.
Khi ấy ở thế gian,
Gốc rễ đều diệt hết.

"Cho nên, đại vương, chớ vì thân mình mà thi hành việc ác. Chớ vì cha mẹ, vợ con, sa-môn, bà-la-môn, mà thi hành việc ác, tập quen hành ác. Như vậy, đại vương, hãy học điều này."

Bấy giờ Thế Tôn nói bài kệ này:

Phi cha mẹ, anh em,
Cũng không phải thân tộc,
Mà tránh khỏi nạn[41] *này;*
Tất cả bỏ, theo chết.

"Cho nên, đại vương, từ nay trở đi hãy theo đúng pháp mà cai trị, chớ theo phi pháp. Như vậy, đại vương, hãy học điều này."

Vua Ba-tư-nặc sau khi nghe những điều Phật dạy hoan hỷ phụng hành.

KINH SỐ 9

Tôi nghe như vầy:

Một thời, Phật ở tại vườn Cấp Cô Độc, rừng cây Kỳ-đà, nước Xá-vệ.

Bấy giờ vua Ba-tư-nặc chiêm bao thấy mười sự kiện. Vua tỉnh giấc, hết sức kinh sợ, lo mất nước, mất thân mạng, vợ con. Sáng ngày, vua triệu các công khanh, đại thần, đạo sĩ và bà-la-môn minh trí, những ai có thể giải các điềm mộng, thảy đều được triệu tập. Rồi vua kể lại mười sự kiện chiêm bao hồi đêm, hỏi "Ai có thể giải được?" Có vị bà-la-môn nói:

"Tôi giải được. Nhưng sợ vua nghe xong rồi không vui."

Vua bảo:

"Cứ nói đi."

Bà-la-môn nói:

"Vua sẽ mất nước, mất thái tử, và vợ."

Vua nói:

"Sao, các người có thể cầu đảo trừ yểm đi được không?"

Bà-la-môn nói:

"Việc ấy có thể trừ yểm được. Hãy giết thái tử và vị phu nhân mà vua quý trọng, cùng những kẻ thị tùng hai bên, và vị đại thần mà vua quý mến, để đem tế thiên vương. Có những ngọa cụ, bảo vật trân quý gì, đem đốt hết để cúng tế trời. Như vậy, vua và quốc thổ không có gì đổi khác."

Vua nghe bà-la-môn nói mà hết sức lo rầu, không vui. Vua trở lại trai thất suy nghĩ về việc ấy. Vua có vị phu nhân tên Ma-lợi[42], đi đến chỗ vua, hỏi:

"Vua có ý gì mà sầu lo không vui? Thần thiếp có điều gì lỗi lầm đối với vua chăng?"

Vua nói:

"Khanh không có lỗi gì đối với ta. Nhưng chớ hỏi đến sự việc ấy. Khanh mà nghe thì sẽ kinh sợ."

Phu nhân trả lời vua:

"Không dám kinh sợ."

Vua nói:

"Không cần phải hỏi. Nghe rồi sẽ kinh sợ."

Phu nhân nói:

"Tôi là phân nửa thân của đại vương, có việc gấp rút cần giết một người như thiếp để vua được an ổn, chẳng **[829c]** có gì phải sợ."

Vua liền kể cho phu nhân nghe mười sự kiện chiêm bao hồi đêm:

"Một, thấy ba cái vạc; hai cái vạc bên thì đầy; vạc giữa trống không. Hai vạc bên sôi sục, hơi bốc giao nhau, nhưng không vào cái vạc trống không ở giữa.

"Thứ hai, mộng thấy con ngựa mà miệng cũng ăn, hậu môn cũng ăn.

"Thứ ba, mộng thấy cây lớn trổ hoa.

"Thứ tư, mộng thấy cây nhỏ sanh trái.

"Thứ năm, mộng thấy một người cầm sợi dây, sau đó có con dê. Chủ dê ăn sợi dây.

"Thứ sáu, mộng thấy con cáo ngồi trên giường bằng vàng, ăn bằng chén bát vàng.

"Thứ bảy, mộng thấy con bò lớn trở lại bú sữa con bê con.

"Thứ tám, mộng thấy bầy trâu đen, từ bốn mặt vừa rống vừa chạy đến, muốn húc nhau; nên hợp mà chưa hợp, không biết chỗ của trâu.

"Thứ chín, mộng thấy chằm nước lớn, giữa đục, bốn bên trong.

"Thứ mười, mộng thấy khe nước lớn, dòng nước nổi sóng màu đỏ.

"Thấy xong, giật mình tỉnh dậy, hết sức kinh sợ, e rằng nước mất, bản thân, vợ con, nhân dân cũng mất. Sáng nay triệu tập công khanh đại thần, đạo nhân, bà-la-môn, hỏi xem ai giải mộng được. Có một người bà-la-môn nói, hãy giết thái tử, và phu nhân mà vua quý trọng, cùng với đại thần, nô tỳ, để tế tự trời. Vì vậy mà ta sầu lo."

Phu nhân nói:

"Đại vương chớ sầu lo chiêm bao. Như người đi mua vàng, lấy lửa đốt, rồi để trên đá mà mài; tốt hay xấu tự nó hiện. Nay Phật ở gần đây, trong tinh xá Kỳ-hoàn. Nên đến hỏi Phật. Phật giải thuyết như thế nào, tùy theo đó mà làm. Sao lại đi tin lời ông bà-la-môn cuồng si ấy để rồi tự mình sầu khổ, cho đến nỗi như vậy?"

Vua nghe mới tỉnh ngộ, liền gọi quân hầu nghiêm chỉnh xa giá. Vua ngự trên một cỗ xe có lọng che cao; thị tùng cỡi ngựa đi theo có vài ngàn vạn, ra khỏi thành Xá-vệ, đến tinh xá Kỳ-hoàn, rồi xuống đi bộ, đến chỗ Phật, đảnh lễ sát chân, quỳ thẳng, chắp tay bạch Thế Tôn:

"Đêm qua nằm mộng thấy mười sự. Nguyện Phật thương xót giải thuyết cho con từng sự kiện một."

Phật nói:

"Lành thay, đại vương! Những điều vua chiêm bao là điềm báo việc đời sau trong tương lai. Nhân dân đời sau sẽ không còn sợ cấm pháp, phổ biến dâm dật, ham muốn vợ con người, phóng tình dâm loạn mà không biết nhàm chán; đố kỵ, ngu si, không biết tàm, không biết quý; điều trinh khiết thì bỏ, gian nịnh, siểm khúc loạn cả nước.

"Vua mộng thấy ba cái vạc. Hai cái vạc bên thì đầy; vạc giữa trống không. Hai vạc bên sôi sục, hơi bốc giao nhau, nhưng không vào cái vạc trống không ở giữa; đó là, nhân dân đời sau sẽ không cấp [830a] dưỡng người thân, kẻ khốn cùng; đồng thân thích thì không thân, ngược lại thân người dưng giàu sang, giao du với nhau, biếu tặng lẫn nhau. Sự kiện thứ nhất mà vua mộng thấy, chính là như vậy.

"Thấy con ngựa mà miệng cũng ăn, hậu môn cũng ăn. Đó là, đời sau, nhân dân, đại thần, trăm quan trưởng lại, công khanh, vừa ăn lộc nhà quan, lại vừa ăn của dân. Thu thuế không ngừng. Quan lại cấp dưới làm chuyện gian; dân không yên, đất nước không an ổn. Sự kiện thứ hai mà vua mộng thấy, chính là như vậy.

"Vua mộng thấy cây lớn trổ hoa. Đời sau, nhân dân phần nhiều bị sưu dịch, lòng dạ héo hon, thường có sự lo rầu, sợ hãi; tuổi mới ba mươi mà đầu bạc trắng. Sự kiện thứ ba mà vua mộng thấy, chính là như vậy.

"Vua mộng thấy cây nhỏ sanh trái. Đời sau, con gái tuổi chưa đầy mười lăm mà đã cầu mong lấy chồng, ẩm con về nhà mà không biết xấu hổ. Sự kiện thứ tư mà vua mộng thấy, chính là như vậy.

"Vua mộng thấy một người cầm sợi dây, sau đó có con dê. Chủ dê ăn sợi dây. Đời sau, khi người chồng đi buôn xa, hoặc vào quân đội chinh chiến, hoặc giao du với bạn bè đầu xóm cuối ngõ; người vợ mất nết ở nhà tư thông với đàn ông, ăn ngủ trên tài sản của chồng, phóng túng tình dục mà không biết xấu hổ. Chồng cũng biết nhưng bắt chước người giả bộ ngu. Sự kiện thứ năm mà vua mộng thấy, chính là như vậy.

"Vua mộng thấy con cáo ngồi trên giường bằng vàng, ăn bằng chén bát vàng. Đời sau, kẻ hèn sẽ giàu sang, ngồi trên giường vàng mà ăn uống mỹ vị. Dòng họ quý tộc trở thành người hầu hạ. Con nhà dòng dõi làm nô tỳ. Nô tỳ trở thành con nhà dòng dõi. Sự kiện thứ sáu mà vua mộng thấy, chính là như vậy.

"Vua mộng thấy con bò lớn trở lại bú sữa con bê con. Đời sau, mẹ làm mai cho con gái, dẫn đàn ông vào buồng, rồi đứng canh cửa, để nhận được tài vật mà tự nuôi thân. Cha cũng đồng tình, giả điếc không hay biết. Sự kiện thứ bảy mà vua mộng thấy, chính là như vậy.

"Vua mộng thấy bầy trâu đen, từ bốn mặt vừa rống vừa chạy đến, muốn húc nhau; nên hợp mà chưa hợp, không biết chỗ của trâu. Đời sau, quốc vương, đại thần, trưởng lại, nhân dân, đều không sợ luật pháp đại cấm, tham dâm, đa dục, cất chứa tài sản; vợ con lớn nhỏ chẳng ai liêm khiết; dâm dật, tham lam không biết chán; ganh tị, ngu si, không biết tàm quý; trung hiếu thì không làm, mà siểm nịnh, phá nước, không sợ gì trên dưới. Mưa sẽ không đúng thời, khí tiết không thuận, gió bụi nổi lên, cát bay, cây đổ; sâu rầy [830b] cắn lúa không để cho chín. Vua chúa, nhân dân đều làm như vậy, nên trời khiến như vậy. Bốn bên mây nổi; vua chúa nhân dân vui mừng, nói: Mây nổi tứ phía, chắc chắn sẽ mưa. Nhưng trong chốc lát, mây tan hết, mà hiện ra những chuyện quái dị. Đó là muốn cho vạn dân sửa đổi hành vi, thủ điều thiện, trì giới, kính sợ trời đất, không vào đường dữ; trinh khiết tự thủ, một vợ một chồng, tâm từ không giận. Sự kiện thứ tám mà vua mộng thấy, chính là như vậy.

"Vua mộng thấy chằm nước lớn, giữa đục, bốn bên trong. Đời sau, con người trong cõi Diêm-phù-địa, bề tôi thì bất trung; làm con thì bất hiếu; không kính trọng bậc trưởng lão, không tin Phật đạo; không kính đạo sĩ thông suốt kinh. Bề tôi tham lộc vua ban; con cái thì tham tài sản của cha mẹ; không biết đền ơn, không đoái nghĩa lý. Ở biên quốc thì lại trung hiếu, biết kính bậc tôn trưởng, tin ưa Phật đạo, cấp dưỡng đạo sĩ thông suốt kinh, nhớ nghĩ đền ơn báo đáp. Sự kiện thứ chín mà vua mộng thấy, chính là như vậy.

"Vua mộng thấy khe nước lớn, dòng nước nổi sóng màu đỏ. Người đời sau, các đế vương, quốc vương, không biết đủ với đất nước của mình, cất quân đánh nhau; sẽ chế tạo binh xe, binh ngựa, công phạt lẫn nhau; giết nhau máu chảy thành sông nên đỏ như vậy. Sự kiện thứ mười mà vua mộng thấy, chính là như vậy.

"Tất cả đều là việc đời sau. Người đời sau, nếu ai để tâm nơi Phật đạo, phụng sự bậc đạo nhân thông suốt kinh, khi chết sẽ sanh lên trời. Nếu làm chuyện ngu si, lại tàn hại lẫn nhau, chết rơi vào ba đường dữ không thể kể hết."

Vua nghe xong, quỳ dài chắp tay nhận lãnh lời Phật dạy, trong lòng hoan hỷ, được định huệ, không còn điều gì để kinh sợ. Vua bèn đảnh lễ sát chân Phật, rồi quay trở về cung; ban ân tứ cho phu nhân, cất lên làm Chánh hậu, cấp cho nhiều tài bảo để bà bố thí cho mọi người, đất nước được trù phú. Rồi thu hồi bổng lộc của các công khanh, đại thần, bà-la-môn, trục xuất khỏi nước, không còn tin dùng nữa. Hết thảy nhân dân đều hướng về đạo chánh chân vô thượng. Vua và phu nhân lễ Phật rồi lui về.

Vua Ba-tư-nặc, sau khi nghe những lời Phật dạy hoan hỷ phụng hành.[43]

❋

Tăng Nhất A-hàm – Hết.

Chú thích

1 Đại Ái Đạo 大愛道, di mẫu của Phật. Nguyên Skt. *Mahāprajāpatī* (Pāli: *Mahāpajāpatī*), phiên âm là Ma-ha Ba-xà-ba-đề 摩訶波闍波提, dịch là Đại Sanh Chủ 大生主. Một số Hán dịch là Đại Ái Đạo, có lẽ Skt. đọc là *Mahāpriyapadī* (?).

2 Cao đài tự 高臺寺. Pāli: *Kūṭagārasālā* (*Kūṭagāra-vihāra*?), tại đây, bà cùng năm trăm Thích nữ lần đầu tiên trở thành tỳ-kheo-ni. Nhưng không thấy nói có chùa ni ở đâu đây.

3 Tài liệu Pāli nói, khi dừng chân tại miếu *Cāpāla*, Phật báo hiệu sẽ nhập Niết-bàn. Miếu *Cāpāla* ở gần *Vesāli*, nhưng không rõ bao xa. Lúc này, bà đã 120 tuổi.

4 Các Tỳ-kheo-ni danh tiếng, Sai-ma 差摩, Ưu-bát Sắc 優鉢色, Cơ-lợi-thí 基利施, Xá-cừu-lê 舍仇梨, Xa-ma 奢摩, Bát-đà-luyện-chá 鉢陀闌柘, Bà-la-chá-la 婆羅柘羅, Ca-chiên-diên 迦旃延, Xà-da 闍耶, xem phẩm 5. Nhưng phiên dịch không thống nhất.

5 Danh sách đã nêu trên, nhưng đây lại có vài phiên âm khác, không thống nhất.

6 Bản Hán kết vắn tắt nên có vẻ thiếu. A-la-hán không nhập Niết-bàn trong diệt tận định.

7 Nguyên bản: Phân-đàn bố thí 分檀布施.

8 Da-duy 耶維, trên kia, kinh 3 phẩm 51 âm là xà-tuần, đều là phiên âm khác của trà-tỳ, tức hỏa thiêu.

9 姟, số đếm cổ, 1 cai = 10 000 x 10 000.

10 那術 *na-thuật*, phiên âm khác của *nayuta* (na-do-tha) = 10 vạn (=106), hoặc 1000 ức (= 109), hoặc 1 vạn (=10 000).

11 Tức Bạt-đà Ca-tỳ-ly, xem kinh 2 phẩm 5 trên.

12 Hán: Như sát tượng bất huyến 如殺象不眴. Bản khác chép là "giết chim."

13 Để bản chép là: các Phật 各佛. TNM: Bích-chi-phật. Nhưng theo tài liệu Pāli, thời bấy giờ có Phật *Kassapa* xuất hiện.

¹⁴ Kiếp-tì-la 劫毘羅. Pāli: *Kappila*. Ap.ii. 583 (kệ 57), tên cha của bà *Bhaddā Kāpilānī*; tên mẹ là *Sucīmatī*. Hoặc là con gái của người bà-la-môn dòng họ *Kosigotta*.

¹⁵ Pho tượng vàng của công tử *Pippali*, tên tại gia của Đại Ca-diếp.

¹⁶ Tỉ-bát-la ma-nạp 比缽羅摩納. Pāli: *Pippalimāṇava*. Xem cht.15 trên.

¹⁷ Kiếp-tỳ-la 劫毘羅. Tức tên gọi đủ là Bạt-đà Kiếp-tỳ-la. Pāli: *Bhaddā Kāpilānī*.

¹⁸ Thiếu chiều cao: Cũng một do-tuần.

¹⁹ Bản Hán, hết quyển 50.

²⁰ Ma-ha-bà-na-viên 摩訶婆那園. Pāli: *Mahāvana*, Đại lâm, khu rừng gần *Vesāli*, chạy dài đến Hy-mã-lạp sơn.

²¹ Sư Tử đại tướng 師子大將. Pāli: *Sīhasenāpati*.

²² Thí chủ đàn-việt 施主檀越; Pāli: *dāyako dānapati*.

²³ Pāli: *Sandiṭṭhikaṃ dānaphalaṃ*, quả báo bố thí thấy ngay trong đời hiện tại.

²⁴ Để bản: Biến hối 變悔, bất biến hối 不變悔. Đoạn văn có liên hệ đến chứng đắc các thiền và Thánh đế trí, nhưng không được rõ ràng.

²⁵ Đệ nhất nghĩa: Chỉ mục đích cứu cánh, tức thấy Thánh đế.

²⁶ Nguyên Hán: Sẩn 嚫, chú nguyện hồi hướng công đức sau khi ăn. Pāli: *anumodana*.

²⁷ Xem kinh 2 phẩm 46 trên và các cht.

²⁸ Nguyên Hán: Điệu nghi 調疑.

²⁹ Để bản chép nhầm là khẩu 口 (miệng).

³⁰ Nguyên Hán: Bất khởi ý thức 不起意識. Có lẽ chép nhầm. Nên hiểu, ý nhận thức pháp, nhưng không khởi các tưởng về pháp.

³¹ Để bản chép nhầm: Kể thân hành và ý hành, không kể khẩu hành. Xem *Trung 32* kinh 133: Ni-kiền Tử chủ trương thân phạt quan trọng, còn khẩu và ý không quan trọng. Cf. Pāli, M. 56 *Upāli*.

³² Pháp cú Pāli, Dhp. 1-2.

³³ Đoạn văn này để bản chép sót. Xem kinh 3 phẩm 47.

³⁴ Đoạn văn này có nhảy sót nên không phù hợp với câu trả lời của Phật tiếp theo. Văn đầy đủ, xem kinh 3, phẩm 47 trên.

³⁵ Theo truyền thuyết Pāli, vua nghe lời sàm tấu giết *Bandhula* và 32 người con trai của ông này. Nhưng do thái độ không hận thù của vợ *Bandhula* là bà *Mallikābandhula*, vua khám phá ra sự sai lầm của mình nên rất hối hận.

³⁶ Để bản: Mười vạn. TNM: Mười hai vạn. Nhưng, con số không phù hợp với kinh 10 phẩm 47, nói "tuổi thọ trời Tam thập tam là một nghìn năm;

cũng có vị nửa chừng yểu. Tính số năm theo loài người là ba mươi sáu ức năm..."

[37] Con số này không phù hợp với số được kể trong kinh 10 phẩm 47 trên.

[38] Để bản có thể chép sót. Nên hiểu là một chút mật đầu lưỡi dao.

[39] Nguyên Hán: Trì dụng trị xa 持用治車, "dùng làm roi đánh xe" (?) Nhưng, tham chiếu, *Trường 19* (tr. 124c28), nói về hình phạt trong địa ngục Vô gián.

[40] Tên các địa ngục: Nhiệt chích 熱炙, nướng. Nhiệt thỉ 熱屎, phân nóng. Thích 刺, gai nhọn. Hôi 灰, tro. Đao thọ 刀樹, rừng dao. Tên tương đương và chi tiết, *Trường 19*, kinh 30 Thế ký, phẩm 4: Địa ngục.

[41] Để bản chép là *ác* 惡. TNM: Hoạn 患.

[42] Ma-lợi 摩利. Pāli: *Mallikā*.

[43] Bản Hán, hết quyển 51.

SÁCH DẪN

GIÁO HỘI PHẬT GIÁO VIỆT NAM THỐNG NHẤT
HỘI ĐỒNG HOẰNG PHÁP*

CHỨNG MINH:

Trưởng lão HT Thích Thắng Hoan   (Hoa Kỳ),

Trưởng lão HT Thích Huyền Tôn   (Úc châu),

HT Thích Bảo Lạc   (Úc châu),

HT Thích Tuệ Sỹ   (Việt Nam)

CỐ VẤN CHỈ ĐẠO:

HT Thích Tuệ Sỹ   (Việt Nam)

CHÁNH THƯ KÝ:

HT Thích Như Điển   (Đức)

PHÓ THƯ KÝ:

HT Thích Nguyên Siêu   (Hoa Kỳ),

HT Thích Bổn Đạt   (Canada)

THÀNH VIÊN:

Âu châu: HT Thích Quảng Hiền (Thụy Sĩ), HT Thích Minh Giác (Hòa Lan), TT Thích Thông Trí (Hòa Lan), TT Thích Nguyên Lộc (Pháp)

Úc châu: HT Thích Minh Hiếu, TT Thích Tâm Minh

Hoa Kỳ: HT Thích Nhật Huệ, TT Thích Từ Lực

* Cập nhật ngày 08.05.2022.

Liên lạc HỘI ĐỒNG HOẰNG PHÁP

Hòa thượng Thích Như Điển, Chánh Thư Ký, HĐHP
Chùa Viên Giác. Karlsruher Str. 6, 30519 Hannover, Germany
Website: www.hoangphap.org; Email: hdhp.ctk@gmail.com;
Tel: + 49 511 879 630

Thượng tọa Thích Nguyên Tạng, Trưởng ban Báo Chí & Xuất Bản, HĐHP
Tu Viện Quảng Đức, 105 Lynch Road, Fawkner, Vic.3060 Australia
Website: www.hoangphap.org; Email: hdhp.bbc@gmail.com;
Tel: +61 481 169 631

Thượng tọa Thích Tâm Hòa, Trưởng ban Bảo Trợ, HĐHP
Trung Tâm Văn Hóa Phật Giáo Pháp Vân, Ontario, Canada
420 Traders Blvd E, Mississauga, ON L4Z 1W7, Canada
Website: www.phapvan.ca; Email: thichtamhoa@gmail.com
Tel: +1 905-712-8809

Liên lạc thỉnh ĐẠI TẠNG KINH

Ni Sư Thích Nữ Quảng Trạm - Tổ Đình Khánh Anh (Bagneux)
14 Avenue Henri Barbusse, 92220 Bagneux- France
Tel.: +33 609 09 01 19 - Email: hdhp.inan@gmail.com